डॉ. गवांदे यांच्या भाषेला एक प्रकारचा धारदारपणा आहे. शस्त्रक्रियेच्यावेळी ज्या अचूकपणे, काटेकोरपणे ते सुरीने छेद देतात, त्याच अचूकतेने ते त्याचे वर्णन करतात. त्यांच्या शब्दांमधून त्यांच्या स्वभावातला धाडसीपणा प्रतिबिंबित होतो, पण ते कधीही बेदरकारपणे विधाने करत नाहीत. खरं सांगायचे, तर त्यांचे अंतरंग त्यांनी उघडं केल्यानंतरच त्यांच्यातल्या अंगभूत देणगीची आपल्याला पुरेपूर कल्पना येते... जॉर्ज ऑर्वेलची पुस्तकं वाचताना जो अनुभव येतो, त्याची वाचकांना आठवण झाल्यावाचून राहत नाही. पुस्तक वाचून झाल्यानंतर वाचकाला किती वेगवेगळे अनुभव येतात! त्याच्या ज्ञानात तर भर पडलेलीच असते, शिवाय त्याचे मनोरंजन झाल्याचेही त्याला जाणवते. आपण बदललो आहोत; असे तर त्याला वाटतेच; पण त्याला एक प्रकारचे समाधान लाभलेले असते.

– अब्राहम वर्गीज,
'माय ओन कन्ट्री' आणि 'द टेनिस पार्टनर'
या पुस्तकांचे लेखक

डॉ. अतुल गवांदे यांचे हे लिखाण म्हणजे, 'चिकित्सक लेखणी आणि क्ष-किरणांच्या डोळ्यांनी केलेले निदान' आहे.

– टाइम मॅगझीन

'कॉम्प्लिकेशन्स'चे खरंच कौतुक : सभोवतालचा विचार करता डॉ. गवांदे हे निश्चितच दखल घेण्यासारखे डॉक्टर-लेखक आहेत.

– सॅलोन डॉट कॉम

उल्लेखनीय... एक आधुनिक आणि वेगळा आवाज. जो आपल्याला वैद्यकशास्त्रातील नव्या, आधुनिक व अद्ययावत तंत्रज्ञानाची ओळख करून देतो. आणि जाता-जाता आपल्याला विल्यम्स आणि सॅक्स यांच्या जीवन जगण्याच्या धडपडींचा आणि त्यांच्यासारख्याच अत्यवस्थ असणाऱ्या रुग्णांच्या भाव-भावनांचा जणूकाही प्रत्यक्षदर्शी साक्षीदारच बनवतो.

– शेरवीन बी. नुलॅन्ड

I0631348

डॉ. अतुल गवांदे यांचे 'कॉम्प्लिकेशन्स' हे पुस्तक वैद्यकीय व्यवसायातील मिथकांचे अचूकतेने निराकरण करते. एका सर्जनने लिहिलेले हे एक असे पुस्तक आहे; जे स्टेथस्कोपच्या दुसऱ्या बाजूला असणाऱ्याने म्हणजे रुग्णाने वाचणे अधिक हितकारक आहे. वैद्यकीय व्यवसायातील मंडळी चुका करतात, सराव करत असतानाच शिकतात आणि त्यातूनच आपले कौशल्य व आत्मविश्वास वाढवत असतात. माणूसकी आणि भावनिकता यांच्या अंगाने जाणारे हे लिखाण आपल्याला 'डॉक्टर'ही माणूस असतो; याची जाणीव करून देते.

हे पुस्तक अगदी मनापासून लिहिलेले आहे. त्यामुळे या पुस्तकात लेखकाने केलेल्या काही सूचना ह्या वैद्यकीय व्यवसायातील व्यक्तींना आत्मपरिक्षण करायला लावणाऱ्या आहेत. वैद्यकीय व्यवसायातील असूनही वाचकांना खिळवून ठेवणारे : 'कॉम्प्लिकेशन्स!'

— रोब लाइटनर

वैद्यकशास्त्राचे वर्णन अद्भूत व अलौकिक मानवी प्रयत्न असे केले जाते. हेच न्यू यॉर्कस्थित एका सर्जनने आपल्या पुस्तकात उद्धृत केले आहे. डॉ. गवांदे हे स्वत: रोड्स स्कॉलर आणि हावर्ड मेडिकल स्कूलचे पदवीधर आहेत.

आपल्या वैद्यकीय व्यवसायाचे वर्णन करताना त्यांनी 'वैद्यकशास्त्र' ही एका क्षणात घडणारी घटना असल्याचे नमूद केले आहे. या क्षेत्रातील वेळोवेळी बदलत जाणारे ज्ञान, माहितीचे अनिश्चित असे विश्लेषण, भेटणाऱ्या अविश्वनीय व्यक्ती आणि तरीही एका क्षणात घेतलेला अचूक निर्णय यांचाही ऊहापोह केला आहे.

डॉ. गवांदे यांनी तत्त्वज्ञान आणि नैतिकता या दृष्टिकोनातून विविध उदाहरणांद्वारे वैद्यकशास्त्रातील वेदनांचे विश्लेषण केले आहे. संवेदनशील, चिकित्सक आणि विद्वत्तापूर्ण भाषेत त्यांनी वैद्यकशास्त्रातील नव-तंत्रज्ञानाविषयी सांगोपांग चर्चा केली आहे. लठ्ठपणा, जुने आजार आणि असाध्य रोग यावर आव्हानात्मक परिस्थितीत केले जाणारे उपचार याचाही वेध त्यांनी घेतला आहे. वैद्यकशास्त्राच्या या आव्हानात्मक क्षेत्रामध्ये सर्वकाही अनिश्चित असताना एखाद्याला चांगले आयुष्य देण्यासाठी केली जाणारी ही धडपड खरोखरच वाखाणण्याजोगी आहे.

— पब्लिशर्स वीकली

'कॉम्प्लिकेशन्स' या मूळ इंग्रजी पुस्तकाचा मराठी अनुवाद

जीव जिथे
गुंतलेला...

आधुनिक वैद्यकशास्त्रातील गुंतागुंतीवर प्रकाश टाकणाऱ्या
एका शल्यविशारदाच्या अनुभवकथा

लेखक
डॉ. अतुल गवांदे

अनुवाद
नीला चांदोरकर

मेहता पब्लिशिंग हाऊस

All rights reserved along with e-books & layout. No part of this publication may be reproduced, stored in a retrieval system or transmitted, in any form or by any means, without the prior written consent of the Publisher and the licence holder. Please contact us at **Mehta Publishing House,** 1941, Madiwale Colony, Sadashiv Peth, Pune 411030.

Email : production@mehtapublishinghouse.com
　　　　author@mehtapublishinghouse.com
Website : www.mehtapublishinghouse.com

◆ *या पुस्तकातील लेखकाची मते, घटना, वर्णने ही त्या लेखकाची असून त्यांच्याशी प्रकाशक सहमत असतीलच असे नाही.*

COMPLICATIONS by Dr. ATUL GAWANDE

Copyright © Dr.Atul Gawande 2002

All rights reserved including the rights of reproduction in whole, or in part in any form.

Translated into Marathi Language by Neela Chandorkar

जीव जिथे गुंतलेला... / अनुवादित अनुभवकथन

अनुवाद　　　: नीला चांदोरकर

मराठी अनुवादाचे व प्रकाशनाचे हक्क मेहता पब्लिशिंग हाऊस, पुणे.

प्रकाशक　　 : सुनील अनिल मेहता, मेहता पब्लिशिंग हाऊस,
　　　　　　　　१९४१, सदाशिव पेठ, माडीवाले कॉलनी, पुणे – ४११०३०.

अक्षरजुळणी : इफेक्ट्स, २१/६ब, आयडिअल कॉलनी, कोथरूड, पुणे – ३८.

मुखपृष्ठ　　 : चंद्रमोहन कुलकर्णी
प्रथमावृत्ती　 : ऑगस्ट, २०१३

P Book ISBN 9788184984798

कॅथलीन हीस –

लेखकाचे निवेदन

या पुस्तकात उल्लेखिलेल्या कथा सत्यघटना आहेत. त्या व्यक्तींच्या खाजगी आयुष्यात त्यांचे नुकसान होऊ नये, या हेतूने काही रुग्णांची, त्यांच्या कुटुंबीयांची आणि माझ्या काही सहकाऱ्यांची नावे मी बदलली आहेत. काही घटनांचे वर्णन करताना एखाद्या व्यक्तीच्या विशिष्ट वर्णनामुळे तिची ओळख पटण्याची शक्यता लक्षात घेऊन त्यांच्या वर्णनातही थोडेफार बदल केले आहेत. अर्थात, माझ्या लेखनात तसा उल्लेखही केला आहे.

प्रस्तावना

मी एकदा 'अपघातग्रस्तांच्या विभागा'त काम करत होतो. सर्वसाधारणपणे जेव्हा एखाद्या व्यक्तीला मोठा अपघात होतो, तेव्हा तिला फार मोठा मानसिक धक्का बसू शकतो. अशा व्यक्तींना तातडीची उपाययोजना करावी लागते. त्या दिवशी एका विशीतल्या तरुणाला रुग्णालयात आणले गेले. त्याच्या पार्श्वभागात बंदुकीची गोळी घुसली होती. त्याच्या नाडीचे ठोके, रक्तदाब आणि श्वासोच्छ्वास वगैरेंमध्ये काहीही बदल झालेला नव्हता. वैद्यकीय साहाय्यकाने एका मोठ्या कात्रीने त्याच्या अंगावरील कपडे कापून काढल्यानंतर मी त्याची संपूर्ण, आपादमस्तक तपासणी केली. अशा वेळी आम्हाला वेगाने काम करावे लागते, पण कुठेही निष्काळजीपणा दाखवून चालत नाही. मला असे दिसले की, त्याच्या उजव्या बाजूला गोळीने प्रवेश केला होता. तिथे तशी जखम स्पष्ट दिसत होती. साधारणपणे अर्धा इंच आकाराचे लाल भोक दिसत होते. मात्र, गोळी बाहेर पडल्याची खूण शरीराच्या कुठल्याच भागावर दिसली नाही. इतर कुठल्या प्रकारची जखमही दिसत नव्हती.

तो तरुण शुद्धीवर असला, तरी खूप घाबरलेला दिसत होता. त्याला बंदुकीच्या गोळीपेक्षा जास्त भीती आम्हा डॉक्टरांचीच वाटत असावी. "मला काही झालेले नाही," तो जोरात म्हणाला, "मी अगदी ठीक आहे." त्याची अंतर्गत तपासणी करण्यासाठी मी हातमोजा चढवलेले बोट त्याच्या गुदद्वारातून आत घातले, तर ते लालभडक रक्ताने माखल्यासारखे दिसले. लघवी बाहेर काढण्याच्या हेतूने त्याच्या लिंगात मी प्लॅस्टिकची नळी सरकवली, तेव्हाही लालभडक द्रव बाहेर आला.

या निरीक्षणावरून निष्कर्ष काढणे अतिशय सोपे होते. गोळी त्याच्या शरीरात शिरून गुदद्वारातून थेट मूत्राशयात गेली होती. मी त्याला तसे सांगितले. त्याच्या शरीरातील मुख्य रक्तवाहिन्यांना, एका मूत्रपिंडाला आणि मोठ्या आतड्याला इजा

झाली असण्याची शक्यता होती. त्याच्यावर तातडीने शस्त्रक्रिया करणे गरजेचे आहे, असे मी त्याला सांगितले. माझ्या नजरेतला गंभीर भाव त्याने टिपला, तसेच परिचारिकांनी सुरू केलेली धावाधावही त्याच्या लक्षात आली. त्याने नुसतीच मान डोलवून जणू आपल्याला आमच्या हातांत सोपवले. त्याला शस्त्रक्रिया-दालनात नेण्यासाठी ट्रॉली ढकलण्यात आली, तोपर्यंत त्याच्या शरीरात सलाइनच्या नळ्या घुसवण्यात आल्या होत्या. आमच्यापुढे जाऊन दार उघडून कर्मचारी आम्हाला वाट करून देत होते. अशा वेळी क्षणाचाही विलंब महागात पडू शकतो, हे आम्हा सगळ्यांना माहीत असते. शस्त्रक्रिया दालनात भूल देणाऱ्या तज्ज्ञाने आपले काम सुरू केले. मी शस्त्र हातात घेतले आणि पोटाच्या मध्यावर – बरगड्यांपासून थेट खालपर्यंत – एक मोठा उभा छेद घेतला. चिमट्यांच्या साहाय्याने त्याच्या पोटाची पोकळी विस्तारली अन् बघतो, तो काय... आत काहीच नव्हते. गोळीचा कुठे पत्ताच नव्हता.

मला रक्ताचा एक थेंब दिसला नाही की, मूत्राशयात गोळी शिरल्याची काही खूणही दिसली नाही. गुदद्वारालाही काही इजा झालेली दिसली नाही. आम्ही त्याच्या अंगावर आच्छादलेल्या कापडाच्या आत डोकावून पाहिले, तर नळीतून बाहेर येणाऱ्या लघवीचा रंगही नेहमीचा म्हणजे स्वच्छ पिवळा दिसला. तिच्यात लाल रंगाची थोडीही छटा आम्हाला दिसली नाही. आम्ही सगळे गोंधळात पडलो. पुढची पायरी म्हणून आम्ही त्याची क्ष-किरण तपासणी करण्याचे ठरवले. पोट, कटिप्रदेश एवढंच नाही, तर आम्ही त्याच्या छातीचे फोटोही काढले. न जाणो, गोळी छातीत घुसली असली तर? पण आम्हाला कुठेही गोळीचा ठावठिकाणा लागला नाही, आम्ही भयंकर चक्रावून गेलो. जवळजवळ तासभर त्याच्या उदराची कसून तपासणी करूनही आमच्या हाती काही लागले नाही, तेव्हा आम्ही त्याच्या जखमेवर टाके घालून ती बंद केली. दुसरा काही मार्गच नव्हता. दोन दिवसांनी आम्ही परत एकदा त्याच्या पोटाची क्ष-किरण तपासणी केली, तेव्हा मात्र आम्हाला ती गोळी दिसली. कुठे असेल ही गोळी? त्याच्या ओटीपोटाच्या वरच्या उजव्या भागात! हे असे कसे घडले असेल, याचे काहीही उत्तर आमच्यापाशी नव्हते. एक अर्धा इंच लांबीची, शिशापासून बनवलेली बंदुकीची गोळी या तरुणाच्या पार्श्वभागातून आत शिरून पोटातील वरच्या भागात गेली होती, पण तिने शरीरातील एकाही अवयवाला इजा पोहोचवली नव्हती. बरं, पहिल्यांदा त्याचे फोटो काढण्यात आले, तेव्हा ती दिसली नव्हती. त्याच्या लघवीचा लाल रंग किंवा माझ्या हातमोज्यावरील रक्त या कशा-कशाचाच अर्थ आम्हाला लागला नाही, एवढंच मी सांगू शकेन. आता यापुढे काय करायचे, हा प्रश्न आमच्यापुढे शिल्लक होताच. झाली एवढी कापाकापी पुरे झाली, बिचाऱ्याला आणखी त्रास द्यायला नको, असा सूज्ञ विचार आम्ही केला,

त्याला आणखी एक आठवडा आम्ही रुग्णालयात ठेवून घेतले आणि मग त्याची घरी रवानगी केली. आम्ही त्याचे पोट फाडले तेवढाच काय तो त्रास त्या बिचाऱ्याला झाला होता, बाकी सगळं ठीकच होते!

मला अनेकदा वाटते, वैद्यकीयव्यवसाय हा एक अत्यंत विचित्र आणि अस्वस्थ करून सोडणारा व्यवसाय आहे. इथे आम्ही लोकांच्या जिवाशी खेळत असतो, त्यांच्याबाबतीत फार मोठं स्वातंत्र्यही आम्ही घेत असतो. साधंच बघा ना, आम्ही त्यांना कोणती-कोणती औषधे देतो, त्यांच्या शरीरात सुया खुपसतो, नळ्या खुपसतो. त्यांच्या शरीराचं रासायनिक संतुलन बिघडवतो, त्यांच्या शरीररचनेत ढवळाढवळ करतो, एवढंच नव्हे, तर त्यांना बेशुद्धावस्थेत लोटून त्यांच्या शरीराची चिरफाड करतो आणि ते जगाला दाखवतो. हे सगळं करताना आमच्या मनात एक दृढ विश्वास असतो की, आम्हाला त्यासंबंधीचे व्यावसायिक ज्ञान आहे, कौशल्य आहे. एकदा चिरफाड केल्यानंतर आमच्या नजरेला जे पडते, त्याने आमच्या कपाळावर चिंतेच्या आठ्या उमटतात, मनात अनेक शंका उपस्थित होतात. काही वेळा आम्ही चुकीची पावले उचलतो. काही वेळा आम्हाला यश मिळते, तर काही वेळा अपयश. हे पाहिलं की लक्षात येतं की, हा सगळा उद्योग म्हणजे एक प्रचंड गुंतागुंतीचा, कसलीही खातरी नसलेला मामला आहे. काही वेळा आश्चर्याने तोंडात बोटं घालायचीही वेळही आमच्यावर येते.

मला सगळ्यात मोठं आश्चर्य या गोष्टीचे वाटते की, आम्ही करत असलेले काम, घेतलेले कष्ट हा मूलत: एक मानवी प्रयत्नच असतो. वैद्यकशास्त्राविषयी आणि त्याच्या उल्लेखनीय शक्यतांचा विचार करत असताना असे वाटते, विज्ञानाने आम्हाला आजार आणि दु:ख यांच्याशी लढण्याची शक्ती दिली आहे, ती निरनिराळ्या चाचण्या, यंत्रं आणि औषधांद्वारे आणि वेगवेगळ्या प्रक्रियांद्वारे. वैद्यकशास्त्राने जी काही प्रगती केली आहे, तिच्या केंद्रस्थानी याच गोष्टी आहेत हेदेखील निर्विवाद आहे. पण हे सगळे नेमके कसे घडते हे आम्हाला फारच कमी वेळा समजते. एखाद्या माणसाला बराच काळ खोकल्याचा त्रास होतोय, काही केल्या खोकला त्याची पाठ सोडत नाही. मग? तो माणूस काय करतो? तो स्वत: त्यामागचे शास्त्रीय कारण शोधत नाही, तर तो एखाद्या डॉक्टरकडे जातो. डॉक्टरच्या बाबतीत बोलायचे झाले, तर कधी त्याच्या हाताला यश येते, तर कधी नाही. काही वेळा डॉक्टर विचित्रपणे हसतो. एखाद्या डॉक्टरचे केस चांगले कापलेले नसतात. त्याच्याकडे या रुग्णाला देण्यासाठी पुरेसा वेळ नसतो, कारण बाहेरच्या खोलीत आणखी तीन रुग्ण त्याला भेटायला थांबलेले असतात. एवढ्यावरच हे प्रकरण संपत नाही. काही वेळा त्याच्याजवळ ज्ञान असते, पण नवी कौशल्यं त्याने अजून आत्मसात केलेली नसतात.

दहा

अगदी अलीकडे ज्या रुग्णालयात मी निवासी डॉक्टर म्हणून काम करतो, तिथे एका लहान मुलाला हेलिकॉप्टरने आणण्यात आले. त्याला आपण 'ली ट्रॅन' असे नाव देऊ. तो एक आठ-दहा वर्षांचा निरोगी मुलगा होता. अगदी अलीकडेच त्याने माध्यमिक शाळेत प्रवेश घेतला होता. त्याचे केस ताठ उभे राहाणाऱ्या गटात मोडणारे होते. गेल्या आठवड्यात त्याच्या आईच्या लक्षात आले की, आपल्या मुलाला सतत कोरड्या खोकल्याची ढास लागतेय. तो थोडा अशक्त झालाय. त्या आधीचे दोन दिवस त्याची अन्नावरची वासना उडाल्यासारखी झाली होती, त्यामुळे तो नीट जेवत-खात नव्हता. ही सगळी फ्लूची लक्षणे आहेत, असे तिने मनाला समजावले. त्या दिवशी संध्याकाळी मात्र तो तिच्याजवळ आला, तेव्हा त्याचे सगळे अंग कापत होते, त्वचेचा रंग फिकुटला होता आणि त्याचा श्वासही तिला घरघरल्यासारखा वाटला. अचानकपणे त्याला श्वास घेणे कठीण जाऊ लागले, तेव्हा तिने तिच्या गावातल्या आपत्कालीन सेवा पुरवणाऱ्या केंद्रात त्याला नेले. तिथल्या डॉक्टरांनी त्याला तपासले आणि त्याला दम्याचा आजार झाला असावा, असे वाटून नाकावाटे ओढायची वाफसदृश (vaporized breathing treatment) उपचारपद्धती त्यांनी दिली. पण त्यानंतर काढण्यात आलेल्या क्ष-किरण फोटोत मात्र वेगळेच चित्र दिसले. त्याच्या छातीच्या मध्यभागी एक मोठा थोरला गोळा अगदी स्पष्ट दिसला. नीट कल्पना यावी म्हणून त्याचा 'सीटी स्कॅन' करण्यात आला. त्यामध्ये डॉक्टरांना अगदी स्पष्टपणे एक फुटबॉलच्या आकाराची गाठ दिसली. त्याच्या हृदयाकडे जाणाऱ्या रक्तवाहिन्यांना या गाठीने घेरलेले होते. या गाठीचे आकारमान मोठं असल्यामुळे त्याचे हृदय एका बाजूला ढकलले गेले होते, त्यामुळे त्याच्या फुप्फुसांना प्राणवायूचा पुरवठा करणाऱ्या नलिकेवर दाब पडत होता. त्याच्या उजव्या फुप्फुसाला हवा पुरवणारी नलिका पूर्णपणे दाबली गेली असल्यामुळे हवा नसलेल्या फुग्यासारखे ते पार चेपटले गेले होते. त्याच्या छातीच्या उजव्या भागात गाठीतले पाणी मोठ्या प्रमाणात साठले होते. बिचारा 'ली' केवळ त्याच्या डाव्या फुप्फुसाच्या जीवावर जगत असताना, आता ती गाठ त्याच्या डाव्या फुप्फुसाला हवा पुरवणाऱ्या नलिकेलाही दाबून टाकू लागली होती. 'ली' राहत असलेल्या गावातील रुग्णालयात यावर उपाय करू शकेल अशी यंत्रणा नसल्यामुळे तिथल्या डॉक्टरांनी त्याला आमच्याकडे पाठवले होते. आमच्याकडे तज्ज्ञ डॉक्टर तर होतेच, पण आवश्यक ती यंत्रणाही होती. पण याचा अर्थ नक्की काय उपाय करायचे ते आम्हाला समजत होते, असा मात्र नव्हता.

'ली'ला आमच्या रुग्णालयातील अतिदक्षता विभागात (intencive care unit) आणले गेले, तेव्हा लोहाराच्या भात्याप्रमाणे त्याची छाती धपापत होती.

तीन खाटांच्या पलीकडूनही आम्हाला त्याच्या श्वासाचा आवाज येत होता. शास्त्रीय भाषेत या प्रकारच्या परिस्थितीला 'अत्यंत धोकादायक' असे स्पष्टपणे म्हटले आहे. त्याला नुसते आडवे झोपवल्यानेदेखील त्याच्या फुप्फुसांना होणारा उरलासुरला हवेचा पुरवठा पूर्णपणे थांबणार होता. त्याला आम्ही झोपेचे औषध दिले असते किंवा बधीर ठेवण्यासाठी भूलीचे औषध दिले असते, तरी तोच परिणाम होणार होता. शस्त्रक्रिया करून गाठ काढणेही अशक्यप्राय होते. केमोथेरपीने काही गाठींचा आकार लहान होऊ शकतो, पण त्याला काही दिवस लागू शकतात. आमच्यापुढची अडचण ही होती की, विचारविनिमय करून उपचाराला सुरुवात करेपर्यंत हा मुलगा तग धरू शकेल का? ती रात्र तरी तो काढू शकेल का? अशी शंका आम्हाला वाटत होती.

त्या क्षणी 'ली'भोवती माझ्यासह तीन निवासी डॉक्टर, एक भूलतज्ज्ञ, शिकाऊ बालरोगतज्ज्ञ आणि दोन परिचारिका होत्या. ज्येष्ठ बालरोगतज्ज्ञ घरून निघाले होते आणि भ्रमणध्वनीवरून आम्ही त्यांच्याशी चर्चा करत होतो; कर्करोगतज्ज्ञालाही आम्ही निरोप पाठवला होता. एका परिचारिकेने 'ली'ला जितक्या ताठपणे बसवण्यात येईल तेवढे बसवले होते, दुसरीने त्याच्या चेहऱ्यावर प्राणवायूचा पुरवठा करणारा मुखवटा चढवला होता आणि त्याची सर्व मुख्य इंद्रियं काम करताहेत की नाही, हे दर्शवणाऱ्या यंत्राच्या तारा त्याच्या शरीराला जोडल्या होत्या. लीचे डोळे भीतीने विस्फारल्यासारखे होते आणि त्याचा श्वासोच्छ्वास जवळजवळ दुप्पट वेगाने होत होता. त्याच्या घरचे लोक त्याच्याबरोबर नव्हते, कारण ते गाडीने येणार होते; पण मुलगा धीराने वागत होता; ह्याचे आम्हाला कौतुक वाटत होते. माझा आत्तापर्यंतचा अनुभव असा की, मोठ्यांपेक्षा लहान मुलंच येणाऱ्या परिस्थितीला अधिक शांतपणे तोंड देतात.

माझ्या मनात पहिला विचार हा आला की, भूलतज्ज्ञाने 'ली'च्या श्वसनमार्गात एक कडक अशी नळी घालावी म्हणजे गाठीचा दाब पडला, तरी त्याचा श्वसनमार्ग बंद होणार नाही. माझे म्हणणे त्याला वेडगळपणाचे वाटले कारण अशी नळी घालताना मुलगा एक तर बसलेल्या स्थितीत असणार होता अन् दुसरे म्हणजे त्याला भूलीचे औषध न देताच हे काम करावे लागणार होते. शिवाय गाठीचा आकार जवळपास 'ली'च्या श्वसनमार्गाइतकाच असल्यामुळे नळी आत घुसवणे सहज शक्य झाले नसते.

शल्यविभागातील शिकाऊ डॉक्टरने एक वेगळी कल्पना सुचवली. 'ली'च्या उजव्या फुप्फुसात साठलेला द्रवपदार्थ नळीच्या साहाय्याने काढून टाकला, तर गाठ डाव्या फुप्फुसावर कमी झुकेल आणि 'ली'ला श्वास घेणे शक्य होईल, असे त्याचे मत होते. ज्येष्ठ शल्यविशारदाला ही कल्पना आवडली नाही. त्यामुळे 'ली'ची

अवस्था आणखीनच वाईट होईल अशी भीती त्याला वाटत होती. समजा, एखादा मोठा धोकादायक स्थितीत असलेला खडक हलवायचा प्रयत्न केला, तर तो नक्की कोणत्या बाजूला घरंगळेल, याची खातरी देता येईल का? अर्थात याहून योग्य मार्ग कुणाला सुचत नव्हता, हेही तितकेच खरं होते. शेवटी शल्यविशारदाने तो मार्ग स्वीकारला.

आम्ही 'ली'वर काय उपचार करणार आहोत, ते सांगण्याची जबाबदारी मी घेतली. शक्य तितक्या सोप्या आणि मोजक्या शब्दांत मी त्याला सांगितले खरे, पण त्यातले त्याला किती कळले याबद्दल मला शंकाच आहे. त्याने काही फारसा फरक पडत नव्हता. आम्ही आवश्यक ती साधने जमवली आणि त्याच्यावरील उपचाराला सिद्ध झालो. दोघा जणांनी 'ली'ला घट्ट धरून ठेवल्यानंतर एकाने त्याच्या बरगड्यांमध्ये सुईद्वारे भूलीचा द्रव घातला, मग सुरीने छेद देऊन दीड फूट लांबीची रबरी नळी आत घातली. दुसऱ्याच क्षणी नळीतून रक्तवर्णी द्रवपदार्थ भसाभस बाहेर पडू लागला. ते पाहिल्यावर माझा थरकाप उडला. आपण भलतेच तर काही केले नाही ना, असा प्रश्न मी स्वत:लाच विचारला. सुदैवाने आमचा हा उपाय मुलाला जीवदान देणारा ठरला. गाठ उजव्या बाजूला झुकल्यामुळे त्याच्या दोन्ही फुफ्फुसांना हवेचा पुरवठा परत एकदा सुरू झाला क्षणार्धात 'ली'चा श्वासोच्छ्वास पूर्ववत झाला आणि त्याला सुधारताना बघून आमच्या छातीवरचे दडपणही उतरले.

बऱ्याच काळानंतर मी आम्ही घेतलेल्या निर्णयाबद्दल विचार केला, तेव्हा मला एका गोष्टीचे नवल वाटल्यावाचून राहिले नाही. आपण काय करायला हवे, असा जो प्रश्न आमच्या मनात उभा राहिला होता, त्यावरचे आम्हाला सुचलेले उत्तर आणि त्यानंतर केलेली कृती ही आम्ही अंधारात मारलेली उडीच नव्हती का? समजा, काही विपरीत घडले, तर त्यावर काय उपाय करायचा याविषयी आमच्याकडे कुठलीही योजना नव्हती. या घटनेनंतर काही काळाने मी लायब्ररीत अशा प्रकारच्या रुग्णांविषयी वाचले, तेव्हा त्या परिस्थितीत अन्य पर्याय वापरणे शक्य होते, हे मला समजले. त्यातला सगळ्यात सुरक्षित उपाय होता, हृदय-फुप्फुस बायपास पंपाचा (heart-lung bypass pump) वापर त्या मुलासाठी करण्याचा. अशा प्रकारचा पंप हृदयावर शस्त्रक्रिया करताना वापरला जातो. किमान पक्षी आम्ही तो पंप जवळपास ठेवायला हवा होता, म्हणजे आपत्कालीन परिस्थिती उद्भवली असती, तर त्याचे प्राण वाचवणे आम्हाला शक्य झाले असते. पण मला आश्चर्य वाटले ते वेगळ्याच गोष्टीचे. याविषयी जेव्हा मी बाकींच्याबरोबर बोललो, तेव्हा त्यांच्यापैकी एकालाही त्याबद्दल खंत वा खेद वाटलाय असे मला दिसले नाही. 'ली'ला जीवदान मिळाले होते एवढ्यावरच सगळे खूश होते. त्यानंतर त्याला किमोथेरपी द्यायला सुरुवात केली होती. त्याच्या छातीतील द्रवाची चिकित्सा केल्यानंतर त्याला

'लिंफोमा' ह्या प्रकारचा कर्करोग झालाय हे सिद्ध झाले. कर्करोगतज्ज्ञाचे मत होते की, किमोथेरपीमुळे 'ली' बरा होण्याची शक्यता सत्तर टक्के होती.

सांगायचे तात्पर्य हे की, अशाच काही क्षणांमध्ये वैद्यकशास्त्राची खरी प्रगती होत असते. आणि त्याच क्षणांमुळे यासारखी पुस्तकेही लिहिली जातात – या घटना आम्हाला विचारप्रवृत्त करतात. कोणत्या प्रकारे औषधे ठरवली जातात, केव्हा एखाद्या विशिष्ट प्रक्रियेविषयी निर्णय घेतला जातो, वगैरे. प्रामाणिकपणे सांगायचे, तर इतर शास्त्रांप्रमाणे वैद्यकशास्त्रातील ज्ञान आणि वेगवेगळ्या प्रक्रियाही साध्या सरळ असतात असे आपल्याला वाटते; पण तसे नसते. हे शास्त्र अजूनही अपरिपूर्णच आहे. या विषयातील ज्ञानात प्रत्यही भर पडत असते. दुसऱ्या बाजूला आम्हाला मिळणारी माहिती अनेक वेळा अनिश्चित स्वरूपाची असते. इथे काम करणारे डॉक्टर, शल्यविशारद स्खलनशील असतात, त्यांच्या हातून चुका होऊ शकतात. आम्ही जे काम करतो, त्यामध्ये विज्ञानच असते हे खरे असले तरी काही वेळा आम्ही निव्वळ सवयीने काम करतो, काही वेळा आम्हाला आमची अंत:प्रेरणा मदत करते, तर काही वेळा आम्ही केवळ अंदाजावर विसंबून काम करतो. आमचे ज्ञान आणि आमचे ध्येय यांतली दरी कायम राहतेच. या दरीमुळेच आमच्या कामातील गुंतागुंत वाढते.

मी एक निवासी डॉक्टर आहे. शल्यविभागात साधारणत: आम्हाला आठ वर्षे प्रशिक्षण घ्यावे लागते. माझ्या बाबतीत हा कालावधी आता संपत आला आहे. या दरम्यान जे विलक्षण अनुभव मला आले, त्यांचा परिपाक म्हणजेच माझे हे पुस्तक. शल्यक्रियेव्यतिरिक्त मी प्रयोगशाळेत वैज्ञानिक म्हणून काम करतो, तर कधी सार्वजनिक आरोग्यविभागात संशोधक म्हणूनही मी काम केले आहे. तत्त्वज्ञान आणि नीतिमत्ता यांचा विद्यार्थी म्हणून मी काही काळ व्यतित केला आहे, तर काही काळ सरकारच्या आरोग्य विभागात सल्लागार म्हणूनही मी काम केले आहे. एका डॉक्टर दांपत्याचा मुलगा, एक पती आणि तीन मुलांचा बाप ह्या माझ्या अन्य काही भूमिका. या सर्व भूमिकांमधून मी माझ्या लेखनाकडे पाहाण्याचा प्रयत्न केला आहे. पण माझ्या दृष्टीने त्याहूनही काय महत्त्वाचे आहे तर ते हे की, लोकांची सेवा करत असताना दैनंदिन जीवनात मी जे पाहिले, जे अनुभवले त्यालाच शब्दरूप देण्याचा प्रामाणिक प्रयत्न मी केला आहे. वैद्यकीयव्यवसायात एक निवासी डॉक्टर म्हणून काम करत असताना आम्हाला एक निश्चित असा फायदा असतो – तुम्ही रुग्णालयात नेहमीच हजर असल्यामुळे या अनेक घटनांचे तुम्ही 'प्रत्यक्षदर्शी साक्षीदार असता आणि रोज नित्य नव्या घटनांना तुम्ही सामोरे जात असता.

एका दृष्टीने विचार केला तर 'शस्त्रक्रिया' म्हटली की, काही प्रकारच्या

अनिश्चितता आणि पेच किंवा बिकट प्रसंगांना आम्हाला हाताळावे लागते. वैद्यकशास्त्र आता अत्याधुनिक तंत्रांचा वापर करते आहे. शस्त्रक्रियांमध्येही या तंत्रांचा वापर होतोच. तरीही मी असे म्हणण्याचे धारिष्ट्य करेन की, शल्यविशारद कितीही कुशल व पारंगत असला तरी त्याच्या मनात ही जाणीव असतेच की, विज्ञान आणि मानवी कौशल्य यांना काही मर्यादा असतातच; आणि तरीही शस्त्रक्रिया चालू असताना त्यांना काही निर्णय तर घ्यावेच लागतात.

या पुस्तकाचे शीर्षक, 'कॉम्प्लिकेशन्स' (गुंतागुंत) ठेवण्यामागे दोन हेतू आहेत. पहिला हेतू हा की, डॉक्टरांना अनेक वेळा अनपेक्षित घटनांना तोंड द्यावे लागते. दुसरा हेतू अधिक महत्त्वाचा आणि मूलभूत स्वरूपाचा आहे – आम्ही जे काम करतो, त्यामध्ये कधी-कधी आम्हाला मोठ्या प्रकारच्या अनिश्चिततांना आणि पेचप्रसंगांना सामोरे जावे लागते. वैद्यकशास्त्राची ही बाजू कुठल्याही पाठ्यपुस्तकात मांडलेली नसते किंवा तिच्यावर चर्चा केलेली नसते. ह्या क्षेत्रात काम करू लागल्यावर मला मात्र त्यांनी काही वेळा गोंधळात टाकले आहे, काही वेळा मनस्ताप दिलाय तर अनेक वेळा अवाक केले आहे. हे पुस्तक मी तीन भागांमध्ये विभागले आहे. पहिला विभाग डॉक्टरांच्या स्खलनशीलतेसंबंधी आहे. चुका कशामुळे होतात, एक नवशिका डॉक्टर हातात सुरी घेऊन कापाकापी करायला कसे शिकतो, कुणाला चांगला डॉक्टर म्हणता येईल आणि एखादा चांगला डॉक्टरही वाईट डॉक्टर कसा बनू शकतो, वगैरे. दुसऱ्या विभागात मी वैद्यकशास्त्रातील गूढ आणि अज्ञात गोष्टींचा उल्लेख केला आहे. अशा गोष्टींना सामोरे जाताना आम्ही कोणते प्रयत्न करतो याविषयी चर्चा केली आहे. इथेच तुम्हाला एका वास्तूतज्ज्ञाची गोष्ट मी सांगणार आहे. कमालीच्या तीव्र पाठदुखीमुळे हा रुग्ण बेजार झाला होता, पण ही पाठदुखी कशामुळे उद्‌भवली होती याचा थांगपत्ता आम्हाला अनेक चाचण्या करूनही लागलाच नाही. एका महिलेला गरोदरपणी उलट्या, मळमळ यांचा त्रास होऊ लागला, पण तो काही केल्या कमी होईना की कालांतराने थांबेनाही. दूरदर्शनवर बातम्या देणाऱ्या एका निवेदिकेला अतिशय वेगळाच त्रास सुरू झाला. तिचे गाल लाजल्यामुळे होतात तसे लाल होऊ लागले, पण ते प्रमाण पुढे इतके वाढले की, तिला नोकरी करणे अशक्य झाले. पुस्तकाच्या तिसऱ्या आणि अखेरच्या विभागात अनिश्चितता या विषयावरच मी सर्व भर दिला आहे. कारण एक डॉक्टर म्हणून काही वर्षे काम केल्यानंतर मी नाइलाजाने या निष्कषप्रत आलो आहे की, आम्हा डॉक्टरांना किती ज्ञान आहे याहून अधिक महत्त्वाचे हे सत्य आहे की, आमचे अज्ञान फार मोठे आहे. आता या अज्ञानाला आम्ही सूज्ञपणाने आटोक्यात कसे आणायचे, हा आमच्यापुढचा खरा प्रश्न आहे.

माझ्या या पुस्तकादरम्यान मी केवळ तात्त्विक चर्चा न करता संबंधित व्यक्तींनाही – डॉक्टर आणि रुग्णदेखील – विचारात घेतले आहे. सर्व चर्चेअंती मी इतकेच म्हणेन की; मला खरा रस आहे, तो आम्ही जे ज्ञान आमच्या दैनंदिन जीवनात वापरतो त्यात – व्यक्तींच्या आयुष्यात उद्‌भवणाऱ्या विलक्षण गुंतागुंतींवर विज्ञानाने देऊ केलेल्या साध्या तत्त्वांच्या मदतीने मार्ग काढायचा. आधुनिक काळात वैद्यकशास्त्राने (medicine) आपल्या जीवनावर आक्रमण केले आहे, यात काही शंका नाहीच; तरीदेखील अज्ञातांचे प्रदेश फार मोठे आहेत, त्यांच्याविषयी आपल्यात गैरसमजच फार आहेत. आपल्याला वाटते, ह्या दोन्ही गोष्टी – वैद्यकशास्त्र (medicine) आणि आधुनिक आयुष्य – परिपूर्ण आहेत आणि साध्यासोप्या आहेत, पण ते खरे नाही.

अपयश आणि धोक्यातून केलेली सुटका

या हिवाळ्यात, माझ्या हॉस्पिटलमध्ये आलेल्या एका रुग्ण स्त्रीची कहाणी माझ्या मनावर कोरली गेली आहे. ही स्त्री – आपण तिला मिसेस सी म्हणू – सत्याऐंशी वर्षांची होती. दुसऱ्या महायुद्धात हिटलरच्या छळछावण्यांमध्ये कैद न होता ती आणि तिचे कुटुंबीय प्रथम शांघायमधील ज्यूंच्या कँपमध्ये दाखल होऊ शकले. युद्ध संपल्यानंतर तिथून ते अमेरिकेत आले. शालेय शिक्षण घेता न आल्यामुळे तिने शिवणकामावर उपजीविका केली. तेविसाव्या वर्षी तिने विवाह केला. तिला दोन मुलगे झाले आणि चव्वेचाळीसाव्या वर्षी तिला वैधव्य आले.

सत्याऐंशी वर्षांची होईपर्यंत, वेगळ्या अपार्टमेंटमध्ये ती एकटी राहत होती... होंडा सिव्हिक गाडी चालवत होती... आठवड्यातले साडेतीन दिवस 'सिअर्स' या दुकानात हिशेबाचं काम बघत होती आणि उरलेले साडेतीन दिवस ती एका हॉस्पिटलमध्ये स्वच्छेने मदत करत होती.

एके दिवशी कामावर असताना तिची डाव्या डोळ्याची दृष्टी गेली. तीन मिनिटांनी तिची दृष्टी परत आली. तिने ही घटना दुर्लक्षित केली, परंतु दुसऱ्या दिवशी पुन्हा तिची दृष्टी गेली आणि ती परत आली नाही. तिच्या डॉक्टरने तिला आपत्कालीन विभागात (emergency room) पाठवलं. तिच्या मानेतील कॅरोटिड रोहिणी अॅथेरोस्क्लेरॉसिसने तुंबल्यामुळे तिला पक्षाघाताचा झटका आला असावा, अशी शंका होती. या तुंबलेल्या रोहिणीवर त्वरित शस्त्रक्रिया करणं गरजेचं होतं. आपल्याला स्वतंत्र आयुष्य यापुढेसुद्धा जगता यावं, म्हणून तिनं शस्त्रक्रियेचा धोक्याचा पर्याय मान्य केला.

शस्त्रक्रिया उत्तम प्रकारे पार पडली. त्यानंतर तीन-एक दिवसांनी तिला घरी जाता येईल असे दिसत होते. परंतु तिला बद्धकोष्ठ आणि मळमळण्याच्या त्रासाने अस्वस्थ वाटू लागले. रेचक देऊनही तिला उतार पडेना.

एका तरुण डॉक्टरला जाणवले की, काहीतरी गंभीर समस्या आहे. खरं तर

हे बद्धकोष्ठ नव्हतेच. तिचं आतडं स्वत:भोवती गुंतलं जाऊन तिच्या छातीपर्यंत खेचलं गेलं होतं आणि तिथं अडकून बसलं होतं. याला 'गॅस्ट्रिक व्हल्व्हस' म्हणतात. आणखी गंभीर गोष्ट म्हणजे तिच्या जठरात व्रण निर्माण होऊन तो तिच्या छातीत फुटला होता. कुणाच्याही दृष्टीनं ही गंभीर बाब होती. तिच्या वयाकडे पाहता आणखीनच धोका होता. अशा वेळेस रुग्ण दगावण्याचा ८८ टक्के संभव असतो... परंतु ती बचावली. एका आठवड्यात आपल्या मुलाबरोबर ती घरीसुद्धा गेली. या गोष्टीचा मी जेवढा अधिक विचार करतो, तेवढं मला अधिक प्रकर्षानं वाटू लागतं की, यातून आपण सर्वच जण बोध घेऊ शकू.

...माझं वैद्यकीय प्रशिक्षण संपत आल्यावर मी शल्यचिकित्सेत विशेष कौशल्य मिळवायचं ठरवलं. शल्यविशारदांच्या कौशल्यामुळे मी स्तिमित होत असे. त्यांच्या नैपुण्याचं मूळ त्यांच्या शारीरिक कौशल्यात आहे – डोळे आणि हात यांचा समन्वय साधून काम करता येणे, हातांच्या हालचालींवर उत्कृष्ट नियंत्रण असणे – अशी माझी समजूत होती... परंतु शल्यविद्या शिकताना माझ्या लक्षात आलं की, बोटांचं कौशल्य महत्त्वाचं असलं, तरी उत्कृष्ट शल्यविशारदाचं यश, गहन गुंतागुंतीच्या आणि अनपेक्षित अशा समस्यांमधून मार्ग काढणं, यांवर अवलंबून असतं. अचूक निर्णय, सांघिक प्रयत्न करून घ्यायची हातोटी आणि स्वत: घेतलेल्या निर्णयांची जबाबदारी स्वीकारण्याची तयारी या गोष्टी अत्यंत महत्त्वाच्या असतात....

अशा पदवीप्रदान समारंभांच्या भाषणांमध्ये वक्ते आपल्याला सांगत असतात : धोका स्वीकारा; अपयशासाठी तयार राहा. परंतु हा सल्ला मला बुचकळ्यात पाडतो. 'मला धोका पत्करायला आवडतो,' असं म्हणणारा शल्यविशारद तुम्हाला आवडेल? लोकांनी धोका स्वीकारावा, अपयशाची शक्यता असूनही उच्च ध्येय ठेवावीत, असं आपल्याला वाटत असतं. त्याशिवाय विकास घडणं शक्य नसतं. परंतु ही गोष्ट कशाप्रकारे केली जातेय, हे महत्त्वाचं असतं. शस्त्रक्रियेनंतर ओढवणाऱ्या मृत्यूचं प्रमाण कमी करण्यासाठी हातून चुका होण्याचा धोका कमी करणं आवश्यक असतं. त्यासाठी विशेष प्रशिक्षण घेऊन विशेषज्ञ बनणं, अधिक चांगलं नियोजन करणं आणि नवीन तंत्रज्ञान आत्मसात करणं हे मार्ग उपलब्ध होते. त्यामुळे असा धोका खूप कमी करता आला आहे.

...परंतु वेगवेगळ्या हॉस्पिटल्समधलं, शल्यचिकित्सेनंतर रुग्ण बचावण्याचं प्रमाण भिन्न असतं. माझी अपेक्षा होती की, उत्तम प्रकारच्या हॉस्पिटल्समध्ये शस्त्रक्रियेनंतर रुग्णांच्या बाबतीत समस्या उद्‌भवणार नाहीत; त्यांना अशा समस्या टाळण्यात यश मिळेल. परंतु प्रत्यक्षात सर्जरीनंतर उत्कृष्ट हॉस्पिटल्समध्ये सर्वसामान्य हॉस्पिटल्स-एवढ्याच समस्या उद्‌भवतात, हे पाहून मी चकित झालो. फरक पुढेच होता. समस्या उद्‌भवल्यानंतर ती हाताबाहेर जाऊ न देण्यात उत्कृष्ट

हॉस्पिटल्स यशस्वी होत होती. समस्या जीवावर बेतू न देणं, हे त्यांचं कौशल्य होतं... उत्कृष्ट आणि सर्वसामान्य हॉस्पिटल्समधला हाच फरक होता. त्यांच्या रुग्णांत काही कमी समस्या उद्‌भवत नव्हत्या, परंतु त्यातून रुग्णांना ते बचावू शकत होते.

मानवी आणि सामाजिक विकासाची हीच मेख आहे. 'रिस्क मॅनेजमेंट' (धोका नियंत्रण) हा परवलीचा शब्द बनला आहे. परंतु धोके अपरिहार्यच असतात. चुका घडू शकतात आणि घडतच असतात. परंतु त्यांना तोंड देण्याची, त्यापासून होणारं नुकसान नियंत्रणात ठेवण्याची आणि अपयशाच्या उंबऱ्यावर उभं असताना यश खेचून आणण्याची सिद्धता ठेवण्याची काहींची कुवत अधिक उजवी असते.

हातून चूक घडली की, ती न सुधारता येण्याची तीन कारणं असतात : चूक सुधारण्यासाठी चुकीची योजना करणे, अपुरी योजना करणे किंवा कोणतीच योजना न करणे.

...अपयश येईल हे गृहीत धरून त्यासाठी सज्ज राहणं गरजेचं असतं, तरच यश मिळू शकतं. वर उद्‌धृत केलेल्या 'मिसेस सी' या रुग्ण स्त्रीच्या पोटातील वेदना जेव्हा जिवावर बेतणाऱ्या ठरणार होत्या, तेव्हा माझे सहकारी या संकटाला सामोरे जायला पूर्णपणे सिद्ध होते. तिची आतडी अशा विचित्र प्रकारे गुंडाळली गेली असतील अशी त्यांना शंका आलेली नव्हती, तरी तरुण शिकाऊ डॉक्टरने उपस्थित केलेल्या शक्यतेची त्यांनी गंभीरपणे दखल घेतली. इतरांची ताबडतोब मदत घेतली आणि दोन तासांत तिच्यावर पुढील शस्त्रक्रिया केली.

सारं काही उत्कृष्टपणे पार पडलेलं नव्हतं... खरी समस्या लक्षात यायला वेळ लागलेला होता, परंतु समस्येवर उपाययोजना करण्यासाठी त्यांची सिद्धता होती. त्यांच्या हातात योजना होती आणि तिची कार्यवाही चुकतमाकत का होईना; करण्याएवढा वेळ त्यांच्या हाताशी होता, त्यायोगे त्यांनी तिचे प्राण वाचवले. अपयशाच्या विळख्यातून त्यांनी यश खेचून आणलं.

मी कॉलेजची पहिली पदवी मिळवल्यावर तत्त्वज्ञानाचा अभ्यास करण्यासाठी परदेशात गेलो. तत्त्ववेत्ता बनण्याची माझी इच्छा होती; परंतु त्या क्षेत्रात मी अगदी बेताचाच होतो. मी एक रॉक बॅन्ड चालू करायचा प्रयत्न केला. मी किती भाषात गाणी रचली, यावर तुमचा विश्वासही बसणार नाही... त्यानंतर मी आरोग्यसेवेबाबतच्या कायद्यासाठी सरकारची नोकरी केली. हा कायदा प्रत्यक्षात आलाच नाही आणि स्वास्थ्यसेवेबाबतच्या सुधारणांना आणखी दोन दशकं विलंब लागला.

परंतु यातून काहीतरी शिकता न येणं, हेच खरं अपयश असतं. यातून मी नवनवीन कल्पना उचलल्या, नवे अनुभव घेतले, नवीन नाती जोडली आणि वैद्यकशास्त्र ही आवडीची शाखा शोधून स्थिरावल्यावर, त्या पुंजीवर मी खूप काही साध्य करू शकलो.

तेव्हा तुम्ही धोके स्वीकाराल आणि कधीकधी अपयशीसुद्धा व्हाल. पण त्यानंतर काय घडतं, हेच निर्णायक असतं. हे अपयश प्रत्यक्षात अपयश नसतंच. परंतु त्यासाठीही तुमची सिद्धता असायला हवी – गोष्टी चुकल्या आहेत, हे तुम्ही कबूल कराल? त्या चुका सुधारण्यासाठी तुम्ही पावलं उचलाल? – कारण यश आणि अपयश यांतील भेद धोका पत्करण्याच्या सिद्धतेवर अवलंबून नसतो; तो अवलंबून असतो चुका सुधारून मार्ग काढण्याच्या क्षमतेवर!

(विल्यम्स कॉलेजच्या पदवीप्रदान समारंभात प्रमुख वक्ते म्हणून डॉ.अतुल गवांदे यांनी केलेल्या प्रेरक भाषणातील काही भाग. पूर्ण भाषण वाचण्यासाठी या वेबसाइटला भेट द्या : http://www.newyorker.com/online/blogs/newsdes 2012/06/atul-gawande-filure-and-rescue.html)

मनोगत

काही दिवसांपूर्वी लोकसत्ताच्या 'लोकरंग' पुरवणीत डॉ. संजय ओक यांचे लेख येत असत. त्यामध्ये एकदा डॉ. अतुल गवांदे यांच्या 'चेकलिस्ट मॅनिफेस्टो' या पुस्तकाचा उल्लेख आला होता. त्यापूर्वीही एकदा डॉ. गवांदे यांनी लिहिलेल्या पुस्तकांचे उल्लेख माझ्या वाचनात आले, तेव्हा ही पुस्तकं मराठीत यावीत असे वाटले, आणि त्याचा उल्लेख मी माझ्या नेहमीच्या प्रकाशकांकडे – मेहता पब्लिशिंग हाऊस – यांच्याकडे केला आणि मला हे पुस्तक अनुवादित करण्याची संधी मिळाली. त्या निमित्ताने पुन्हा एकदा तुमच्याबरोबर संवाद साधण्याचा योगही जुळून आला आहे.

वैद्यकीय पेशातील व्यक्तींना – मग ते विशेषज्ञ असोत, साधे डॉक्टर असोत की परिचारिकादी सेवक असोत – त्यांना जितक्या टीकेला सामोरे जावे लागत असेल, तितके क्वचितच अन्य कुठल्याही व्यावसायिकाला जावे लागत असेल. त्या बाबतीत सामान्यजनांची मते अनेकदा कमालीची परस्परविरोधी असतात. डॉक्टरला साक्षात देव, जीवनदाता, विधाता अशी गुणगौरवात्मक नामं देणारे आपण, 'हॉस्पिटलची पायरी चढायला लावू नकोस,' अशी देवाची रोज प्रार्थना करत असतो. 'वैद्यकीय व्यवसाय हा उदात्त व्यवसाय राहिला नसून, अडचणीत सापडलेल्या रुग्णांना नाडणारा धंदा झाला आहे,' असे म्हणायला आपण मुळीच कचरत नाही, हे निर्विवाद सत्य आहे.

आधुनिकीकरणाच्या झपाट्यात सापडल्यामुळे वैद्यकीयव्यवसाय हा देखील इतर सर्व व्यवसायांप्रमाणे नफ्यातोट्याची गणिते मांडत असला, तर त्यात फारसे नवल नाही. आपल्यासारख्यांना तो खटकतो, कारण ज्या मनोवस्थेत रुग्ण आणि त्याचे नातेवाईक यांना प्रचंड मोठा, खिशाला न परवडणारा खर्च करावा लागतो, तो आपल्याला फार जड वाटतो. त्यातच जर जिवलग व्यक्तीला रुग्णालयात मृत्यू आला, तर अनेक संशयाची चक्रं मनात फिरू लागतात, ही वस्तुस्थिती आपल्यापैकी सर्वांना माहीत असतेच. एकूण हा प्रचंड गुंतागुंतीचा विषय आहे, हेच खरं!

डॉ. गवांदे यांनी याच गुंतागुंतीच्या विषयाला मोठ्या धाडसाने हात घातला आहे. 'धाडस' हा शब्द अशासाठी की, स्वत: शल्यविशारद असूनही त्यांनी आपल्या व्यवसायबंधूंच्या चुका प्रांजळपणे वाचकांपुढे ठेवल्या आहेत. त्या चुका का होतात, याचे विश्लेषण त्यांनी प्रामाणिकपणे केले आहे. त्यांच्या म्हणण्याचा मुख्य सूर हा आहे की, प्रत्येक वैद्यकीय व्यावसायिकाला अनेक प्रकारच्या गुंतागुंतींना तोंड द्यावे लागते. काही समस्या इतक्या अचानकपणे पुढे येऊन उभ्या ठाकतात की, त्या वेळी पुरेसा विचार करण्याइतका वेळही त्यांच्यापाशी नसतो, कारण समोरच्या टेबलावरचा रुग्ण तेव्हा जीवनमरणाच्या सीमारेषेवर उभा असतो. अशा अनेक प्रसंगी डॉक्टरमंडळी आपल्या अंत:प्रेरणेवर विसंबून निर्णय घेतात. काही वेळा ते बरोबर ठरतात, रुग्ण बरा होऊन घरी जातो. तर काही वेळा डॉक्टरांच्या हाताला अपयश येते आणि त्यांना रुग्णांच्या नातेवाइकांची दूषणे सहन करावी लागतात. डॉ. गवांदे यांच्या मते त्यांचे सहकारी काय किंवा वरिष्ठ अनुभवी डॉक्टर काय – सगळेच जण अखेर एक माणूस असतात आणि माणसाच्या हातून चुका होतात, हे तत्त्व सर्वांनी मान्य केलेलेच पाहिजे!

अर्थात याचा अर्थ असा होत नाही की, डॉक्टरांच्या चुकांकडे इतरांनी समजुतदारपणेच पाहावे. हल्ली अमेरिकेत तर प्रत्येक डॉक्टरच्या डोक्यावर न्यायलयीन चौकशीची टांगती तलवार असतेच. तरीही बहुतांशी डॉक्टर तन-मनाने रुग्णाला बरं करण्यासाठी झटतच असतात, हे तत्त्व जगभरातील डॉक्टरांना लागू होते, हे तत्त्वत: आपल्यालाही मान्य आहेच. असो!

या पुस्तकाचे महत्त्वाचे वैशिष्ट्य हे की, डॉ. गवांदे यांनी अनेक रुग्णांच्या सत्यकथा आडपडदा न ठेवता (अर्थात नावं बदलून) आपल्यासमोर ठेवल्या आहेत. त्या वाचताना मन धास्तावते, अचंबित होते आणि आदराने आपण नतमस्तकही होतो. माझी खातरी आहे की, वाचकांचा दृष्टिकोन त्यानंतर थोडा तरी बदलेल. निदान आपण डॉक्टरांकडे 'पैशांवर नजर ठेवून उपचार करणारा एक व्यावसायिक' या कठोर नजरेने पाहणे तरी सोडून देऊ.

हे पुस्तक अनुवादित करताना नेहमीप्रमाणे मला ज्या अडचणी जाणवल्या, त्या वैद्यकीय संज्ञांचा अर्थ समजावून घेणे आणि त्यांना योग्य प्रतिशब्द शोधून ते अनुवादात वापरणे, या होत्या. या कामी मला माझी मैत्रीण डॉ. सुरेखा खराडे हिची मदत झाली. तिने अनेक शब्दांची उकल केल्यामुळे माझे काम बरंच हलके झाले.

नेहमीप्रमाणेच मेहता पब्लिशिंग हाउसचे श्री. सुनील मेहता आणि इतरांचे सहकार्य लाभले, हे सांगायला मला मनापासून आनंद वाटतो.

वाचकांनी त्यांचा प्रतिसाद मला अवश्य कळवावा. पुढील वाटचालीत मला त्याची बहुमोल मदत होणार आहे.

– नीला चांदोरकर

अनुक्रमणिका

भाग १

स्खलनशीलता

सुरी चालवायचे शिक्षण

एका रुग्णाला सेंट्रल लाइनची आवश्यकता होती. ''चल, तुला चांगली संधी मिळालीय.'' माझी बॉस – तिला मी 'एस' या नावानेच संबोधणार आहे – मला म्हणाली. ती शल्यविभागाची प्रमुख निवासी डॉक्टर होती आणि तिच्या हाताखालीच माझं प्रशिक्षण चालू होतं. हे काम मी यापूर्वी कधीच केलेलं नव्हतं. ''सगळी जय्यत तयारी कर आणि तू तयार झालास की, मला संदेश पाठव.''

शल्यविभागातलं माझं प्रशिक्षण सुरू होऊन तीन आठवडे पूर्ण होऊन आता चवथा आठवडा सुरू झाला होता. माझ्या गणवेशात म्हणजे एका पांढऱ्या रंगाच्या कोटाच्या खिशांमध्ये मी अनेक चिजा कोंबलेल्या असायच्या. रुग्णांविषयीची माहिती असलेले छापील कागद, सीपीआर (हृदय व श्वसनक्रिया बंद पडल्यावर करण्याचे तातडीचे उपचार) ही प्रक्रिया कशी करायची त्याची सविस्तर माहिती असलेली लॅमिनेट केलेली कार्ड्स, शस्त्रक्रियांविषयीची दोन छोटी पुस्तकं, स्टेथस्कोप, जखमांवर बांधायच्या पट्ट्यांच्या भेंडोळ्या, जेवणासाठीची कूपने, रुग्णांच्या तपासणीसाठी वापरावयाची एक छोटी बॅटरी, कात्र्या आणि काही चिल्लर नाणीदेखील!

ही छान संधी मिळालीय, मी स्वत:शीच म्हटलं. खऱ्या अर्थाने ही प्रक्रिया करण्याची माझी पहिलीच वेळ होती. ज्याच्यावर मी ही शस्त्रक्रिया करणार होतो, तो रुग्ण पन्नाशीतला काहीसा धडधाकट, पण मितभाषी पुरुष होता. गेल्या आठवड्यात त्याच्या पोटावर शस्त्रक्रिया करण्यात आली होती आणि त्याची प्रकृती हळूहळू सुधारत होती. पण अजून त्याची शौचक्रिया पूर्ववत झाली नसल्यामुळे त्याला तोंडाने काही आहार देता येत नव्हता. त्यामुळे त्याला शिरेतूनच अन्नपुरवठा करणं गरजेचं असल्याने एक विशिष्ट प्रकारची नलिका त्याच्या शरीरात आम्ही घालणार होतो; ती सरळ त्याच्या छातीत जाणार होती. ही सर्व पद्धत मी त्याला सोप्या भाषेत समजावून सांगितली. मी त्याला म्हटलं, ''तुम्ही पलंगावर आडवे पडलेले असतानाच

मी ही नलिका तुमच्या छातीत घालेन. त्यासाठी मला तुमच्या छातीवरची छोटीशी जागा औषधाच्या साहाय्याने बधिर करावी लागणार आहे. त्यानंतर ती नलिका हळूहळू आत सरकवली जाईल.'' काही गोष्टी अर्थातच मी त्याला सांगितल्या नाहीत. उदाहरणार्थ, ही नलिका साडेआठ इंच लांब असणार होती आणि ती त्याच्या हृदयाच्या मुख्य रक्तवाहिनीच्या आत जाणार होती. ही प्रक्रिया बरीच किचकट किंवा अवघड असते, हेदेखील मी त्याला सांगितलं नाहीच. मी पुढे म्हणालो. ''या प्रक्रियेत काही छोटे धोके आहेत; म्हणजे असं की, थोडा रक्तस्राव होऊ शकतो किंवा तुमचं फुप्फुस काम करेनासं होतं, पण तशी काळजी करायचं कारण नाही. अनुभवी डॉक्टरच हे काम करणार आहेत. शंभरात एखाद्यालासुद्धा काही त्रास होत नाही.''

मी त्याला जे सांगितलं; ते अर्धसत्यच होतं, कारण अर्थातच माझे हात अनुभवी हात नव्हते. आत्तापर्यंत ज्या काही दुर्घटना घडलेल्या होत्या, त्या मला माहीत असल्यामुळे माझ्या मनावर त्यांचं दडपण होतंच. एका निवासी शल्यविशारदाने एका बाईवर शस्त्रक्रिया करताना चुकून तिची मुख्य रक्तवाहिनी कापली होती त्यामुळे जो प्रचंड रक्तस्राव झाला होता, त्याचं पर्यवसान तिच्या मृत्यूत झालं होतं. दुसऱ्या एका रुग्णावर एक निवासी डॉक्टर हीच प्रक्रिया करत होता, तेव्हा नलिकेच्या आत घातलेल्या तारेचं टोक त्याच्या हातून निसटलं आणि ती त्याच्या हृदयापर्यंत वाहत गेली. त्याची छाती उघडून ती तार काढावी लागली होती. आणखी एका रुग्णाबाबत तिसराच विचित्र प्रकार घडला होता. त्याचं हृदय बंद पडायची वेळ आली. रुग्णाची लेखी परवानगी घेत असताना, मी त्याला यातली एकही गोष्ट सांगितली नाही.

''ठीक आहे डॉक्टर, तुम्हाला योग्य वाटेल ते करा,'' तो म्हणाला.

यापूर्वी 'एस'ना मी दोन रुग्णांवर ही प्रक्रिया करताना पाहिलेलं होतं; एक तर त्यांनी अगदी परवाच्या दिवशीच केली होती आणि त्यातला प्रत्येक टप्पा मी बारकाईने पाहिला होता, मनात साठवला होता. त्यांनी आपली आयुधं कशी मांडून ठेवली होती, रुग्णाला कसं आडवं केलं होतं, वगैरे, वगैरे. आणखीही काही गोष्टी मी बारकाईने निरखल्या होत्या. रुग्णाच्या पाठीच्या बाजूला दोन्ही खांद्यांच्या हाडांमध्ये त्यांनी एका टॉवेलची गुंडाळी ठेवली होती, त्यामुळे त्याच्या छातीचा वरचा भाग ताणला गेला होता. मग जंतुरोधक औषधाने तेथील त्वचा पुसून काढली आणि मग लिडोकेन नावाचं इंजेक्शन देऊन ती जागा बधिर केली. त्यानंतर अंगावर पूर्णपणे निर्जंतुक केलेला गाउन घालून त्यांनी रुग्णाच्या छातीवर मानेच्या हाडाजवळ एक चपटी तीन इंच लांबीची सुई आत खुपसली. ही सुई एका इंजेक्शनच्या सिरींजला जोडलेली होती. त्या रुग्णाने 'हूं का चूं'ही केलं नव्हतं. त्यांनी मला तेव्हा एक मुद्दा

आवर्जून सांगितला होता. सुई रुग्णाच्या फुप्फुसात जाऊ नये म्हणून एक काळजी घ्यायची. ती म्हणजे, मानेच्या हाडाच्या बरोबर खाली सुई गेली पाहिजे. हृदयाच्या मुख्य रक्तवाहिनीची उपवाहिनी फुप्फुसाच्या वरच्या टोकाजवळ असते, ही शीर आपण शोधून काढायची असते. पुन्हा एकदा तीच सूचना त्यांनी केली होती. त्यांनी सुई सरळ आत घातली, ती जवळजवळ पूर्णपणे. त्यानंतर सिरींजचा दट्ट्या मागे ओढला. सुई पुरेशी आत गेलीय, असं त्यांच्या लक्षात आलं, कारण नळी आता काळपट रंगाच्या रक्ताने भरली होती. (नळीतल्या रक्ताचा रंग लालभडक असला, तर आपण रोहिणीत सुई घुसवली असा अर्थ होतो. ते चांगलं नाही.)

एकदा सुईचं टोक नीलेत गेलं की, मग तिच्या बाह्य आवरणातलं भोक मोठं करायचं, नळी जोडायची आणि योग्य दिशेने पुढे सरकवत राहायचं. ही नळी हृदयाच्या दिशेनेच आत गेली पाहिजे, वरती मेंदूकडे जाता कामा नये – तसं करत असताना कुठल्याही रक्तवाहिनीला, फुप्फुसाला किंवा दुसऱ्या कुठल्याही अवयवाला इजा होणार नाही याची दक्षता घ्यायची. हे साध्य करण्यासाठी आपण काय करायचं, तर एक मदतनीसाचं काम करणारी तार वापरायची. हे सांगत असतानाच त्यांनी इंजेक्शनची नळी बाहेर काढली, पण सुई आतच ठेवली. थोडं रक्त बाहेर आलं. मग एक-दोन फूट लांबीची तार घेतली. इलेक्ट्रिक गिटारला लावलेल्या तारा असतात, तशी ती तार मला वाटली. ती जवळजवळ संपूर्ण तार त्यांनी सुईच्या भोकातून आत म्हणजे नीलेत – मुख्य रक्तवाहिनीच्या दिशेने घुसवली. ''ही तार जोर लावून आत घुसवायची नाही आणि आपल्या हातातून सुटूही द्यायची नाही.'' एकाएकी हृदयाची स्थिती दाखवणाऱ्या पडद्यावर दोन जलद ठोके दिसले, त्याबरोबर त्यांनी तार एक इंचभर मागे ओढली. तारेचं टोक हृदयाला खेटल्यामुळे क्षणभर तंतुमय हालचाल दिसली होती. 'एस' अगदी शांतपणे म्हणाल्या, ''बरोबर जागी पोहोचलोय आपण असं वाटतंय मला.'' मग त्या रुग्णाला म्हणाल्या, ''फारच छान साथ दिलीस हं तू आम्हाला. आता एक-दोन मिनिटांचं काम आहे की, मग झालंच.'' मग त्यांनी सुई तारेच्या वरच्या बाजूने बाहेर काढली आणि एक कडक प्लॅस्टिकची गोटी तिथे ठेवली. ह्या गोटीला नीलेच्या तोंडातून घुसवून त्यांनी नीलेचं तोंड मोठं केलं आणि मग ही गोटी त्यांनी काढून घेतली आणि त्या भोकातून त्यांनी स्पॅगेट्टीच्या जाडीची पोकळ पण लवचीक नलिका – सेंट्रल लाइन – तारेच्या वरच्या अंगाने पूर्णपणे आत सरकवली. आता त्यांना तार बाहेर काढता येणार होती. सगळ्यात शेवटी त्यांनी या प्लॅस्टिकच्या नलिकेला जंतुनाशकाने धुतल्यासारखं केलं आणि शेवटी छातीवर शिवून टाकलं. बस्स! काम झालं होतं!

ही प्रक्रिया कशी करायची, ते मी पाहिलं होतं. आता ते निरीक्षण मला प्रत्यक्षात उतरवायचं होतं. मी सगळं साहित्य जमवायला सुरुवात केली – सेंट्रल लाइनचं

पाकीट, हातमोजे, अंगावर घालायचा निर्जंतुक गाउन, डोक्यावर घालायची टोपी, मास्क (तोंडावर लावण्याचा मुखवटा), लिडोकेन, हे सगळं साहित्य गोळा करायलाच मला कितीतरी वेळ लागला. त्यानंतर मी माझ्या रुग्णाच्या खोलीबाहेर काही क्षण नुसताच उभा राहिलो, मनात सगळ्या पायऱ्या वा टप्पे यांची उजळणी करत. पण मला एकही पायरी धडपणे आठवेना. पण नुसता वेळ काढून चालणार नव्हतं. माझ्या हातात नंतर करायच्या कामांची एक लांबलचक यादी होती – मिसेस 'ए'ना घरी पाठवण्याविषयी कागदपत्रं बनवायची होती मिस्टर 'बी'च्या पोटाचा अल्ट्रासाउंड घ्यायचा होता; मिसेस 'सी'च्या त्वचेवरच्या पिना काढायच्या होत्या... हे सगळं काम कमी होतं; म्हणून काय दर पंधरा मिनिटांनी माझ्या पेजरवर संदेश येतच होते – मिस्टर 'एक्स'ना मळमळत होतं त्यामुळे मला बोलावणं आलं होतं, मिसेस 'वाय'चे कुटुंब आले होते आणि त्यांना मला भेटून काही शंकांचं निरसन करून हवं होतं, मिस्टर 'झेड'ना विरेचक द्यायचं होतं. हंऽ मी एक दीर्घ श्वास घेतला. 'काही काळजी करू नका तुम्ही, मी आहे ना' – असा सर्वज्ञ डॉक्टरच्या चेहऱ्यावर जो भाव असतो, तो मी माझ्या चेहऱ्यावर आणला आणि मी रुग्णाच्या छातीत 'सेंट्रल लाइन' घालायला सज्ज झालो.

त्यांच्या पलंगाशेजारच्या छोट्या टेबलावर मी सगळी आयुधं मांडून ठेवली. त्यांच्या अंगावरच्या गाउनच्या मानेपाशी असलेल्या नाड्या सोडून तो बाजूला केला आणि त्यांना गादीवर झोपवलं. आता त्यांची छाती उघडी होती आणि हात दोन्ही बाजूला ठेवलेले होते. पलंगावरचा दिवा लावून मी त्यांच्या पलंगाची पातळी माझ्या उंचीला योग्य अशी केली. 'एस'ना येण्यासाठी संदेश पाठवला. मग मी स्वत: सज्ज होऊ लागलो. अंगावर निर्जंतुक गाउन चढवला, हातमोजे चढवले आणि एका निर्जंतुक ट्रेवर सर्व वस्तू – सेंट्रल लाइन, मार्गदर्शक तार आणि इतर वस्तू – मांडायला सुरुवात केली. ज्या पद्धतीने मिस्टर 'एस'नी हे काम केलं होतं, अगदी त्याच पद्धताने मी सगळे टप्पे पार पाडले. त्यानंतर मी इंजेक्शनच्या सिरींजमध्ये ५सीसी लिडोकेन भरले, दोन स्पंजच्या कांड्या बेटॅडाइन या निर्जंतुकीकरणाच्या द्रावणात बुडवल्या आणि टाके घालण्यासाठी जो धागा वापरतात त्याचे पाकीट उघडू लागलो. माझ्या दृष्टीने मी पूर्णपणे सज्ज झालो होतो.

मिसेस 'एस' खोलीत आल्या आणि त्यांनी मला प्रश्न केला, "त्याच्या प्लेटलेट्सची संख्या किती आहे?"

माझ्या पोटात एकदम खड्डाच पडला. हे मी केलंच नव्हतं. ही गोष्ट जाणल्याशिवायच आम्ही प्रक्रियेला सुरुवात केली असती आणि त्याच्या प्लेटलेट्स फार कमी असत्या, तर बिचाऱ्याला जोराचा रक्तस्राव होण्याची शक्यता होती. त्यांनी संगणकावर पाहिलं. "ठीक आहे," त्या म्हणाल्या.

तरीही माझ्या मनात अपराधीपणाची भावना निर्माण झालीच. मी त्याच्या छातीवर द्रावण चोपडायला सुरुवात केली. "त्याच्या पाठीखाली टॉवेलची गुंडाळी घातलीस का?" त्यांनी मला विचारलं अन् मनातल्या मनात मी स्वत:च्या थोबाडीत मारून घेतली. हेदेखील मी विसरलो होतो. रुग्णाने माझ्याकडे रोखून पाहिलं. काही न बोलता 'एस'नी एक टॉवेल उचलला, त्याची गुंडाळी केली आणि स्वत:च तो रुग्णाच्या पाठीखाली सरकवला. द्रावण लावून झाल्यावर मी त्याच्या छातीचा उजवा भाग सोडून बाकी सगळा भाग कापडाने झाकला. कापडाच्या खाली त्याने आपलं शरीर किंचितसं आक्रसलंय, असं मला जाणवलं. 'एस'नी ट्रेमध्ये सगळ्या वस्तू आहेत ना ते तपासलं. मी पुन्हा एकदा सरसावून उभा राहिलो. आणखी काही राहिलं तर नाही ना, असा प्रश्न माझ्या मनात आलाच.

"सेंट्रल लाइन आत घातल्यानंतर तिच्यावर औषध ओतण्यासाठी लागते ती आणखी एक सिरींज कुठाय?" 'देवा, माझी आणखी एक चूक!' मी मनाशीच म्हटलं. त्या स्वत:च बाहेर गेल्या आणि सिरींज घेऊन आल्या.

रुग्णाच्या छातीवर मी बोटांनी चाचपडायला सुरुवात केली. नक्की कोणत्या जागी सुई आत घालायची – इथे? हा प्रश्न मी त्यांना डोळ्यांनीच विचारला. माझ्या रुग्णाचा आत्मविश्वास मला डळमळीत व्हायला नको होता. त्यांनी मानेनेच 'हो' म्हटलं. मी त्या जागी लिडोकेन लावलं आणि तो भाग बधिर बनवला. "आता तुम्हाला थोडं टोचल्यासारखं वाटेल आणि मग किंचित आग होईल." मी तीन इंच लांबीची सुई हातात घेतली आणि त्याच्या त्वचेत घुसवली. ते करताना मला फारसा आत्मविश्वास वाटत नसल्यामुळे मी सुई अगदी हळूहळू, एका वेळी काही मिलीमीटर इतकीच आत घुसवत होतो. मनाला धास्ती वाटत होती की, आपण ती चुकीच्या ठिकाणी आत घालणार आणि मग गहजब होणार. बाप रे, केवढी मोठी सुई आहे ही, मी मनाशीच म्हणत होतो. आपण ती कुणाच्यातरी छातीत घुसवतोय हा विचारच मला भयानक वाटत होता. सुई सरळ उभीच खाली जाईल यावर मी माझं सगळं लक्ष एकवटलं, पण त्याऐवजी सुई त्याच्या मानेच्या हाडाला घासत असावी. 'आईऽऽ', तो ओरडला. "सॉरी," मी पटकन म्हटलं. 'एस'नी हाताच्या हालचालीने सुई मानेजवळच्या हाडाखाली (कॉलरबोन) घालायला सांगितली. या वेळी सुई बरोबर खाली घुसली. मी नळीचा दट्ट्या मागे खेचला. नळीत काहीच नव्हतं. आणखी खोल घाल, 'एस'नी खूण केली. तरीपण नळी रिकामीच. मी सुई बाहेर काढली, तिच्या टोकावर असलेले तंतू बाजूला केले. त्यामुळेच सुई आत जात नसावी. आणखी एकदा सुई आत घातली.

"आऽऽ!"

अजूनही सुई पुरेशी खोल जात नव्हती. पुन्हा एकदा मी सुई हाडाच्या खाली

घुसवली, पुन्हा एकदा दट्ट्या बाहेर खेचला, पण परिणाम शून्य! लठ्ठंभारतीच्या अंगावर मांसाचे थर आहेत नुसते, मी मनाशीच म्हटलं. 'एस'नी आपल्या हातांवर मोजे चढवले, गाऊनही घातला. 'मी करून बघू का' असं त्यांनी म्हणताच पडत्या फळाची आज्ञा घेतल्यासारखी मी त्यांच्या हातात सिरींज ठेवली आणि बाजूला झालो. त्यांनी सुई आत घुसवली, सिरींजचा दट्ट्या मागे ओढला आणि काय नवल, काही अडचण न येता सुई थेट आत गेली. ''झालंच हं. फक्त दोन मिनिटं,'' त्या रुग्णाला म्हणाल्या. आपण अगदीच कुचकामी आहोत, असं मला वाटलं.

त्यानंतरचे पुढचे टप्पे त्यांनी मला करू दिले. अडखळत का होईना, पण मी ते करत राहिलो. प्लॅस्टिकच्या आवरणातली मार्गदर्शक तार मी बाहेर काढली, तेव्हाच मला कळलं की, ती बरीच लांब आणि लेचीपेची अशी आहे. तिचं एक टोक मी रुग्णाच्या छातीत घातलं. तसं करत असताना तारेचं दुसरं टोक त्याच्या बिछान्याला – निर्जंतुक न केलेल्या चादरीला – जवळजवळ चिकटणारच होतं, पण थोडक्यात बचावलं. नीलेचं भोक विस्तारण्याची मधली एक पायरी मी विसरूनच गेलो, पण 'एस'नी मला त्याची आठवण करून दिली. मी भोक विस्तारणारी गोटी, नीलेच्या मुखावर ठेवली, पण पुरेसा जोर दिला नाही; तेव्हा हे कामही 'एस'नीच केलं. शेवटी एकदाची मी सेंट्रल लाइन आत घातली, तिच्यावर निर्जंतुकीकरण करणारं द्रावण ओतलं आणि शेवटी टाकेही घातले.

आम्ही दोघं रुग्णाच्या खोलीतून बाहेर आलो, तेव्हा मला धीर देण्याच्या उद्देशानं 'एस' म्हणाल्या, ''पुढच्या खेपेस इतका बावचळणार नाहीस तू. आज तुला हे काम करायला त्रास पडला, तरी तू ते मनावर घेऊ नकोस. जमेल हळूहळू.'' त्या म्हणाल्या, ''शेवटी काय, एखादी गोष्ट चार वेळा केली की जमते. सरावाचाच प्रश्न असतो, दुसरं काही नाही.'' त्यांच्या शब्दांनी मला थोडा धीर आला, पण मनाला तितकी खातरी वाटत नव्हती, हेही खरंच होतं. अजूनही ती सगळी प्रक्रिया म्हणजे एक गूढच वाटत होतं मला. खरं सांगायचं तर कुणाच्याही छातीत एक धारदार सुई इतकी खोल अन् तीदेखील न पाहता घुसवायची ही कल्पनाच माझ्या पचनी पडत नव्हती. या प्रक्रियेनंतर जे क्ष-किरण फोटो काढले, ते पाहिले नव्हते तोपर्यंत माझ्या जिवात जीव नव्हता. फोटो ठीक दिसत होते – मी रुग्णाच्या फुप्फुसात सुई घुसवली नव्हती आणि सेंट्रल लाइनही जिथं असायला हवी होती त्याच जागी दिसली, तेव्हा मी सुटकेचा एक नि:श्वास टाकला.

इथे एक गोष्ट तुम्हाला सांगावीशी वाटतेय. माझ्यासारख्यांना शल्यविद्येचं जे आकर्षण वाटतं, ते सगळे लोक समजू नाही शकत. जेव्हा तुम्ही वैद्यकीयशाखेचे विद्यार्थी म्हणून अगदी पहिल्या वेळी शस्त्रक्रियादालनात जाता आणि एखादं फळ

कापावं, तेवढ्या सहजतेने सुरीने कापाकापी करताना शल्यविशारदाला बघता, तेव्हा तुमच्या मनात दोन प्रकारच्या प्रतिक्रिया संभवतात – एक तर अंगावर भीतीने काटा उभा राहतो किंवा आपण तोंडाचा 'आ' करून त्याच्याकडे बघतच राहतो. माझी प्रतिक्रिया दुसऱ्या प्रकारची होती. मी तोंड वासून बघत राहिलो. त्वचेच्या आवरणाखाली मी जे पाहिलं – रक्त आणि त्या माणसाच्या शरीरातली आतडी वगैरे – त्याने मी रोमांचित झालो नाही. मला कौतुक वाटलं, ते त्या शल्यविशारदाचं. किती आत्मविश्वासाने त्याने सुरीचं पातं रुग्णाच्या शरीरात घुसवलं होतं!

शल्यविशारदांबाबत असं म्हटलं जातं, ''ह्या मंडळींना कधीकधी संभ्रम पडत असावा, पण त्यांच्या मनात शंका कधीच उद्भवत नाही.'' खरं सांगू? लोकांना काय म्हणायचं असेल ते म्हणोत, पण माझ्या दृष्टीने मात्र त्यांच्यातला हा अवगुण नसून ते त्यांचं बलस्थानच आहे. अगदी रोजच शल्यविशारदांना अनेक प्रकारच्या अनिश्चिततांना तोंड द्यावं लागतं. त्यांच्याकडे असणारी माहिती अपुरी असते; वैद्यकशास्त्र अजूनही पूर्णपणे नि:संदिग्ध नाही; आमचं ज्ञान आणि आमची पात्रताही कधीच पुरेशी नसते. अगदी साध्यातली साधी शस्त्रक्रिया घेतली, तरी रुग्ण त्यातून सहीसलामत बाहेर येईल, त्याची तब्येत सुधारेल हे आम्ही छातीठोकपणे सांगू शकत नाही. तो जिवंत राहील, याची शाश्वतीसुद्धा आम्हाला देता येत नाही. अगदी पहिल्या वेळी मी जेव्हा शस्त्रक्रियेच्या टेबलापाशी उभा राहिलो, तेव्हा माझ्या मनात विचार आला होता, या शल्यविशारदाला हे कसं ठामपणे सांगता येईल की, तो करत असलेल्या शस्त्रक्रियेने रुग्णाचं भलं होईल? शस्त्रक्रियेतले सगळे टप्पे त्याने ठरवल्याप्रमाणे पार पडतील? रक्तस्राव आटोक्यात ठेवणं जमेल? नंतर जखमेत पू वगैरे होणार नाही किंवा इतर अवयवांना इजा होणार नाही? अर्थातच तो यांपैकी कुठल्याही गोष्टींबाबत छातीठोकपणे काही सांगू शकत नाही आणि तरीदेखील तो सुरी चालवतोच.

आणखी काही काळ गेला. मी विद्यार्थी असतानाच मग एकदा मला सुरी चालवायची संधी मिळाली. आडव्या झोपलेल्या रुग्णाच्या पोटावर त्या दिवशी शल्यविशारदाने मार्कर पेनने एक सहा इंच लांबीची तुटक-तुटक रेषा काढली आणि आश्चर्याची गोष्ट म्हणजे परिचारिकेला सांगितलं, ''त्याला सुरी दे.'' मी सुरी हातात घेतली, तेव्हा ती नुकतीच निर्जंतुक केली असल्यामुळे अजूनही किंचित गरमच लागत होती. माझ्या डाव्या हाताने – अंगठा आणि तर्जनीने – मी रुग्णाच्या पोटावरची त्वचा आधी ताणून धरावी, असं त्यांनी मला सुचवलं. ''आता मध्ये न थांबता एक सरळ छेद घे. थेट चरबीच्या थराच्या खालपर्यंत.'' त्यांनी मला सूचना दिली. सुरीच्या पात्याची धार असलेली बाजू मी रुग्णाच्या त्वचेवर ठेवली आणि छेद दिला. कापाकापीचा तो माझा पहिलाच अनुभव, पण माझ्या मनात एकाच वेळी

संमिश्र भावनांचा कल्लोळ मी अनुभवला. काहीसा विचित्र; पण ज्याचं व्यसन लागावं असा. एक ठरवून केलेल्या हिंसक कृत्याचा थरार, हे काम बरोबर होईल की नाही; याबद्दलची मनात असलेली आशंका आणि एक काहीसा उदात्त विश्वास की, हे जे काही मी करतोय; ते त्याच्या भल्यासाठीच आहे. माझ्या मनाला एक प्रकारचं नकोसेपणही वाटलं, कारण मला वाटलं होतं; त्यापेक्षा जास्तच जोर मला लावावा लागला होता. (आपली त्वचा तशी बऱ्यापैकी जाड आणि काहीशी स्थितिस्थापक असते.) मी पहिल्यांदा छेद दिला, तेव्हा सुरी पुरेशी खोल गेली नाही; दोन वेळा सुरी चालवल्यानंतरच मी चरबीचा थर कापू शकलो. तो क्षण माझ्यासाठी निर्णायक ठरला. मला शल्यविशारदच व्हायचं होतं – एक खराखुरा शल्यविशारद जो आत्मविश्वासाने आपलं काम करणार होता.

अर्थात माझ्यासारखा निवासी डॉक्टर आपल्या प्रशिक्षणाला सुरुवात करतो, तेव्हा त्याला काडीचाही आत्मविश्वास नसतो – मनात फक्त एक तीव्र इच्छा असते की, आपल्याला रुग्णाच्या शरीरात सुरी घालता यावी किंवा सेंट्रल लाइनसाठी छातीत सुई खुपसता यावी. मी शल्यविभागातील निवासी डॉक्टर म्हणून काम सुरू केलं, तो दिवस मला चांगला आठवतोय. मला आपत्कालीन परिस्थिती सांभाळायची होती. मी तिथे गेलो. माझ्याकडे आलेली पहिलीच रुग्ण एक तरुण हडकुळी स्त्री होती. साधारणपणे सत्तावीस-अठ्ठावीस वयाची असेल! गडद रंगाचे केस असलेली ही स्त्री लंगडत-लंगडत आत आली, तेव्हा तिने होणाऱ्या वेदनेमुळे दात आवळले होते. ते दृश्य फारच विचित्र होतं. तिच्या पायात एका खुर्चीचा दोन-अडीच फूट लांबीचा लाकडी पाय रुतल्यासारखा दिसत होता. मला त्याचा काही अर्थच लागेना, तेव्हा तिनेच स्पष्टीकरण दिलं. "मी किचनमधल्या खुर्चीवर बसायचा प्रयत्न करत होते, तेव्हा एकाएकी खुर्चीचा पाय तुटला. स्वतःला पडण्यापासून वाचवण्यासाठी मी एकदम उडी मारली, तेव्हा माझ्याही नकळत माझा पाय खुर्चीच्या पायातून बाहेर आलेल्या तीन इंची स्क्रूवर जोरात आदळला अन् स्क्रू पायात घुसला." माझी मोठी विचित्र स्थिती झाली, त्या वेळी कारण नुकताच मी वैद्यकीय परीक्षा उत्तीर्ण होऊन बाहेर पडलो होतो. हा प्रकार मी स्वप्नातही कल्पिला नव्हता, त्यामुळे त्यावर काय तोडगा काढायचा ते मला माहीत असण्याची शक्यता शून्य होती. पण तिच्या लेखी मी एक डॉक्टरच होतो; त्यामुळे असले शेकडो रुग्ण मी पाहिलेत, असा भाव मी चेहऱ्यावर आणला. अगदी निर्विकार चेहऱ्याने मी तिच्या पायाची तपासणी केली; तेव्हा माझ्या असं ध्यानात आलं की, स्क्रू तिच्या पायाच्या अंगठ्याच्या हाडात घुसला होता. मात्र, त्यातून रक्त येत नव्हतं आणि हाडही मोडलं नसावं.

"अरेरे, खूप दुखत असेल ना!" मी मूर्खासारखा बरळलो.

खरं म्हणजे त्या क्षणी मी तिला धनुर्वात होऊ नये म्हणून एक इंजेक्शन द्यायला

हवं होतं आणि नंतर स्क्रू खेचून बाहेर काढायला हवा होता. मी परिचारिकेला इंजेक्शन आणायला सांगितलं, पण स्क्रू खेचून काढण्याविषयी मात्र माझ्या मनात शंका निर्माण झाली. तिला जोरात रक्तस्राव सुरू झाला तर? स्क्रू खेचत असताना तिच्या पायाचं हाड माझ्यामुळे मोडलं तर? किंवा त्याहून भयंकर काही तरी घडलं तर? ''आत्ता येतो,'' असं म्हणून मी तिथून सटकलो आणि कामावर हजर असलेले वरिष्ठ शल्यविशारद, 'डब्ल्यू'ना शोधायला निघालो. मोटार-अपघातात जखमी झालेल्या एका तरुणावर ते उपचार करत होते. भयंकर वाईट स्थितीत असलेल्या त्या रुग्णाकडे बघवत नव्हतं. लोक मोठमोठ्याने बोलत होते, जमिनीवर सगळीकडे रक्ताचा सडा पडल्यासारखा झाला होता. एकच गोंधळ माजला होता. अशा परिस्थितीत मी त्यांना प्रश्न विचारणं योग्य ठरलं नसतं.

मी क्ष-किरण फोटो काढायला सांगितला. तिच्या पायाचं हाड-बीड मोडलेलं नाही, या माझ्या मताची खातरजमा करण्यासाठी त्यामुळे मला थोडा वेळ मिळाला असता. क्ष-किरण फोटो मिळायला तासभर लागला आणि त्यावरून हाड मोडलं नसल्याचं मला निश्चितपणे कळलं. ''पहिल्या बोटाच्या हाडात स्क्रू घुसलाय,'' क्ष-किरण तज्ज्ञाने आपलं मत सांगितलं. एखाद्या पढवलेल्या पोपटासारखं मी तिला म्हणालो, ''तुमच्या पायाच्या अंगठ्यात स्क्रू घुसलाय.'' ''मग आता काय करणार तुम्ही?'' तिने मला विचारलं, तेव्हा मी तो प्रश्न स्वत:लाच विचारला. परत एकदा अस्मादिक वरिष्ठांकडे धावले. ते अजूनही जखमी रुग्णावर उपचार करत होते. तरीही मी त्यांना या मुलीचा क्ष-किरण फोटो दाखवलाच. ते एकदम हसले अन् मला म्हणाले, ''मग आता काय करशील तू?'' ''स्क्रू खेचून काढू?'' मी घाबरतच विचारलं. ''हो,'' ते म्हणाले. त्यांच्या या शब्दाचा अर्थ होता, जा तर मग. ''तिला धनुर्वातासंबंधी इंजेक्शन दिलंयस ना,'' त्यांनी खातरी करून घेतली अन् मला जायला सांगितलं.

मी परत ती जिथे होती, त्या खोलीत गेलो अन् तिला म्हटलं, ''आता मी तो स्क्रू ओढून बाहेर काढणार आहे.'' हे म्हणत असताना मी तिच्याकडून 'तुम्ही?' हा शब्द ऐकण्याची मनाची तयारी केलीच होती; पण ती एवढंच म्हणाली, ''ठीक आहे, डॉक्टर.'' तर आता माझ्यापुढे दुसरा काही मार्गच नव्हता. मी तिला तपासणीच्या टेबलावर बसायला सांगितलं. तिचा पाय एका बाजूला अधांतरी तरंगत होता. अशा स्थितीत स्क्रू काढणं शक्य होणार नाही असं मला वाटलं, तेव्हा मी तिला झोपायला सांगितलं. तिचं पाऊल टेबलाच्या बाहेर होतं आणि त्याला खुर्चीचा पाय लटकत होता. प्रत्येक हालचालीनिशी वेदनेचं प्रमाण वाढत होतं. ज्या जागी स्क्रू अंगठ्यात घुसला होता, तिथे मी एक बधिरता आणणारं इंजेक्शन दिलं, त्यामुळे वेदना थोडी कमी झाली. मग मी माझ्या एका हाताने तिचा पाय धरला अन् दुसऱ्या

हाताने खुर्चीचा पाय धरला. क्षण-दोन क्षण भीतीने मी पार गारठल्यासारखा झालो. आपल्याला हे काम जमणार आहे ना? दुसऱ्या कुणाला तरी सांगावं का? मला जमेलच असं समजणारा मी कोण?

शेवटी मी मनाचा निर्धार केला, आपणच हे काम करायचं. मी तोंडाने एक-दोन-तीन असं म्हटलं आणि खुर्चीचा पाय खेचला. सुरुवातीला जरा हळूच खेचला अन् मग होता नव्हता, तो सगळा जोर लावला. ती कण्हली. स्क्रू तसूभरही हलला नाही. मी तो किंचित पिळल्यासारखा केला अन् काय आश्चर्य! लगेच तो बाहेर आला. रक्ताचा एक थेंबही आला नाही. अशा जखमांवर निर्जंतुकीकरणाचं औषध लावतात हे मी पुस्तकात शिकलो होतो, त्यानुसार मी तिच्या जखमेवर औषध लावलं. ती टेबलावरून खाली उतरली. तिचा पाय दुखत होता, पण ती चालू शकत होती हे तिच्या लक्षात आलं. ''नीट काळजी घ्या,'' मी तिला संभाव्य धोक्याची सूचना देत म्हटलं. ''जखमेत पू होण्याची शक्यता असते, तेव्हा त्याकडे लक्ष द्यायचं.'' तिच्या चेहऱ्यावर मला कमालीची कृतज्ञता दिसली. इसापनीतीतल्या सिंहाला उंदराबद्दल वाटली होती; त्याच प्रकारची!

इथे मला हाच निष्कर्ष काढायचाय – आमच्या क्षेत्रात आम्ही अनुभवातूनच कौशल्य आणि आत्मविश्वास कमवत असतो – तोदेखील हळूहळू आणि काही वेळा तर अगदी अपमानास्पदरीतीनं. खरं सांगायचं तर एक शल्यविशारद आणि एक टेनिसपटू किंवा एखादा वादक किंवा एखादा क्रिकेटपटू यांमध्ये फारसा फरक नसतो. आम्ही सगळे जण भरपूर सराव केल्यामुळेच आमच्या कामात प्रावीण्य मिळवतो. पण आमच्या बाबतीत वेगळेपणा हा की, एक फार मोठा फरक आहेच की – आम्ही सराव करतो, तो हाडामांसांच्या, जिवंत माणसांवर!

दुसऱ्या खेपेला मी सेंट्रल लाइन घालण्याचा प्रयत्न केला, तेव्हाही माझी जवळजवळ पहिल्यासारखीच गत झाली होती. ह्या वेळी मी एका स्त्रीवर ही प्रक्रिया करणार होतो. तिची अवस्था फारच बिकट होती. अतिदक्षता विभागात ठेवलेल्या या रुग्णाला कृत्रिम श्वासोच्छ्वासावर ठेवलेलं होतं. हृदयासाठी आवश्यक अशी काही औषधं थेट तिच्या हृदयात जावीत, यासाठी सेंट्रल लाइन घालणं आवश्यक होतं. माझ्या दृष्टीने जमेची बाजू एकच होती – रुग्णाला बऱ्याच मोठ्या प्रमाणात गुंगीचं औषध दिलं असल्यामुळे तिला कसलीही जाणीव नव्हती. माझं काम करताना मी कितीही अडखळलो, तरी ते तिला समजणार नव्हतं.

ह्या वेळी मी पहिल्या वेळेपेक्षा अधिक व्यवस्थितपणे सज्ज झालो. कुठे काही चूक होणार नाही, याची पुरेशी काळजी घेतली. रुग्णाच्या पाठीखाली टॉवेलची गुंडाळी ठेवली. हेपॅरिनच्या दोन सिरींज ट्रेमध्ये ठेवल्या, तिचे प्रयोगशाळेतून आलेले

अहवाल डोळ्यांखालून घातले. रुग्णाच्या छातीचा आणि आसपासचा बराच मोठा भाग निर्जंतुक केलेल्या कापडाने आच्छादला. हेतू हा की, मार्गदर्शक तारेचा कुठलाही भाग पलंगावरील चादरीला टेकणार नाही.

एवढी सगळी तयारी करूनही मी मुख्य काम करताना – सेंट्रल लाइन आत घालताना – चुका केल्याच. पहिल्यांदा मी सुई आत घुसवली, ती बरीच वरच्या बाजूलाच राहिली, मग सुई फारच खोल गेली. मला इतकं निराश व्हायला झालं की, त्यामुळे मी चुका करत राहिलो. एकदा एका कोनाने तर दुसऱ्यांदा दुसऱ्या कोनाने मी सुई आत घालून पाहिली, पण काही जमेचना. मग, अगदी क्षणभरासाठीच मला सिरींजमध्ये रक्त दिसलं, तेव्हा वाटलं, चला, सुई नीलेत घुसलीय तर. मी एका हाताने सुई धरून ठेवली अन् दुसऱ्या हाताने दट्ट्या मागे ओढायचा प्रयत्न केला, पण तो काही केल्या बाहेर येईना. मी आणखी थोडा जोर लावला, तर सुईच नीलेतून बाहेर आली. रुग्णाच्या छातीत रक्तस्राव व्हायला लागला. रक्तस्राव थांबावा म्हणून मी हाताने नीलेवर जोर दिला – थोडाथोडका नाही जवळजवळ पाच मिनिटं मी तिच्या छातीवर हाताचा दाब दिला, पण तिची छाती त्या जागेच्या आसपास काळीनिळी झालीच. या सगळ्या प्रकारामुळे पुन्हा त्याच जागी सुई आत घालणं शक्यच नव्हतं. सोडून द्यावा हा प्रयत्न, असा निराशाजनक विचार माझ्या मनात आला, पण तसं करून चालणार नव्हतं. तिला सेंट्रल लाइनची नितांत गरज होती. माझा वरिष्ठ माझ्या कामावर लक्ष ठेवून होताच. मी आता दुसऱ्या वर्षात होतो. आता काहीही झालं, तरी मला हे काम जमायलाच पाहिजे, मी स्वत:शीच म्हटलं. तिचा क्ष-किरण फोटो काढल्यावर असं लक्षात आलं की, मी तिच्या फुप्फुसाला काही इजा केलेली नव्हती. माझा जीव भांड्यात पडला. सगळी तयारी नव्याने करून झाल्यावर माझे वरिष्ठ निरीक्षक मला म्हणाले, "या वेळी दुसऱ्या बाजूने सेंट्रल लाइन घालायचा प्रयत्न कर." तरीही मला जमेना. सुईने टोचून-टोचून रुग्णाच्या छातीची चाळणी होणार की काय अशी वेळ आली, तेव्हा त्यांनीच हे काम आपल्या हातात घेतलं. या वेळी त्यांनाही हे काम पहिल्या झटक्यात नाहीच जमलं. बराच वेळ ते प्रयत्न करत राहिले, दोन-तीन वेळा त्यांनीही अयशस्वीपणे सुई आत घातली, बाहेर काढली अन् शेवटी एकदाची सुई बरोबर जागी आत गेली. मला एक प्रकारे बरंच वाटलं. अनुभवी हातांनाही इतका वेळ लागलाच होता, मग मी पामर तर काय, नवशिकाच होतो! कदाचित ती बाईच जरा कठीण म्हणावी अशी रुग्ण असेल!

आणखी काही दिवसांनी मी तिसऱ्या रुग्णाच्या छातीत सेंट्रल लाइन घालण्याचा प्रयत्न केला, तेव्हाही मला अपयश आलं. इजा, बिजा आणि तिजा! आता मात्र माझ्या मनात शंकाकुशंकांनी थैमान घालायला सुरुवात केली. मी सुई आत

घुसवण्याचा तीन-तीनदा प्रयत्न केला; तरी मला जमेना, तेव्हा निवासी डॉक्टरने मला बाजूला होण्याची खूण करत सगळी सूत्रं आपल्या हातात घेतली. अन् अगदी पहिल्याच फटक्यात त्यांना यश मिळालं.

अनुभवांती मी एक निष्कर्ष काढलाय. सगळे शल्यविशारद समान-संधीवादावर मनापासून विश्वास ठेवतात. त्यांच्या मते सरावच महत्त्वाचा असतो, गुणवत्ता नाही. सर्वसामान्य माणसांचं असं मत असतं की, शल्यविशारद होण्यासाठी तुम्हाला कुशल हातांची गरज असते, पण ते काही खरं नाही. शस्त्रक्रियेच्या अभ्यासक्रमाच्या प्रवेशासाठी ज्या-ज्या मुलाखती मी दिल्या, त्यातल्या एकाही मुलाखतीत मला मुलाखत घेणाऱ्याने टाके घालायला सांगितले नाहीत किंवा माझं हस्तकौशल्य पारखून पाहिलं नाही. माझ्या हातांमध्ये कंप वगैरे दोष नाहीत ना हेदेखील कुणी तपासलं नाही. तुमचा विश्वास बसणार नाही कदाचित, पण सांगतोच – शल्यविशारद होण्यासाठी तुम्हाला दहा बोटं नसली, तरी बिघडत नाही! अर्थात एक गोष्ट आहे – तुमच्यात काही जन्मजात गुण असले, तर त्यांचा तुम्हाला निश्चितच फायदा होतो. प्राध्यापक मंडळीही तुम्हाला सांगतात, दोनतीन वर्षांतून कधीतरी एखादा विद्यार्थी आम्हाला आढळतो जो इतरांपेक्षा वेगळा असतो, सगळ्यांमध्ये उठून दिसतो. कारण? काही काही गुंतागुंतीच्या हस्तकौशल्यांमध्ये तो फारच लवकर पारंगत होतो, शस्त्रक्रिया करताना संपूर्ण परिसराकडे तो लक्ष देऊ शकतो, काही अडचण निर्माण होण्यापूर्वीच ती त्याच्या ध्यानात येते अन् त्यामुळे पुढचा अनर्थ टळू शकतो. हे सगळं मान्य केलं, तरी एक गोष्टही तितकीच महत्त्वाची. तिचा उच्चार देखरेख करणारे वरिष्ठ शल्यविशारद नेहमीच करतात. ती गोष्ट म्हणजे प्रशिक्षणार्थी तरुणापाशी सदसद्विवेकबुद्धी आहे की नाही, तो कष्टाळू आहे की नाही, आणि एकच एक पण अवघड असं कौशल्य साध्य करण्यासाठी तो अविरतपणे – रात्रं-दिवस नव्हे, वर्षानुवर्षं कष्ट करायला तयार आहे की नाही. हा सरावच त्याला खऱ्या अर्थाने यशाप्रत नेतो. एकदा शस्त्रक्रियेचे प्राध्यापक मला म्हणाले, "ज्याने अथक प्रयत्नांती एक जनुक प्रयोगशाळेत तयार केलंय असा पदव्युत्तर संशोधन करणारा विद्यार्थी आणि एक अतिशय गुणवंत शिल्पकार यांपैकी एकाची निवड करायला मला कुणी सांगितलं, तर मी संशोधकाची निवड करेन. दोघांपैकी अधिक गुणी कोण म्हटलं, तर मी पैजेवर म्हणेन 'शिल्पकार;' पण संशोधक अधिक कणखर असतो किंवा त्याच्यात अधिक चिकाटी असते. शेवटी चिकाटीच अधिक महत्त्वाची." कौशल्य शिकता येतं, शिकवता येतं; चिकाटी नाही, असं शल्यविशारदांना निश्चितपणे वाटतं. ऐकायला विचित्र वाटेल, पण आमच्या क्षेत्रात नोकरी देताना या गुणाला महत्त्व दिलं जातं, हे खरं आहे. अगदी उच्च पदांवर नेमणुका करतानादेखील

ह्याच गुणाला प्राधान्य दिलं जातं, ही सर्वश्रुत गोष्ट आहे. कित्येक रुग्णालयांत शस्त्रक्रियेचा काहीही अनुभव नसलेल्या डॉक्टरांना कामावर ठेवलं जातं, त्यांना वर्षानुवर्षं प्रशिक्षण देऊन तरबेज बनवलं जातं आणि मग याच लोकांमधून प्राध्यापकांची निवड केली जाते.

आणि विशेष म्हणजे हे परिणामकारकही ठरतं असा अनुभव आहे. इथे एक गोष्ट सांगावीशी वाटते. ती म्हणजे विविध क्षेत्रांतील नामवंतांवर – जगप्रसिद्ध व्हॉयलिनवादक, बुद्धिबळपटू, व्यावसायिक स्केटर्स, गणितज्ज्ञ वगैरे, वगैरे – संशोधन केलं असता असं आढळून आलं आहे की, असे अत्युच्च कोटीचे सादरकर्ते आणि त्यांच्याहून थोडे कमी प्रतीचे सादरकर्ते यांच्यातला फरक मुख्यत्वेकरून त्यांनी एकूण घेतलेल्या कष्टांमध्ये असतो, त्यांच्या साधनेत असतो, तपश्चर्येत असतो. खरोखरच खरा फरक कष्टाळूपणा असणे आणि नसणे हाच असतो. संज्ञानात्मक मानसशास्त्रज्ञ (cognitive psychologists) आणि सादरीकरणावरील तज्ज्ञ के ॲन्डर्स एरिकसन यांनी एक बाब सिद्ध केलीय; त्यांच्या मते माणसातील अंगभूत गुणांचा प्रभाव तेव्हाच पडतो, जेव्हा माणूस नवीन गोष्ट शिकताना तीव्र वा प्रबळ इच्छा दाखवतो. आपला मुद्दा सिद्ध करताना ते म्हणतात, "उच्च कोटीच्या कलाकारांनाही इतर कलाकारांप्रमाणेच सराव करण्याचा कंटाळा वाटतो. (म्हणूनच क्रीडापटू आणि संगीतकार निवृत्तीनंतर सराव करणं थांबवतात.) पण त्यांच्यातला महत्त्वाचा गुण म्हणजे कंटाळा आला, तरी ते सराव करणं थांबवत नाहीत. त्यांच्यातली चिकाटी टिकून राहते."

आपल्यात हा गुण – चिकाटी – आहे की नाही; याची मला खातरी वाटत नव्हती, कारण माझ्या मनाला एक प्रश्न सतावत होता – आपण तीन-तीनदा सेंट्रल लाइन घालायचा प्रयत्न केला, पण प्रत्येक वेळी आपल्याला अपयशच आलं, मग कशासाठी आपण ही धडपड करतोय? माझं नक्की काय चुकत होतं हे मला समजलं असतं, तर कदाचित मी त्याच गोष्टीवर माझं लक्ष केंद्रित केलं असतं, पण ग्यानबाची मेख तर तिथेच होती. जो उठेल, तो मला सूचना करत होता – असं कर, तसं कर – "काय कर, सुई आत घालताना तिची उतरती बाजू असते ना ती वर ठेव," "नाही... नाही, उतरती बाजू खालच्या बाजूलाच ठेव," आणखी एक जण म्हणाला. "सुईच्या मध्यावर थोडा दाब दे." "नको, सुई वाकव." या सगळ्यांमुळे माझ्या मनातला गोंधळ इतका वाढला की, काही दिवस मी सेंट्रल लाइन करायचंच टाळलं. पण थोडे दिवस गेले नाहीत, तोच पुन्हा एकदा माझ्यावर तेच धर्मसंकट येऊन कोसळलं.

या वेळची परिस्थिती तर आणखीनच वाईट होती. दुपारच्या वेळी मला ही

प्रक्रिया करायची होती. आदल्या दिवशी रात्री मी बराच काळ काम केलं असल्यामुळे माझी झोप झालेली नव्हती. त्यातच तो रुग्ण अतोनात लठ्ठ होता – तीनशे पौंडांहून जास्त वजन असावं त्याचं. त्याला आडवं राहाणंच शक्य नव्हतं, कारण त्याच्या छातीच्या आणि पोटाच्या भारामुळे त्याला श्वास घेणंच अवघड वाटत असे, पण सेंट्रल लाइनचीही नितांत गरज असल्यामुळे प्रक्रिया न करूनही चालणार नव्हतं. त्याच्या शरीरावर एक भयंकर चिघळलेली जखम होती. ती बरी करण्यासाठी त्याला शिरेतून जंतुप्रतिबंधकं द्यायची होती. त्याच्या हातांवरच्या शिरेतूनही औषधं देता आली असती, पण शीर सापडत नसल्यामुळे सेंट्रल लाइन हा एकमेव मार्ग होता. हे काम आपल्याला जमेल; याची मला अजिबात खातरी वाटत नव्हती, पण आम्ही निवासी डॉक्टर पडलो हुकुमाचे ताबेदार. कर म्हटलं की, करायचं एवढंच माहीत. तर अस्मादिकांवर ही जबाबदारी येऊन पडली.

मी रुग्णाच्या खोलीत गेलो. तो मला भयंकर घाबरल्यासारखा वाटला. तो म्हणाला, ''डॉक्टर, मला नाही वाटत मी एक मिनिटभरदेखील आडवा होऊ शकेन.'' मी त्याला समजावून सांगितलं की, ही प्रक्रिया त्याच्यासाठी अत्यंत आवश्यक असल्यामुळेच करणार आहोत, तेव्हा बिचारा तयार झाला. ''ठीक आहे डॉक्टर, मी तुम्हाला हवं असेल, ते सहकार्य द्यायला तयार आहे.'' ''घाबरू नका,'' मी त्याला म्हटलं, ''सर्व तयारी झाल्यानंतरच आपण तुम्हाला झोपवू, म्हणजे फारसा त्रास होणार नाही, मग तर झालं? त्यानंतर काय करायचं ते आपण बघू.''

मी मला आवश्यक असलेली सगळी तयारी करायला लागलो – प्रयोगशाळेतून आलेले अहवाल तपासून पाहाणं, सेंट्रल लाइनचं पाकीट काढून ठेवणं, टॉवेलची गुंडाळी बनवून तयार ठेवणं इत्यादी... इत्यादी. रुग्ण बसल्या स्थितीत असतानाच मी त्याच्या छातीवर द्रावण लावलं, त्याला निर्जंतुक कापडाने आच्छादलं. मी ही सगळी तयारी करत असताना 'एस' माझं काम न्याहाळत होती. सगळी तयारी झाल्यानंतर मी त्यांना रुग्णाला मागे झुकवायला सांगितलं. त्याच्या तोंडावर प्राणवायूचा मास्क लावलेलाच होता. त्याला आडवं केल्याबरोबर त्याच्या अंगावरच्या मांसल भागाची एक लाटच जणू काही त्याच्या छातीवर कोसळली. त्याच्या एकंदर लठ्ठपणामुळे त्याचं मानेचं हाडच माझ्या बोटांना सापडेना. ते सापडल्याशिवाय त्याच्या खालच्या बाजूला सुई आत घालता आली नसती. माझी बोटं त्याच्या छातीवर फिरत आहेत, तेवढ्यात श्वास कोंडल्यासारखा झाल्यामुळे त्याचा चेहरा लालबुंद झाला. तुम्हीच कराल का हे काम, मी नजरेनंच 'एस'ना विचारलं. काम चालू ठेव, त्यांनीही नजरेनंच इशारा केला. सुई कुठे घुसवायची त्या जागेचा मी कसाबसा अंदाज लावला, बधिरीकरणासाठी लिडोकेनचं इंजेक्शन दिलं अन् त्यानंतर मोठी सुई आत घुसवली. क्षणभर मला वाटलं, ह्याच्या चरबीचे थर इतके जाड

आहेत की, ही सुई नीलेपर्यंत पोहोचूच शकणार नाही. माझं नशीब जोरावर होतं – सुई मानेच्या हाडाखाली आत शिरली, मी आणखीन थोडी आत घुसवली आणि सिरींजचा दट्ट्या मागे ओढला. काय आश्चर्य, सिरींज रक्ताने भरली. मी बरोबर जागी सुई घातली होती. सुई जराही हलणार नाही याची काळजी घेत मी सिरींज बाजूला केली आणि मार्गदर्शक तार सुईत ओवली. ती हळहळू आत सरकू लागली. तोपर्यंत बिचारा रुग्ण हवा मिळावी म्हणून धापा टाकत होता. आम्ही त्याला थोडा वेळ बसतं केलं. त्याने श्वास घेतल्यावर पुन्हा एकदा आम्ही त्याला आडवा केला, नीलेचं तोंड मोठं केलं आणि सेंट्रल लाइन आत सरकवली. ''छान केलंस काम!'' कौतुकादाखल 'एस' म्हणाल्या आणि खोलीच्या बाहेर पडल्यादेखील! माझ्या मनावरचं केवढं मोठं ओझं त्या दिवशी उतरलं, ते मला शब्दांत वर्णन करता येणार नाही.

त्या दिवशी मी असं काय वेगळं केलं, त्याचं उत्तर मला आजतागायत सापडलेलं नाही. पण आधीच्या प्रक्रिया फसल्या होत्या आणि या वेळी मात्र अगदी सहजपणे मला ते जमलं होतं! मात्र त्या दिवसापासून मी ही प्रक्रिया विनासायास करू लागलो, एवढं खरं! खरंच, सराव ही एक गमतशीर गोष्ट आहे. दिवसचे दिवस तुम्ही एखादं कौशल्य शिकायचा प्रयत्न करत असता, काही टप्पे तुम्हाला जमतात, तर काही मुळीच जमत नाहीत. अन् मग एक क्षण असा येतो की, आपण आधी 'जाणीवपूर्वक' घेतलेलं शिक्षण हे नंतर नेणिवच्या पातळीवर उतरतं; कसं ते नाही सांगता येणार!

आत्तापर्यंत मी निदान शंभर सेंट्रल लाइन तरी घातल्या असतील. अर्थात याचा अर्थ असा नाही की, माझ्या हातून चूक होऊच शकत नाही. ज्याला आम्ही कठीण प्रसंग असं म्हणू शकतो, असे प्रसंग माझ्याही आयुष्यात आले आहेत. उदाहरण द्यायचं झालं, तर एका रुग्णाच्या फुप्फुसाला – साध्यासुध्या नाही तर दुसऱ्या एका रुग्णालयातल्या शल्यविशारदाच्याच उजव्या फुप्फुसाला – मी चुकून भोक पाडलं. असला प्रसंग पुन्हा कधी माझ्यावर ओढवणार नाही, ह्याची खातरीही मी देऊ शकणार नाही. अजूनही काही वेळा मला असा अनुभव येतो की, एखादा अगदी साधा – काहीही गुंतागुंत नसलेला असा रुग्ण असतो, पण त्याच्याही बाबतीत काहीतरी घोटाळा होऊ शकतो. (आम्ही लोक आपापसात बोलताना म्हणतो, ''काय, कसं काय पार पडलं सगळं?'' माझा मित्र मला विचारतो अन् मी त्याला म्हणतो, ''काय सांगू बाबा, तुला? पुरता फज्जा उडाला माझा.'' आणखी काही बोलायची गरजच नसते. त्याला कळतं नक्की काय झालं असावं ते. कारण त्यालाही असे अनुभव येतच असतात ना?)

अर्थात असे अनुभव अपवादात्मकच असतात. बहुतेक वेळा सगळं काही

व्यवस्थित पार पडतं. अगदी तंतोतंत. तुम्हाला काही वेगळा विचार करावा लागत नाही, लक्ष केंद्रित करावं लागत नाही. प्रत्येक हालचाल कशी सहजगत्या होत असते. ते असं होतं की, तुम्ही हातात सुई घेता, छातीत घालता अन् ती सरळ आत जातेय, असं तुम्हाला जाणवतं – चरबीच्या थरातून सुई पुढे सरकते, मग जरा कडक स्नायूत ती शिरते, तेव्हा तुम्हाला थोडंसं जाणवतं. त्यानंतर ती नीलेच्या बाह्य आवरणाला छेदते अन् आत घुसते – झालं तुमचं काम. अशा वेळी हे काम नुसतं सोपंच वाटत नाहीतर फार सुंदर वाटतं.

'शल्यक्रिया' प्रशिक्षण म्हणजे दुसरं-तिसरं काही नसून या प्रक्रियेचं पुनर्मनन आहे असं म्हणता येईल – सुरुवातीला असं वाटतं, आपल्याला कुणीतरी पाण्यात ढकलून दिलंय आणि आपण वेडेवाकडे हात मारून वर राहायची धडपड करतोय, त्यानंतरची स्थिती असते, ती तुकड्यातुकड्यांनी ज्ञान ग्रहण करायची – थोडंफार समजतं, जमतंही पण आत्मविश्वास नसतो. त्यानंतरची स्थिती असते, ती ज्ञान मिळाल्यानंतरची. आपल्याला जे काही करायचंय, ते कसं करायचं हे समजल्यामुळे आपण ते व्यवस्थितपणे करू लागतो. आणि त्यानंतर आपल्या वाट्याला या दरम्यान असा एक क्षण येतो की, आपण आपलं काम दिमाखदारपणे करतो. पण हे संपूर्ण वर्तूळ सतत फिरतच राहतं. कामाचं स्वरूप अधिक-अधिक कठीण होत जातं, त्यातील धोका वाढत जातो. अगदी पहिल्या पायरीवर तुम्ही उभे असता, तेव्हा तुमचं सगळं लक्ष प्राथमिक कृतींकडेच असतं. उदा. हातमोजे नीटपणे चढवणे, अंगावर गाउन घालणे, रुग्णाला निर्जंतुक कापडाने आच्छादून शस्त्रक्रियेसाठी सज्ज करणे, सुरी नीट पकडायला शिकणे, त्यानंतर टाका घालताना दोन्ही टोकांची व्यवस्थित चौकोनी गाठ मारणे वगैरे, वगैरे. (याहून अगदीच वेगळी अशी काही कामंही आम्ही शिकतच असतो. उदा. टंकलेखकाला अहवाल लिहून घ्यायला सांगणं, संगणक वापरायला शिकणं, औषधं मागवणं वगैरे, वगैरे.) त्यानंतर जसजसे दिवस जातात, तशी आमची कामं अधिक अवघड होत जातात – सुरीने त्वचेला छेद देणे, विजेवर चालणारे कॉटरी मशीन वापरणे, स्तनाला छेद देणे, रक्तस्राव होत असलेली रक्तवाहिनी शिवून बंद करणे, गाठ कापून काढणे, जखमेवर टाके घालून ती बंद करणे – त्याहूनही अवघड शस्त्रक्रिया म्हणजे स्तनावरील गाठ कापून काढणे. सहा महिने होत आले, तोपर्यंत मी सेंट्रल लाइन घालायला लागलो होतो, ॲपेंडिक्सची शस्त्रक्रिया करू लागलो होतो. त्वचारोपण केलं होतं, हर्नियाच्या शस्त्रक्रिया केल्या होत्या इतकंच नव्हे; तर स्तन काढून टाकण्याची शस्त्रक्रियाही केली होती. पहिल्या वर्षाच्या अखेरीस माझी आणखी प्रगती झाली होती – मला अवयव कापून टाकायला येऊ लागले, कर्करोगाची संभावना असलेल्या रुग्णांच्या अवयवातील मांसपेशी काढल्यानंतर त्यांची तपासणी

(biopsy) करता येऊ लागली. 'हेमऱ्हॉयडक्टमी' (haemorrhoidectomy) ही गुंतागुंतीची शस्त्रक्रियाही मी करू लागलो. दोन वर्षं संपली, तोपर्यंत मला श्वासनलिकेला छेद देता येऊ लागला, काही शस्त्रक्रिया मी लहान आतड्यांवर केल्या आणि दुर्बिणीतून बघत पित्ताशयावरची शस्त्रक्रियाही मी करू शकलो.

सध्या माझं हे सातवं वर्ष चालू आहे. आता त्वचेला छेद देताना ही 'शस्त्रक्रियेची सुरुवात' अशा पद्धतीने मी या टप्प्याकडे आता बघू शकतो. एकदा शस्त्रक्रियेला सुरुवात केली की, 'रात्रं-दिवस आम्हा युद्धाचा प्रसंग' अशी परिस्थिती असते माझी! सध्या मी पोटातील मुख्य रक्तवाहिनी (रोहिणी) अवास्तवपणे विस्तारली असल्यास तिच्यावरील शस्त्रक्रिया (aortic aneurysms) करू शकतो, स्वादुपिंडाला कर्करोग झाला असल्यास रोगग्रस्त भाग काढू शकतो आणि मानेला किंवा डोक्याला रक्तपुरवठा करणाऱ्या मुख्य रक्तवाहिनीत (carotid artery) अडथळा निर्माण झालेला असेल, तर तो काढून टाकू शकतो. आत्तापर्यंतच्या अनुभवावरून माझ्या असं लक्षात आलंय की, मी फारच उत्तम, शस्त्रक्रियेची दैवी देणगी लाभलेला वगैरे डॉक्टर नसलो, तरी अगदीच कौशल्यहीनही नाही. बराच काळ सराव केल्यानंतर मला नवीन काम जमू लागतं.

शस्त्रक्रियेदरम्यान किंवा शस्त्रक्रिया शिकण्यासंबंधात आम्हाला ज्या अडचणी येतात, त्याविषयी आम्ही आमच्या रुग्णांबरोबर बोलू शकत नाही. आपण जिवंत माणसांवर सराव करतोय, ह्या विचाराचं नैतिक ओझं आम्ही आमच्या मनावर सतत बाळगत असतो. त्याचा उच्चारही आम्ही सहसा करत नाही. प्रत्येक शस्त्रक्रियेपूर्वी मी अंगावर गाउन आणि हातमोजे चढवल्यानंतर माझ्या रुग्णाला भेटतो. मग स्वत:ची ओळख करून देतो. ''हॅलो, मी डॉ. गवांदे. मी शस्त्रक्रियाविभागातला साहाय्यक आहे. तुमच्यावर जे डॉक्टर शस्त्रक्रिया करणार आहेत, त्यांना मी मदत करणार आहे.'' याहून जास्त काहीही मी त्याला सांगत नाही. मग माझा हात पुढे करून मी त्याचा हात हातात घेतो, त्याच्याकडे हसून बघतो, त्याला नि:शब्दपणे धीर देतो. ''सगळं काही ठीक आहे ना,'' अशी चौकशी करतो. आम्ही थोड्या गप्पा मारतो. त्याने काही प्रश्न विचारले, तर त्यांची उत्तरं देतो. क्वचित काही प्रसंगी काही रुग्ण आश्चर्य व्यक्त करतात. म्हणतात, ''माझ्यावर निवासी डॉक्टरने शस्त्रक्रिया करायला नकोय मला.'' मी त्याला धीर देत म्हणतो, ''तुम्ही चिंता करू नका. मुख्य डॉक्टरच शस्त्रक्रिया करणार आहेत. मी फक्त त्यांना मदत करणार आहे, इतकंच.''

तसं पाहिलं, तर मी जे त्याला सांगितलेलं असतं, ते पूर्णपणे खोटं नसतं. प्रमुख शल्यविशारदच सगळी जबाबदारी घेणार असतो, ही गोष्ट कुठलाही निवासी डॉक्टर कधीच विसरत नाही. एक उदाहरण देतो. अलीकडेच एका पंचाहत्तरवर्षीय वृद्धेच्या मोठ्या आतड्याला झालेली कर्करोगाची गाठ मी कापून काढली, तेव्हा

मुख्य शल्यविशारद सगळा वेळ टेबलाच्या पलीकडच्या बाजूला उभेच होते. कुठे छेद द्यायचा, कर्करोगाची गाठ कशी कापून काढायची आणि मोठ्या आतड्याचा किती भाग कापायचा हे सगळे निर्णय त्यांनीच घेतले होते.

अर्थात मी केवळ मदत केली, हे विधान म्हणजे एक सोयीस्कर लबाडीच ठरेल. मी काही तिथे नुसता बाजूला प्रेक्षक म्हणून उभा नव्हतो. तसं असतं, तर मी माझ्या हातात सुरी कशाला घेतली असती? टेबलाच्या ज्या बाजूला शल्यविशारद उभा राहतो त्या बाजूला मी का उभा होतो? टेबलाची उंची माझ्या उंचीला साजेशी, सहा फुटांहून थोडी अधिक, का करण्यात आली होती? मी शल्यविशारदांना मदत करणार होतो हे जसं एक सत्य होतं; तसंच दुसरं सत्य हे होतं की, मला सराव मिळावा म्हणून मला शस्त्रक्रियेची संधी देण्यात येणार होती. हा मुद्दा ज्या वेळी मोठ्या आतड्याची दोन टोकं एकत्र करायची वेळ आली, तेव्हा स्पष्ट झाला. हे काम दोन पद्धतीने केलं जातं – हाताने टाके घालून किंवा पिना लावून. शिवण्याऐवजी पिना लावून बंद करणं झटपट होतं आणि सोपंही असतं, पण मला मार्गदर्शन करणाऱ्या शल्यविशारदांनी हाताने शिवायला सांगितलं. त्यामागचा हेतू स्पष्ट होता – रुग्णाची सोय ते बघत नव्हते, तर मला टाके घालण्याचा सराव मिळावा हा त्यांच्या मनातला उद्देश होता, कारण यापूर्वी मी फारच थोड्या वेळा टाके घालून जखम शिवली होती. हातांनी टाके घालण्याचं काम व्यवस्थितपणे केलं, तर दोन्ही पद्धती तितक्याच परिणामकारक ठरतात, हे अगदी खरं असलं, तरी मी हे काम कसं करतो, हे त्यांना काळजीपूर्वक पाहायचं होतं. मी टाके घालायला सुरुवात केली, पण मला पुरेशा वेगाने टाके घालणं जमत नव्हतं. माझं काम तितकंसं अचूकही होत नव्हतं. एकदा मी टाके जवळजवळ न घालता बऱ्याच अंतरावर घालतोय, हे त्यांच्या लक्षात आलं. त्यांनी ते माझ्या निदर्शनास आणलं आणि मला आणखी काही टाके घालायला सांगितले. दोन टाक्यांच्या मधील अंतर वाजवीपेक्षा जास्त असेल, तर जखमेतून द्रव झिरपण्याची शक्यता असते. पुढे त्यांच्या असंही ध्यानात आलं की, मी सुई मांसपेशींच्या आत घुसवताना पुरेशी खोल घुसवत नव्हतो; तेव्हा त्यांनी सूचना केली, "तुझं मनगट अधिक जास्त हलव." मी विचारलं, "असं?" "हं, काहीसं," ते म्हणाले. सांगायचं तात्पर्य, त्यांच्या देखरेखीखाली माझं शिक्षण चालू होतं.

आम्हा वैद्यकीय पेशातील लोकांना नेहमीच एका संघर्षाला सामोरं जावं लागतं – एकीकडे आपल्याकडे येणाऱ्या रुग्णांना जमेल तितकी उत्तम वैद्यकीय सेवा पुरवायची आणि दुसरीकडे माझ्यासारख्या नवशिक्यांना अनुभवातून शिकण्याच्या पुरेशा संधी प्राप्त करून द्यायच्या. आम्ही शिकाऊ डॉक्टर 'निवासी डॉक्टर' या नात्याने काम करतो, तेव्हा आमच्या कामावर अनुभवी, निष्णात डॉक्टरांची देखरेख

असल्यामुळे रुग्णांच्या जिवाला फारसा धोका नसतो. आमच्यावर नवीन कामांची – अवघड शस्त्रक्रियांची जबाबदारी हळूहळू टाकली जाते. या पद्धतीचा रुग्णांनाही फायदाच होतो, असं समजायला वाव आहे. याबाबत जो काही अभ्यास झालाय; त्यावरून असं लक्षात आलंय की, ज्या रुग्णालयांत शिकाऊ डॉक्टरांना प्रशिक्षण दिलं जातं, ते डॉक्टर अधिक चांगल्या प्रकारे शस्त्रक्रिया करतात. निवासी डॉक्टरांना पुरेसा अनुभव नसतो, त्यांच्यात व्यावसायिक डॉक्टरांचा आत्मविश्वास नसतो, पण रुग्णांची तपासणी चालू असताना निवासी डॉक्टर आजूबाजूला असले, रुग्ण आणि डॉक्टरांमधला संवाद त्यांच्या कानावर पडला; तर त्यामुळे त्यांच्या ज्ञानात भरच पडते. शिवाय अनुभवी डॉक्टरही सतत कामात राहतात. अर्थात पहिल्या काही प्रसंगी, जेव्हा माझ्यासारखा एक शिकाऊ डॉक्टर थरथरणाऱ्या हातांनी सेंट्रल लाइन आत घालण्याचा प्रयत्न करतो किंवा स्तनातील कर्करोगग्रस्त भाग कापून काढतो किंवा मोठ्या आतड्याची दोन टोकं शिवतो; तेव्हा ते रुग्णाच्या दृष्टीने कितपत योग्य आहे, असा प्रश्न अनेकांच्या मनात येईलच.

आम्हा डॉक्टरांच्या मनात यासंबंधी काहीही भ्रामक कल्पना नाहीत. एक उदाहरण देतो. जेव्हा एखादा अनुभवी डॉक्टर आपल्या नात्यातल्या एखाद्या रुग्णाला उपचारासाठी रुग्णालयात आणतो, तेव्हा बाकीचे डॉक्टरही शिकाऊ डॉक्टरांना यामध्ये सहभागी करून घ्यावं की नाही, याबाबत साशंकच असतात. काही वेळा आम्हाला शिकवणारे डॉक्टर जेव्हा आग्रह धरतात की, आम्ही शिकाऊ डॉक्टरांनी शस्त्रक्रियेच्या वेळी हजर राहावं, तेव्हा शस्त्रक्रिया करतानाचा गाउन अंगावर चढवून सज्ज झालेला निवासी डॉक्टर हे पुरेपूर जाणत असतो की, आज आपल्याला फारसं काही शिकता येणार नाही. अगदीच अननुभवी डॉक्टरला सेंट्रल लाइन घालण्याची संधी तर मुळीच दिली जाणार नसते. याच्या अगदी उलट परिस्थिती आढळते, ती वॉर्डांमध्ये आणि दवाखान्यात. त्या ठिकाणी निवासी डॉक्टरांवर बऱ्याच जबाबदाऱ्या सोपवलेल्या असतात. इथे येणारे रुग्ण बहुतांशी खालच्या वर्गातले असतात. त्यांची आर्थिक स्थिती चांगली नसते, त्यांचा आरोग्य विमा काढलेला नसतो. त्यांच्यातले काही व्यसनी असतात, तर काहींची मानसिक अवस्था ठीक नसते. अनुभवी डॉक्टरची देखरेख नसेल, तर फारच थोड्या वेळा निवासी डॉक्टरांना स्वतंत्रपणे शस्त्रक्रिया करायची संधी मिळते, पण जेव्हा ती मिळते – इथून परीक्षा उत्तीर्ण होऊन जाण्यापूर्वी काही वेळा तरी ती मिळायलाच हवी, कारण बाहेर पडल्यावर आम्हाला मार्गदर्शन करणारं कुणीच असणार नसतं – तेव्हा ती अशा तळागाळातल्या रुग्णांवरच मिळते.

शिक्षणासंबंधीचं हे एक काहीसं अस्वस्थ करणारं सत्य नाकारता येत नाही. परंपरागत नीतिमूल्यं आणि लोकांचा आग्रह (न्यायालयाचा आदेश हा मुद्दा तर

आहेच.) यांनुसार रुग्णाला सर्वोत्तम सेवा मिळालयाच हवी. पण मग नवशिक्या डॉक्टरांच्या प्रशिक्षणाचा प्रश्न कसा सोडवायचा? प्रशिक्षणाशिवाय किंवा सरावाशिवाय आम्ही पारंगत तरी कसे होणार? आम्हाला सर्वोत्तम सेवा हवी, पण त्यासाठी आवश्यक असलेला सराव नको. पण मग प्रश्न उरतोच – आज जर नवशिक्यांना प्रशिक्षण दिलं नाही, तर उद्याची शल्यविशारदांची पिढी तयार होईल का? त्यामुळेच हा नाजूक प्रश्न सोडवण्यासाठी काहीतरी वेगळे उपाय कल्पकतेने वापरावे लागतात. उदा. शल्यविशारदाच्या तोंडावरचा मास्क, रुग्णाला दिलेली भूल आणि भाषेचा हुशारीने केलेला वापर यांमुळे आम्ही रुग्णांना बऱ्यापैकी अंधारात ठेवू शकतो. हा पेच केवळ निवासी डॉक्टरांच्या प्रशिक्षणाच्या संदर्भातच उद्‌भवत नाही. आम्हा शल्यविशारदांचं प्रशिक्षण कधी संपतच नाही, याचं कारण सतत विकसित होणारं तंत्रज्ञान आणि उपयोगात आणली जाणारी नवी-नवी तंत्रं शल्यविशारदांना शिकून घ्यावीच लागतात. त्यांनी आपलं प्रशिक्षण थांबवलं, तर त्याचा तोटा रुग्णांनाच सहन करावा लागतो. ही वस्तुस्थिती बहुतांशी सामान्य जनांना माहीत नसते.

माझे आई-वडील दोघेही वैद्यकीय पेशातील. त्यामुळे ते जिथे आपला व्यवसाय करत, त्या लहानशा गावातच – ओहायो राज्यातील अथेन्स – मी आणि माझी बहीण लहानाचे मोठे झालो. बालरोगतज्ज्ञ म्हणून अर्धवेळ व्यवसाय करायचा निर्णय अनेक वर्षांपूर्वीच माझ्या आईने घेतला होता. आठवड्यातले तीनच दिवस – तेही पूर्ण नाही – ती काम करत असे. हे शक्य होतं, कारण माझे वडील मूत्ररोगतज्ज्ञ होते आणि त्यांचा फारच छान जम बसला होता. गेली पंचवीस वर्षं ते या क्षेत्रात काम करत आहेत. त्यांच्या ऑफिसमध्ये गेल्यानंतर लवकरच त्यांच्या यशाची खातरी पटते. एक संपूर्ण भिंत रुग्णांविषयीच्या फाइल्सनी व्यापलीय, तर बाकीच्या भिंतींवर रुग्णांनी दिलेल्या भेटवस्तू – पुस्तकं, तैलचित्रं, बायबलमधील सुवचनं, नक्षीदार पेट्या, एवढंच नव्हे तर एका बालकाची गमतशीर प्रतिकृतीही आहे. ह्या पोराची पँट तुम्ही खाली ओढलीत की, तो शू करतो! त्यांच्या टेबलामागे एका ॲक्रिलिकच्या पेटीत त्यांनी शस्त्रक्रिया करून काढलेले त्यांच्या रुग्णांच्या शरीरातील मुतखडे आहेत – अक्षरश: हजारोंच्या संख्येत!

आत्ता, जेव्हा माझं शल्यविषयक प्रशिक्षण संपायला आलंय, तेव्हा मला एक गोष्ट उमगतेय – माझ्या वडिलांनी कमवलेलं यश, त्यासाठी त्यांनी घेतलेले कष्ट, केलेली वर्षानुवर्षांची तपश्चर्या. माझं प्रशिक्षण चालू असताना माझा असा समज होता की, 'शल्यशास्त्र' शिकायचं म्हणजे एक ठराविक प्रकारचं ज्ञान अन् कौशल्य संपादन करायचं – सुरुवातीला प्रशिक्षणाद्वारे आणि पुढे सरावानं. हे करत असताना मी माझ्या डोळ्यांसमोर एक शिक्षणग्रहणासंबंधीचा आलेख पाहिला होता. ह्या

आलेखातली प्रगतीची रेषा काही काळ तिरक्या पद्धतीने वरवर जात राहते. ही रेषा काही ठराविक शस्त्रक्रियांविषयी होती. (उदा. माझ्या संदर्भात पित्ताशय काढून टाकणे, मोठ्या आतड्याचा कर्करोग, बंदुकीच्या गोळ्या आणि अॅपेंडिक्स काढणे, तर माझ्या वडिलांच्या संदर्भात मूतखडे काढणे, वृषणाचा कर्करोग (testicular cancer) आणि सूज आलेली प्रोस्टेट ग्रंथी इत्यादी.) ही रेषा दहा-पंधरा वर्षं वरवर जात राहते, मग काही ठराविक काळपर्यंत ती सपाट होते. वेगळ्या शब्दांत सांगायचं, तर प्रगती जवळजवळ थांबल्यासारखी होते आणि मग काही वर्षांनी – निवृत्तीपूर्वीची पाच-सात वर्षं – ह्या रेषेची घसरण सुरू होऊ शकते. वास्तव याहून कितीतरी पटींनी अधिक गुंतागुंतीचं असतं. माझ्या वडिलांनीच एकदा मला सांगितलं, "तुम्ही काही शस्त्रक्रियांमध्ये प्राविण्य मिळवता हे खरं आहे, पण मग होतं काय की, लवकरच तुमच्या ध्यानात येतं की, तुमचं ज्ञान आता जुनं-पुराणं झालंय. नवीन तंत्रज्ञान बाजारात येतं, नव्या पद्धतीने शस्त्रक्रिया केल्या जाऊ लागतात. त्या शिकाव्या लागतात की, पुन्हा तेच सगळं – प्रशिक्षण, कौशल्यप्राप्ती आणि पुन्हा एकदा नवे शोध – हे सगळं चालूच राहतं. तुला सांगतो, आज मी जे काही ज्ञान किंवा तंत्रं वापरतो, त्यातलं पंचाहत्तर टक्के ज्ञान मी नंतर संपादलं आहे. निवासी डॉक्टर म्हणून शिकत असताना मी त्याबद्दल काही ऐकलेलंही नव्हतं." जिथे आम्ही राहतो, तिथे ते एकटेच मूत्ररोगतज्ज्ञ आहेत. त्यांच्याच क्षेत्रातला त्यांचा जवळात जवळ राहणारा सहकारी पन्नास मैल अंतरावर राहतो. त्यांना सल्ला देणारं जवळपास कुणीही नाही. "हे पाहा, तू मनगट आणखी थोडं वळवायला हवंस" – असं सांगणारा अनुभवी डॉक्टर अर्थातच नसतो. त्यांना शस्त्रक्रियेची अनेक अशी तंत्रं शिकून घ्यावी लागली, ज्यांच्याविषयी त्यांनी पूर्वी कधी ऐकलं नव्हतं की, कल्पनाही केली नव्हती. त्यामध्ये सूक्ष्मदर्शकयंत्राच्या मदतीने करायच्या शस्त्रक्रिया होत्या, लेझर तंत्रज्ञान वापरून करायच्या शस्त्रक्रिया होत्या – मूत्रपिंडातील खड्यांना लेझर किरणांनी (laser rays) फोडून त्यांचं अतिशय लहान खड्यांमध्ये रूपांतर केलं जातं – वेगवेगळ्या प्रकारचे 'स्टेंट' वापरायचं तंत्रज्ञान त्यांना आत्मसात करावं लागलं – एक ना दोन. त्यांतल्या कित्येक तंत्रांविषयी मला काडीचीही माहिती नाही, कारण ते फक्त त्यांच्या विशिष्ट क्षेत्राशी संबंधित आहे. ह्या नवीन तंत्रांपैकी काही तंत्रांचा संबंध त्यांनी घेतलेल्या प्रशिक्षणाशी होता, तर काही तंत्रं पूर्णपणे नवीन प्रकारची होती.

पण या प्रकारचा अनुभव सगळ्या शल्यविशारदांना येतच असतो. वैद्यकीयक्षेत्रातील नवीन संशोधन अव्याहतपणे चालूच आहे. शल्यविशारदांना हे नवं तंत्रज्ञान स्वीकारण्यावाचून दुसरा पर्यायच नसतो. तसं जर त्यांनी केलं नाही, तर याचा अर्थ हाच असतो की; आधुनिक तंत्रज्ञानाचा लाभ ते आपल्या रुग्णांना नाकारतात. अशा

परिस्थितीत त्यांना नवीन ज्ञान मिळवावंच लागतं, त्यामुळे त्यांची विद्यार्थिदशा कधी संपतच नाही.

निवासी डॉक्टरांप्रमाणे व्यवसायात रुळलेल्या शल्यविशारदाच्या बाबतीत हे प्रशिक्षण तितकं आखीव-रेखीव नसतं. जेव्हा एखादं नवीन उपकरण किंवा तंत्रज्ञान बाजारात येतं – तशी ती दरवर्षी येतच असतात – तेव्हा शल्यविशारद एखाद-दोन दिवसांचा अभ्यासक्रम करतात. त्यामध्ये या क्षेत्रातील रथी-महारथी व्याख्याने देतात, काही पारदर्शिका दाखवल्या जातात, शस्त्रक्रियेतील वेगवेगळे टप्पे विशद करणारी टाचणं देण्यात येतात. आम्हाला एखादी चित्रफीत दिली जाते, ती आम्ही घरी गेल्यावर काळजीपूर्वक पाहतो, तिचा अभ्यास करतो. काही वेळा आम्ही एखाद्या रुग्णालयात जातो, तिथे आमचा एखादा सहकारी ती शस्त्रक्रिया आमच्यासमोर करतो – माझे वडील नेहमी ओहायो स्टेट किंवा क्लीव्हलँड क्लिनिकमध्ये जातात. पण आम्हाला तिथे प्रत्यक्ष असं काही शिकायला मिळत नाही. बरं, प्राण्यांवर किंवा मृत देहांवर प्रयोग करण्याची शक्यता फारच कमी असते. (ब्रिटनमध्ये तर प्राण्यांवर प्रयोग करायला सरकारनंच बंदी घातली आहे.) ज्या वेळी रंगीत द्रव वापरून लेझर शस्त्रक्रिया करायचं तंत्र विकसित केलं गेलं, तेव्हा ते उपकरण बनवणाऱ्या कंपनीने कोलंबस या गावी एक प्रयोगशाळाच उभी केली, ज्या योगे मूत्ररोगतज्ज्ञांना ते वापरून पाहता येईल. माझे वडील तिथे गेले, तेव्हा त्यांना तिथे काय आढळलं? एका प्रयोगनलिकेत काही मुतखडे लघवीसदृश द्रवात ठेवलेले होते, ते ह्या शल्यविशारदांनी लेझरच्या साहाय्याने फोडून नष्ट करायचे होते. दुसऱ्या प्रयोगात एका अंड्यावरील कवच त्याच्या आतल्या बाजूला असलेल्या पातळ पापुद्र्याला धक्का न पोहोचू देता लेझरच्या साहाय्याने भेदायचं होतं. माझ्या रुग्णालयाने अलीकडेच एक अत्याधुनिक यंत्रमानवी – शस्त्रक्रियेचं उपकरण (robotic surgery device) विकत घेतलं. त्याची किंमत ९८०,००० डॉलर इतकी दणदणीत होती! त्याला तीन हात होते, दोन मनगटं होती आणि एक कॅमेरा होता – सगळे भाग अतिसूक्ष्म – मिलीमीटरमध्ये ज्यांचा व्यास मोजता येईल असे. त्याचं नियमन कन्सोल (console) मार्फत केलं जात असल्याने या उपकरणाच्या साहाय्याने शल्यविशारद कुठलीही आणि कितीही गुंतागुंतीची शस्त्रक्रिया अचूकपणे, हात यत्किंचितही कंप न पावता, करू शकतो. आमच्या रुग्णालयातले दोन शल्यविशारद आणि दोन परिचारिकांचा चमू उत्पादकाचं मुख्य ऑफिस असलेल्या सॅन जोसे या गावी विमानाने गेले. तिथे त्यांना एक दिवसभर या यंत्रावर काम करायचं प्रशिक्षण देण्यात आलं. त्यांना एका डुकरावर आणि एक मानवी मृत देहावरही सराव करता आला. (सॅन फ्रान्सिस्को शहरातून ही कंपनी मृत देह विकत घेते.) तसं पाहिलं, तर हा सराव इतर वेळी शल्यविशारदांना मिळतो, त्या मानाने जास्तच होता, तरीदेखील

त्यात सखोल प्रशिक्षण निश्चितच नव्हतं. हा यंत्रमानव कसा वापरायचा त्यामागचं वैज्ञानिक तत्त्व त्यांना समजू शकलं, ते उपकरण आपल्याला वापरता येईल, इतपत आकलनशक्तीही आली. याच्या साहाय्याने शस्त्रक्रिया करताना काय नियोजन करावं लागेल तेदेखील समजलं, पण तितकंच. शेवटी असं असतं की, तुम्हाला प्रशिक्षण संपल्यावर घरी जावं लागतं आणि मग ते उपकरण वा यंत्र स्वतःच वापरावं लागतं.

काही काळानंतर रुग्णांना अशा सुविधांचा फायदा होतो – बऱ्याच वेळा भरपूर फायदाही होतो – पण अगदी सुरुवातीला ज्या रुग्णांवर त्यांचा प्रयोग केला जातो, त्यांना फायदा होईलच असं सांगता येत नाही. काहींना तर त्यामुळे अपाय होण्याची शक्यताही असते. एक उदाहरण देतो. सन २०००मधील वसंत ऋतूत प्रसिद्ध झालेल्या ब्रिटिश मेडिकल जर्नलमध्ये एक अनुभव अगदी सविस्तरपणे देण्यात आलेला आहे. लंडनमधील ग्रेट ऑर्मंड स्ट्रीट हॉस्पिटलमधील बालशल्यविभागातील डॉक्टरांना आलेला हा अनुभव. हृदयात एक मोठा दोष असलेल्या ३२५ बालकांवर एका मागोमाग एक शस्त्रक्रिया करण्यात आल्या. १९७८ ते १९९५ दरम्यान ह्या शस्त्रक्रिया करण्यात आल्या होत्या. त्यांच्या हृदयाच्या दोन रक्तवाहिन्यांची अदलाबदल झालेली होती – शुद्धरक्तवाहिनी (aorta) डाव्या बाजूला असण्याऐवजी उजव्या बाजूला असते आणि फुप्फुसांकडे अशुद्ध रक्त नेणारी रक्तवाहिनी उजव्या बाजूऐवजी डाव्या बाजूला बाहेर पडते. त्यामुळे हृदयात येणारं अशुद्ध रक्त फुप्फुसांकडे शुद्धीकरणासाठी जाण्याऐवजी ते परत शरीरात पाठवलं जातं. या अशुद्ध रक्तात अर्थातच पुरेसा प्राणवायू नसतो, कारण रक्तात प्राणवायू मिसळण्याचं कार्य फुप्फुसं करत असतात. अशी बालकं निळी पडतात, थकल्यासारखी होतात आणि श्वास घेणं म्हणजे काय हे कळण्यापूर्वीच मृत्युमुखी पडतात. अनेक वर्षं या रक्तवाहिन्यांची अदलाबदल करण्याचं तंत्रज्ञान उपलब्ध नव्हतं. त्यामुळे शल्यविशारदांनी सेनिंग प्रक्रियेद्वारे या मुलांना जीवदान दिलं. या प्रक्रियेला 'सेनिंग प्रोसिजर' (सेनिंगने शोधून काढलेल्या पद्धतीने ऑपरेशन) असं म्हणतात. शल्यविशारदांनी हृदयात एक छोटा मार्ग बनवला आणि फुप्फुसांमध्ये गेलेलं रक्त हृदयाच्या उजव्या भागात परत आणण्यात आलं. या प्रक्रियेमुळे ही मुलं पुढची बरीच वर्षं जगू शकली. मात्र त्यांच्या हृदयाचा उजवा भाग काहीसा अशक्त झालेला असल्यामुळे संपूर्ण शरीरातून आलेल्या रक्ताचा प्रवाह सहन करण्याची ताकद त्यात नव्हती. परिणामी या बालकांची हृदयं कमजोर झाली आणि तारुण्यातच यांपैकी बहुतांशी लोक मरण पावले. वृद्धत्वापर्यंतची मजल कुणालाच मारता आली नाही. १९८०च्या दशकात तंत्रज्ञानाने बरीच प्रगती केली, त्यामुळे ही अदलाबदलीची शस्त्रक्रिया अधिक सुरक्षितपणे करता येऊ लागली. अनेक शल्यविशारदांनी ह्या पद्धतीचा अवलंब केला. १९८६मध्ये 'द ग्रेट ऑर्मंड स्ट्रीट'च्या शल्यविशारदांनी आणखी एक बदल

केला आणि ही शस्त्रक्रिया पूर्वीच्या शस्त्रक्रियांपेक्षा निश्चितच उजवी ठरली. अशा शस्त्रक्रियांमुळे रुग्णांच्या मृत्यूचं प्रमाण जवळजवळ ७५ टक्क्यांनी घटलं, इतकंच नव्हे तर, या लोकांची आयुर्मर्यादा ४७ वरून ६३ वर्षांपर्यंत गेली. अर्थात, ही नवी शस्त्रक्रिया शिकण्यासाठी जे मोल मोजावं लागलं, ते भयानक होतं. अशा प्रकारच्या पहिल्या ७० शस्त्रक्रियांपैकी २५ टक्के रुग्णांना आपला जीव गमवावा लागला. (या तुलनेत 'सेनिंग प्रक्रिये'त फक्त ६ टक्के रुग्ण मरण पावले होते. एकूण १८ बालकांना आपला जीव गमवावा लागला – सेनिंग प्रक्रियेच्या तुलनेत दुपटीपेक्षा जास्त.) पण जसजसा काळ गेला, तसतसं शल्यविशारदांनी हे तंत्र आत्मसात केलं. त्यानंतरच्या १०० रुग्णांपैकी पाच जणच मरण पावले.

एक रुग्ण या नात्याने आपल्याला 'कौशल्य' आणि 'प्रगती' या दोन्ही गोष्टी हव्या असतात. पण हे परस्परविरोधी आहे, हे मानायला कुणीच तयार नसतं. एका ब्रिटिश अहवालातले शब्द असे आहेत – 'रुग्णांच्या सुरक्षिततेचा विचार करता शिकताना चुका होणे उपयोगी नाही.' हे पूर्णपणे कल्पनारंजन आहे.

अलीकडे 'हार्वर्ड बिझिनेस स्कूल'मधील संशोधकांनी शल्यविशारदांमधील 'शिक्षणालेखाचा अभ्यास' करायचं ठरवलं. उद्योगक्षेत्रातील शिक्षणालेखांचा अभ्यास करणं, ही त्यांची विशेष संशोधनशाखा आहे. ज्या उद्योगांमध्ये सेमीकंडक्टर्स बनवतात, जे मोठे उद्योगधंदे विमाने बनवतात; अशा उद्योगांचा त्यांनी अभ्यास केला आहे. हृदयावरील शस्त्रक्रियेत कमीतकमी कापाकापी करण्याचं तंत्र (minimally invasive cardiac surgery) वापरणाऱ्या १८ शल्यविशारदांचा आणि त्यांच्या साहाय्यकांचा अभ्यास करायचं संशोधन त्यांनी अंगावर घेतलं. आमच्या क्षेत्रातलं हे पहिलं अभ्यासपूर्ण संशोधन आहे. हे ऐकून मला आश्चर्य वाटलं. वैद्यकीय व्यवसायात शिक्षण तर घ्यावंच लागतं, पण अजूनपर्यंत शल्यविशारदांची आपापसात तुलना करण्याचा विचार कुणी केला नव्हता.

हृदयावरील शस्त्रक्रियेचं नवं तंत्र पूर्वीच्या पद्धतीपेक्षा फारच वेगळं आहे. पारंपरिक पद्धतीत छातीला वरपासून खालपर्यंत मोठा उभा छेद दिला जातो, तर या नव्या पद्धतीत बरगड्यांच्यामध्ये एक छोटासा छेद दिला जातो. शल्यविशारदांना हे नवं तंत्र अपेक्षेपेक्षा फारच जास्त अवघड वाटलं. हा छेद फारच लहान असल्यामुळे नेहमीच्या पद्धतीने छातीत नळ्या व चिमटे घालून शरीरातील रक्त हृदयाच्या बायपास मशीनकडे नेणं अशक्य असल्याने एक वेगळं तंत्र वापरावं लागलं. या पद्धतीत जांघेतील शिरेवाटे हवेचे फुगे आणि कृत्रिम नळ्या आत घालाव्या लागतात. केवळ शल्यविशारदांनाच नव्हे, तर भूल देणाऱ्या डॉक्टरांना आणि परिचारिकांनाही पूर्वीपेक्षा कमी जागेत शस्त्रं घालून काम करण्याचं आणखी एक कौशल्य आत्मसात

करावं लागलं. सगळ्यांनाच नवी उपकरणं वापरावी लागली, नवीन कामं करावी लागली. अशा शस्त्रक्रियेतील वेगळे धोके टाळण्याचे विचारही करावे लागले. थोडक्यात सांगायचं, तर शस्त्रक्रियेत सहभागी होणाऱ्या प्रत्येकालाच काही ना काही नवीन शिकावं लागलं – त्यांना शिक्षणालेखाचा अनुभव आला. वेळेच्या संदर्भात सांगायचं झालं, तर पूर्वी ज्या शस्त्रक्रियेला तीन ते सहा तास लागायचे, ते आता नव्या पद्धतीत जवळजवळ तिप्पट झाले. नव्या तंत्रामुळे आलेल्या मृत्यूच्या दराविषयी सविस्तर माहिती मिळवणं संशोधनकर्त्यांना शक्य झालं नाही. या घटकावर असा काही परिणाम झाला नसावा, असं समजणं मूर्खपणाचं होईल.

लक्षवेधी बाब ही आहे की, वेगवेगळ्या चमूंना शिकण्यासाठी लागणाऱ्या वेळात आश्चर्यकारक तफावत असल्याचं संशोधकांना आढळलं. सगळ्या चमूंना तीन दिवसांचं प्रशिक्षण देण्यात आलं होतं. सगळेच शल्यविशारद आणि त्यांचे सहकारी नावाजलेल्या रुग्णालयांत काम करत होते आणि नवीन बदल स्वीकारण्याची सर्वांचीच तयारी होती. पण पन्नास रुग्णांवर शस्त्रक्रिया केल्यानंतर असं आढळलं की, काही चमू सरावाने निम्म्या वेळात शस्त्रक्रिया करू लागले होते; तर काहींमध्ये काहीच सुधारणा दिसली नाही. वेगळ्या शब्दांत सांगायचं झालं, तर निव्वळ सरावामुळे सुधारणा होत नाही. शल्यविशारद आणि त्यांचे सहकारी कशा पद्धतीने सराव करतात, यावर सुधारणा अवलंबून असते. सगळ्यात वेगाने शस्त्रक्रिया करणाऱ्या चमूचं, तसंच सगळ्यात मंद गतीने शस्त्रक्रिया करणाऱ्या चमूचं बारकाईने निरीक्षण करण्यासाठी हार्वर्डमधील एक चिकित्सक (फिझिशन) रिचर्ड बोहमर, अनेक वेळा रुग्णालयात गेला. दोन्ही चमूंमधला फरक लक्षात आल्यावर त्याला फार आश्चर्य वाटलं. नवलाची बाब ही होती की, जलदतम गतीने शस्त्रक्रिया करणाऱ्या चमूतील शल्यविशारदाला मंदतम गतीने शस्त्रक्रिया करणाऱ्या शल्यविशारदापेक्षा कमी अनुभव होता – त्याचं प्रशिक्षण संपून दोनच वर्षं झाली होती. पण त्याने एक गोष्ट केली – ज्यांच्याबरोबर त्याने पूर्वी काम केलेलं होतं, अशांनाच त्याने आपले सहकारी म्हणून निवडलं आणि पहिल्या पंधरा शस्त्रक्रियांच्या वेळी त्याने या चमूत काहीही बदल केले नाहीत. अगदी पहिल्या शस्त्रक्रियेच्या आधी त्याने सर्वांसह एक रंगीत तालीम घेतली. त्यानंतर त्याच आठवड्यात त्याने मुद्दाम सहा शस्त्रक्रिया ठेवल्या त्यामुळे त्यांच्यापैकी कुणीही काहीही विसरण्याची शक्यता कमी झाली. त्यानंतर प्रत्येक शस्त्रक्रियेपूर्वी तो आपल्या सहकाऱ्यांबरोबर रुग्णाविषयी चर्चा करत असे आणि शस्त्रक्रियेनंतरही त्यांना शस्त्रक्रियेविषयी माहिती देत असे. प्रत्येक शस्त्रक्रिया कशी पार पडली, रुग्णाची स्थिती कशी आहे, वगैरे गोष्टीं विषयी तो माहिती ठेवत असे. बोहमरने त्याचं एक वैशिष्ट्य टिपलं. हा माणूस सर्वसाधारण शल्यविशारदांहून वेगळा होता. तो नेपोलिअनसारखा रुबाब दाखवत नसे. त्याने

आपणहूनच बोहमरला सांगितलं, ''शल्यविशारदाने आपल्या चमूबरोबर काम करताना स्वत: एक सहकारी व्हायची तयारी दाखवली पाहिजे. म्हणजेच त्याला इतरांना महत्त्व देता आलं पाहिजे व त्यांच्या कामाची दखलही त्याने घ्यायला हवी.'' त्याचे हे विचार काहींना फार घासून गुळगुळीत झालेल्या विधानाप्रमाणे वाटतील, पण त्याने ते आपल्या वागण्यातून सिद्ध करून दाखवलं होतं! दुसऱ्या रुग्णालयातल्या शल्यविशारदाने फारसा विचार न करताच आपल्या सहकाऱ्यांची निवड केली आणि त्यामध्ये तो बदल करत राहिला. त्याच्या पहिल्या सात शस्त्रक्रियांच्या वेळी त्याने दर वेळी नवे सहकारी घेतले. वेगळ्या शब्दांत सांगायचं, तर ती खऱ्या अर्थाने टीमच नव्हती. त्याने आपल्या सहकाऱ्यांना शस्त्रक्रियेपूर्वी माहिती दिली नाही आणि शस्त्रक्रियेनंतर काही मत व्यक्त केलं नाही. एवढंच नव्हे, तर त्याने रुग्णांच्या प्रकृतीविषयी काहीही चौकशी केली नाही किंवा त्यांच्याविषयी जाणून घेण्याची गरज त्याला वाटलीच नसावी.

आशावादी वाटेल, अशी माहिती 'हार्वर्ड बिझिनेस स्कूल'ने आपल्या अभ्यासाद्वारे दिली आहे. आपण आपल्या शिक्षणालेखात जाणीवपूर्वक बदल घडवून आणू शकतो. म्हणजे असं की, आपण शिकाऊ व्यक्तींना कसं शिकवतो, त्यांच्या प्रगतीचा आलेख कसा ठेवतो, यांवर हे नाट्यमय बदल अवलंबून असतात, मग ते शिक्षण शिकाऊ किंवा निवासी डॉक्टरांचं असो, नाहीतर वरिष्ठ शल्यविशारदांचं किंवा परिचारिकांचं असो. पण या अभ्यासातील काही निष्कर्ष बेचैन करणारे होते. काही शल्यविशारद अत्यंत यशस्वी असूनही नवीन तंत्रं किंवा कौशल्यं शिकताना सुरुवातीला त्यांच्यातील दोषच दिसून आले. त्यांना शिकायला वेळही जास्त लागला. ह्यामागची कारणंही अपेक्षेपेक्षा गुंतागुंतीची अशी होती. यावरून एक गोष्ट पुन:पुन्हा सिद्ध होते – नवशिक्यांना प्रशिक्षण देताना रुग्णांच्या काळजीबाबत तडजोड होतच राहते.

डॉक्टर लोक रुग्णांशी वागताना थोडी लबाडी करतात त्यामागचं कारण हे आहे. ते नेहमी रुग्णाला सांगतात, ''मी फक्त साहाय्य करतो.'' कधी-कधी ते रुग्णाला म्हणतात, ''आमच्याकडे एक नवी प्रक्रिया आहे, ती तुमच्यासाठी अत्यंत योग्य आहे.'' ते असंही सांगतात की, ''तुम्हाला सेंट्रल लाइनची गरज आहे,'' पण त्या वेळी ते रुग्णाला हे नाही सांगत की, मी अजूनही हे तंत्र शिकतोय. काही-काही वेळा आम्हाला हे कबूल करावं लागतं की, एखादी प्रक्रिया आम्ही पहिल्यांदाच करणार आहोत, पण त्या वेळीही आम्ही थोडी लबाडी करतोच. त्याला आम्ही फक्त प्रसिद्ध करण्यात आलेले यशस्वी प्रक्रियांचेच आकडे ऐकवतो अन् ही आकडेवारी दिशाभूल करणारीच असते, कारण ह्या सगळ्या प्रक्रिया अनुभवी शल्यविशारदांनी केलेल्या असतात. आम्हाला काही प्रक्रिया करण्याचा अनुभव नसल्यामुळे रुग्णांना

मोठा धोका पत्करावा लागणार आहे, म्हणून त्यांनी शक्यतो अनुभवी डॉक्टरांकडूनच ही प्रक्रिया करून घ्यावी ही गोष्ट आम्ही त्यांना सांगतो का? त्यांनी कसंही करून आमचं म्हणणं ऐकणं हीच आमची गरज आहे हे तरी आम्ही त्यांना सांगतो का? मी तरी हे पाहिलेलं नाही. साधी गोष्ट आहे, धोक्याचं प्रमाण लक्षात घेता कुठल्या रुग्णाला अननुभवी डॉक्टरच्या हातून उपचार करून घ्यावेसे वाटतील?

बरेच जण या गृहितकाला विरोध करतात. अलीकडेच एकदा मी एका आरोग्य विमातज्ज्ञाला भेटलो; तेव्हा त्याने ठासून म्हटलं, "हे बघा, बहुतेक सगळ्या लोकांना डॉक्टर मंडळी काय असतात ते चांगलं ठाऊक असतं. आपण त्यांच्याशी खोटं बोलणं सोडून दिलं पाहिजे. समाजाच्या भल्यासाठी लोकांनी धोका पत्करावा का?" मग क्षणभर तो बोलायचा थांबला अन् मग तितक्याच जोरात त्यानंच स्वत:च्या प्रश्नाचं उत्तर दिलं, "हो."

तसा विचार केला, तर हा उपाय सर्वांसाठीच चांगला आणि हितकारक ठरेल. आम्ही रुग्णांपुढे मोकळेपणानं, प्रामाणिकपणे पर्याय ठेवायचा आणि त्यांनी तो स्वीकारायचा. अशी कल्पना करणंसुद्धा मला कठीण जातंय. मी एकदा एक कुशल शल्यविशारदाच्या टेबलावर त्याच्या नवजात मुलाचा फोटो पाहिला आणि माझ्या मनात एक कुजकट वाटेल, असा प्रश्न आलाच. "आपल्या निवासी डॉक्टरला तू तुझ्या बायकोचं बाळंतपण करू का दिलंस?"

क्षणभराच्या अस्वस्थ शांततेनंतर तो म्हणाला, "नाही, निवासी डॉक्टरांना आम्ही त्या कक्षात येऊदेखील दिलं नाही."

'डॉक्टर तुम्ही माझ्यावर सराव करू शकता' असे मान्य करणाऱ्या लोकांवर जे वैद्यकीय प्रशिक्षण अवलंबून आहे, ते कितपत टिकेल याविषयी मी साशंक आहे. कारण मी स्वत:च या गोष्टीला नकार दिलेला आहे. एका रविवारी सकाळी घडलेली ही गोष्ट आहे. माझा मोठा मुलगा वॉकर त्या वेळी फक्त अकरा दिवसांचा होता. त्याच्या हृदयात एक फार मोठा दोष असल्यामुळे त्याची हृदयक्रिया बंद पडण्याचा धोका निर्माण झाला. त्याच्या हृदयाची मुख्य रक्तवाहिनी उलटी नव्हती, पण ती पूर्णपणे वाढलेली नव्हती. आम्हा दोघांची धांदल उडाली – थोड्याच वेळात त्याचं यकृत आणि मूत्रपिंडही काम करेनासे झाले. पण त्याला रुग्णालयात नेईपर्यंत त्याने तग धरला. त्याच्यावर केलेली शस्त्रक्रियाही यशस्वी ठरली. त्याची प्रगती विशेष समाधानकारक नव्हती; एखादे वेळी सुधारणा दिसायची, तर परत त्याची प्रकृती बिघडायची. मात्र, पंधरा-वीस दिवसांनी आम्ही त्याला घरी नेऊ शकलो.

अर्थात, आमच्या मनावरचं ओझं काही कमी झालं नाही. जन्माच्या वेळी सहा पौंडांहून थोडं जास्तच वजन असलेला वॉकर महिन्याचा झाला, तेव्हा फक्त पाच

पौंडाचा होता. त्याचं वजन वाढावं यासाठी आम्हाला डोळ्यांत तेल घालून दक्ष राहावं लागणार होतं. त्याचे हृदय सक्षम होण्यासाठी दोन औषधं दिली जात होती, ती आता बंद करावी लागणार होती. डॉक्टरांनी आम्हाला अशीही धोक्याची सूचना देऊन ठेवली होती की, जी शस्त्रक्रिया वॉकरवर करण्यात आली होती; ती कायमस्वरूपी असणार नव्हती. त्यामुळे तो मोठा झाला की, त्याच्या रक्तवाहिनीला फुग्याच्या साहाय्याने विस्तारावं लागणार होतं किंवा नवी रक्तवाहिनी घालावी लागणार होती. नक्की किती शस्त्रक्रिया कराव्या लागणार होत्या, केव्हा कराव्या लागणार होत्या, हे शल्यविशारद सांगू शकत नव्हते. बालहृदयरोगतज्ज्ञाने त्याच्यावर सतत देखरेख ठेवणं गरजेचं होऊन बसलं. वॉकरच्या प्रकृतीत काही बदल दिसला की, तो आम्हाला सांगणार होता.

वॉकरला घरी न्यायची वेळ येऊन ठेपली, तरी आम्ही त्याचा हृदयरोगतज्ज्ञ निवडला नव्हता. वॉकर रुग्णालयात होता, तेव्हा एकाहून एक कुशल हृदयरोगतज्ज्ञ त्याची देखभाल करत होते – त्यांपैकी काही या क्षेत्रात प्रशिक्षण घेत होते, तर काहींना या क्षेत्रात अनेक वर्षांचा अनुभव होता. ज्या दिवशी वॉकरला घरी पाठवण्यात येणार होतं, त्याच्या आदल्या दिवशी एक तरुण डॉक्टर माझ्याकडे आला. त्याने आपलं कार्ड मला दिलं आणि कोणत्या दिवशी वॉकरला त्याच्याकडे तपासणीसाठी न्यावं ती तारीख सुचवली. वॉकरवर उपचार करणाऱ्या डॉक्टरांपैकी याच डॉक्टरने आपला सगळ्यात जास्त वेळ वॉकरसाठी दिलेला होता. श्वास न घेता आल्यामुळे धापा टाकत असलेल्या वॉकरला आम्ही रुग्णालयात आणलं, तेव्हा यानंच वॉकरच्या त्रासाचं निदान केलं होतं. त्याला अशी काही औषधं दिली होती, ज्यामुळे त्याची प्रकृती स्थिर राहिली होती. त्यानंच शल्यविशारदांच्या चमूबरोबर सतत संपर्क ठेवला होता आणि तोच रोज आमच्या प्रश्नांची उत्तरंही देत होता. आपल्याला काही रुग्ण मिळावेत, या हेतूने बरेच डॉक्टर हेच मार्ग अवलंबतात, ते मला माहीत होतंच. सर्वसामान्य लोकांना डॉक्टरांमधल्या वेगवेगळ्या पातळ्या ठाऊक नसतात. त्यामुळे त्यांच्या बाळाचा जीव वाचवणाऱ्या डॉक्टरांपैकी कुणीही डॉक्टर त्यांना सुचवला गेला, तरी ते त्याला स्वीकारतात.

पण मला स्वतःला हा फरक निश्चितच माहीत होता. मी त्याला म्हटलं, ''आम्ही डॉ. न्यूबर्गरना भेटायचं ठरवतोय.'' या बाई रुग्णालयाच्या हृदयरोगतज्ज्ञप्रमुख होत्या आणि वॉकरसारख्या रुग्णांच्या स्थितीवर त्यांनी अनेक लेख प्रसिद्ध केले होते. माझं बोलणं ऐकून त्याचा चेहरा पडला. ''मी बिलकूल तुझ्याविरुद्ध नाही, पण डॉ. न्यूबर्गरना अनुभव जास्त आहे, इतकंच मला म्हणायचंय.'' मी त्याला बरं वाटावं म्हणून म्हणालो.

''तुम्हाला एक सांगू का,'' तो मला म्हणाला, ''मी तुमच्या मुलाला तपासेन,

तेव्हा एक अनुभवी डॉक्टर नेहमीच माझ्याबरोबर असतील.'' पण मी त्याचं म्हणणं ऐकायलाच तयार नव्हतो.

आज त्या प्रसंगाविषयी लिहिताना मला असं वाटतं की, त्या वेळी मी जे केलं; ते योग्य नव्हतं, पण माझाही नाइलाज होता. माझ्या मुलाची समस्या सर्वसाधारण नव्हती. त्या डॉक्टरलाही अनुभव मिळणं गरजेचं होतंच, हे माझ्यासारख्या निवासी डॉक्टरला तरी समजायला हवं होतं. पण मी जो निर्णय घेतला होता, त्याबद्दल माझ्या मनात तरी काही शंका नव्हती. वॉकर माझा मुलगा होता. मला निवडीचं स्वातंत्र्य असेल, तर नक्कीच मी चांगल्यात चांगला डॉक्टर निवडेन. आणि मीच नव्हे तर माझ्या जागी दुसरा कुणी असता, तर त्यानंही हेच केलं असतं. म्हणजेच वैद्यकशास्त्राचं भविष्य यावर अवलंबून असता कामा नये.

थोडक्यात डॉक्टर लोकांना थोडीफार लबाडी करणं भागच पडतं. शिक्षण असं हिसकावूनच मिळवावं लागतं. त्यानंतर वॉकरला वेळोवेळी रुग्णालयात ठेवावं लागलं, त्यामुळे मी या विषयावर बराच विचार केला. एका निवासी डॉक्टरने त्याच्या शरीरात नळी घातली होती, शल्यक्षेत्रात प्रशिक्षण घेणाऱ्या एका डॉक्टरने वॉकरवरील शस्त्रक्रियेच्या वेळी अंगावर निर्जंतुक गाउन घालून मदत केली होती. हृदयरोग-विभागातील एक नवशिक्याने वॉकरच्या हृदयात सेंट्रल लाइन घातली होती. त्यांच्यापैकी एकानंही माझी संमती घेतली नव्हती. अर्थात, 'तुम्हाला एखादा अनुभवी डॉक्टर हवाय का', असं मला जर कुणी विचारलं असतं, तर मी नक्कीच तो पर्याय स्वीकारला असता. पण रुग्णालयांमध्ये असं निवडस्वातंत्र्य दिलं जात नाही. त्यामुळे साहजिकच ज्या डॉक्टरांनी वॉकरवर उपचार केले, त्यांना मी विरोध केला नाही. दुसरं मी काय करू शकणार होतो?

डॉक्टरांचं प्रशिक्षण साध्य होणं, हा या 'कठीण काळीज असलेल्या व्यवस्थे'चा एकमेव फायदा नाही. शिक्षण होणं गरजेचं असेल, पण त्यामुळे अपाय होत असेल; तर सर्वांनाच ते समान लेखून लागू केलं पाहिजे. पण जेव्हा तुम्हाला पर्याय उपलब्ध असतात, तेव्हा लोक या नियमांतून स्वत:ची सुटका करून घेण्याचा प्रयत्न करतात. बरं, हे पर्याय सगळ्यांनाच दिले जात नाहीत. ज्यांचा या क्षेत्राशी संबंध आहे आणि ज्यांना इथली 'अंतर्गत बाब' माहीत आहे, जे लोक या क्षेत्रातच काम करतात; त्यांना हे स्वातंत्र्य दिलं जातं, म्हणूनच एका डॉक्टरच्या मुलाला हा लाभ मिळतो, पण एखाद्या ट्रकचालकाच्या मुलाला ते निवडस्वातंत्र्य मिळत नसतं. मला प्रामाणिकपणे वाटतं, सर्वांना समान निवडस्वातंत्र्य मिळणार नसेल, तर मग ते कुणालाच मिळता कामा नये.

दुपारचे दोन वाजले आहेत. मी अतिदक्षता विभागात काम करतोय. परिचारिका

येऊन मला सांगतेय, ''मिस्टर जी यांच्या सेंट्रल लाइनमध्ये रक्ताच्या गुठळ्या साठल्या आहेत.'' गेला महिनाभर हे गृहस्थ आमच्या रुग्णालयात आहेत. सत्तरीच्या आसपासचा हा रुग्ण दक्षिण बोस्टनमध्ये राहतो. अतिशय थकलेला, कृश झालेला हा माणूस केवळ आम्ही करत असलेल्या उपायांमुळे – नेमक्या शब्दांत सांगायचं झालं, तर सेंट्रल लाइनच्या आधारावर – जिवंत आहे. त्यांच्या लहान आतड्याला अनेक छिद्रं पडली आहेत, पण शस्त्रक्रिया करूनदेखील आम्हाला ती बुजवता आलेली नाहीत. आता त्यातून झिरपणारा पित्तसदृश द्रव पोटावरील दोन भोकांमधून झिरपत असतो. जोपर्यंत त्याच्या आतड्याच्या जखमा बऱ्या होत नाहीत, तोपर्यंत त्याला शिरेतून पोषक द्रव्यं द्यावी लागणार आहेत. आता त्याला नव्या सेंट्रल लाइनची गरज आहे.

हे काम मी नक्कीच करू शकतो, कारण माझ्यापाशी पुरेसा अनुभव आहे, पण अनुभवाबरोबर भूमिका बदलते. नवशिक्या डॉक्टरने हे काम माझ्या देखरेखीखाली करावं, अशी अपेक्षा आहे. आमच्या इथे म्हटलं जातं, 'दुसऱ्याने करताना पाहा, स्वत: करा आणि दुसऱ्याला शिकवा.' अन् ते केवळ गमतीने म्हटलं जात नाही; त्यात सत्याचा महत्त्वाचा भाग असतो.

आमच्याकडे एक कनिष्ठ निवासी डॉक्टर आहे. तिने आत्तापर्यंत केवळ एक-दोन वेळाच सेंट्रल लाइन घातली आहे. मी तिला मिस्टर जी यांच्याबद्दल सांगतो आणि म्हणतो, ''तुला सेंट्रल लाइन घालायला जमेल का?'' मला म्हणायचं असतं की, 'तू हे काम कर' तिला माझ्या वाक्याचा नेमका अर्थ न समजल्याने ती कशी दुसऱ्या कामात व्यग्र आहे, हे ती मला सांगायला लागते. ''सर, मला एक-दोन रुग्णांना तपासायचंय आणि त्यानंतर आणखी एक नवा रुग्ण येणार आहे. तुम्हालाच करता येईल का हे काम?'' मी जेव्हा सरळच नाही म्हणतो, तेव्हा ती तोंड वाकडं करते. माझ्या मनावर पूर्वी जसं दडपण असायचं, तसं तिच्या मनावरही आहे. कदाचित ती हे काम करायला घाबरतही असेल, जसा मीही घाबरायचो.

सेंट्रल लाइन कशी घालायची ते मी तिला टप्प्याटप्प्याने सांगत असताना ती जीव एकवटून माझे शब्द ऐकायचा प्रयत्न करते आहे. ती सगळे टप्पे माझ्या मागून पुन्हा म्हणते, पण दोन महत्त्वाचे टप्पे विसरते. एक म्हणजे त्याची प्रयोगशाळेतून आलेली आकडेवारी बघायला विसरते आणि दुसरा म्हणजे जे औषध – हेपॅरिन – आम्ही सेंट्रल लाइन घातल्यानंतर ओततो, त्याची या रुग्णाला ॲलर्जी आहे. 'या दोन्ही गोष्टी नीट लक्षात ठेव' असं तिला बजावून झाल्यानंतर मी म्हणतो, ''सगळी जय्यत तयारी कर आणि मग मला संदेश पाठव.''

ह्या नव्या भूमिकेची मला अजून सवय झालेली नाही. आपण स्वत: केलेल्या चुका निस्तरताना दमछाक होते, त्यात दुसऱ्याने केलेल्या चुकांची जबाबदारी

डोक्यावर घ्यायची म्हणजे एक वेगळीच डोकेदुखी असते. त्या क्षणी मला वाटतं, मी सेंट्रल लाइनचं एक पाकीट उघडून ''माझ्यासमोर करून दाखव प्रात्यक्षिक,'' असं तिला म्हणायला हवं होतं. पण छे! मी तसं नाही करू शकत. किती झालं, तरी शंभर-दोनशे डॉलर पडतात एकेका पाकिटाला. पुन्हा तसं करावं लागलं, तर खरोखरच केवढ्याला पडतं हे पाकीट, याची चौकशी करायला हवी.

अर्ध्या तासाने माझ्या पेजरवर संदेश येतो. तिने रुग्णाला तयार केलंय, निर्जंतुक कापडाने त्याच्या छातीचा भाग – सेंट्रल लाइन जिथून आत घालायची असते तो वगळता – तिने आच्छादला आहे. ती स्वत: गाउन आणि हातमोजे चढवून सज्ज आहे. हेपॅरिनएवजी तिने सलाइन तयार ठेवलंय. त्याचे प्रयोगशाळेतून आलेले अहवालही तिने डोळ्यांखालून घातले आहेत.

''त्याच्या पाठीमागे ठेवायची टॉवेलची गुंडाळी कुठे आहे,'' मी तिला विचारतो. ती हे विसरली आहे, हे माझ्या लक्षात येतं. मी एका टॉवेलची गुंडाळी करून त्याच्या पाठीमागे सरकवतो. मी रुग्णाच्या चेहऱ्याकडे बघतो अन् त्याला विचारतो, ''सगळं ठीक आहे ना?'' तो मानेनंच 'हो' म्हणतो. त्याच्या चेहऱ्यावर मला भीती दिसत नाही. 'काय हवं ते करा डॉक्टर', असा भाव मला त्याच्या डोळ्यांत स्पष्ट दिसतो. आत्तापर्यंत बिचाऱ्याने इतकं सोसलंय की, आता त्याने स्वत:ला पूर्णपणे आमच्या हाती सोपवलंय.

कनिष्ठ निवासी डॉक्टर ज्या ठिकाणी सुई आत घालायचीय ती जागा निश्चित करते. रुग्ण इतका बारीक झालाय की, त्याची प्रत्येक बरगडी दिसतेय. ही त्याच्या फुप्फुसात तर सुई घालणार नाही ना, अशी मला भीती वाटतेय, ती बधिरता आणणारं इंजेक्शन देते. मग ती मोठी सुई आत घालते अन् माझ्या मनात विचार येतो, किती चुकीच्या पद्धतीने ही करतेय हे काम. मी खुणेनंच तिला सुई वेगळ्या पद्धतीने आत घालायला सांगतो. माझ्या सूचनेमुळे तिचा उरलासुरला आत्मविश्वासही गळून पडतो. ती सुई आणखी खोल घुसवते, तेव्हा ही सुई बरोबर आत घालत नाहीये, हे मला जाणवतं. ती दट्ट्या मागे खेचते पण नळीत रक्त दिसत नाही. ती सुई बाहेर काढते, पुन्हा एकदा वेगळ्या प्रकारे आत घुसवते. परत एकदा चूक होतेय तिच्या हातून. या वेळी रुग्णाला वेदना होते आणि त्यामुळे त्याचं सगळं शरीर थरथरतं. मी त्याचा हात हातात घेऊन त्याला धीर देतो. ती परत एकदा बधिरतेसाठी इंजेक्शन देते. आता माझाच धीर संपत आलाय. असं वाटतं, तिच्या हातातून सुई काढून घ्यावी आणि आपणच काम करून टाकावं. पण चुका केल्याशिवाय ती तरी कशी शिकणार, हे मला अनुभवाने माहीत असतं. मी स्वत:ला आवर घालतो. अजून एक प्रयत्न करू दे तिला, मी स्वत:शीच म्हणतो.

★

कम्प्युटर आणि हर्निया फॅक्टरी

१९९६ सालच्या उन्हाळ्यात एक दिवस स्वीडनमधील 'युनिव्हर्सिटी ऑफ लुंड'च्या हॉस्पिटलमधल्या हृदयक्रियाविभागाचे प्रमुख, पन्नाशीचे हॅन्स ओहलिन २२४० इलेक्ट्रोकार्डिओग्राम्सचा (इकेजी) गठ्ठा घेऊन बसले होते. प्रत्येक इकेजी म्हणजे एक पत्राच्या आकाराचा ग्राफ पेपर होता, ज्यावर डाव्या बाजूने सुरू होत; उजवीकडे जाणाऱ्या अनेक नागमोडी रेषा दिसत होत्या. ओहलिन हे काम करत असताना अगदी एकटे होते, कारण त्यांना काही निरीक्षणं अतिशय बारकाईने करायची होती. कुणाचाही व्यत्यय त्यांना नको होता. हे काम ते भराभर करत होते; पण त्याच वेळी ते अत्यंत काळजीपूर्वक प्रत्येक इकेजी तपासून पाहत होते. ज्या वेळी इकेजी काढला जात होता, त्याच वेळी रुग्णाला हृदयविकाराचा झटका येत होता का नाही हा निकष लावून; ते तपासलेले इकेजी दोन गठ्ठ्यांत ठेवत होते. हे काम जिकिरीचं होतं. त्याने थकवा येणं साहजिक होतं, कारण सतत आणि बारकाईने त्यांना प्रत्येक इकेजीचं निरीक्षण करायचं होतं. कामावरील लक्ष जरादेखील ढळलं, तर त्यांचं निरीक्षण अचूक राहिलं नसतं, हे डॉ. ओहलिन यांना ठाऊक असल्यामुळे त्यांनी रोज ठराविक इतकेच इकेजी तपासायचे असं मनाशी ठरवलं होतं व स्वत:ला एक आठवड्याचा अवधी त्यांनी दिला होता. सलगपणे ते दोन तासांहून अधिक वेळ हे काम करत नसत. या कामाची तुलनाच करायची झाली, तर ती दोन विश्वविख्यात बुद्धिबळपटूंमधील तुल्यबळ सामन्याशी करता आली असती. डॉ. ओहलिन हे त्यांच्या क्षेत्रातले गॅरी कॅस्पारोव्ह होते, असं म्हणता येईल अन् त्यांची लढत होती संगणकाशी. प्रतिस्पर्धी तोडीस तोड होता यात शंकाच नव्हती, म्हणूनच डॉ. ओहलिन डोळ्यांत तेल घालून काम करत होते.

'इकेजी' ही हृदयविकारसंबंधात रुग्णावर घेतलेली एक सर्वसामान्य चाचणी.

एकट्या अमेरिकेतच एका वर्षात साधारणपणे पाच कोटी रुग्णांचे इकेजी काढले जातात. या चाचणीदरम्यान रुग्णाच्या शरीरावर काही ठिकाणी विद्युतघटाचे ध्रुव (electrodes) लावले जातात. हृदयाच्या प्रत्येक स्पंदनाच्या वेळी कमी दाबाचे विद्युतप्रवाह रुग्णाच्या हृदयात प्रवेश करतात आणि हृदयभर प्रवास करतात. विद्युतप्रवाहाची ही स्पंदने नागमोडी रेषांच्या रूपात कागदांवर उमटतात. इकेजीच्या मागचं वैज्ञानिक तत्त्व हे आहे की, जेव्हा एखाद्या व्यक्तीला हृदयविकाराचा झटका येतो; तेव्हा त्याच्या हृदयाचे काही भाग – हृदयाच्या काही स्नायूपेशी – मरतात. जेव्हा विद्युतप्रवाह अशा मृत स्नायूपेशींमधून प्रवास करतो, तेव्हा त्या विद्युतप्रवाहाचं कागदावरील रेखाटन वेगळ्या स्वरूपात दिसतं. काही वेळा हे बदल डोळ्यांना धडधडीतपणे दिसतात, तर काही वेळा ते जाणवणार नाहीत इतके सूक्ष्म असतात. वैद्यकीय परिभाषेत बोलायचं झालं, तर ते 'अविशिष्ट' (non-specific) प्रकारात मोडणारे असतात.

वैद्यकीय शिक्षण घेणाऱ्या विद्यार्थ्यांना सुरुवातीच्या काळात तरी हे इकेजी म्हणजे एक अगम्य कोडंच असतं. कुठल्याही सर्वसाधारण इकेजीमध्ये बारा रेषा दिसतात आणि यांतली प्रत्येक रेषा वेगळ्या प्रकारचं वळण दाखवते. विद्यार्थ्यांना या बारा रेषांमधून व्यक्त होणारी बारा किंवा त्याहून अधिक वैशिष्ट्यं काळजीपूर्वक पाहायची असतात. प्रत्येक वैशिष्ट्यासाठी इंग्रजी वर्णमालेतील एकेक अक्षर योजिलेलं असतं. उदा. प्रत्येक ठोक्याच्या सुरुवातीला कागदावरील रेषा खाली वळली असेल, तर तिला एक वर्णाक्षर ('क्यू' वेव्ह), हृदय आकुंचन पावत असतानाचा सर्वोच्च बिंदू ('आर' वेव्ह) त्यापाठोपाठ येणारा नीचांकबिंदू ('एस' वेव्ह) आणि स्पंदनानंतर लगेच दिसणारा काहीसा वर्तुळाकार आलेख म्हणजे ('टी' वेव्ह). काही-काही वेळा अगदी बारीकसारीक बदलही दिसतात ज्यांच्यामुळे झटक्याची तीव्रता जाणवते, तर काही वेळा असे बदल विशेष काही टिप्पणी करत नाहीत. वैद्यकीयशाखेचा विद्यार्थी असताना मी पहिल्यांदा इकेजीचा अर्थ समजून घेण्याचा प्रयत्न केला, त्या वेळी तरी मला ते प्रकरण एखाद्या गुंतागुंतीच्या आकडेमोडीसारखं वाटलं. मला आठवतंय, मी आणि माझे सहाध्यायी आमच्या पांढऱ्या कोटाच्या खिशात गूढ भाषेत सूचना लिहिलेली लॅमिनेट केलेली कार्डं बाळगत असू. त्यावर आम्ही काही तरी लिहिलेलं असायचं – हृदयाचा स्पंदनवेग मोजा आणि विजेच्या प्रवाहाचा आस लक्षात घ्या. हृदयाच्या स्पंदनाचा जो ताल असतो, त्यात काही अडथळा निर्माण झालेला आहे का, ते लक्षात घ्या वगैरे, वगैरे.

हळूहळू म्हणजेच सराव झाला की, त्या रेषांचा अर्थ समजायला लागतो. माझंच उदाहरण द्यायचं झालं, तर मला जशी सेंट्रल लाइन घालणं सरावाने जमू लागलं, तसंच हेदेखील. अनुभवाने माझ्या असंही लक्षात आलंय की, ज्ञानग्रहणाचा

जो आलेख आपल्याला तंत्राच्या बाबतीत अनुभवाला येतो, तोच आलेख रोगनिदानाच्या बाबतीतही निश्चितपणे जाणवतो. एक साधं उदाहरण देतो. खोलीत माणसांची गर्दी असूनही एखाद्या लहान मुलाला आपली आई लगेच ओळखता येते, अगदी त्याच प्रकारे अनुभवी हृदयरोगतज्ज्ञाला, रुग्णाच्या चेहऱ्याकडे पाहता क्षणी त्याला हृदयविकाराचा झटका आला आहे, हे समजतं. पण या चाचणीनंतरही थोडीफार संदिग्धता ही राहतेच. आत्तापर्यंतच्या अभ्यासावरून असं म्हणता येईल की, ज्या हृदयविकार रुग्णांना आपत्कालीन अवस्थेत रुग्णालयात आणलं जातं, त्यांच्यापैकी साधारणपणे २ ते ८ टक्के रुग्ण चुकीच्या वेळी घरी परत पाठवले जातात आणि अशा रुग्णांपैकी २५ टक्के रुग्ण मरतात किंवा त्यांना फार मोठा हृदयविकाराचा झटका येतो. अशा रुग्णांना काही वेळा घरी पाठवलं गेलं नाही, तरी काहींच्या बाबतीत आवश्यक ती उपाययोजना तातडीने सुरू केली जात नाही, कारण त्यांच्या इकेजीवरून डॉक्टरांना स्पष्ट बोध झालेला नसतो. अनेक वेळा मानवी निदान, मग ते कितीही अनुभवी डॉक्टरने केलेलं असलं तरी, चुकीचं ठरू शकतं. म्हणूनच संगणकाची मदत घेणं श्रेयस्कर ठरतं, कारण संगणकाचं निदान मानवी निदानासारखं चूक ठरण्याची शक्यता जवळजवळ नाहीच. मी तर असं म्हणेन की, मानवी निदानापेक्षा संगणकनिदान जरी थोडंसंच अधिक बरोबर असेल; तरी आपण संगणकाची मदत घ्यायला हवी; कारण तेवढ्यानंही दर वर्षी हजारो रुग्णांचे प्राण आपल्याला वाचवता येतील. संगणकाच्या बिनचूक कामगिरीची क्षमता पहिल्यांदा १९९०मध्ये ध्यानात आली. सॅन डिएगोस्थित युनिव्हर्सिटी ऑफ कॅलिफोर्निया येथील एक डॉक्टर विल्यम बाक्स्ट विद्यापीठात आपत्कालीन डॉक्टर म्हणून काम करत होते, त्यांनी एक निबंध सादर केला. 'कृत्रिम मेंदूचं पेशीजाल' – एक प्रकारची संगणकीय वास्तूकला – या संकल्पनेचा त्यांनी उल्लेख केला. तिचं वर्णन करताना त्यांनी असं मत व्यक्त केलं की, गुंतागुंतीचे वैद्यकीय निर्णय घेताना संगणकाची पुष्कळ मदत होऊ शकते. अर्थात अशा तज्ज्ञ पद्धतीसुद्धा माणसांप्रमाणेच अनुभवातून बरंच काही शिकत असतात. मिळालेलं यश तसंच पदरी पडलेलं अपयश संगणकतज्ज्ञ विचारात घेतात आणि त्याच्यात सुधारणा करतात. आपल्या पुढील अभ्यासात बाक्स्टनी असं दाखवलं की, हृदयविकाराचं – खास करून ज्या रुग्णांच्या छातीत हृदयविकारामुळे वेदना होत आहेत – निदान करण्याच्या संदर्भात तज्ज्ञ डॉक्टरांपेक्षा एक संगणक अधिक अचूक निदान करू शकतो. पण इथे एक मेख होती – बाक्स्टच्या तौलनिक अभ्यासात ज्या डॉक्टरांचा समावेश होता, त्यांपैकी दोन-तृतीयांश डॉक्टर अननुभवी निवासी डॉक्टर होते. अशा डॉक्टरांकडून फारशा अचूक निदानाची – इकेजीबाबत तरी

– अपेक्षा ठेवलीच जात नाही. पण जे डॉक्टर निष्णात तज्ज्ञ असतात त्यांच्या निदानापेक्षा संगणकाचं निदान अधिक अचूक ठरू शकतं का?

मागे उल्लेख केलेले डॉ. ओहलिन याच प्रश्नाचं उत्तर शोधण्याचा प्रयत्न करत होते. या अभ्यासपूर्ण संशोधनाचे प्रमुख होते, लार्स एडनबांड्ट, डॉ. ओहलिनचे वैद्यकीय सहकारी असलेले लार्स एडनबांड्ट 'कृत्रिम बुद्धिमत्ता' (artificial intelligence) या विषयातही निष्णात होते. त्यांनी आपली पद्धती विकसित करण्यासाठी पाच वर्षं खर्च केली होती – सुरुवातीला स्कॉटलंडमध्ये आणि नंतर स्वीडनमध्ये. त्यांनी आपल्या संगणकात दहा हजारांहून अधिक इकेजी नोंदले, त्यातले कोणते इकेजी हृदयविकारग्रस्त रुग्णांचे होते व कोणते सामान्य लोकांचे होते, हेदेखील नोंदवलं. परिणामी, त्यांचा संगणक कुठलाही इकेजी सहजपणे वाचू लागला. त्यानंतर लार्स डॉ. ओहलिनकडे आले. ओहलिनचा या क्षेत्रातला अनुभव इतका दांडगा होता की, ते वर्षभरात जवळजवळ तितकेच इकेजी पाहत असत. रुग्णालयातील फाइल्समधून एडनबांड्टनी २२४० इकेजी निवडले. त्यांपैकी बरोबर निम्मे म्हणजे ११२० इकेजी निश्चितपणे हृदयविकार दर्शवत होते. डॉ. ओहलिननी ६२० इकेजी बरोबर निवडले, पण संगणक त्यांच्यापेक्षा श्रेष्ठ ठरला कारण संगणकाने ७३८ बरोबर निवडले. तात्पर्य: संगणकाचं निदान माणसाच्या निदानापेक्षा २० टक्क्यांनी अधिक बरोबर होतं.

पाश्चिमात्य वैद्यकशास्त्राच्या दृष्टीने एकमेव महत्त्वाची गोष्ट कोणती असेल, तर ती म्हणजे रुग्णांना सेवा देण्यासंदर्भात यंत्रसदृश परिपूर्णतेचा शोध घेणे. प्रशिक्षणाच्या अगदी पहिल्या दिवसापासून आमच्या मनावर ही गोष्ट बिंबवली जाते की, चुका कधीही स्वीकारल्या जाणार नाहीत. रुग्णांशी नाते निर्माण करण्यात वेळ लागणे ठीक आहे, तरीही पूर्वी काढला गेलेला प्रत्येक क्ष-किरण फोटो पाहिलाच पाहिजे आणि औषधाचा प्रत्येक डोस तंतोतंतपणे बरोबर दिला गेला पाहिजे. त्यात हयगय होता कामा नये. रुग्णाला एखाद्या पदार्थाबाबत, औषधाबाबत अतिरिक्त संवेदनशीलता (ॲलर्जी) आहे का, त्याला पूर्वीची अशी काही वैद्यकीय समस्या आहे का, यांची नोंद डॉक्टराने ठेवायलाच हवी, कुठलंही निदान त्याने चुकूनही विसरता कामा नये. शस्त्रक्रियादालनात कसल्याही प्रकारची नासधूस वा अपव्यय होता कामा नये – यांमध्ये अनावश्यक हालचाली, वेळ आणि रक्ताचा बारकासा थेंब या सगळ्यांचा समावेश केला जातो.

इतकं पराकोटीचं परिपूर्णत्व शक्य आहे का? असा प्रश्न वाचकांच्या मनात येईल तर त्याचं उत्तर हेच आहे – कुठलंही काम एका विशिष्ट पद्धतीनंच करणं आणि वारंवार करणं, ह्याच दोन गुरुकिल्ल्या आहेत. असं आढळून आलंय की,

हृदयावरील शस्त्रक्रिया, रक्तवाहिन्यांवरील शस्त्रक्रिया आणि इतरही अनेक प्रकारच्या शस्त्रक्रिया झालेले एकूण रुग्ण आणि त्यातून सहीसलामत वाचणारे रुग्ण यांचा प्रत्यक्ष संबंध असतो तो एकाच गोष्टीशी – शल्यविशारदाने किती शस्त्रक्रिया केलेल्या आहेत, म्हणजेच त्याला कितीसा अनुभव आहे. पंचवीस वर्षांपूर्वीची परिस्थिती आजच्याहून फार वेगळी होती. त्या काळी साधारण शल्यविशारद अनेक प्रकारच्या शस्त्रक्रिया करत असत. उदा. ते गर्भाशय काढून टाकण्याची शस्त्रक्रिया करत, फुप्फुसांवरील कर्करोगग्रस्त भाग काढून टाकत, इतकंच नव्हे तर, पायांतील कडक झालेल्या शिरांना पर्यायी शिरा जोडण्याची शस्त्रक्रियाही करत असत. आत्ताची परिस्थिती वेगळी आहे. सध्याचं युग विशेषज्ञांचं आहे. त्यामुळेच प्रत्येक विशेषज्ञ फक्त आपल्या विशिष्ट क्षेत्रातल्या काही ठराविक प्रकारच्या शस्त्रक्रियाच परत-परत करतो. मी जेव्हा शस्त्रक्रियादालनात शस्त्रक्रिया करत असतो, तेव्हा माझ्या दृष्टीने सर्वांत अमूल्य दाद मला माझ्या सहकाऱ्याकडून मिळते ती या शब्दांत – "गवांदे, तुझं काम एखाद्या यंत्रासारखं असतं, बघ!" आणि तो जेव्हा माझी तुलना यंत्राशी करतो, तेव्हा त्याने तो शब्द उगीच वापरायचा म्हणून वापरलेला नसतो. काही परिस्थितीत आपण मनुष्यमात्र खरोखरच यंत्रासारखं वागू शकतो.

मला इथे एका साध्या शस्त्रक्रियेचं उदाहरण द्यावंसं वाटतं. हर्नियाच्या रुग्णावर शस्त्रक्रिया करून त्याची समस्या सोडवता येते. ही शस्त्रक्रिया मी शस्त्रक्रियाविभागात निवासी डॉक्टर म्हणून काम करायला सुरुवात केल्यानंतरच्या पहिल्या वर्षातच शिकलो. जेव्हा आपल्या उदराचा पडदा (abdominal wall) जांघेच्या भागांमध्ये कमजोर होऊ लागतो, तेव्हा उदरातील अवयव खाली घसरल्यासारखे होतात आणि त्यांचा फुगवटा डोळ्यांनासुद्धा दिसतो. अशा वेळी शल्यविशारद हे अवयव परत एकदा आत ढकलतात आणि उदराचा पडदा दुरुस्त करून पूर्वस्थितीला आणतात. बहुतेक सगळ्या रुग्णालयांत या संपूर्ण प्रक्रियेला – फुगवटा आत ढकलायला आणि उदराचा पडदा ठाकठीक करायला साधारणपणे दीड तास लागतो आणि खर्च येतो ४००० डॉलर. साधारणपणे हर्नियाच्या १० ते १५ टक्के शस्त्रक्रिया काही वर्षांनी अयशस्वी ठरतात – म्हणजेच हर्निया परत उद्‌भवतो. याला अपवाद म्हणता येईल, असं एक रुग्णालय आहे – कॅनडातील टोरॉंटो या शहराच्याजवळ असलेलं 'शोल्डिस हॉस्पिटल.' जगातील आकडेवारी इथे लागू होत नाही. इथले शल्यविशारद हर्नियाची शस्त्रक्रिया साधारणपणे तीस ते चाळीस मिनिटांत संपवतात. हर्नियाच्या पुनरुद्‌भवाचं प्रमाण इथे अत्यल्प म्हणजे फक्त एक टक्का आहे आणि शस्त्रक्रियेचा खर्चही इतर रुग्णालयांपेक्षा निम्मा येतो.

या रुग्णालयाच्या यशाचं गमक काय, असा प्रश्न वाचकांना पडला असेल.

याचं उत्तर अगदी साधं अन् सोपं आहे. इथले डझनभर शल्यविशारद हर्नियाशिवाय दुसरी कोणतीच शस्त्रक्रिया करत नाहीत. प्रत्येक शल्यविशारद वर्षाला साधारणपणे ६०० ते ८०० हर्निया दुरुस्त करतात – सर्वसाधारण शल्यविशारद आपल्या संपूर्ण कारकिर्दीतदेखील हर्नियाच्या इतक्या शस्त्रक्रिया करत नाहीत. हर्नियावरील शस्त्रक्रिया या विशिष्ट क्षेत्रात शोल्डिस हॉस्पिटलमधील शल्यविशारद इतर कुठल्याही शल्यविशारदांपेक्षा अधिक कुशल असतात आणि त्यांचा अनुभव खरोखरच दांडगा असतो. पण त्यांच्या यशामागचं कारण सूत्ररूपात मांडायचं झालं, तर ते असं असेल – एकाच कामाची पुनरावृत्ती केल्याने करणाऱ्याच्या वैचारिक बैठकीतही फरक पडतो. हार्वर्डमधील ल्युसियन लीप या बालशल्यविशारदाने वैद्यकीय चुकांचा अभ्यास केला असता, असा निष्कर्ष काढला आहे – विशेषज्ञ व्यक्तीचं व्यवच्छेदक लक्षण हे दिसून येतं की, समस्यांचं निराकरण करत असताना ते हळूहळू स्वयंचलित यंत्रासारखे होत जातात. वेगळ्या शब्दांत मांडायचं झालं, तर असं म्हणता येईल की, एखादी क्रिया परत-परत केल्यामुळे आपलं मन ती क्रिया स्वयंचलितपणे करू लागतं, त्यासाठी वेगळा प्रयत्न करावा लागत नाही. रोज आपण गाडी चालवत ऑफिसला जातो, तेव्हा जशा बहुतेक सर्व क्रिया स्वयंचलितपणे होतात तोच प्रकार. एखादी नवी परिस्थिती उभी राहिली, तर आपल्याला लक्ष देऊन विचार करावा लागतो. ते काम योग्य पद्धतीने कसं करायचं ते ठरवावं लागतं, त्यामुळे ती पद्धत विकसित व्हायला थोडा वेळ लागतो, अमलात आणायला त्या अधिक कठीण असतात आणि त्यामुळेच चुका होण्याचा संभव अधिक. शल्यविशारदाकडे बहुतेक प्रकारच्या परिस्थितीवर सहजपणे काढता येईल, असा तोडगा असतो त्यामुळे त्याच्यासाठी हा आणखी एक फायदा असतो. इकेजींवर आधारित स्वीडिश डॉक्टरांनी केलेलं संशोधन असं सुचवत असेल की, रोगनिदान करताना डॉक्टरांची जागा यंत्रांनी घ्यावी, तर शोल्डिसच्या उदाहरणावरून असं म्हणता येईल की, डॉक्टरांनाच यंत्रवत काम करण्याचं प्रशिक्षण द्यावं.

हिवाळ्यातील एका सोमवारी सकाळी मी अंगावर, शल्यविशारद चढवतात तसा – हिरव्या रंगाचा सुती कुडता, पँट, तोंडावर लावायचा मास्क, डोक्यावर कागदी टोपी – असा जामानिमा चढवला आणि शोल्डिस हॉस्पिटलच्या पाच शस्त्रक्रियादालनांतून फेरफटका मारला. मला त्या सगळ्या दालनांमध्ये इतका एकसारखेपणा दिसला की, एकाचं वर्णन केलं तरी पुरे. मी तीन शल्यविशारदांचं सहा रुग्णांवर शस्त्रक्रिया करताना निरीक्षण केलं अन् माझ्या लक्षात आलं की, त्यांच्यापैकी एकानंही ठरलेल्या कार्यपद्धतीत तसूभरही बदल केला नाही. अथपासून इतिपर्यंत त्यांनी सगळे टप्पे काटेकोरपणे पार पाडले.

एका छोट्याशा पेटीसारख्या शल्यदालनात एक्कावन्न वर्षांचे, पण वयाच्या

मानाने तरुण दिसणारे डॉ. रिचर्ड सँग शस्त्रक्रिया करत असताना मी तिथे उभा राहिलो. डॉ. सँग विनोदी वृत्तीचे होते. संपूर्ण शस्त्रक्रियेदरम्यान आम्ही दोघं गप्पा मारत होतो, पण डॉ. सँग शस्त्रक्रियेतील प्रत्येक पायरी त्यांच्याही नकळत अचूकपणे पार पाडत होते. त्यांच्या साहाय्यकाला अन् परिचारिकेलादेखील कोणत्या वेळी काय काम करायचं, ते नेमकं ठाऊक असावं. डॉ. सँगनी एकही सूचना न देता त्यांचे साहाय्यक व परिचारिका त्यांना हव्या असलेल्या क्रिया करत होते, त्यांना हवं असलेलं उपकरण त्यांच्या हातात ठेवत होते. ज्याच्यावर ही शस्त्रक्रिया केली गेली, तो रुग्ण पस्तीस वर्षांचा हसतमुख तरुण होता. त्याच्या चेहऱ्यावर मला भीतीचा लवलेशही दिसला नाही. गंमत म्हणजे अधूनमधून तो त्याच्या अंगावरील आच्छादनाआडून डॉक्टरांना शस्त्रक्रियेविषयी काही प्रश्नही विचारत होता. त्याच्या पोटाच्या खालच्या उघड्या भागावर पिवळसर रंगाचं आयोडिनचं जंतुनाशक द्रावण चोपडलेलं दिसत होतं. प्लमच्या आकाराचा एक गोळा पोटाच्या डाव्या बाजूला दिसत होता. डॉ. सँगनी त्याला बधिर करण्यासाठी एक इंजेक्शन दिलं. नंतर १०नंबरच्या पात्याने त्यांनी एक चार इंची तिरका छेद दिला त्याबरोबर त्वचेखाली असलेला चमकणारा चरबीचा थर दृष्टीस पडला. डॉ. सँगच्या साहाय्यकाने लगेच जखमेच्या दोन्ही बाजूंना कापडाच्या तुकड्याने रक्त टिपल्यासारखं केलं आणि जखम विस्तारून मोठी केली.

डॉ. सँगनी पोटाच्या बाहेरील स्नायूंचा थर कापून बाजूला केल्यावर आतील बाजूला शुक्रजंतूवाहक नलिका, अर्धा इंच लांबीची रक्तवाहिनी आणि शुक्रजंतूवाहिन्या दिसल्या. शुक्रजंतूवाहक नलिकेच्या खालच्या बाजूला असलेल्या स्नायूच्या पडद्याला शिथिलता आल्यामुळे रुग्णाच्या पोटाच्या बाहेरील बाजूस फुगवटा दिसत होता. याच ठिकाणी सर्वसाधारणपणे हर्निया दिसून येतो. सँगनी आपल्या कामाचा वेग जाणीवपूर्वक कमी केला, आणखी कुठे हर्निया आहे का, ते त्यांनी काळजीपूर्वक बोटांनी चाचपडून पाहिलं. हा भाग म्हणजे पोटाच्या स्नायूंचा आतला थर होता, ज्याच्यामधून शुक्रजंतूवाहक नलिका बाहेर येत होती. त्यांना तिथेही एक लहानसा हर्निया आढळला. या शस्त्रक्रियेदरम्यान त्यांनी नीट तपासलं नसतं, तर हाच हर्निया पुन्हा वेगळ्या शस्त्रक्रियेद्वारे त्यांना काढावा लागला असता. आता डॉ. सँगनी नलिकेखालचे उरलेले स्नायूचे थर कापले त्यामुळे पोटाची भिंत पूर्णपणे खुली झाली. फुगवट्याच्या रूपात बाहेर आलेले पोटातले सगळे अवयव त्यांनी आत ढकलले. तुमच्या घरातल्या कोचावर जी उशी ठेवलेली आहे, तिच्या आतला कापूस बाहेर आला, तर तुम्ही तो आत ढकलता, उशीच्या खोळीच्या कापडावर टाके घालून ती शिवून टाकता किंवा त्यावर एखादं ठिगळ लावता. मी जिथे काम करतो त्या रुग्णालयात आम्ही हर्निया आत ढकलतो, त्याच्यावरती एक प्लॅस्टिकचा

जाळीदार तुकडा ठेवतो आणि तो सभोवतालच्या पेशीसमूहांना व्यवस्थितपणे जोडून टाकतो. या जाळीदार ठिगळामुळे (जाळीदार असलं, तरी ते चांगलंच टणक किंवा भक्कम असतं.) पुरेसा आधार मिळतो आणि हे तंत्र वापरायलाही सोपं आहे. पण डॉ. सँग आणि शोल्डिसमधील इतर शल्यविशारदांनी माझी कल्पना उडवून लावली. त्यांच्या मते जाळीदार कापडामुळे जंतूसंसर्गाचा धोका उद्भवू शकतो, कारण तो शरीरात परका असल्याने कधीही पूर्णपणे सामावला जाऊ शकत नाही. खर्चाच्या दृष्टीनंही तो फायद्याचा ठरत नाही, कारण त्याची किंमत शेकडो डॉलर असते. सर्वांत महत्त्वाचं कारण म्हणजे त्याची मुळीच गरज नसते, हे त्यांनी आपल्या तंत्रातून सिद्ध केलं आहे. मी डॉ. सँगबरोबर ही चर्चा करत असताना त्यांचे हात काम करतच होते. तेवढ्या वेळात त्यांनी पोटाच्या स्नायूंचे तिन्ही थर वेगवेगळेच शिवून टाकले. हे करण्यासाठी त्यांनी बारीक तारेचा उपयोग केला. स्नायूचे थर शिवताना त्यांनी ते एकावर एक येतील या पद्धतीने (डबल-ब्रेस्ट कोटाप्रमाणे) शिवले. सर्वांत शेवटी त्यांनी बाह्य त्वचेला चिमटे लावून ती बंद केली, त्यानंतर त्यांनी कापडाचं आवरण बाजूला केलं; झालं! पुढल्या क्षणी रुग्ण उठून बसला, त्याने पाय खाली ठेवले आणि चालत शस्त्रक्रियादालनातून तो बाहेरही पडला. ह्या संपूर्ण शस्त्रक्रियेचा अवधी होता – फक्त तीस मिनिटं!

शोल्डिसमध्ये वापरतात त्याच तंत्राचा वापर करून इतर ठिकाणचे अनेक शल्यविशारद हर्निया दुरुस्त करतात, पण त्यांच्या रुग्णांमध्ये हर्निया परत उद्भवण्याचा दर इतरत्र आढळतो तेवढाच आहे. याचा आणखी एक अर्थ काढता येतो. शोल्डिसचं नाव केवळ तिथल्या तंत्रामुळे मोठं झालेलं नाही. माझ्या मते शोल्डिसचे डॉक्टर आपल्या कामात इतके तरबेज झालेले आहेत की, त्यांची तुलना आपण इंटेलमधल्या तंत्रज्ञांबरोबर करू शकतो. इंटेल ज्याप्रकारे संगणकात वापरल्या जाणाऱ्या चिप्स निर्माण करते, त्याप्रमाणे शोल्डिसमधले डॉक्टर हर्निया दुरुस्त करतात. ह्या मंडळींना 'लक्ष एकाग्र असलेला कारखाना' (focussed factory) असं म्हणवून घ्यायला आवडतं. या रुग्णालयाची इमारत बांधताना त्यांनी ती खास हर्नियाच्या रुग्णांच्या सोयीने बनवली आहे. रुग्णांच्या खोल्यांमध्ये फोन नाहीत, तसेच टी.व्ही.सुद्धा नाहीत. त्यांना जेवण त्यांच्या खोल्यांमध्ये मिळत नाही, तर त्यासाठी रुग्णांना तळमजल्यावरील जेवणकक्षात जावं लागतं; त्यामुळे रुग्णांना थोडीफार हालचाल करावीच लागते. सर्वसाधारणपणे शस्त्रक्रियेनंतर रुग्ण नुसते झोपून राहतात किंवा बसून राहतात. असं केल्याने त्यांना त्रास होण्याची शक्यता वाढते – छातीत पाणी साठल्यामुळे न्यूमोनिया होतो किंवा पायांतील शिरांमध्ये रक्ताच्या गुठळ्या होऊ शकतात.

एका रुग्णावरील शस्त्रक्रिया आटोपल्यानंतर डॉ. सँगनी त्याला परिचारिकेच्या

स्वाधीन केलं आणि ते पुढच्या रुग्णाकडे गेले आणि त्याला चालतच त्याच शस्त्रक्रियादालनात घेऊन आले, तेव्हा पहिली शस्त्रक्रिया आटोपल्याला फक्त तीन मिनिटं झाली होती. तेवढ्या छोट्या अवधीत खोली स्वच्छ करून झाली होती. शस्त्रक्रियेच्या टेबलावरची चादर बदलण्यात आली होती, निर्जंतुक केलेली उपकरणं व्यवस्थितपणे मांडून ठेवलेली होती. आता पुढील शस्त्रक्रिया सुरू झाली. हे रुग्णालय ज्यांनी स्थापन केले, त्यांचा मुलगा म्हणजेच डॉ. बर्नीस शोल्डिस. ते स्वत:ही हर्नियाच्या शस्त्रक्रिया करतात. त्यांना मी विचारलं, ''दिवसभर तुम्ही फक्त हर्नियाच्या शस्त्रक्रिया करता, त्याचा तुम्हाला कधी कंटाळा येत नाही का?''

त्यावर ते डॉ. स्पॉकच्या आवाजात म्हणाले, ''नाही. आपण एखाद्या गोष्टीत परिपूर्णता प्राप्त करतो तेव्हा त्याचा एक वेगळाच आनंद असतो.''

याच वेळी काहीसा विरोधाभास म्हणता येईल, असा एक विचार माझ्या मनात येतो. शोल्डिस रुग्णालयातल्या शस्त्रक्रिया 'विशेष' या वर्गात मोडता येतील अशा असतात. रुग्णांना अशा प्रकारची सेवा देणाऱ्या डॉक्टरांना खरोखरच अत्युच्च पातळीचं प्रशिक्षण आवश्यक असतं का? माझ्या मनात हा प्रश्न आला कारण ज्या तीन शल्यविशारदांना मी शस्त्रक्रिया करताना पाहिलं, त्यांच्यापैकी एकही शल्यविशारद त्या क्षेत्रातला तज्ज्ञ म्हणता आला नसता. अमेरिकेतल्या कुठल्याच रुग्णालयात त्यांना कुठल्याही प्रकारची शस्त्रक्रिया करता आली नसती, कारण त्यांनी शल्यविभागातलं प्रशिक्षण घेतलेलं नव्हतं. डॉ. सँग पूर्वी एक साधे डॉक्टर होते; बर्नीस शोल्डिसनी वैद्यकीयशाखेतली प्राथमिक पदवीच मिळवलेली होती; तिसरे डॉक्टर जे शल्यविभागप्रमुख म्हणून काम करत होते, ते तर स्त्रीरोगतज्ज्ञ होते! त्यांनी फक्त एक वर्षाचं प्रशिक्षण घेतल्यावर शोल्डिसमध्ये हर्नियाच्या शस्त्रक्रिया करायला सुरुवात केली होती आणि आता सगळ्या जगातले उत्तम 'हर्निया शल्यविशारद' असं नाव त्यांनी कमावलेलं होतं! अशा वेळी मनात असा प्रश्न येतो – जर तुम्ही फक्त हर्नियाच्या शस्त्रक्रिया किंवा मोठ्या आतड्यावरील शस्त्रक्रियाच करणार असाल, तर मग प्रावीण्य मिळवण्याखातर शल्यशास्त्राचं संपूर्ण शिक्षण (चार वर्षं वैद्यकीय पदवीसाठी आणि पुढचा चार-पाच वर्षं निवासी डॉक्टर म्हणून) घ्यायची काय गरज आहे? एक पायरी पुढे जाऊन असाही प्रश्न विचारता येईल – तुम्ही मनुष्यप्राणी असण्याची तरी गरज आहे का? (हा प्रश्न स्वीडनमधील 'इकेजी' अभ्यासगटाने विचारला.)

आमच्या वैद्यकीय जगतात आता थोड्याफार प्रमाणात असं मान्य केलं गेलंय की, शोल्डिसमध्ये ज्या प्रकारचं स्वयंचलितत्व वापरलं जातं, त्या तंत्रामुळे एकूणच वैद्यकीयक्षेत्रात अधिक चांगले बदल घडून येऊ शकतील, पण अनेक डॉक्टरांना ते फारसं पटलेलं नाही, हेदेखील तितकंच खरं आहे. खास करून रोगनिदान करण्याच्या

बाबतीत तर त्यांना ही पद्धत वापरणं योग्य वाटत नाही. बरेच डॉक्टर असं मानतात की, काही विशिष्ट ठोकताळ्यांच्या आधारावर रोगाचं निदान करणं म्हणजे पाककृतीच्या पुस्तकासारखं होईल. काही ठराविक लक्षणं दिसली की, अमुक एक रोग अशा प्रकारे रोगनिदान करणं म्हणजे पुस्तकात पाहून पाककृती करण्यासारखं होईल. त्यांचा मुद्दा हा की, रोगनिदान करताना डॉक्टरने प्रत्येक रुग्णातील खास वैशिष्ट्यंही लक्षात घेतली पाहिजेत.

आणि या विधानात तथ्य आहे असं मानायला जागा आहे, नाही का? ज्या वेळी मी आपत्कालीन विभागात शल्यसल्लागार म्हणून जबाबदारी सांभाळतो, तेव्हा मला अनेकदा हा प्रश्न विचारला जातो. डॉक्टर, एका रुग्णाला पोटदुखी सुरू झालीय, ती ॲपेंडिसायटिसमुळे असेल का? मी त्या वेळी अनेक घटकांचा विचार करतो. मी हात लावून पोट तपासतो, तेव्हा माझा अंदाज काय असतो, त्याला होणारी वेदना कसल्या प्रकारची आहे, त्यांच्या शरीराचं तापमान, त्याची भूक आणि प्रयोगशाळेतील तपासण्यांचे निष्कर्ष वगैरे, वगैरे. तसं असलं तरी हे सगळे घटक मी एखाद्या समीकरणाच्या रूपात मांडून मग माझं मत ठरवत नाही. माझी वैद्यकीय निदानशक्ती मी वापरतो, माझ्या अंतःप्रेरणेलाही विचारात घेतो अन् मगच ठरवतो की, त्याच्यावर शस्त्रक्रिया करावी की, काही दिवस त्याला रुग्णालयात ठेवून घेतल्यावर, पुरेसं निरीक्षण केल्यानंतरच मग काय तो निर्णय घ्यावा आणि उपचारांची गरज नसेल, तर त्याला सरळ घरी पाठवून द्यावं. संख्याशास्त्राच्या नियमांना व्यक्ती धाब्यावर बसवतात हे आपण अनेक वेळा पाहिलंय, अनुभवलंय – एखादा अट्टल बदमाश सुतासारखा सरळ झालेला आपल्याला दिसतो, मृत्युपंथाला लागलेला कर्करोगी जादू घडल्याप्रमाणे बरा झालेलाही आपण पाहतो. मानसशास्त्रात एक परिस्थिती वर्णन केलेली असते, तिला 'पाय मोडल्याची समस्या' (broken-leg problem) असं नाव आहे. संख्याशास्त्रातील एका समीकरणाच्या आधारे आपण एखादा माणूस पुढच्या आठवड्यात चित्रपट पाहायला जाईल का, याचा बराचसा बरोबर अंदाज वर्तवू शकतो. पण समजा एखाद्याला माहीत आहे की, त्या माणसाचा पाय मोडला आहे, तर तो हे समीकरण चूकही ठरवू शकतो. थोडक्यात सांगायचं की, जगात शेकडो अपवादात्मक म्हणता येतील, अशा घटना घडू शकतात. अशी परिस्थिती असताना कुठलंही समीकरण त्या सगळ्या शक्यता विचारात घेऊ शकत नाही. आपल्या घासूनपुसून लखलखीत ठेवलेल्या अंतःप्रेरणेवर म्हणूनच डॉक्टरमंडळींचा जास्त विश्वास असतो.

असाच एकदा मी कामावर होतो, तेव्हा एक एकोणचाळीस वर्षांची एक महिला माझ्याकडे आली. तिच्या पोटात खालच्या बाजूला उजवीकडे दुखत होतं. वरवर विचार करता, हे दुखणं मला ॲपेंडिसायटिसचं वाटत नव्हतं. "मला फार

काही वेदना होत नाहीयेत, तसंच ताप नाही की मळमळणं, उलटीची भावना असला काही त्रासही नाही वाटत,'' तिने मला सांगितलं. खरं म्हणजे तिला भूक लागली असावी, कारण मी तिचं पोट बोटांनी चाचपलं, तेव्हा ती वेदनेने कळवळलीही नाही. तिचे चाचण्यांचे निष्कर्षही धड काहीच दाखवत नव्हते. तरीही मी माझ्या वरच्या शल्यविशारदाला तिच्यावर अपेंडिक्सच्या चाचण्या केल्या जाव्यात असा सल्ला दिला. त्यामागे दोन कारणं होती. पहिलं कारण म्हणजे तिच्या शरीरातल्या पांढऱ्या रक्तपेशींचं प्रमाण वाजवीपेक्षा जास्त होतं, ज्याचा अर्थ तिच्या शरीरात कुठेतरी जंतुबाधा झालेली होती आणि दुसरं, त्याहून महत्त्वाचं कारण म्हणजे तिच्या चेहऱ्याकडे पाहूनच मला जाणवलं की, तिची तब्येत ठीक नव्हती. मोठ्या रुग्णालयात निवासी डॉक्टर म्हणून काही काळ काम केल्यानंतर तुमच्या हाताखालून अनेक रुग्ण जातात. त्यांना तपासण्याचा तुम्हाला बराच अनुभव मिळतो, त्यामुळे खऱ्या अर्थाने आजारी असलेले रुग्ण एका कटाक्षातच ओळखता येतात. नक्की कारण लगेच समजलं नाही, तरी एवढं छातीठोकपणे सांगता येतं की, बाब काळजी करण्यासारखी आहे. रुग्णांवर उपचार करणाऱ्या शल्यविशारदाने माझं मत ग्राह्य मानलं, तिच्या तपासण्या केल्यावर माझं निदान खरं ठरलं. तिला ॲपेंडिसायटिसचाच त्रास होता.

त्यानंतर थोड्याच दिवसांनी माझ्याकडे एक पासष्ट वर्षांचे गृहस्थ तपासणीसाठी आले. या दोघांच्या समस्यांमध्ये काहीही फरक नव्हता. प्रयोगशाळेतील चाचण्यांचे निष्कर्षही तेच होते; मी त्यांचा उदरभागाचे फोटो घेतले, त्यावरून निश्चित अनुमान काढणं शक्य नव्हतं. ह्या रुग्णाच्या बाबतीतही ॲपेंडिसायटिसची नेहमीची लक्षणं दिसत नव्हती, पण ह्याच्याही बाबतीत मला वाटलं की, त्याला हाच त्रास असावा. त्याच्यावर शस्त्रक्रिया केल्यानंतर मात्र माझं निदान चूक ठरलं, कारण त्याचं ॲपेंडिक्स पूर्णपणे निरोगी आढळलं. त्याला मोठ्या आतड्याचा आजार – जंतुबाधा – डायव्हर्टिक्युलायटिस (diverticulitis) – होता. त्यासाठी शस्त्रक्रियेची गरज नसते.

आता प्रश्न असा येतो की, असे दुसऱ्या वर्गात मोडणारे रुग्ण जास्त मोठ्या प्रमाणात आढळतात का? म्हणजे बऱ्याच वेळा माझं मन मला धोका देतं का? स्वीडिश अभ्यासातला महत्त्वाचा मुद्दा हाच होता – प्रत्येक रुग्ण तपासताना डॉक्टर आपल्या मनाचा कौल विचारात घेतात आणि आधुनिक वैद्यकशास्त्राचा हाच पाया असल्यामुळे त्यामध्ये मूलभूतच उणीव आहे, यामुळे चुका कमी होण्यापेक्षा त्या वाढतातच. ज्या इतर क्षेत्रांमध्ये हीच विचारसरणी वापरली जाते, तिथे असा निर्णय काढायला बराच वाव आहे. गेल्या चार दशकांमध्ये अनेक वेळा संज्ञानात्मक मानसशास्त्रज्ञांनी (cognitive psychologists) असं अनेकदा सिद्ध केलं आहे की,

निदान करताना मानवी निर्णयापेक्षा; आंधळेपणाने वापरलेला गणिती दृष्टिकोनच (algorithmic approach) अधिक उजवा ठरतो. १९५४ साली पॉल मीहल नावाच्या मानसशास्त्रज्ञाने 'वैद्यकीय आणि संख्याशास्त्रीय निदान यांतील तुलना' या नावाचा एक शोधनिबंध सादर केला. ज्यांना शिक्षेची मुदत संपण्यापूर्वी काही दिवसांसाठी सुटकेची सवलत दिली जाते, अशा इलिनॉइसमधील तुरुंगातील कैद्यांचा अभ्यास त्यामध्ये त्याने केला होता. कोणता कैदी या सवलतीचे उल्लंघन करील, याची ती पाहणी होती. या अभ्यासादरम्यान तुरुंगाच्या मानसोपचारतज्ज्ञांनी जी काही निदाने केली होती, त्यांचा अभ्यास त्याने केला. त्याची निदाने त्याने दुसऱ्या एका निदानाशी पडताळून पाहिली. हे दुसऱ्या प्रकारचं निदान प्राथमिक स्वरूपाच्या सूत्रावर आधारलेलं होतं. त्यानुसार अमुक वयाचे, अमुक वेळा गुन्हे केलेले, अमुक प्रकारचा गुन्हा केलेले कैदी अशा सशर्त सुटकेचे नियम मोडतात. या दोन्ही अभ्यासांची व त्यांच्या निष्कर्षांची तुलना केल्यावर मीहलच्या असं लक्षात आलं की, सूत्रावर आधारलेले निष्कर्ष मानसोपचार-तज्ज्ञांच्या अंदाजापेक्षा अधिक अचूक होते. अलीकडच्या काळात मीहल, डेव्हिड फाउस्ट आणि रॉबिन डॉवेस या सामाजिक शास्त्रज्ञांनी शंभराहून अधिक अभ्यासांचा परामर्श घेतला. या सगळ्या संशोधन-अभ्यासांमध्ये संगणकीय किंवा संख्याशास्त्रीय सूत्राधारित निदानाची तुलना मानवी निदानाबरोबर केली आहे. हे अभ्यास वेगवेगळ्या विषयांशी संबंधित होते. उदा. एखादी कंपनी दिवाळं काढेल का, इथपासून ते यकृताचा आजार असलेल्या माणसाचं आयुष्य किती असू शकेल इथपर्यंत. जवळजवळ सगळ्या पाहण्यांमध्ये असं दिसून आलं की, संख्याशास्त्रावर आधारलेले निर्णय मानवी निदानाइतकेच किंवा त्याहून अधिक योग्य होते. कुणी असंही म्हणेल की, मानवाने संगणकाच्या मदतीने निर्णय घेतले, तर ते सगळ्यांत उत्तम ठरतील. इथे संशोधक असं दाखवून देतात की, या मुद्द्यात फारसं तथ्य नाही. जिथे एकमत होत असेल, तिथे काही प्रश्न उद्भवत नाही. पण जर एकमत होत नसेल, तर मग संगणकाचं निदान ग्राह्य मानणं केव्हाही श्रेयस्कर.

आता मनात हा प्रश्न येतो – व्यवस्थितपणे विकसित केलेलं संगणकीय सूत्र श्रेष्ठ का? त्याची काही कारणं डॉवेसनी दिली आहेत. पहिलं कारण हे की, मनुष्यप्राणी दृढ वा अचल नसतो – त्याच्यावर अनेक गोष्टींचा प्रभाव पडतो. उदा. लोकांनी केलेल्या सूचना, ज्या क्रमाने आपण वस्तू पाहतो तो क्रम, अलीकडील एखादा अनुभव, मन विचलित करणाऱ्या गोष्टी, कशा पद्धतीने आपल्याला माहिती दिली जाते वगैरे. दुसरी गोष्ट म्हणजे, नानाविध घटकांचा विचार करण्याची क्षमता आपल्यात नसते. काही घटकांना आपण अवास्तव महत्त्व देतो, तर काहींकडे आपण दुर्लक्ष करतो. याउलट चांगला संगणकीय कार्यक्रम सातत्याने आणि

स्वयंचलितपणे सर्व घटकांचा विचार करतो व प्रत्येकाला तो पुरेसं महत्त्व देतो. या बाबतीत एक साधं उदाहरण मीहलने दिलंय. तो म्हणतो, आपण एखाद्या दुकानातून सामान घेतो. त्या वेळी आपण तिथल्या कारकुनाच्या नजरेच्या अंदाजावर विसंबत नाही. समजा त्याने तुमच्या सामानाच्या पिशवीकडे बघून अंदाज सांगितला, 'मला वाटतं, तुम्ही सतरा डॉलरचं सामान विकत घेतलंय,' तर ते तुम्हाला पटेल का? या बाबतीत त्याला जर बरंच प्रशिक्षण दिलं, तर कदाचित त्याचा अंदाज बराच योग्य ठरूही शकेल. पण इथे अनुभवाने एक गोष्ट आपल्याला चांगली समजली आहे – जो संगणक एका पाठोपाठ किमतींची बेरीज करत जातो, तो त्याच्या कामगिरीत अधिक सातत्य दाखवतो आणि त्यात अधिक अचूकता असते. स्वीडनमधील संशोधनातून असं लक्षात आलं की, सहज जाणवणाऱ्या चुका ओहलिनने केल्या नाहीत, पण अनेक इकेजी हे संदिग्धतेच्या सीमारेषेवर होते, त्यामुळे त्यांतील काही वैशिष्ट्यं हृदय निरोगी असल्याचं दर्शवत होते, तर इतर काही वैशिष्ट्यं हृदयविकार आहे असं दर्शवत होती. अशा परिस्थितीत डॉक्टरांना निश्चितपणे हातातल्या माहितीचा अर्थ काय लावायचा हे ठरवणं कठीण जातं. अशा वेळी काही बाहेरच्या घटकांचा त्यांच्यावर प्रभाव पडू शकतो. उदा. आधीचा इकेजी कसा दिसत होता?

त्यामुळे शेवटी असा निष्कर्ष काढावा लागतो की, काही ठराविक रोगनिदानासाठी डॉक्टरांना संगणकाची मदत घेणं अत्यावश्यक ठरेल. माझ्या माहितीप्रमाणे पॅपनेट नावाचं एक महाजाल आहे, ज्याचा उपयोग एका विशिष्ट चाचणीत मोठ्या प्रमाणावर केला जातो. प्रतिमेच्या स्वरूपात दिसणारी ही चाचणी (पॅपस्मिअर) स्त्रियांच्या गर्भाशयमुखाला कर्करोग झाला आहे का किंवा होण्याची शक्यता आहे का ते पाहण्यासाठी केली जाते. हे काम एरवी रोगचिकित्सक करतात. वैद्यकीयक्षेत्रातील प्रत्येक प्रकारच्या रोगनिदानामध्ये संगणकाचा उपयोग कसा केला जात आहे, त्याविषयी संशोधकांनी जवळजवळ एक हजाराहून अधिक चाचण्या केल्या आहेत. ॲपेंडिसायटिस, वार्धक्यामुळे येणारं मानसिक दौर्बल्य, मानसिक आजारांमधील आपत्कालीन परिस्थिती आणि लैंगिक संबंधातून निर्माण होणारे रोग वगैरेंचं निदान करण्यासाठी आता संगणकाची मदत सर्रास घेतली जाते. काही इतर निदानांसाठी – कर्करोगावरील उपचाराचं यश, अवयवारोपण आणि हृदयाच्या झडपा बदलणे – संगणकाची मदत होऊ शकते. छातीचे क्ष-किरण फोटो, स्तनाचे कर्करोग तपासण्यासाठी काढलेले फोटो आणि काही हृदयाचे फोटो काय माहिती सांगतात ह्यासाठीदेखील संगणकाची मदत घेता येते. त्यासाठी खास प्रोग्रॅम बनवले गेले आहेत.

रोगांवरील उपचारांबाबत काही रुग्णालयांमध्ये आता शोल्डिस हॉस्पिटलचं उदाहरण ग्राह्य मानलं जाऊ लागलं आहे. तिथल्या विशेषज्ञांनी स्वयंचलिततेचे फायदे सिद्ध करून दाखवले आहेत. 'हार्वर्ड बिझिनेस स्कूल'मधील एक प्राध्यापिका,

रेजिना हर्झलिंगरनी (यांनीच 'आरोग्यसेवाकेंद्रित कारखाना' हा शब्दप्रयोग प्रथम वापरला.) आपल्या 'मार्केट ड्रिव्हन हेल्थ केअर' या पुस्तकात अन्य काही उदाहरणांकडे निर्देश केला आहे. उदा. टेक्सास हार्ट इन्स्टिट्यूट फॉर कार्डियाक सर्जरी आणि ड्यूक विद्यापीठातील 'बोन-मॅरो ट्रान्सप्लांट सेंटर.' स्तनाचा कर्करोग झालेल्या रुग्णांना कॅन्सर उपचार केंद्रात जिथे एक कर्करोग शल्यविशारद, एक कर्करोग तज्ज्ञ, एक रेडिएशन तज्ज्ञ, एक प्लास्टिक शल्यविशारद, त्याशिवाय एक समाजसेवक, एक आहारतज्ज्ञ आणि दिवस-रात्र याच कर्करोगाचे रुग्ण तपासणारे इतर अनेक विशेषज्ञ असतात; तिथे अधिक चांगली सेवा मिळू शकते आणि त्यामुळे त्यांच्यात अधिक चांगली सुधारणा होते. हल्ली तुम्ही कुठल्याही रुग्णालयात गेलात, तरी तिथे तुम्हाला दमा किंवा एकाएकी आलेला पक्षाघाताचा झटका अशांसारख्या सर्वसामान्य समस्यांवर तातडीने करावयाचे इलाज व त्यासाठीची नियमावली दिसून येईल. आता कृत्रिम पेशीजालाचे हे फायदे रोगनिदानामध्येही वापरले जातात.

तरीही एक गोष्ट मान्य करायलाच हवी. ती म्हणजे वैद्यकीयक्षेत्राचं अशा प्रकारचं यांत्रिकीकरण करण्याला विरोध तर होतच राहाणार. त्यामागचं एक कारण दूरदृष्टीचा अभाव हेच आहे. डॉक्टर आपल्या नेहमीच्या पद्धती सोडून नव्या पद्धती वापरण्यास नाखूश असतात. दुसरंही एक खरंखुरं कारण आहेच – त्यांना प्रामाणिकपणे असं वाटतं की, यांत्रिकीकरणाच्या हव्यासापायी आपण वैद्यकशास्त्राचा आत्माच गमावून बसू ही भीती त्यांना वाटते. आधुनिक वैद्यकशास्त्र सेवेमध्ये मानवी स्पर्शाची उणीव भासते. एकंदरीत असं जाणवतं की, तंत्रज्ञानाचा प्रभाव फारच वाढल्यामुळे ज्या लोकांना ह्या सेवेची गरज आहे, तेच लोक आता दूर जाऊ लागले आहेत. रुग्णांना आता आपण माणूस नसून एक क्रमांक आहोत, असं वाटू लागलं आहे.

तरीही, करुणा आणि तंत्रज्ञान परस्परविरुद्ध असतात, त्यांचं एकमेकांशी जुळत नाही, असं मात्र म्हणता येणार नाही. मी तर म्हणेन की, यंत्र हे वैद्यकशास्त्राचा चांगला मित्र बनू शकतं. अगदी साध्या भाषेत सांगायचं तर, डॉक्टरच्या हातून चूक घडली, तर तो रुग्णाचा विश्वासच गमावून बसतो. पण दुसऱ्या बाजूने विचार केला तर असं म्हणता येईल की, चुका आम्हा डॉक्टरांचा सतत पिच्छा पुरवत असल्या, तरी यंत्रं तरी शंभर टक्के बरोबर कुठे असतात? मात्र, डॉक्टरांच्या चुका कमी झाल्या, तर त्यांच्यावरील रुग्णांचा विश्वास नक्कीच वाढेल. शिवाय असंही म्हणता येईल की, जसजसं नवीन तंत्रज्ञान वापरात येईल; तसतसा डॉक्टरांना रुग्णसेवेच्या अशा पैलूंना स्पर्श करता येईल, जे तंत्रज्ञान येण्याच्या पूर्वीपासून महत्त्वाचे आहेत. त्यांना रुग्णांशी बोलायला अधिक वेळ मिळेल, जेणेकरून रुग्णांना अधिक दिलासा मिळेल. शेवटी विचार केला, तर असं लक्षात येतं की, वैद्यकीय सेवेचा संबंध येतो माणसाचं आयुष्य आणि मृत्यू या दोन गोष्टींशी. आपल्याला काय होतंय, त्या

मागचं कारण काय, त्याविषयी काय करता येईल, काय करता येणार नाही, हे जाणून घेण्यासाठी शेवटी डॉक्टरांची मदत तर अनिवार्यच आहे. दिवसेंदिवस विशेषज्ञ आणि तज्ज्ञ व्यवस्था यांतील गुंतागुंत वाढतेच आहे. अशा परिस्थितीत डॉक्टरची भूमिका महत्त्वाचीच ठरते. ज्ञान असलेला एक मार्गदर्शक म्हणून लोक त्याच्याकडेच विश्वासाने पाहाणार, त्याचा सल्ला घेणार. अशा वेळी त्याची नैतिक जबाबदारी कमी होण्याऐवजी वाढतेच. यंत्रं कदाचित निर्णय घेऊ शकतील, पण रुग्णांना रोगमुक्त करण्याचं काम डॉक्टरच करणार आहे.

★

डॉक्टर चुकतात तेव्हा...

सर्वसामान्य नागरिकांना – खास करून वकिलांना आणि प्रसिद्धीमाध्यमांना – असं वाटत असतं की, वैद्यकीय पेशातील चुकांमागे वाईट डॉक्टर हे महत्त्वाचं कारण असतं. इथे अनेक वेळा अपघात घडतात, ते बऱ्याच वेळा लोकांना दिसत नाहीत. परिणामत: त्याविषयी पुष्कळ गैरसमज असतात. आम्ही या चुकांकडे स्खलनशीलता या दृष्टीने पाहतो. अर्थात, तेवढंच कारण नसतं.

काही वर्षांपूर्वी कडाक्याच्या थंडीतल्या एका रात्री दोन वाजता मी अंगावर निर्जंतुक गाउन व हातमोजे चढवून शस्त्रक्रिया करत होतो. एका पोरगेल्या तरुणाच्या पोटात कुणीतरी सुरा खुपसल्यामुळे जखम झाली होती. मी त्याचं पोट उघडत होतो, इतक्यात माझा पेजर वाजू लागला. 'आपत्कालीन परिस्थिती, तीन मिनिटांत रुग्ण पोहोचेल.' शस्त्रक्रियादालनातल्या परिचारिकेने माझ्या पेजरवरचा संदेश मोठ्याने वाचून दाखवला. याचा अर्थ असा होता की, काही क्षणांतच एक रुग्णवाहिका आणखी एका आघातग्रस्त रुग्णाला (trauma patient) घेऊन येत होती. आपत्कालीन रुग्णांची जबाबदारी माझ्यावर असल्यामुळे, रुग्णाला आणल्यानंतर त्या वेळी त्याच्याकडे मलाच लक्ष द्यायला हवं होतं. मी टेबलापासून दूर झालो आणि अंगावरचा गाउन ओढून काढला. सुरा लागून जखमी झालेल्या रुग्णाची काळजी घेण्यासाठी दुसरे दोन डॉक्टर होतेच. त्यांपैकी पहिले होते, मायकेल बॉल. त्या रुग्णाची जबाबदारी ज्याच्यावर आहे असा शल्यविशारद. हे रुग्णालयात पगारी शल्यविशारद म्हणून काम करत असत. दुसरे शल्यविशारद डेव्हिड हरनांदेझ हे प्रमुख निवासी डॉक्टर होते. सर्वसाधारण शल्यविद्या विभागात त्यांचं शेवटच्या वर्षातलं प्रशिक्षण चालू होतं. एरवी म्हणजे सर्वसाधारण परिस्थितीत हे दोघं माझ्याबरोबर आपत्कालीन विभागात मदत करण्यासाठी आले असते, पण आज ते याच शस्त्रक्रियेत गर्क होते. मी दरवाजाकडे निघालो तेव्हा बेचाळीच वर्षांचे,

काहीशा रुक्ष, बुद्धिवादी स्वभावाचे मायकेल बॉल मागे वळून मला म्हणाले, "काही अडचण आली, तर आम्हाला निरोप पाठव. आमच्यापैकी एक जण येईल."

त्यांना भविष्यवाणी करता येत होती की काय देव जाणे, पण त्यांचे शब्द खरे ठरले. थोड्याच वेळात मी खरोखरच मोठ्या अडचणीत आलो. ही गोष्ट इथे सांगताना मला त्या घटनेविषयीचे काही तपशील – त्यामध्ये अंतर्भाव असलेल्या व्यक्तींच्या नावांसकट – बदलावे लागले आहेत. मात्र रुग्ण, मी स्वत: आणि रुग्णालयाचे इतर कर्मचारी ह्यांना पुरेसं संरक्षण देण्याची खबरदारी घेत असतानाही मी मूळ घटनेशी शक्य तितका प्रामाणिक राहायचा प्रयत्न केला आहे.

आपत्कालीन घटना जिथे हाताळल्या जात, ती खोली पहिल्या मजल्यावर होती. धाडधाड पायऱ्या चढत मी वर गेलो, तेव्हा तेथील तंत्रज्ञांनी नुकतंच एका स्त्रीला ढकलगाडीवरून आत आणलं होतं. साधारणपणे तिशीची असलेली ही स्त्री भरपूर वजनदार साधारण २०० पौंडांची तरी असावी. केशरी रंगाच्या प्लॅस्टिकच्या कडक फळीवर ती निश्चलपणे पडलेली होती – डोळे मिटलेले, त्वचा पांढरीफटक पडलेली आणि नाकातून रक्ताची धार लागलेली. एका परिचारिकेने कर्मचाऱ्यांना आपत्कालीन कक्षात गाडी घ्यायला सांगितली. ही तपासणीची खोली असली, तरी शस्त्रक्रिया दालनाप्रमाणेच इथली सगळी रचना होती – भिंतींना हिरव्या रंगाच्या टाइल्स लावलेल्या होत्या, वेगवेगळ्या चाचण्यांसाठी भिंतीवर फलक होते आणि क्ष-किरण फोटो घेण्याची आवश्यकतेनुसार हलवता येणारी यंत्रणाही होती. आम्ही तिला उचलून पलंगावर ठेवलं आणि आमच्या कामाला सुरुवात केली. एका परिचारिकेने तिच्या अंगावरील कपडे फाडून काढले, दुसरीने तिची प्रमुख इंद्रियं काम करताहेत की नाही त्याची चाचपणी केली, तर तिसरीने तिच्या उजव्या हातात शिरेतून औषधं देण्यासाठी सुई खुपसली. लघवीला वाट करून देण्यासाठी शल्यविभागातल्या शिकाऊ डॉक्टराने तिच्या मूत्राशयात नळी घातली. आपत्कालीन औषधोपचार करणारा पन्नाशीतला डॉक्टर, सॅम्युएल जॉन्स एक बारकुडा माणूस होता. हाताची घडी घालून सगळ्या हालचालींचं निरीक्षण करत तो एका बाजूला उभा होता. त्यावरून मी असा अर्थ काढला की, मीच पुढे होऊन सगळी सूत्रं हातात घ्यायची आहेत.

ज्या रुग्णालयांत शिक्षण देण्याची सोय असते, तिथे बहुतेक वेळा निवासी डॉक्टरच सगळी वैद्यकीय सेवा पुरवत असतात. आम्ही किती काळ प्रशिक्षण घेतलं आहे, यावर आम्हाला कोणती कामं सांगायची ते ठरवलं जातं, परंतु संपूर्ण जबाबदारी आमच्यावर कधीच सोपवली जात नाही – रुग्णालयातला अनुभवी डॉक्टर नेहमीच हजर असतो आणि आम्ही काय निर्णय घेतो, याकडे त्याचं पूर्ण

लक्ष असतं – त्या रात्री हे काम जॉन्स करणार होता, त्यामुळे त्याच्या सांगण्यावरून मी सगळी सूत्रं माझ्या हातात घेतली. त्याच वेळी मला हेदेखील माहीत होतं की, जॉन्स काही शल्यविशारद नव्हता. त्यामुळे शल्यकौशल्याच्या संदर्भात तो माझ्यावर विसंबून होता.

''कशामुळे अपघात घडला?'' मी चौकशीदाखल विचारलं.

आपत्कालीन वैद्यकीय तंत्रज्ञाने (EMT) थोडक्यात तपशील दिला. 'गौरवर्णीय स्त्री, नाव-गाव माहीत नाही, वेगाने गाडी चालवत होती, ताबा सुटला, गाडी उलटली, गाडीतून बाहेर फेकली गेली. वेदनेला प्रतिसाद नाही. नाडी-१००, रक्तदाब-१०० आणि ६०च्या वर, श्वासोच्छ्वास-३०; स्वत: करू शकतेय...' तो बोलत असतानाच मी तिला तपासायला सुरुवात केली. आपत्कालीन परिस्थितीमधील रुग्णाला तपासताना पहिली पायरी तीच असते, मग रुग्णाची बंदुकीच्या गोळ्यांनी चाळणी केलेली असो किंवा ट्रकखाली चेंदामेंदा झालेला असो वा घरातच भाजलेला असो. पहिली गोष्ट आम्ही काय करतो, तर रुग्णाला श्वास घेता येतोय की नाही, याची खातरी करून घेतो. या स्त्रीचा श्वास फार अपुरा होता. तिला धाप लागल्यासारखी वाटत होती. तिच्या बोटावर लावलेल्या निर्देशकावरून आम्हाला तिच्या रक्तातल्या प्राणवायूचं प्रमाण समजू शकत होतं. प्राणवायूच्या मास्कशिवाय वातावरणातील प्राणवायू श्वसनाद्वारे घेऊ शकणाऱ्या रुग्णाच्या रक्तातील प्राणवायूचं प्रमाण साधारणपणे ९५ टक्क्यांहून जास्त असतं. त्याला 'रक्तातील प्राणवायूची पातळी' अशी वैद्यकीय संज्ञा आहे. या स्त्रीच्या तोंडावर लावलेल्या प्राणवायूच्या मास्कद्वारे तिला प्राणवायू दिला जात होता, तरीही तिच्या रक्तातलं प्राणवायूचं प्रमाण फक्त ९० टक्के होतं.

''तिला पुरेसा प्राणवायू मिळत नाहीये,'' मी तटस्थपणे माझं निदान सांगितलं. 'काही वेगळं घडलं, तर मला उठव!' हे वाक्य सर्वसाधारण माणूस ज्या आवाजात उच्चारेल, त्याच आवाजात आम्ही शल्यविशारद केवळ तीन महिन्यांच्या निवासी कामानंतर बोलायला लागतो. तिच्या तोंडात बोट घालून मी तिच्या श्वासनलिकेत काही अडथळा नाहीत ना याची खातरी करून घेतली. स्टेथस्कोपच्या साहाय्याने तिची दोन्ही फुप्फुसं व्यवस्थित काम करत आहेत ना, ह्याचीही मी खातरजमा केली. मग मी एक भात्यासारखी पिशवी असलेला प्राणवायूचा मास्क तिच्या नाकातोंडावर लावला आणि भाता दाबून-दाबून तिच्या तोंडात हवा घालायला सुरुवात केली. अशा कृतीमध्ये भाता दाबला की, दर वेळी एक लिटर हवा रुग्णाच्या तोंडातून आत जाते. मिनिटा-दोन मिनिटांनंतर तिच्या प्राणवायूची पातळी आवश्यक तितकी म्हणजे ९८ टक्के झाली. कृत्रिम श्वासोच्छ्वासाची तिला गरज होती, हे त्यामुळे सिद्ध झालं. ''तिच्या श्वसनमार्गात नळी घालू या,'' मी म्हटलं. माझ्या म्हणण्याचा

अर्थ हा होता की, तिच्या श्वासनलिकेत नळी घालून हवा आत घेण्याचा मार्ग मोकळा ठेवायचा, ज्यायोगे तिला हवा देणं शक्य होईल.

डॉ. जॉन्सना हे काम करायचं होतं. त्यांनी 'मॅक ३' नावाचं एक उपकरण घेतलं. ह्याचा आकार इंग्रजी 'एल' या अक्षरासारखा असतो. त्याच्या साहाय्याने रुग्णाचं तोंड फाकवून उघडं ठेवण्यास मदत होते. त्यानंतर बुटात पाय सरकवण्यासाठी 'शूहॉर्न' (shoehorn) नावाची धातूची पट्टी वापरतात तशा आकाराची एक पट्टी त्यांनी तिच्या तोंडातून खोल आत सरकवली. त्यानंतर त्यांनी या पट्टीचा दांडा वरच्या बाजूला वळवला, त्यामुळे तिची जीभ बाजूला झाली, तोंड आणि घसा मोकळा दिसू लागला आणि श्वासनलिकेच्या वरच्या बाजूला असलेले स्वरतंतू (vocal cords) दृष्टीस पडले. एवढं करूनही रुग्णाने काहीही प्रतिक्रिया – वेदनेच्या रूपात – दाखवली नाही. ती बेशुद्धावस्थेत गेली होती.

"रक्त शोषून घ्या. मला काहीच दिसत नाहीये," ते म्हणाले. त्यांनी एका रबरी नळीच्या साहाय्याने जवळजवळ एक कपभर रक्त आणि गुठळ्या शोषून बाहेर काढल्या. नंतर त्यांनी तर्जनीच्या आकाराची पण तिप्पट लांबीची एक रबराची नलिका घेतली आणि तिला स्वरतंतूंच्या मधून आत घुसवायचा प्रयत्न केला. एका मिनिटानंतर तिच्या प्राणवायूची पातळी पुन्हा एकदा घसरायला लागली.

"पातळी सत्तर टक्क्यांवर आली आहे," परिचारिकेने धोक्याची सूचना दिली.

जॉन्स तरीही नलिका आत ढकलण्याचा प्रयत्न करतच राहिले, पण ती स्वरतंतूंना थडकत राहिली. रुग्णाचे ओठ निळे पडू लागले.

"साठ टक्के," परिचारिका चिंतेच्या सुरात म्हणाली.

जॉन्सनी रुग्णाच्या तोंडातली सगळी उपकरणं बाहेर काढली आणि तोंडावर प्राणवायूचा मास्क बसवला. पुन्हा तेच घडलं. प्राणवायूची पातळी ९७वर गेली. जॉन्सनी मास्क दूर सारून नलिका आत सारायचा प्रयत्न चालू केला. या वेळीही त्यांना ते जमलं नाहीच, शिवाय तोंडातून रक्त यायला लागलं. बहुतेक घशाला सूज आली असावी. इतक्या वेळा नलिका टोचल्यामुळे आत जखमही झाली असण्याची शक्यता नाकारता येत नव्हती. पुन्हा प्राणवायूची पातळी साठावर आली, ती ९५ टक्क्यांपर्यंत चढवण्याचा प्रयत्न करून झाला.

नलिका आत घालण्यात अडथळा येत असेल, तर मग पुढची पायरी म्हणजे विशेषज्ञाची मदत घ्यावी लागते. "भूलतज्ज्ञाला बोलावू या," मी म्हटलं आणि जॉन्सनी संमती दिली. हे सगळं होत असताना आपत्कालीन परिस्थितीत करावयाच्या इतर चाचण्या एकीकडे मी रुग्णावर करतच होतो – प्रयोगशाळेचे निकाल मागवणं, शरीरात द्रव पदार्थ घालण्यासाठी ते मागवून घेणं, क्ष-किरण फोटो काढण्याची व्यवस्था करणं वगैरे, वगैरे. तोपर्यंत आणखी पाच मिनिटं उलटली.

अशा परिस्थितीत प्रत्येक क्षण लाख मोलाचा ठरतो.

रुग्णाच्या प्राणवायूची पातळी पुन्हा ९२पर्यंत खाली आली. हा बदल फार नाट्यपूर्ण नव्हता, पण जर बाहेरून हवा पुरवली जात असेल, तर ही पातळी नक्कीच समाधानकारक नाही. तिच्या बोटावरचा निदर्शक घसरला तर नाही ना, हे मी तपासलं. ''प्राणवायू पूर्ण गतीने दिला जातोय ना?'' मी परिचारिकेला विचारलं. तिने 'हो' म्हणताच मी फुप्फुसांची तपासणी केली. ती ठीक होती. ''मला वाटतं, तिच्या घशात नलिका घालायलाच हवी.'' जॉन्स म्हणाले. त्यांनी तिच्या तोंडावरचा मास्क बाजूला करून नलिका आत सारायचा प्रयत्न केला. त्याच वेळी मला आत कुठे तरी जाणवलं की, तिची श्वासनलिका सूज आल्यामुळे किंवा रक्त साठल्यामुळे बंद झाली असावी. तसं झालं, तर आमच्यापुढे एकच पर्याय शिल्लक राहिला असता. तिच्या गळ्यापाशी चीर द्यायची आणि त्या चिरेतून रबराची नलिका श्वासनलिकेत घालायची. तिच्या तोंडातूनच नळी घालण्याचा आणखी एक प्रयत्न आम्ही केला असता, तर कदाचित तिच्या श्वासनलिका एकदम आवळल्या गेल्या असत्या अन् हवेचा मार्ग पूर्णपणे बंद झाला असता – काही वेळाने माझ्या मनातली भीती खरी ठरली.

माझ्या मनात हा विचार यापूर्वीच आला असता, तर तेव्हाच माझ्या लक्षात आलं असतं की, ही बारीकशी शस्त्रक्रिया करणंही माझ्या आवाक्याबाहेरचं होतं. एक गोष्ट खरी होती की, त्या क्षणी त्या खोलीत शल्यविशारद म्हणावा असा मीच एकटा होतो. शस्त्रक्रियेचा जो काही अनुभव होता, तो मला एकट्यालाच होता; पण तेवढा अनुभव पुरेसा नव्हता, हे मला माहीत होतं. आत्तापर्यंत मी सहा शस्त्रक्रियांमध्ये साहाय्यकाची भूमिका पार पाडली होती आणि त्यातल्या पाच शस्त्रक्रिया आपत्कालीन स्वरूपाच्या नव्हत्या. अशा साधारण स्वरूपाच्या शस्त्रक्रियांमध्ये जलद गतीने काम करणं अत्यावश्यक ठरत नाही. अपवाद म्हणता येईल, अशी एकच आपत्कालीन शस्त्रक्रिया मी केलेली होती अन् तीदेखील एका बकरीच्या गळ्यावर! माझ्या मदतीला मी डॉ. बॉल्सना बोलावून घ्यायला हवं होतं. त्याच वेळी या शस्त्रक्रियेसाठी लागणारी उपकरणं मी काढून तयार ठेवायला हवी होती. जॉन्स घाईघाईने रबरी नळी आत घालत होते, तेव्हा मी त्यांना थांबवून आधी मदत मागवायला हवी होती. रुग्णाची श्वासनलिका बंद होतेय, हे माझ्या लक्षात कसं आलं नाही त्या वेळी? आणीबाणीची परिस्थिती निर्माण होण्याआधीच मी सुरी उचलून तिच्या गळ्याला चीर पाडायला हवी होती. तसं केलं असतं, तर मला हे काम करायला पुरेसा अवधी मिळाला असता. कोणत्याही कारणाने का असेना, माझा फाजील आत्मविश्वास, परिस्थितीचं अपुरं आकलन, स्वत:ला जमेल असं वाटणं, कचखाऊपणा की, त्या क्षणी मनाला वाटलेली अनिश्चितता – पण ती वेळ

माझ्या हातून गेली, मी घालवली, असं मला आज खेदाने म्हणावंसं वाटतं.

पुन्हा एकदा जॉन्स रुग्णाच्या तोंडावर झुकून नळी घालण्याचा प्रयत्न करू लागले. पुन्हा त्याच क्रमाने अडथळे आले, पुन्हा एकदा त्यांनी तिच्या तोंडावर मास्क चढवला. आम्ही बाकीचे लोक पडद्यावर नजरा लावून बसलो होतो. काहीही केलं, तरी प्राणवायूची पातळी वर जात नव्हती. तिचे ओठ अजूनही निळेच दिसत होते. जॉन्स जोराने भाता हलवत होते, पण परिणाम शून्य.

"मला अडथळा जाणवतोय," ते उद्गारले, तेव्हा परिस्थितीचं गांभीर्य मला जाणवलं. "छे! तिची श्वासनलिका बंद होतेय. चीर देण्याचं सामान आणा! प्रकाश वाढवा! २५नंबरच्या शस्त्रक्रियादालनात फोन करून डॉ. बॉलना इथे बोलावून घ्या!"

ताबडतोब लोकांची धावाधाव सुरू झाली. मनावर भीतीचा पगडा बसणार नाही, याची खबरदारी घेत मी कामाला सुरुवात केली. माझ्यासाठी निर्जंतुक गाउन आणि हातमोजे मागवले. फळीवरून जंतुनिरोधक द्रावणाची बाटली घेऊन मी तिच्या गळ्यावर उपडी केली. एका परिचारिकेने शस्त्रक्रियेसाठी हवी असलेली सामग्री – निर्जंतुक केलेलं आच्छादन आणि उपकरणं – प्लॅस्टिकच्या आवरणातून बाहेर काढली. मनातल्या मनात सर्व पायऱ्यांची उजळणी करत असतानाच मी अंगावर गाउन आणि हातांवर मोजे चढवले. हे सगळं सोपं आहे, मी मनाला समजावलं.

थायरॉइड ग्रंथीच्या खाली, पुरुषांच्या बाबतीत बोलायचं झालं, तर त्यांचा कंठमणी (Adam's apple) जिथे असतो, त्याच्या खालच्या बाजूला एक छोटीशी पोकळी असते, तिच्या आत एक पातळ पापुद्रा असतो, त्याला 'क्रायकोथायरॉइड' (cricothyroid) असं नाव आहे. त्याला छेद दिला की, तुम्ही श्वासनलिकेत प्रवेश करता. या भोकातून एक चार इंच लांबीची माणसाच्या कोपराच्या सांध्याच्या आकाराची प्लॅस्टिकची नळी आत घालायची. तिचं बाहेरचं टोक प्राणवायूला आणि कृत्रिम श्वासोच्छ्वास करता येईल, अशा उपकरणाला जोडायचं की, तिचा श्वासोच्छ्वास सुरू होईल. ही झाली पुस्तकात दिलेली पद्धत.

मी त्या स्त्रीच्या अंगावर आच्छादन घातलं, पण तिचा मानेचा भाग उघडाच ठेवला. आता तिचा गळा प्रचंड सुजल्यासारखा दिसत होता. थायरॉइडची मृदुअस्थी (cartilage) मी हाताने चाचपडली, पण तिच्या गळ्यावर असलेल्या चरबीच्या थरामुळे मला ती जाणवलीच नाही. अनिश्चिततेच्या भावनेने मला ग्रासलं. छेद कुठे द्यायचा, ते मला समजेना. आडवा छेद द्यावा की उभा? मला स्वत:चाच राग आला. शल्यविशारद कधी बावचळत नाहीत अन् मी नेमकं तेच करत होतो.

"मला आणखी थोडा उजेड हवाय," मी म्हटलं.

कुणीतरी त्यासाठी पळालं.

"डॉ. बॉलना बोलावणं धाडलंय की नाही?" मी पुन्हा एक प्रश्न केला. त्यात पुरेसा आत्मविश्वास नव्हता.

"येताहेत ते," परिचारिकेने उत्तर दिलं.

पण थांबून चालणार नव्हतं. चार मिनिटं मेंदूला प्राणवायू मिळाला नाहीतर मृत्यू आला नाही, तरी मेंदूला कायमचा अपाय होऊ शकतो. शेवटी मी सुरी उचलली आणि कसाबसा छेद दिला. गळ्याच्या मध्यावर मी डावीकडून उजवीकडे असा तीन इंच लांबीचा छेद दिला. विद्यार्थी म्हणून मी जो विषय ऐच्छिक घेतला होता, त्यात शिकलेली पद्धत मी या वेळी वापरली. छेद दिल्यानंतर शिकाऊ डॉक्टराने जखम चिमट्यांच्या साहाय्याने ओढून धरली आणि मी कात्रीने आत कापत गेलो. माझ्या हातून एक रक्तवाहिनी कापली गेली. एकदम फार रक्त बाहेर आलं नाही, पण जेवढं आलं, त्याने जखम भरल्यासारखी झाली. मला काहीच दिसेना. मी रक्त शोषून घेण्याचा पंप मागितला, पण तो काम करेना. नलिका घालायच्या प्रयत्नांमुळे घशात रक्ताची गुठळी तयार झाली होती.

"कुणीतरी दुसरी नलिका आणा," मी म्हटलं. "अन् दिवा कुठाय?" शेवटी एका कर्मचाऱ्याने चाकावर लावलेला एक उंचसा फिरता दिवा आणला, त्याची वायर जोडून तो चालू केला, पण तरीही पुरेसा उजेड मिळतच नव्हता. मला वाटलं, यापेक्षा फ्लॅश लाइटचा उजेड अधिक प्रखर पडला असता.

कापसाच्या बोळ्याने मी रक्त टिपलं आणि बोटांनी जखमेच्या आत चाचपलं. या वेळी माझ्या बोटांना थायरॉइडची मृदुअस्थी आणि तिच्याखाली क्रायकोथायरॉइडचा पापुद्राही जाणवला, पण मला तेवढी खातरी वाटत नव्हती. डाव्या हाताने मी ती जागा धरून ठेवली.

आमच्याकडील अनुभवी भूलतज्ज्ञ जेम्स ओ'कॉन्नर खोलीत शिरला. आत्तापर्यंत काय घडलं होतं, त्याचा धावता वृत्तांत जॉन्सने त्याला दिला आणि तिला कृत्रिम श्वासोच्छ्वास देण्याचं काम त्याच्यावर सोपवलं.

एखादं पेन हातात धरावं, त्याप्रमाणे मी माझ्या उजव्या हातात सुरी धरली होती ती मी जखमेच्या आत उभी घातली. माझ्या मते तिथेच थायरॉइड मृदुअस्थी होती. बारीकशा पण तीक्ष्ण वारांनी मी कापत राहिलो. खरं म्हणजे मी आंधळेपणानंच काम करत होतो, पण माझाही नाइलाजच होता. एक तर पुरेसा उजेड नव्हता अन् दुसरं त्याहून महत्त्वाचं कारण म्हणजे, घशात सगळीकडे रक्तच रक्त होतं. वरती असलेले चरबीचे थर मी कापून काढले. त्यानंतर माझ्या हातातल्या सुरीला मला हाडसदृश असलेल्या कार्टिलेजचा स्पर्श जाणवला. सुरीचं टोक पुढे सरकवत मी आत शिरलो. तसंच टोक आत घालत गेलो. मग एका क्षणी मला पोकळी जाणवली. तोच क्रायकोथायरॉइड पापुद्रा असावा, असा अंदाज मी बांधला. मी

त्याला खाली दाबलं. तो पापुद्रा एकदम खोल गेल्यासारखा झाला, तेव्हा मी त्याला एक इंच लांबीचा छेद दिला.

त्या भोकातून मी माझी तर्जनी आत घातली, तेव्हा आपण एखाद्या कपड्यांना लावायच्या कडक चिमट्याच्या दोन्ही बाजू फाकतोय असं मला वाटलं. त्याच्या आतल्या बाजूस मला मोकळी जागा जाणवली, पण हवा फिरत असली की, जो एक विशिष्ट आवाज ऐकू येतो, तो मला ऐकू आला नाही. ही जागा पुरेशी खोल होती ना? मी बरोबर जागीच होतो ना?

"मला वाटतं, मी आत शिरकाव केलाय." थोडं स्वत:शी तर थोडं इतरांना उद्देशून मी म्हणालो. माझी मलाच खातरी करून घ्यायची होती.

"तसं असेल, तर उत्तमच," ओ'कॉन्नर म्हणाला. "आपल्याला झटपट उरकायला हवंय. फार वेळ ती तग धरू शकणार नाही."

श्वासनलिकेत घालायची नळी मी हातात घेतली आणि तिच्या घशात घालायचा प्रयत्न केला, पण कशाला तरी अडखळल्यासारखं होत होतं. मी ती थोडी वाकवली, जराशी फिरवली आणि जोरात आत घातली. तेवढ्यात बॉल, शल्यविभागाचे प्रमुख, आत आले. ते घाईघाईने रुग्णाच्या पलंगापाशी पोहोचले अन् वाकून त्यांनी तिच्या स्थितीचा अंदाज घेतला. "तुला नळी आत घालता आली?" त्यांनी मला विचारलं. "मला तसं वाटतंय," मी उत्तर दिलं. श्वासनलिकेत घातलेल्या नळीच्या बाहेरील टोकाला तोंडावर मास्क लावून ठेवला होता. मी त्याच्या भात्याने हवा आत घालायचा प्रयत्न केला, पण हवेचा नुसताच गुरगुर असा आवाज आला आणि ती बाहेर आली. क्षणाचाही विलंब न लावता बॉलनी अंगावर गाउन आणि हातमोजे चढवले. "किती वेळ ही हवेशिवायच आहे?" त्यांनी प्रश्न केला. "नक्की सांगता येणार नाही, पण साधारणपणे तीन मिनिटं असेल."

त्यांचा चेहरा एकदम गंभीर झाला. झालेला घोळ निस्तरण्यासाठी त्यांच्यापाशी आता केवळ एक मिनिटाचा अवधी होता. ते माझ्या जागी उभे राहिले आणि त्यांनी श्वासनलिकेत घातलेली नळी सरळ बाहेर काढली. "देवा, किती गोंधळ करून ठेवलाय," ते उद्गारले. "काही दिसत नाहीये अन् दुसरं म्हणजे तू योग्य जागी छेद दिलायेस की नाही, ते देवालाच ठाऊक. जरा मोठा दिवा मिळेल का मला? आणि रक्त ओढून घेण्याचा पंपही हवाय मला."

नवा पंप त्यांच्या हातात ठेवण्यात आला. त्यांनी पटकन जखम साफ केली आणि पुढच्या कामाला लागले.

रुग्णाच्या रक्तातला प्राणवायू आता इतका कमी झाला होता की, प्राणवायू-निर्देशक काहीही दाखवत नव्हता. तिच्या हृदयाचे ठोके मंद-मंद व्हायला लागले. आधी ६०, मग त्याखाली जात ४०वर आले. त्यानंतर तर तिची नाडीच लागेनाशी

झाली. मी तिच्या छातीवर माझे दोन्ही हात ठेवले, दोन्ही कोपरं जवळ आणून मी तिच्यावर झुकलो आणि तिच्या छातीवर दाब द्यायला सुरुवात केली.

बॉलनी वर बघितलं आणि ओ'कॉन्नरला म्हणाले. ''तिच्या श्वासनलिकेत नळी घालणं मला केवळ अशक्य आहे. तुला वरच्या बाजूने नळी घालणं भाग आहे.'' त्यांच्या बोलण्याचा माझ्यापुरता अर्थ हाच होता की, मी अपयशी ठरलो होतो. तोंडावाटे नळी आत घालणं खरोखरच व्यर्थ होतं. तिला मरताना नुसतं बघण्याऐवजी आपण काही तरी केलं, शेवटचा प्रयत्न करून पाहिला, एवढंच समाधान काय ते आम्हाला मिळालं असतं, त्यापलीकडे काही नाही हे मी पूर्णपणे जाणत होतो. मला भयंकर अपराधीपण जाणवलं. कुणाच्या नजरेला नजर देणं अशक्य होतं, म्हणून मी तिच्या छातीवर दाब देत राहिलो. आपण संपलो, असा हताश विचार माझ्या मनात आला.

तेवढ्यात काय जादू झाली देव जाणे, पण ओ'कॉन्नर एकदम म्हणाला, ''मला आत जाता आलंय.'' त्याने लहान मुलांसाठी वापरतात त्या प्रकारची एक छोटी नळी तिच्या स्वरतंतूंच्यामधून आत घातली होती. त्यानंतरच्या तीस सेकंदात आम्ही तिला भाता दाबून हवेचा पुरवठा केला, त्याबरोबर तिच्या हृदयाची स्थिती पूर्ववत झाली. हृदयाचे ठोके १२० झाले. प्राणवायूची पातळी आधी ६०वर घसरली होती, ती वर चढू लागली आणि अर्ध्या मिनिटाच्या आत ती पुन्हा एकदा ९७वर आली. खोलीतल्या सगळ्यांनीच एक दीर्घ नि:श्वास टाकला – जणू काही आम्हालाच एक नवं वरदान मिळालं होतं. बॉल आणि मी या विषयावर आणखी काही बोललो नाही. फक्त पुढे काय करावं लागेल, याची थोडी चर्चा केली. त्यानंतर ते खालच्या मजल्यावर गेले, कारण सुरीने भोसकलेल्या त्या मुलावर थोडं काम शिल्लकच होतं.

काही काळाने या जखमी स्त्रीची ओळख आम्हाला समजली. मी सोईखातर तिला 'लुइझ विल्यम्स' असं म्हणेन. चौतीस वर्षांची ही महिला जवळच्याच एका उपनगरात एकटीच राहत होती. तिच्या रक्तातलं मद्यार्काचं प्रमाण कायदेशीर पातळीपेक्षा तिप्पट जास्त होतं. त्यामुळेच ती बेशुद्ध झाली होती. तिला बराच मोठा धक्का बसला होता, अंगावर बऱ्याच जखमा दिसत होत्या आणि अनेक स्नायुपेशींना इजा पोहोचलेली होती. पण अपघातामुळे तिला इतर काही जखमा झाल्याचं क्ष-किरण फोटोत किंवा चाचण्यांमध्ये आढळलं नाही. त्या रात्री बॉलने आणि हर्नांडेझने तिला शस्त्रक्रिया दालनात नेलं आणि तिच्या श्वासनलिकेतून नळी घालण्याची व्यवस्थित शस्त्रक्रिया केली. त्यानंतर जेव्हा बॉल बाहेर आले, तेव्हा त्यांनी तिच्या नातेवाइकांना सविस्तर कल्पना दिली – तिला रुग्णालयात आणलं गेलं, तेव्हा तिची अवस्था किती गंभीर होती, तिच्या श्वासनलिकेतून रबरी नळी घालण्यात

आम्हाला किती अडचणी आल्या वगैरे. बराच काळ तिला पुरेसा प्राणवायू मिळाला नव्हता त्यामुळे तिच्या मेंदूला कायमची इजा झाली असण्याची शक्यता नाकारता येत नव्हती वगैरे, वगैरे. त्या सर्वांनी बॉलचं बोलणं काहीही विरोध न करता शांतपणे ऐकून घेतलं; आता केवळ वाट पाहाणं एवढंच त्यांच्या हाती होतं.

अशाच काही शल्यविषयक दुर्घटना घडतात. एका शस्त्रक्रियेदरम्यान एका शल्यविशारदाच्या हातून एक मोठं धातूचं उपकरण रुग्णाच्या उदरात राहून गेलं. त्यामुळे रुग्णाच्या मोठ्या आतड्यात त्याने प्रवेश केला आणि त्यानंतर त्याच्या मूत्राशयाच्या भिंतीलाही इजा झाली. आणखी एका स्त्रीच्या बाबतीत शल्यविशारदाने चुकीच्या ठिकाणच्या स्नायूपेशींवर कर्करोगाच्या गाठीची चाचणी केली. त्यामुळे तिचा कर्करोग कित्येक महिने त्याच्या लक्षातच आला नाही. दुसऱ्या एका हृदयावरील शस्त्रक्रियेत शल्यविशारद रुग्णाच्या हृदयाची झडप बदलणार होता, तेव्हा त्याच्या हातून एक महत्त्वाची पायरी वगळली गेली, जी त्या रुग्णाला जीवघेणी ठरली. एका रुग्णाला अतिदक्षता विभागात तपासणाऱ्या सामान्य शल्यविशारदाने असा निष्कर्ष काढला की, याची असह्य पोटदुखी मुतखड्यामुळे आहे. काही तपासण्या न करताच त्या रुग्णावर त्याने शस्त्रक्रिया केली; अठरा तासांनंतर जी तपासणी केली गेली; त्यात असं लक्षात आलं की, पोटाला रक्तपुरवठा करणारी महत्त्वाची रोहिणी फाटल्यामुळे रुग्ण लवकरच मृत्युमुखी पडला होता.

रुग्णांच्या जिवाशी खेळ खेळणाऱ्या अशा डॉक्टरांना वैद्यकीय पेशा करण्यास परवानगी तरी कशी दिली जाते? आपण अशा डॉक्टरांना अकार्यक्षम, अनैतिक आणि बेपर्वा अशी दूषणं लावतो. त्यांना शिक्षा व्हायलाच हवी, असं आपल्याला वाटतं. त्यामुळेच आपण एक अशी पद्धत निर्माण केलीय, जिच्यायोगे आपल्याला अशा चुकांचं निवारण करणं शक्य होतं – या वेगवेगळ्या पद्धती म्हणजे अशा डॉक्टरांवर कायदेशीर कारवाई करणं, त्यांची प्रसारमाध्यमांद्वारे बदनामी करणं, त्यांना काही काळ वैद्यकीय पेशा न करू देणं आणि नोकरीवरून काढून टाकणं.

आमच्या क्षेत्रात एक असं ठळक सत्य आहे. त्याच्यामुळे हा सगळा प्रश्न महागुंतागुंतीचा होऊन बसतो आणि ते म्हणजे सगळ्याच डॉक्टरांच्या हातून मोठ्या, अगदी भयंकर म्हणाव्यात अशा चुका होत असतात. मी ज्या अपघातांचं आत्ता वर्णन केलंय, त्या सगळ्या चुका नावाजलेल्या म्हणता येतील, अशा वैद्यकीय महाविद्यालयातील नामवंत, आदरणीय अशा डॉक्टरांच्या हातून घडलेल्या आहेत. आता त्या मला कशा समजल्या असतील, असा प्रश्न तुमच्या मनात आला असेल, तर त्याचं उत्तर अगदी साधं आणि सोपं आहे. मी स्वत: त्यांना भेटलो आणि एकच प्रश्न विचारला – "गेल्या वर्षभरात तुमच्या हातून घडलेल्या

जीवघेण्या चुकांविषयी मला काही सांगाल का?'' त्यांच्यापैकी प्रत्येकापाशी सांगण्यासारखं काही ना काही होतंच.

१९९१ साली 'न्यू इंग्लंड जर्नल ऑफ मेडिसिन'ने अनेक महत्त्वाच्या निबंधांची मालिका सादर केली. हे निबंध म्हणजे हार्वर्ड मेडिकल प्रॅक्टिस स्टडी या प्रकल्पाने जे प्रचंड मोठं काम केलं होतं, त्याचा परिपाक म्हणता आला असता. त्या प्रकल्पांतर्गत न्यू यॉर्क राज्यातील रुग्णालयांमध्ये ज्या तीस हजार रुग्णांना दाखल करून घेण्यात आलं होतं, त्या सगळ्या केसेसचा आढावा घेण्यात आला होता. या आढाव्यातील काही निष्कर्ष असे होते – एकूण रुग्णांपैकी ४ टक्के रुग्णांचं रुग्णालयातलं वास्तव्य उपचारांतर्गत गुंतागुंतीमुळे लांबलं होतं. काहींना अपंगत्व आलं होतं, तर काहींना मृत्यू आला होता. गुंतागुंत झालेल्या रुग्णांपैकी दोन-तृतीयांश रुग्णांना चुकीची सेवा देण्यात आली होती. अशा दर चार रुग्णांपैकी एकाच्या बाबतीत तर खरोखरच दुर्लक्ष झालेलं होतं. सबंध देशभरात दरवर्षी एकूण ४४,००० रुग्णांना मृत्युमुखी पडावं लागतं, कारण त्यांची काळजी घेताना कर्मचाऱ्यांच्या हातून चुका घडलेल्या असतात. त्यानंतर देशभरात केल्या गेलेल्या पाहणीत असं दिसून आलंय की, अशा चुका सगळीकडेच घडत असतात. रुग्णांना अचानकपणे हृदयविकाराचा झटका आला, तर वैद्यकीय मंडळी काय करतात, याविषयीची एक छोटी चाचणी घेण्यात आली; तेव्हा असं लक्षात आलं की, तीसपैकी सत्तावीस डॉक्टरांनी 'डीफिब्रिलेटर' (हृदयाची अवाजवी धडधड थांबवणारे उपकरण) हे उपकरण चुकीच्या पद्धतीने वापरलं होतं – काही डॉक्टरांना ते सुरू करता आलं नव्हतं, तर काहींना एखादं विशिष्ट उपकरण कसं वापरायचं ते माहीत नसल्यामुळे त्यांच्या हातून दिरंगाई घडली होती. १९९५च्या एका पाहणीचा निष्कर्ष असा होता की, चुकीची औषधं देणं, औषधांचं प्रमाण चुकीचं असणं, असले प्रकार तर जवळजवळ प्रत्येक रुग्णाच्या बाबतीत घडतात. बहुतेकांना काही अपाय होत नाही, पण एक टक्का रुग्णांना मात्र त्याचे गंभीर परिणाम भोगावे लागतात.

काही धोकादायक डॉक्टरांच्या हातूनच या चुका घडत असत्या, तर असं म्हणता आलं असतं की, एखाद्या ठराविक पण छोट्याशा गटातल्या डॉक्टरांकडून गैरव्यवहार घडतात, पण तसं होत नाही. वास्तव हे आहे की, जवळपास सगळ्याच डॉक्टरांच्या हातून चुका घडत असतात. बहुतेक सगळ्या शल्यविशारदांना त्यांच्या कारकिर्दीत एकदा तरी अशा न्यायालयीन खटल्याला तोंड द्यावं लागतंच. काही विशिष्ट पद्धतीच्या चुकांचाही अभ्यास केला गेलाय. त्यावरून असं दिसतं की, खरी समस्या तेच डॉक्टर त्याच प्रकारची चूक परत-परत करतात ही नाहीये. सत्य हे आहे की, रुग्णाची काळजी घेणारी रुग्णालयातली प्रत्येक व्यक्ती काही

गंभीर चुका करते आणि काही वेळा निष्काळजीपणाही दाखवते. अन् हे दरवर्षी घडतच असतं. वृत्तपत्रांत जेव्हा अशा वैद्यकीय चुकांसाठी डॉक्टरांचे वाभाडे काढले जातात, तेव्हा फारच क्वचित वेळा इतर डॉक्टर मंडळी संतापतात. त्यांच्या मनात एकच विचार येतो – ही चूक माझ्या हातूनही घडण्याची शक्यता होतीच. त्यामुळे खरा प्रश्न हा नाही की, वाईट डॉक्टरांपासून रुग्णांना कसं वाचवायचं. चांगल्या डॉक्टरांच्या हातून कमीतकमी चुका कशा घडतील, ही खरी गंभीर बाब आहे.

वैद्यकीय दुष्कृत्यांविरुद्ध भरले जाणारे खटले, हा यावरचा उपाय म्हणताच येणार नाही. हार्वर्ड विद्यापीठातील कायदा आणि सामाजिक आरोग्य या विषयाचे प्राध्यापक, ट्रॉयेन ब्रेन्नन ह्यांनी असं दाखवून दिलं आहे की, कायदेशीर कारवाईमुळे वैद्यकीय चुकांचं प्रमाण कमी होत नाहीत. याचं एक कारण असं की, हे शस्त्र फारच संदिग्ध स्वरूपाचं आहे. हार्वर्ड मेडिकल प्रॅक्टिस स्टडीमध्ये ज्या रुग्णांचा उल्लेख केलेला होता, त्यांचा अधिक अभ्यास केल्यानंतर ब्रेन्ननच्या असं लक्षात आलं की, ज्या रुग्णांना दुय्यम दर्जाची सेवा मिळाली होती; त्यांतील फक्त दोन टक्के किंवा त्यांहून कमी रुग्णांनी खटले भरले होते. त्याच्या उलट परिस्थितीदेखील आढळली. म्हणजे ज्या रुग्णांनी खटले भरले होते, त्यांच्यापैकी फारच थोड्या रुग्णांना बेपर्वाईची वागणूक मिळाली होती. शिवाय एखाद्या रुग्णाने खटला भरल्यानंतर त्याने तो जिंकण्याची शक्यता बऱ्याचदा त्याच्या आजाराच्या परिणतीवर ठरायची. तो दुष्परिणाम ही त्याला झालेल्या रोगाची परिणती असायची की, वैद्यकीय व्यावसायिकांच्या बेपर्वाईची, याच्याशी त्यांचा फारसा संबंध नसायचा.

माझ्या मते, वैद्यकीय दुष्कृत्यांसाठी डॉक्टरांवर खटले भरण्याचा एक तोटा असतो – डॉक्टरांच्या चुका अवाच्या-सव्वा मोठ्या करून सांगितल्या गेल्याने डॉक्टरमंडळी आपणहून चुका कबूल करत नाहीत किंवा त्यांच्याविषयी जाहीर चर्चा करायला नाखूश असतात. शिक्षापद्धतीमुळे रुग्ण आणि डॉक्टर एकमेकांसमोर परस्परविरोधक म्हणून दंड थोपटून उभे राहतात, एकमेकांविरुद्ध अहमहमिकेने बोलण्याच्या भरात ते वस्तुस्थितीचा विपर्यास करतात. परिस्थिती हाताबाहेर जाते, अशा परिस्थितीत डॉक्टर प्रामाणिकपणे रुग्णांना आपल्या चुकांविषयी कसं सांगणार? रुग्णालयाच्या सेवेतील वकील डॉक्टरांना नेहमी बजावत असतात, ‘‘रुग्णांना काही इजा झाली, तर तुम्ही रुग्णांना त्याविषयी सांगायलाच हवं, पण चूक माझ्या हातून झाली, असं कधीही सांगता कामा नये. अशा प्रकारची कबूली तुम्हा डॉक्टरांना न्यायालयात गोत्यात आणू शकते. तो डॉक्टरांच्या विरोधातला पुरावा समजला जाण्याची शक्यता असते. तुम्ही फार-फार तर इतकंच म्हणावं, ‘आम्हाला वाटत होतं तसं घडलं नाही, याबद्दल आम्ही खेद व्यक्त करतो.’

मात्र, एका ठिकाणी डॉक्टरमंडळी आपल्या चुकांविषयी मोकळेपणाने बोलू

शकतात – रुग्णांबरोबर नाही, तर आपल्या सहकाऱ्यांबरोबर मोकळेपणाने चर्चा करता येते. या सभेला 'मॉर्बिडिटी अँन्ड मॉरटॅलिटी कॉन्फरन्स' (Morbidity & Mortality conference) म्हणतात. थोडक्यात 'एम अँन्ड एम' असंही म्हटलं जातं. जिथे वैद्यकीय शिक्षण दिलं जातं, त्या प्रत्येक रुग्णालयात दर आठवड्याला अशी बैठक भरवली जाते. ही पद्धत अजूनपर्यंत अस्तित्वात आहे, याचं एकमेव कारण हे आहे की, अशा बैठकींमध्ये चर्चिलेल्या गोष्टींना कायद्याने संरक्षण दिलं गेलं आहे. अनेकदा आव्हान दिलं जाऊनही त्या कायद्याच्या चौकटीत चर्चिल्या जात नाहीत. बहुतेक शल्यविशारद या सभेकडे गांभिर्याने पाहतात. इतरांच्या नजरेपासून सुरक्षित अशा जागी ते आपल्या चुका खुलेपणाने कबूल करतात, दुर्घटनांची जबाबदारी स्वीकारतात. त्यांच्या देखरेखीखाली असलेल्या रुग्णाला मृत्यू आला, तर त्याची जबाबदारी कुणी घ्यायची ते निश्चित करतात आणि अशा दुर्घटना टाळण्यासाठी भविष्यात कोणती खबरदारी घेता येईल, याचा विचारही करतात.

आमच्या रुग्णालयात अँफीथिएटरमध्ये (उंच पायऱ्यांची रचना असलेले सभागृह) आम्ही दर मंगळवारी संध्याकाळी ५ वाजता एकत्र जमतो. या सभागृहांच्या भिंतींवर अशा थोर डॉक्टरांची तैलचित्रं लावली आहेत, ज्यांचं उदाहरण आम्ही डोळ्यांसमोर ठेवावं, त्यांचं अनुकरण करावं, अशी आमच्याकडून अपेक्षा केली जाते. शिकाऊ शल्यविशारदापासून ते शल्यविभागाच्या अध्यक्षांपर्यंतच्या सर्व पातळीवरच्या शल्यविशारदांनी या बैठकीला हजर राहावं, अशी अपेक्षा असते. जे विद्यार्थी पाळीपाळीने इथे शस्त्रक्रिया शिकत असतात अशा वैद्यकीय विद्यार्थ्यांनाही ह्या बैठकीला हजेरी लावता येते. जवळजवळ शंभर लोक तरी हजर असतात. आम्ही ओळीने आत शिरतो, ज्या केसेसची चर्चा होणार असते, त्यांच्या फोटोकॉपींची फाइल उचलतो आणि आपल्या जागी जाऊन बसतो. पहिल्या रांगेत साधारणपणे सर्वांत ज्येष्ठ शल्यविशारद बसतात – हे शल्यविशारद आता शस्त्रक्रियेच्या गणवेशात, नाहीतर गडद रंगाचे सूट परिधान करून आलेले असतात. हे धीरगंभीर शल्यविशारद पाहिले की, केसची सुनावणी ऐकण्यासाठी आलेल्या 'सीनेटर्स'ची आठवण येते. अध्यक्ष महाशय एखाद्या वनराजासारखे भासतात. ज्या जागेवरून प्रत्येक केस ऐकवली जाणार असते, त्या पोडियमपासून (लाकडी भाषणस्तंभ) त्यांचं स्थान सगळ्यात जवळ असतं. त्यानंतरच्या काही रांगांमध्ये उर्वरित शल्यचिकित्सक बसतात. हे डॉक्टर साधारणपणे तरुण असतात आणि त्यांच्यामध्ये स्त्रियांची संख्या मोठी असते. प्रमुख निवासी डॉक्टर आपले लांब, पांढरे कोट घालून आलेले असतात. ते बहुतेक वेळा बाजूच्या खुर्च्यांवर बसतात. माझ्यासारखे निवासी डॉक्टर आखूड पांढरा कोट, शस्त्रक्रियेच्या वेळी घालतो ती हिरवी पँट, अशा वेषात मागच्या रांगांमध्ये बसतात.

प्रत्येक केस ऐकवली जाते, तेव्हाची पद्धत साधारणपणे अशी असते – ज्या विभागातील केस ऐकवली जाणार असते, त्या विभागाचा प्रमुख निवासी डॉक्टर – हृदयविभाग, रक्तवाहिनीविभाग, आपत्कालीन विभाग वगैरे त्यासंबंधीची माहिती गोळा करतो आणि भाषणासाठी असलेल्या उंच मंचापाशी जाऊन घडलेल्या केसची माहिती देतो. उदाहरणादाखल मी काही घटना इथे नमूद करतो (रुग्णांबद्दलची गोपनीयता अबाधित राखण्यासाठी मी थोडे बदल केले आहेत.) – एक अडुसष्ट वर्षांचा पुरुष हृदयाच्या झडपा बदलण्याच्या शस्त्रक्रियेदरम्यान झालेल्या रक्तस्रावामुळे मेला, एका सत्तेचाळीस वर्षांच्या महिलेच्या डाव्या पायातील रोहिणी बदलण्याची शस्त्रक्रिया झाल्यानंतर जखम चिघळली; तेव्हा तिच्यावर परत एकदा शस्त्रक्रिया करण्यात आली; त्यात तिला मृत्यू आला, एका चव्वेचाळीस वर्षांच्या महिलेच्या पित्ताशयावर शस्त्रक्रिया केली गेली; तिच्या पोटातून पित्त बाहेर काढावं लागलं, तीन रुग्णांच्या शस्त्रक्रियांनंतर रक्तस्राव होत राहिल्यामुळे जखम पुन्हा उघडावी लागली, एका त्रेसष्टवर्षीय रुग्णाच्या हृदयावर बायपास शस्त्रक्रिया झाल्यानंतर त्याला हृदयविकाराचा झटका आला, एका सहासष्टवर्षीय महिलेच्या पोटावरील शस्त्रक्रियेनंतर जे टाके घालण्यात आले होते; ते अचानकपणे उसवले आणि तिची आतडीच बाहेर पडल्यासारखी झाली. लुइझ विल्यम्सची केस जी मी चुकीच्या पद्धतीने हाताळली होती – अशा अनेक केसेसबद्दल चर्चा केली जाते. आपत्कालीन प्रमुख निवासी डॉक्टर, डेव्हिड हर्नांडेझनी त्या शस्त्रक्रियेनंतर सगळे कागदपत्र डोळ्यांखालून घातले होते व माझ्याबरोबर आणि त्यादिवशी हजर असलेल्या सगळ्या कर्मचाऱ्यांबरोबर त्यांनी त्याविषयी चर्चाही केली होती. त्यांची वेळ येताच ते उठून सगळ्यांसमोर उभे राहिले आणि त्यांनी पूर्ण घटनेची माहिती दिली.

हर्नांडेझ एक उंच, प्रसन्न आणि वयस्क डॉक्टर आहेत. कुठलीही गोष्ट ते छान रंगवून सांगतात, पण 'एम ॲन्ड एम' हा एक गंभीर मामला असतो. तिथे अघळपघळपणाला वाव नसतो. थोडक्यात माहिती सांगावी, अशी अपेक्षा असते. त्या दिवशी त्यांनी अशी माहिती दिली – 'एक चौतीस वर्षांची महिला, बेदरकारपणे गाडी चालवत असताना तिची गाडी उलटली. तिच्या मुख्य अवयवांना काही इजा झाली नसली; तरी तिला बेशुद्धावस्थेत आणलं गेलं. रुग्णवाहिकेतून तिला आणलं गेलं, तेव्हा तिच्या श्वासनलिकेत नळी घातलेली नव्हती. ती त्या वेळी जीसीएस ७ या स्थितीत होती. याचा अर्थ 'ग्लासगो कोमा स्केल' असा असून त्यावरून रुग्ण किती गंभीर अवस्थेत आहे, याची कल्पना येते. ३ ते १५ या दरम्यान मेंदूची दुखापत या स्केलवरून समजते. जीसीएस ७ म्हणजे पूर्ण बेशुद्धावस्था असं मानलं जातं. तिच्या श्वासनलिकेत नळी घालण्यात अपयश आल्यानंतर तिचा श्वसनमार्ग बंद झाला. त्यानंतर तिच्यावर क्रायकोथायरॉयडॉटॉमीही करण्यात आली, पण

तिचाही काही फायदा झाला नाही.'

अशी सादरीकरणं बऱ्याचदा संबंधित डॉक्टरला विचित्र परिस्थितीत टाकतात. कुठली केस सादर करायची, याचा निर्णय प्रमुख निवासी डॉक्टर घेतो. शस्त्रक्रियेच्यावेळी हजर असलेल्या डॉक्टरला ते ठरवण्याचा अधिकार नसतो. त्यामुळे तो शक्य तितका प्रामाणिक राहतो. आपल्या चुकांवर पांघरूण घालण्याचा प्रयत्न तो करत नाही. पण त्यामुळे प्रमुख निवासी डॉक्टरांची अवस्था नाजूक बनते, कारण तेदेखील तसे कनिष्ठपदावरच काम करत असतात. यशस्वी 'एम अॅन्ड एम' सादरीकरणामध्ये सर्वसाधारणपणे बराच शब्दच्छल केला जातो. काही महत्त्वाचे उल्लेख टाळले जातात आणि बहुतेक वेळा कर्मणी वाक्यप्रयोग केला जातो. उदा. 'क्रायकोथायरॉयडॉटॉमी' करण्यात आली, पण यश मिळालं नाही. अर्थात तिथे हजर असलेले डॉक्टर वस्तुस्थिती ओळखण्याइतपत हुशार आणि अनुभवी असतातच.

हर्नांडेझनी आपलं सादरीकरण चालूच ठेवलं, रुग्णाचा श्वास कोंडला त्यामुळे तिची छाती दाबून तिचं हृदय चालू ठेवण्याचा प्रयत्न केला गेला. भूल दिल्यानंतर तिच्या घशात बालकांसाठी वापरतात, ती नळी घालण्यात आली, त्यामुळे रुग्ण पूर्वस्थितीला आला. श्वासनलिकेला चीर देऊन नळी घालण्याची शस्त्रक्रिया नंतर करण्यात आली.

याचा अर्थ हा होता की, लुइझ विल्यम्सला बराच काळ प्राणवायू न मिळाल्यामुळे तिची हृदयक्रिया बंद पडायचा धोका निर्माण झाला होता. याचा दुसरा अर्थ हा होता की, त्यामुळे तिला अपंगत्व येऊ शकलं असतं किंवा त्याहून गंभीर परिस्थितीही ओढवली असती. हर्नांडेझनी अशा प्रकारे आपलं सादरीकरण संपवलं – तिच्या मेंदूला कायमस्वरूपी इजा पोहोचली किंवा तिला इतर काही महत्त्वाची इजा झालीय, असं नंतर जाणवलं नाही. दुसऱ्या दिवशी तिच्या श्वासनलिकेतील नळी काढून टाकण्यात आली. तिसऱ्या दिवशी चांगल्या स्थितीत तिला रुग्णालयातून घरी पाठविण्यात आलं. दुसऱ्या दिवशी सकाळी तिला जाग आली, तेव्हा तिला किंचित गरगरल्यासारखं होत होतं, पण तिला भूक लागल्याचं जाणवलं. बाकी दृष्टीनंही ती ठीक अवस्थेत होती. आणखी काही आठवड्यांनंतर तिच्या घशावर एक खूण राहील, इतकंच.

पण एवढ्या स्पष्टीकरणाने सगळ्या उपस्थितांचं समाधान झालं नाही. पहिल्या रांगेत बसलेले एक डॉक्टर गर्जना करत म्हणाले, "क्रायकोथायरॉयडॉटमी केली, पण यश मिळालं नाही, याचा अर्थ काय?" त्या शब्दांनी माझं अवसान गळाल्यासारखं झालं, चेहरा शरमेच्या भावनेने लाल झाला.

डॉ. बॉल पुढच्या रांगेत बसले होते. ते उठून उभे राहत म्हणाले, "ही माझी केस होती." शस्त्रक्रियेच्या वेळी देखरेख ठेवणारा प्रत्येक डॉक्टर याच वाक्याने

सुरुवात करतो. आपली नैतिक जबाबदारी मी टाळत नाही, असं त्या वेळी त्या डॉक्टरला सुचवायचं असतं. आमच्या शस्त्रक्रियाक्षेत्राचं हे एक मोठं वैशिष्ट्य आहे, असं मी म्हणेन. सध्या अमेरिकेतील व्यवसायजगतात आमच्याकडे 'समतल संघटना' (flat organizations) म्हणजे अधिकारांची उतरंड नसलेली रचना आहे, असं म्हणायची नवी प्रथा निर्माण झाली आहे, पण आम्ही शल्यविशारद मात्र 'जुनं ते सोनं' असं समजतो. अनुभवाला आमच्याकडे अनन्यसाधारण महत्त्व दिलं जातं, त्यामुळे जेव्हा एखादी दुर्घटना घडते, तेव्हा देखरेख ठेवणारा अनुभवी डॉक्टर वा शल्यविशारद सगळी जबाबदारी आपल्या शिरावर घेतो. निवासी शल्यविशारदाचा हात घसरल्यामुळे हृदयाला रक्तपुरवठा करणारी रोहिणी कापली गेली, देखरेख करणारा डॉक्टर घरी असताना रुग्णालयात त्याच्या हाताखाली काम करणाऱ्या परिचारिकेने चुकीचं औषध दिलं, या गोष्टींची जबाबदारी तो हाताखालच्या माणसावर ढकलून मोकळा होत नाही. या साप्ताहिक बैठकीत ज्या केसेसवर चर्चा होते, त्यांची जबाबदारी संबंधित डॉक्टरवरच असते.

डॉ. बॉलनी त्या दिवशी काय घडलं त्याविषयी सविस्तर माहिती दिली – आपत्कालीनकक्षात देखरेख करणारा जो डॉक्टर होता, त्याला रुग्णाच्या तोंडातून नळी आत घालता आली नाही. स्वत: बॉल त्या दिवशी तिथे ताबडतोब (गोष्टी हाताबाहेर जाऊ लागल्या तेव्हा...) हजर राहू शकले नाहीत. खोलीत पुरेसा प्रकाश नव्हता, रुग्ण स्त्रीची मान फारच जाड होती, हेदेखील त्यांनी सांगितलं व त्याच वेळी हेदेखील स्पष्ट केलं की, स्वत:च्या चुकांचं खापर ते या बाह्य गोष्टींवर फोडायचा प्रयत्न करत नव्हते; तर कोणत्या कारणांमुळे गुंतागुंत वाढली, ते त्यांना स्पष्ट करायचं होतं. त्यांच्याप्रमाणे रुग्णांची देखभाल करणाऱ्यांनी (अटेंडिंगनी) माना हलवून बॉलना सहानुभूती दाखवली. काही मुद्दे स्पष्ट व्हावेत म्हणून त्यांनी एक-दोन प्रश्नही विचारले. ह्या सर्व निवेदनादरम्यान बॉलचा स्वर पूर्णपणे तटस्थ होता. 'कुआलालंपूरमध्ये चिंताजनक परिस्थिती' ही बातमी दूरदर्शनच्या चॅनेलवरचा बातमीदार ज्या तटस्थपणे सांगतो, त्याच तटस्थपणे ते बोलत होते.

सगळ्यात शेवटी अध्यक्षांनी एकच प्रश्न विचारला. सर्व शल्यविभागांतल्या परिस्थितीसंबंधातली अंतिम जबाबदारी त्यांच्या खांद्यावर असते. त्यांचा प्रश्न या वेळी काही वेगळा नव्हता. त्यांनी बॉलना विचारलं, ''अशी परिस्थिती निर्माण होऊ नये म्हणून तुम्ही कोणती कृती केली असतीत?'' त्यावर बॉल म्हणाले, ''सुरीने भोसकल्यामुळे जखमी झालेल्या ज्या तरुणावर मी आणि हर्नांडेझ उपचार करत होतो त्याची परिस्थिती चिंताजनक राहिली नाही, हे पाहून मी हर्नांडेझला आपत्कालीन उपचारकक्षात पाठवायला हवं होतं किंवा त्या जखमी रुग्णाची जबाबदारी हर्नांडेझवर सोपवून मी आपत्कालीन उपचारकक्षात जायला हवं होतं.'' (लोकांनी बरोबर या

अर्थी माना डोलावल्या.) 'भविष्यात अशी चूक होणार नाही,' असं आश्वासन बॉलनी दिलं होतं. जो शिकायचा तो धडा संबंधितांनी शिकून झाला. चला, पुढची केस काय आहे?

या बैठकीदरम्यान एकदाही कुणी मला असा प्रश्न विचारला नाही की, मी मदत मागवायला उशीर का केला होता किंवा विल्यम्सवर उपचार करण्याचं पुरेसं कौशल्य माझ्यापाशी का नव्हतं? मला इथे असं मुळीच सुचवायचं नाही की, माझे सर्व निर्णय वा कृती इतरांनी पूर्णपणे स्वीकारार्ह मानली होती. त्यांना फक्त इतकंच सुचवायचं होतं की, माझ्या चुकांसंबंधी माझ्याशी चर्चा करायची जबाबदारी बॉलची होती. ज्या दिवशी हा सगळा प्रकार घडला, त्याच्या दुसऱ्या दिवशी बॉलनी मला व्हरांड्यातच पण एका बाजूला घेऊन माझ्या चुका दाखवून दिल्या होत्या, पण हे करत असताना त्यांच्या आवाजात मला राग जाणवला नाही, तर दुखावलेपणाची भावना जाणवली होती. त्यांच्या मते माझी पहिली चूक ही होती की, श्वासनलिकेवरील आपत्कालीन शस्त्रक्रियेच्या वेळी मी गळ्याला उभा छेद द्यायला हवा होता, त्यामुळे रक्तवाहिन्या कापल्या गेल्या नसत्या. रक्तवाहिन्या गळ्यामध्ये वरून-खाली अशा दिशेने असतात एवढं किमान पुस्तकी ज्ञान तरी मला असायला हवं होतं ना? त्यामुळे मला तिला श्वास घेण्यासाठी लवकर मार्ग करून देता आला असता. माझी दुसरी चूक त्यांच्या मते अधिक गंभीर होती अन् मी ती केवळ अज्ञानापोटी केलेली नव्हती. "अरे, मला बोलावून घ्यावं असं तुला कसं वाटलं नाही, हेच मला कळत नाहीये. तिचा श्वसनमार्ग बंद होतोय हे तुला स्पष्ट दिसत होतं तरी मदत मागवावी, असं तुला वाटलं नाही का?" त्यावर मी कोणतंही स्पष्टीकरण दिलं नाही. "पुढच्या वेळी मी अधिक चांगली तयारी करेन आणि मदतही लवकर मागवेन," एवढंच मी म्हटलं.

आमच्यातलं बोलणं संपल्यावर बॉल माझ्याकडे पाठ फिरवून चालू लागले, तेव्हा ट्यूबलाइटच्या प्रकाशात त्यांच्या पाठमोऱ्या आकृतीकडे पाहत असताना माझ्या मनात शरमेची भावना दाटून आली. ही अपराधीपणाची भावना नव्हती – आपल्या हातून चूक घडली, तर आपल्याला अपराधी वाटतं. – माझ्या मनातली भावना शरमेची होती. माझ्या हातून साधीसुधी चूक घडली नव्हती; ती एक महाभयंकर घोडचूक होती. त्याच वेळी मला हेदेखील ठाऊक होतं की, माझ्यासारखे शल्यविशारद अशा अपराधीपणाच्या भावनेपायी कधी-कधी स्वतःला इतके टोचत राहतात की, त्यामुळे ते सगळा आत्मविश्वासच गमावून बसतात. आपल्या मर्यादांची जाणीव असणं वेगळं आणि स्वतःच्या कर्तृत्वाविषयी मनात शंका उपस्थित होणं वेगळं. एका ख्यातनाम शल्यविशारदाने मला त्याचा स्वतःचा अनुभव सांगितला होता – "एका रुग्णाच्या पोटावर मी शस्त्रक्रिया करत असताना होत असलेला

रक्तस्राव मला थांबवता आला नाही. त्याच्या पोटात एक साधीच गाठ वाढली होती, ती मी कापून काढत होतो आणि त्यातच तो रुग्ण मरण पावला. मी माझ्या हातांनी त्याला मारलं,'' ते हताशपणे म्हणाले होते. त्यानंतर शस्त्रक्रिया करणं, त्यांना फार कठीण वाटू लागलं होतं. ज्या वेळी ते हातात सुरी घेत, तेव्हा त्यांचा आत्मविश्वास डळमळीत होत असे, निर्णय घेणं अवघड वाटत असे. त्या एका केसने त्यांना कित्येक महिने छळलं होतं.

आत्मविश्वास गमावण्यापेक्षा आणखी एक गोष्ट जास्त वाईट असू शकते – ती म्हणजे लोक आत्मबचावाचं, समर्थनाचं धोरण अवलंबायला लागतात. काही शल्यविशारद आपण स्वतः सोडून इतर सगळ्यांमध्ये दोष शोधू लागतात. त्यांना स्वतःच्या क्षमतेविषयी यत्किंचितही शंका नसते किंवा त्यांना कसली भीतीही वाटत नाही. त्यामुळे स्वतःच्या चुकांपासून ते कसलाही धडा शिकत नाहीत. स्वतःच्या मर्यादा ओळखायलाही ते शिकत नाहीत. एकदा एका शल्यविशारदाने त्याचं अशा प्रकारच्या शल्यविशारदाबद्दलचं मत माझ्याजवळ बोलून दाखवलं. ते म्हणाले, ''काही हातांच्या बोटांवर मोजता येतील असे शल्यविशारद असतात, ज्यांना कसलीच भीती म्हणून कधी वाटत नाही. मला अशा माणसांचीच भीती वाटते. शस्त्रक्रिया करताना तुमच्या मनात थोडीफार भीती, दडपण असणे चांगले असते. अन्यथा, तुम्ही तुमच्या रुग्णाला मोठा अपाय करण्याची शक्यता वाढते.''

स्वतःबद्दल शंका आणि स्वतःची चूक नाकारणे हे दोन्ही पराकोटीचे दृष्टिकोन जोपासले जाऊ नयेत, असं वातावरण 'एम ॲन्ड एम'मध्ये असतं. या बैठकीमागचा मूळ हेतू उदात्त असतो – शल्यविशारदांनी आपल्या चुकांकडे योग्य दृष्टिकोनातून पाहावं. 'तुम्ही आपल्या कामात काय बदल घडवाल, म्हणजे भविष्यात रुग्णांना काही इजा पोहोचणार नाही?' असा प्रश्न अध्यक्ष विचारतात, तेव्हा त्यांना 'काहीही नाही' अशा उर्मट उत्तराची कधीच अपेक्षा नसते.

तसा विचार केला तर लक्षात येतं की, 'एम ॲन्ड एम' ही बरीच विचारपूर्वक बनवलेली अशी एक पद्धत आहे, जी कुणालाही पसंत पडेल. जी बाब न्यायालयं किंवा प्रसिद्धीमाध्यमं विचारात घेत नाहीत, ती बाब या बैठकीत विचारात घेतली जाते – आणि ती म्हणजे माणसाच्या हातून घडणाऱ्या चुका शिक्षेच्या भीतीने थांबवता येत नाहीत. चुकांचं प्रमाण कमी करण्यासाठी शल्यविशारदांनी दृढ निश्चयच करायला हवा – अनेक प्रकारे दुर्घटना घडू शकतात त्यांविषयी जर आधीच काही विचार केला किंवा शस्त्रक्रिया करण्यापूर्वी पुरेशी माहिती मिळवली, तर काही समस्यांवर मात करणं शक्य आहे, हे त्यांनी जाणायला हवं. हातून चूक घडणं ही निंदनीय बाब मानली नाही, तरी तशी चूक घडली तर त्याविषयी लाज तर वाटायलाच हवी. खरं सांगायचं, तर 'एम ॲन्ड एम' मागचं नीतितत्त्व एखाद्याला

विरोधाभासाने भरलेलं असं वाटेल – एकीकडे ही पद्धत चुका सहन केल्या जाणार नाहीत या अमेरिकन संकल्पनेला पुष्टी देते, तर दुसरीकडे ती हेदेखील मान्य करते की, चुका अधूनमधून होणारच. अन्यथा, दर आठवड्याला या बैठका घेतल्याच गेल्या नसत्या.

पण चुका वारंवार होतातच कशा? हा प्रश्न उरतोच. ल्यूसियन लीप हे वैद्यकीयविश्वातील चुकांवरचे निष्णात अभ्यासक आहेत. त्यांनी असं म्हटलं आहे की, इतर अनेक क्षेत्रांत (ज्या कंपन्या सेमीकंडक्टर बनवतात तिथे किंवा रिट्झ-कार्लटनसारखे सेवाव्यवसाय) वैद्यकीयक्षेत्रातल्यासारखं चुकांचं प्रमाण आढळणारच नाही. हवाईवाहतूककंपन्यांनीसुद्धा आपल्या व्यवसायातील चुकांचं प्रमाण एक लाख उड्डाणांमागे एक चूक इतकं कमी केलेलं आहे आणि त्यातल्याही बहुतेक चुका मोठ्या प्रमाणात हानी घडवत नाहीतच. जनरल इलेक्ट्रिकसारख्या कंपन्यांनी आता 'सिक्स सिग्मा' (Six Sigm) ही गुणवत्ता प्रणाली राबवायला सुरुवात केली आहे. त्यामागचं ध्येय हे की, चुकांचं प्रमाण अत्यल्प ठेवायचं म्हणजे दहा लाखात एक; इतकं नगण्य!

अर्थात आपण माणसांची – रुग्णांची – तुलना विमानाशी कधीच करू शकत नाही. माणसामाणसागणिक स्वभाव बदलतात – 'व्यक्ती तितक्या प्रकृती' म्हणतात, ते काही उगीच नाही. उद्योगक्षेत्रात एका ठराविक आकाराचं, मापाचं, वैशिष्ट्याचं यंत्र बनवलं जातं, तसं माणसांचं नसतं. मी तर असं म्हणेन की, जिथेजिथे माणसाची बुद्धी वापरून काही उद्योग केले जातात, त्या कुठल्याही क्षेत्रापेक्षा मानवी शरीर अनेक पटींनी अधिक गुंतागुंतीचं आहे. गेल्या दोन दशकांमध्ये आपण जे काही ज्ञान संज्ञानात्मक मानसशास्त्रापासून (cognitive psychology) मिळवलं आहे. ते मानवी चुकांची शक्यता लक्षात घेऊन (human factors engineering) त्याप्रमाणे काम करणे. आतापर्यंत घडलेल्या विध्वंसक दुर्घटना – भोपाळमधील भयानक वायूगळती असो किंवा 'थ्री माइल आयलंडवरील दुर्घटना असो – त्यातून एकच सत्य जाणवतं; ते म्हणजे सगळ्या माणसांच्या हातून चुका घडणारच, एवढंच नाही; तर ते वारंवार चुका करत राहतात आणि काही ठराविक प्रकारच्या चुकाच परत-परत होत राहतात. इथे असा निष्कर्ष काढता येईल की, ज्या संस्था किंवा व्यवस्था हे वास्तव स्वीकारून योग्य ती पावलं उचलत नाहीत, तिथे चुकांचं प्रमाण कमी होत नाहीच, उलट वाढतच जातं.

'ह्यूमन एरर' (Human Error) या पुस्तकाचे लेखक, जेम्स रीझन हे एक ब्रिटिश मानसशास्त्रज्ञ आहेत. ते म्हणतात, ''माणूस म्हणून काही ठराविक पद्धतीच्या चुका करण्याकडे आपल्या प्रत्येकाचा कल असतो. विचार करून अंत:प्रेरणेने निर्णय घेण्याची आपल्या मेंदूची जी क्षमता आहे, त्याखातर आपण मोजलेली ही

किंमत आहे. आपल्या आवतीभोवती अत्यंत वेगाने सतत घडणाऱ्या घटनांचं आकलन आपल्याला आपल्या ज्ञानेंद्रियांद्वारे होत असतं. त्याला एक झटपट गाळणी लावून आपल्याला त्वरेने निर्णय घ्यावेच लागतात. त्यामुळे ज्या पद्धती माणसाच्या परिपूर्णतेवर अवलंबून असतात, त्याच पद्धतींमध्ये काही 'सुप्त चुका'ही (latent errors) असतात; ज्या जणू घडण्याची वाटच पाहत असतात. वैद्यकीयक्षेत्रात अशा चुका मोठ्या प्रमाणावर आढळतात. एक साधं उदाहरण 'प्रिस्क्रीप्शन' देण्याचं. हे काम डॉक्टरमंडळी नित्यनेमाने करत असतात. ते त्यांच्या जणू काही अंगवळणी पडलेलं असतं. स्मृती आणि पुरेसं लक्ष या दोन मानसिक घटकांचा त्यात अंतर्भाव असतो. आता तसं बघितलं, तर हे दोन्ही घटक 'दगा देणाऱ्या' प्रकारात मोडणारे. अनेक वेळा डॉक्टर चुकीचं औषध लिहून देतात किंवा योग्य औषध, पण चुकीचं प्रमाण, ही चूक करतात. काही वेळा असंही घडतं की, डॉक्टरने सूचना देण्यात चूक केलेली नसते, पण औषध देणारा माणूस – परिचारिका किंवा संबंधित व्यक्ती – ते वाचताना चूक करू शकते. (काही रुग्णालयांत या कामी संगणकाचा वापर केला जातो, पण फारच कमी रुग्णालयांनी ही पद्धत वापरायला सुरुवात केली आहे.) वैद्यकीय उपकरणे या आणखी एका क्षेत्रात चुका घडण्याचं प्रमाण जास्त असतं. जे उत्पादक अशी उपकरणं बनवतात, ते 'यंत्र हाताळणारी व्यक्ती 'माणूस' असणार आहे' हा घटक ध्यानात घेत नसल्यामुळे, तिथेही चुकांचं प्रमाण फार मोठं असतं. अनेक डॉक्टरांना हृदयाशी संबंधित 'डीफिब्रिलेटर' हे उपकरण वापरावं लागतं, त्यांना हा अनुभव येतो, कारण सर्व उत्पादक एकच प्रकारचं उपकरण बनवत नाहीत – त्याच्या रचनेत फरक असू शकतात. या व्यतिरिक्तही काही अन्य कारणं असतातच. उदा. कामाचा बोजा, गोंधळाची परिस्थिती, सहकाऱ्यांमधील अपुरा संवाद. सांगायचं तात्पर्य हेच की, प्रत्येक व्यवस्थेतच काही सुप्त चुका दडलेल्या असतात.

जेम्स रीझनचं आणखी एक निरीक्षण महत्त्वाचं वाटावं असं आहे. ते म्हणतात, ''कुठलीही दुर्घटना अचानकपणे घडत नाही, तर त्यामागे एक कारणपरंपरा असते; अनेक लहान-मोठ्या घटना असू शकतात. मोठी, गुंतागुंतीची रचना असलेल्या संस्थांमध्ये एखादी चूक घडल्याने फार मोठं नुकसान होत नाही. अशी बारीकशी चूक आढळली, तर त्याच्याशी जुळवून घेण्याची पात्रता आपल्यामध्ये असते. अशा संस्थांमध्ये काही प्रतिबंधात्मक उपाय सुरुवातीपासूनच अंतर्भूत केलेले असतात. उदाहरणार्थ, रुग्णालयातील औषधालयातले कर्मचारी तसंच परिचारिकादेखील नियमितपणे डॉक्टरांची 'प्रिस्क्रिप्शन्स' डोळ्यांखालून घालतच असतात. पण होतं काय की, आपल्या हातून चूक घडतेय, हे त्या वेळी त्या माणसाच्या लक्षातच येत नाही. बरं, त्यांवर लक्ष ठेवणाऱ्या व्यक्तींच्याही ती चूक काही वेळा लक्षात येत

नाही. औषधालयातला माणूस रोज हजारो 'प्रिस्क्रिप्शन्स' वाचत असतो. हजारातलं एखादं तो तपासून बघायला विसरतो. काही वेळा धोक्याची घंटा वाजवणाऱ्या यंत्रात काहीतरी बिघाड निर्माण होतो, त्यामुळे घंटा वाजतच नाही. आपत्कालीन विभागातला एकमेव शल्यचिकित्सक दुसऱ्या एखाद्या शस्त्रक्रियादालनात काम करत असतो. थोडक्यात सांगायचं तर, जेव्हा काहीतरी वाईट घटना घडते; तेव्हा ती घडण्याआधीच तिची नांदी सुरू झालेली असते. अनेक लहान-मोठ्या चुकांचा दृश्य परिणाम म्हणजे सर्वांना जाणवणारी मोठी दुर्घटना, इतकंच म्हणता येईल.

आमच्याकडील 'एम ॲन्ड एम' ही पद्धती या घटकांपैकी कोणताच घटक विचारात घेत नाही. त्यामुळे बऱ्याच विशेषज्ञांना अशा प्रकारे चुकांचं विश्लेषण करून कामात सुधारणा घडवायचा उद्योग हा निव्वळ बावळटपणा वाटतो. 'तुम्ही अशा परिस्थितीत कोणती वेगळी कृती केली असती?' असा प्रश्न डॉक्टरला विचारणं, हे पुरेसं नसतं कारण बऱ्याचदा संपूर्ण घटनाक्रमाचा विचार करता डॉक्टर हा त्यातला शेवटचा दुवा असतो. तो अपयशी ठरला, असा शिक्का त्याच्यावर लागतो, पण केवळ त्याला एकट्याला जबाबदार धरल्याने पुढच्या दुर्घटना रोखणं शक्य नसतं. म्हणूनच चुकांवरील विशेषज्ञ असं मानतात की, संपूर्ण घटनाक्रमाचं विश्लेषण व्हायला हवं, फक्त डॉक्टरच्या कृतीचं नाही. एक प्रकारे त्यांना वैद्यकव्यवसायाचं यांत्रिकीकरण व्हायला हवं आहे. ज्या ठिकाणी ते झालंय तिथे दुर्घटनांचं प्रमाण फार कमी आहे, हे सिद्ध झालं आहे. उदा. शोल्डिस रुग्णालयातील हर्नियाच्या शस्त्रक्रिया. या विभागाला ते 'लक्ष केंद्रित कारखाना' (focused factory) असंच म्हणतात. त्याहूनही वेगळं असं एक क्षेत्र आहे, जिथे त्यांनी यांत्रिकीकरणाचं तत्त्व फार विस्तृतपणे वापरलं आहे – भूलशास्त्र. यांत्रिकीकरणाचे विलक्षण फायदे त्यांना दिसून आले आहेत.

अमेरिकन भूलतज्ज्ञांची जी संस्था आहे, तिच्या प्रतीकाच्या केंद्रस्थानी केवळ एकच शब्द लिहिलेला आहे – दक्षता. जेव्हा भूलतज्ज्ञ एखाद्या रुग्णाला भूल देऊन बेशुद्धावस्थेत नेतात, तेव्हा त्याच्या संपूर्ण शरीरावर केवळ त्यांचंच नियंत्रण असतं. शरीर शिथिल होतं, शुद्ध हरपते आणि वेगवेगळ्या यंत्रांद्वारे त्याचा श्वासोच्छ्वास, हृदयाचे ठोके, रक्तदाब आदींवर नियंत्रण ठेवलं जातं. रुग्णाच्या शरीरातली ही सर्वांत महत्त्वाची कार्यं असतात. अनेक गुंतागुंतीची रचना असलेली यंत्रं शस्त्रक्रियेदरम्यान विलक्षण गुंतागुंतीची रचना असलेल्या मानवी देहाला जोडलेली असतात, त्यामुळे यातलं एखादं यंत्र योग्य प्रकारे काम करेनासं झालं किंवा रुग्णाच्या शरीरात आयत्या वेळी काही समस्या निर्माण झाली, तर एखाद्या साध्याशा शस्त्रक्रियेतही प्रचंड गोंधळ निर्माण होऊ शकतो. असं असूनही भूलविशेषज्ञांच्या असं ध्यानात

आलंय की, पुरेशी खबरदारी घेतली – वेगळ्या शब्दात मांडायचं झालं तर – समस्या लक्षात आली, तर साधारणपणे तिचं निराकरण करता येतं. एका उदाहरणाने ही गोष्ट सिद्ध होते. १९४०च्या दशकात दर २५०० शस्त्रक्रियांमागे भूलतज्ज्ञाच्या चुकीखातर एका रुग्णाचा मृत्यू घडत असे. १९६० ते १९८० या वीस वर्षांच्या कालावधीत हे प्रमाण दर १०,००० शस्त्रक्रियांमागे एक इतकं घटलं आहे.

पण एलीसन (जीप) पियर्सच्या मते हे प्रमाणही क्षम्य नाही. त्यांनी एक तरुण भूलतज्ज्ञ म्हणून १९६० सालापासून उत्तर कॅरोलिना आणि पेनसिल्व्हेनिया विद्यापीठात काम करायला सुरुवात केली. तेव्हापासूनच त्यांनी भूलतज्ज्ञाच्या चुकीमुळे जे काही भयंकर मृत्यू घडले होते, त्यांची सविस्तर नोंद ठेवायला सुरुवात केली. यातल्या काही शस्त्रक्रियांच्या वेळी त्यांनीच भूल दिलेली होती, तर काही शस्त्रक्रिया त्यांनी फक्त पाहिल्या होत्या. या सगळ्या शस्त्रक्रियांपैकी एका शस्त्रक्रियेने त्यांचे डोळे खाडकन उघडले. त्यांच्या एका मित्राने आपल्या अठरा वर्षांच्या मुलीला तिच्या अक्कलदाढा काढून टाकण्यासाठी रुग्णालयात नेलं. तिला पूर्ण भूल देणं गरजेचं होतं. भूलतज्ज्ञाने कृत्रिम श्वासपुरवठ्यासाठी जी नळी तिच्या तोंडावाटे आत घातली, ती तिच्या श्वासनलिकेत न घालता तिच्या अन्ननलिकेत घातली. सर्वसाधारणपणे जेव्हा अशी चूक भूलतज्ज्ञाच्या हातून घडते, तेव्हा ती लगेच त्याच्या लक्षातही येते. मात्र, या भूलतज्ज्ञाच्या ती लक्षात आली नाही. रुग्णाला प्राणवायू न मिळाल्यामुळे काही मिनिटांच्या आतच ती मुलगी मेली. त्या काळी भूलतज्ज्ञाच्या चुकीमुळे घडणाऱ्या मृत्यूचं प्रमाण दहा हजारात एक इतकंच होतं, हे पियर्सला माहीत होतं; त्याला हेदेखील माहीत होतं की, अमेरिकेत दर वर्षी साधारणपणे साडेतीन कोटी रुग्णांना शस्त्रक्रियेसाठी भूल दिली जाते, म्हणजेच वर्षाकाठी थोडेथोडके नाही तर ३५०० रुग्ण भूलतज्ज्ञांच्या चुकीमुळे आपला जीव गमावतात. हे रुग्ण हकनाक मरतात, असं त्याला प्रामाणिकपणे वाटलं तर नवल नव्हतं.

१९८२ साली अमेरिकन भूलतज्ज्ञ संघटनेचा उपाध्यक्ष म्हणून निवडून आल्यावर पियर्सला आपल्या सहकाऱ्यांच्या चुकांमुळे घडणाऱ्या मृत्यूचं प्रमाण घटविण्याच्या दृष्टीने काहीतरी ठोस पावलं उचलण्याची संधी मिळाली. त्याच वर्षी 'एबीसी' या दूरदर्शन वाहिनीच्या '२०/२०' या कार्यक्रमात दाखविण्यात आलेल्या एका खळबळजनक बातमीमुळे त्यांच्या व्यवसायक्षेत्रात अस्वस्थतेचं वातावरण निर्माण झालं. 'एखाद्या शस्त्रक्रियेसाठी तुम्हाला पूर्ण भूल दिली जाणार असेल, तर तुम्ही एका फार दूरच्या प्रवासाला जाणार असल्याची शक्यता आहे. शक्य असेल, तर अशा पूर्ण भूल देण्याच्या निर्णयाला तुम्ही विरोध करावा,' अशा प्रक्षोभक विधानानेच त्या कार्यक्रमाची सुरुवात झाली होती. 'तसं पाहिलं तर बहुतांशी पूर्ण भूल ही सुरक्षितच असते, पण किती झालं तरी भूलतज्ज्ञ हे मनुष्यप्राणी आहेत आणि

सगळ्यांच्याच हातून कधी ना कधी चुका होतातच. आणखी काही कारणं अशी – निष्काळजीपणा आणि भूलतज्ज्ञांचा अपुरा पुरवठा. आमचं असं मत आहे की, यंदा साधारणपणे ६००० रुग्ण भूलतज्ज्ञांच्या चुकांमुळे मरतील किंवा त्यांच्या मेंदूला कायमस्वरूपी इजा पोहोचेल,' असंही या कार्यक्रमात सांगण्यात आलं. देशभरातील काही भयानक दुर्घटनांची नोंद या कार्यक्रमात केली गेली. याचा एक गंभीर परिणाम भूलतज्ज्ञांना लगेचच अनुभवायला मिळाला – विमा कंपन्यांनी भूलतज्ज्ञांवर दुष्कृत्यासंदर्भातील विम्याचे हप्ते वाढवले. या कार्यक्रमामुळे माजलेली खळबळ आणि त्यात विमाकंपन्यांनी घेतलेला हा निर्णय या दुहेरी कात्रीत सापडलेल्या भूलतज्ज्ञांना आपण काहीतरी कृती करायला उद्युक्त करायला हवं, असं पियर्सना वाटलं. आपल्या हातून काय-काय चुका घडू शकतात, यावर भूलतज्ज्ञांनी आपलं लक्ष केंद्रित करावं, यासाठी पियर्सनी आपल्या संस्थेला लक्ष द्यायला भाग पाडलं.

या बाबतीत कोणत्या नव्या कल्पना लढवता येतील, यासाठी मात्र त्यांनी कुठल्या एका डॉक्टरला नाही, तर एका इंजिनिअरला गाठलं. त्याचं नाव होतं, जेफ्रे कूपर. याने १९७८ साली एक अभ्यासपूर्ण निबंध सादर केला होता. त्याचं शीर्षक होतं, 'भूलक्षेत्रातील रोखता येतील अशा दुर्घटना – मानवी घटकांचा अभ्यास.' हा तरुण इंजिनिअर वागण्या-बोलण्यात अगदी साधा होता. १९७२ साली त्याला मॅसॅच्युसेट्स जनरल रुग्णालयातील जैवअभियांत्रिकी विभागाने कामावर ठेवलं, तेव्हा कूपर सव्वीस वर्षांचा होता. भूलक्षेत्रातील संशोधकांसाठी त्याने काही यंत्रं तयार करावीत, अशी त्याच्याकडून अपेक्षा होती. कामाची सुरुवात म्हणून कूपरने शस्त्रक्रियादालनात जाऊन तासन्तास भूलतज्ज्ञांचं निरीक्षण करायला सुरुवात केली. अगदी सुरुवातीच्या काळातच त्याच्या असं लक्षात आलं की; जी यंत्रं भूलतज्ज्ञ वापरत असत, त्यांची रचना अतिशय सदोष होती. उदाहरणार्थ, पन्नास टक्के यंत्रांमध्ये त्यातील तबकडी घड्याळ्याच्या काट्याच्या दिशेने (clockwise) फिरवली असता भूलद्रव्याचा दाटपणा घटलेला दिसत असे, तर उरलेल्या पन्नास टक्के यंत्रांमध्ये त्याचा दाटपणा वाढलेला दिसत असे. १९५०च्या दशकात विमानकंपन्यांनी विमानदुर्घटनांचे विश्लेषण करण्यासाठी जे तंत्र वापरलं होतं, ते त्याने आता वापरायचं ठरवलं. त्या तंत्राचं नाव होतं, 'गंभीर घटनांचं विश्लेषण' (critical incident analysis). त्याला हे शोधून काढायचं होतं की, सदोष उपकरणांमुळे भूल देण्याच्या कामात चुका घडतात का आणि कशा घडतात? हे तंत्र विकसित करण्यासाठी बऱ्याच मुलाखती घेतल्या गेल्या होत्या. त्यामागे बराच विचार केला गेलेला होता. हेतू हा होता की, मुलाखत देणाऱ्यांनी गंभीर घटनांविषयी शक्य तेवढा अधिक तपशील द्यावा – एखादा विशिष्ट अपघात कसा घडला आणि त्यामागे कोणते घटक कारणीभूत होते, ह्या माहितीचा उपयोग मग वेगवेगळ्या

दुर्घटनांमध्ये काही विशिष्ट साधर्म्य आहे का, त्याचा शोध घेण्यासाठी केला जात होता.

या सगळ्या प्रक्रियेत मोकळेपणाने आणि प्रामाणिकपणे घडलेल्या घटनेचा अहवाल देणं, ही गोष्ट अत्यंत महत्त्वाची ठरते. 'द फेडरल एव्हिएशन ॲड्मिनिस्ट्रेशन' या संस्थेने हवाई प्रवासातील धोकादायक घटनांचा अहवाल देण्यासंबंधी आणि त्यांचं विश्लेषण करण्यासंबंधी एक पद्धतच तयार केली आहे. त्याचा जो लक्षणीय फायदा झाला आहे, त्यामागे दोन महत्त्वाचे मुद्दे आहेत – जे वैमानिक एखाद्या दुर्घटनेची माहिती दहा दिवसांच्या आत देतात, त्यांना आपोआपच शिक्षेपासून मुक्ती मिळते. हे अहवाल त्यानंतर एका तटस्थ संस्थेकडे – नासाकडे पाठवले जातात. ही संस्था कुठल्याही वैमानिकाने दिलेली माहिती व्यक्तिश: त्याच्या विरोधात वापरत नाही. जेफ्रे कूपर हा एक इंजिनिअर होता, या गोष्टीचा त्याला फायदा झाला कारण भूलतज्ज्ञ त्याच्याशी मोकळेपणाने बोलू शकले. कूपर हा त्यांच्या दृष्टीने तटस्थ, धोकादायक नसलेला संशोधक होता.

याचा दृश्य परिणाम असा झाला की, वैद्यकविश्वातील चुकांचा अभ्यास प्रथमच सखोल आणि वैज्ञानिक दृष्टिकोनातून करण्यात आला. कूपरने केलेल्या ३५९ चुकांच्या विश्लेषणातून या व्यवसायाचं असं रूप समोर आलं, जे यापूर्वी कधीच आलं नव्हतं. त्या काळी एक असा समज प्रचलित होता की, भूलतज्ज्ञांच्या हातून ज्या चुका घडतात; त्या बहुतेक सगळ्या भूल देताना अगदी सुरुवातीला होतात, ज्याला वैद्यकीय परिभाषेत 'टेक ऑफ' असं म्हणतात. या अहवालावरून भूलतज्ज्ञांच्या असं लक्षात आलं की, शस्त्रक्रिया अर्ध्यावर आल्यानंतरही काही दुर्घटना घडतात, कारण त्या वेळी साधारणपणे भूलतज्ज्ञांची सतर्कता काहीशी कमी झालेली असते. सगळ्यात अधिक प्रमाणात आढळून आलेल्या दुर्घटनांत रुग्णाचा श्वासोच्छ्वास नियमितपणे चालू राखण्याच्या बाबतीत भूलतज्ज्ञांचं दुर्लक्ष झालेलं होतं. त्यामागचं कारण हे की, हवा आत जाण्यासाठी जी नळी तोंडातून आत घातलेली असायची; तिची जोडणी निसटलेली असायची किंवा चुकीच्या पद्धतीने केलेली असायची, काही वेळा हवा आत जाण्याच्या मार्गावर योग्य नियंत्रण नसायचं किंवा भूल देण्याचं यंत्र वापरताना चूक झालेली असायची. कूपरने अशीही नोंद केली की, या घटकांव्यतिरिक्त आणखीही काही तितकीच महत्त्वाची कारणं होतीच– पुरेसा अनुभव नसणं, उपकरणं हाताळायची पुरेशी सवय नसणं, शस्त्रक्रियेच्या वेळी उपस्थित असलेल्या लोकांमध्ये पुरेसा संवाद नसणं, घाई करणं, कामाकडे दुर्लक्ष आणि थकवा.

या अभ्यासामुळे भूलतज्ज्ञांमध्ये मोठ्या प्रमाणावर चर्चा सुरू झाली, पण समस्यांचं निराकरण करण्यासाठी कुणीच ठोस पावलं उचलली नाहीत. जीप

पियर्सला मात्र आपण काहीतरी करायला हवं, असा ध्यास लागला. सुरुवातीला त्याने भूलतज्ज्ञांच्या संघटनेची मदत घेतली आणि काही दिवसांनी त्याने स्वत:च एक संस्था स्थापन केली. या दोन्हींच्या माध्यमातून त्यांनी कूपरने दाखवून दिलेल्या समस्या कशा कमी करता येतील, याच्या संशोधनासाठी निधी उपलब्ध करून दिला. त्याने भूलतज्ज्ञांची एक आंतरराष्ट्रीय परिषद भरवली. भूल देण्यासाठी जी यंत्रं वापरली जात, त्यांचं उत्पादन करणाऱ्या लोकांना एकत्र आणलं आणि भूलतज्ज्ञांचं काम अधिक सुरक्षित कसं करता येईल यासाठीच्या कल्पना, विचार मागवले.

या सगळ्याचा अर्थातच फायदा झाला. भूलतज्ज्ञांच्या कामाच्या तासांमध्ये घट करण्यात आली. चुका करण्याची मानवी क्षमता लक्षात घेऊन त्यानुसार भूलयंत्रांमध्ये आवश्यक ते बदल करण्यात आले. यंत्रांवरील निर्देशक तबकड्यांमध्ये एकवाक्यता आणण्याचा प्रयत्न केला गेला; चुकीमुळे एकाच वेळी एकापेक्षा अधिक प्रकारचा भूलवायू दिला जाऊ नये, यासाठी काही कुलपांची सोय करण्यात आली; प्राणवायूचा पुरवठा शून्यावर येणार नाही, यासाठी काही नियामक बसवण्यात आले.

ज्या ठिकाणी थेट चुका टाळणं शक्य नसेल, अशा परिस्थितीत त्या सुरुवातीलाच कशा शोधून काढता येतील, याकडे लक्ष द्यायला भूलतज्ज्ञांनी सुरुवात केली. उदा. श्वासनलिका आणि अन्ननलिका घशात एकमेकींना अगदी खेटून असतात त्यामुळे काही वेळा भूलतज्ज्ञाच्या हातून रबरी नळी अन्ननलिकेत घातली जाणे शक्य आहे. साधारणपणे भूलतज्ज्ञ फुप्फुसांवर स्टेथस्कोप ठेवून श्वासोच्छ्वास चालू आहे की नाही ते ऐकतात, पण कूपरने अशा अनेक दुर्घटना नोंदल्या होत्या – पियर्सच्या मित्राच्या मुलीवरच हा दुर्धर प्रसंग ओढवला होता, ज्यात अन्ननलिकेत नळी घातल्याचं लक्षात आलं नव्हतं. खरं पाहता, ही चूक दर्शवणारी व्यवस्था अस्तित्वात होतीच, पण ते उपकरण महाग असल्यामुळे बहुतेक भूलतज्ज्ञ ते वापरत नसत. रबरी नळी श्वासनलिकेतच घातली आहे ना, हे तपासण्याचा आणखी एक मार्ग म्हणजे जर श्वासोच्छ्वास व्यवस्थित चालू असेल, तर फुप्फुसं कर्बवायू बाहेर टाकतील. दुसरं एक उपकरण – नाडीद्वारे रक्तातील प्राणवायूची पातळी (pulse oximeter) भूलतज्ज्ञांना एक प्रकारची धोक्याची सूचना देऊ शकते – रक्तात प्राणवायू कमी आहे, याचा अर्थ रुग्णाला पुरेशी हवा मिळत नाहीये. पियर्सने आणि इतर काही जणांनी आग्रह धरल्यामुळे भूलतज्ज्ञांच्या संघटनेने असं ठरवलं की, हे दोन्ही निदर्शक सर्वांनी नेहमी वापरायचेच. त्याचा परिणाम असा झाला आहे की, आज चुकीच्या नलिकाजोडणीमुळे किंवा अन्ननलिकेत नळी घातल्यामुळे होणाऱ्या मृत्यूचं प्रमाण लक्षणीयरीत्या घटलं आहे. आता हे प्रमाण दोन लाखांहून जास्त शस्त्रक्रियांमध्ये केवळ एक मृत्यू! पूर्वी याच्या वीसपट मृत्यू होत होते.

सुधारणावादी लोकांनी केवळ यावरच समाधान मानलेलं नाही. स्टॅनफर्डमधील

ॲनॅस्थेशियॉलॉजी विषयाचे प्राध्यापक डेव्हिड गाबा यांनी आता मानवी कृती सुधारण्यावर आपलं लक्ष केंद्रित केलं आहे. उड्डाण विभागात वैमानिकाचा अनुभव मोलाचा मानला जातो, पण फक्त तेवढा पुरेसा नसतो, असं त्यांनी दाखवून दिलं आहे. हल्ली वैमानिकांना विमानातील गंभीर चूक फार कमी वेळा लक्षात येते. त्यामुळे त्यांना दर वर्षी गंभीर दुर्घटनांना तोंड देण्याचं प्रशिक्षण दिलं जातं. त्यासाठी या दुर्घटना कृत्रिमपणे निर्माण करून त्या आधारे त्यांना प्रशिक्षण दिलं जातं. अशाच प्रकारचं प्रशिक्षण भूलतज्ज्ञांनाही का दिलं जाऊ नये?

गाबा स्वत: एक डॉक्टर तर होताच, पण त्याला अभियांत्रिकीचं ज्ञानही होतंच. त्याने इतर तंत्रज्ञांच्या मदतीने 'बधिरतामापन' (anaesthesia-simulation system) करणारं एक उपकरण बनवलं, त्याचं नाव 'ईगल पेशंट सिम्युलेटर' (Eagle Patient Simulator) असं ठेवण्यात आलं. ही एका माणसाची त्याच्याच आकाराची प्रतिकृती असते. संगणकाच्या साहाय्याने ती काम करते आणि तिचं वागणं आश्चर्य वाटेल इतकं खरंखुरं असतं. तिच्या शरीरात रक्ताभिसरण होत असतं, हृदयाचे ठोके पडत असतात, इतकंच नव्हे; तर श्वासोच्छ्वासाची क्रियाही होत असते. या प्रतिकृतीमध्ये तुम्ही इंजेक्शनद्वारे औषध घातलंत किंवा नाकावाटे भूलद्रव्य घातलंत, तर ते कोणत्या प्रकारचं आहे, ते किती प्रमाणात घातलं आहे, वगैरे माहिती ही प्रतिकृती दाखवते, तिच्या हृदयाच्या ठोक्यांद्वारे, रक्तदाबाद्वारे आणि शरीरातील प्राणवायूच्या पातळीद्वारे भूलद्रव्य योग्य आहे की नाही, ते ताबडतोब समजण्याची शक्यताही त्या उपकरणात होती. सामान्यपणे श्वासनलिकेला सूज येणे, रक्तस्राव सुरू होणे आणि हृदयात अचानक उद्भवणारे बदल या समस्या ही या उपकरणात कृत्रिमपणे निर्माण करता येतात. या प्रशिक्षणाच्या वेळी खऱ्या, हाडामांसाच्या रुग्णाप्रमाणे या प्रतिकृतीला पलंगावर झोपवण्यात येतं. मग निवासी डॉक्टर आणि त्याच्यावर देखरेख ठेवणारा अधीक्षक असे दोघे जण वेगवेगळ्या धोकादायक आणि अचानक उद्भवणाऱ्या परिस्थितीला – भूलयंत्र बिघडणं, वीजपुरवठा खंडित होणं, तर कधी शस्त्रक्रियेदरम्यान रुग्णाला हृदयविकाराचा झटका येणं – कशा प्रकारे तोंड द्यायचं, याविषयी प्रशिक्षण मिळवतात. भूलतज्ज्ञांना प्रशिक्षण देण्यासाठी या प्रतिकृतीला गरोदर स्त्रीची भूमिकाही पार पाडावी लागते – कारण अनेक स्त्रियांवर मुलाला जन्म देण्यासाठी शस्त्रक्रिया केली जात असताना त्यांची श्वासनलिका अचानकपणे बंद होते आणि त्या परिस्थितीत तिच्या घशावर चीर देऊन रबरी नळी घालावी लागते.

भूलतज्ज्ञांनी आपल्या क्षेत्रात अनुभवायला येणाऱ्या मानव आणि यंत्रनिर्मित समस्यांवर मात करण्यासाठी विविध उपायांचा विचार केला, त्या बाबतीत पुढाकार घेतला, तरी तसेच बदल इतर क्षेत्रातही घडत असल्याची चिन्हं दिसत आहेत. उदा.

अमेरिकन मेडिकल असोसिएशनने १९९७ साली 'राष्ट्रीय रुग्ण सुरक्षा परिषद' (नॅशनल पेशंट सेफ्टी फाउंडेशन) स्थापना केली आणि कूपरला आणि पियर्सला त्याच्या संचालकमंडळावर नेमण्यात आलं. या संस्थेमार्फत संशोधनाचे प्रकल्प हाती घेतले जातात, परिषदा भरवल्या जातात आणि रुग्णालयात औषधं मागवण्याच्या पद्धतीतही नवी व्यवस्था निर्माण करण्याचा प्रयत्न केला जातो. त्या मागचा उद्देश हा असतो की, औषधासंदर्भातील चुकांचं – वैद्यकीयविश्वातील सर्वांत मोठी चूक – प्रमाण कमी व्हावं.

शस्त्रक्रियाक्षेत्रातही उत्साहवर्धक बदल झाले आहेत. उदा. चुकीच्या गुडघ्यावर किंवा शरीराच्या निरोगी अवयवावर शस्त्रक्रिया करणे, असे प्रकार आत्तापर्यंत अनेक वेळा घडलेले आहेत. अशा वेळी सर्वसाधारणपणे त्या शल्यविशारदाला नोकरीवरून काढून टाकलं जातं. अलीकडे मात्र रुग्णालयांच्या तसंच शल्यविशारदांच्या लक्षात आलंय की, शरीराच्या दोन्ही भागांच्या सारखेपणामुळे ही चूक घडण्याची शक्यता असते. १९९८ साली 'अमेरिकन ॲकॅडमी ऑफ ऑर्थोपिडिक सर्जन्स' या संस्थेने एक अगदी सोपा मार्ग शोधून काढला – ज्या भागावर शस्त्रक्रिया केली जाणार असेल, त्या भागावर शल्यविशारदाने शस्त्रक्रियेपूर्वी मार्कर पेनने आपली आद्याक्षरं लिहायची.

अशीच आणखी एक यशोगाथा मी इथे सांगणार आहे. 'द नॉर्दर्न न्यू इंग्लंड कार्डिओव्हॅस्क्यूलर डिसीज स्टडी ग्रुप' या नावाची संस्था डार्टमाउथ या ठिकाणी आहे. जेफ्री कूपरच्या पुढाकाराने ज्याप्रमाणे दुर्घटनांचं सखोल संशोधन करण्यात आलं, तशा प्रकारचं काम या गटाने हाती घेतलं नसलं, तरी संख्यात्मक नियंत्रण असल्यास काय होऊ शकतं, हे त्यांनी दाखवून दिलं आहे. या संकुलात एकूण सहा रुग्णालयं समाविष्ट आहेत. मृत्यू आणि इतर दुष्परिणामांची नोंद हे संकुल ठेवतं. उदा. हृदयावरील शस्त्रक्रियांनंतर जखमेत होणारा जंतुसंसर्ग; अविरत होणारा रक्तस्राव आणि काही वेळा पक्षाघाताचा धोका. यामध्ये कोणते धोके समाविष्ट असतात, त्याचा विचार करताना संशोधकांच्या असं लक्षात आलं की, ज्या रुग्णांमध्ये बायपास शस्त्रक्रियेनंतर रक्तक्षय निर्माण होतो, त्यांच्यामध्ये मृत्यूचं प्रमाण जास्त असतं. त्यातही जे रुग्ण लहान चणीचे असतात, त्यांना रक्तक्षयाचा धोका मोठा असतो. हार्ट-लंग मशिनव्दारे जे द्रावण वापरलं जातं, त्यामुळे रक्तक्षय होतो, कारण त्यामुळे रक्ताचा दाटपणा कमी होतो. यावरून असं अनुमान काढता येतं की, रुग्ण चणीने जितका छोटा (त्याच्या शरीरातला रक्तपुरवठाही तितकाच कमी), तितका या द्रावणाचा परिणाम अधिक. या समूहातल्या शल्यविशारदांनी आता या समस्येवर अनेक आशादायक उत्तरं शोधून काढली आहेत. आणखी एका अभ्यासाद्वारे असं कळून आलं की, एका रुग्णालयातल्या प्रयोगशाळेतील कर्मचाऱ्यांनी

शस्त्रक्रियेआधी ज्या चाचण्या केलेल्या असतात, त्याचे निकाल शल्यविशारदांना आणि इतर साहाय्यकांना देताना चुका केल्या होत्या. त्यावरही उपाय शोधून काढण्यात आला – शस्त्रक्रियेसाठी शस्त्रक्रिया दालनात आणल्या जाणाऱ्या रुग्णांसाठी एक सावधानता यादी (checklist) बनवली. या प्रयत्नांमुळे एक प्रकारचं दर्जा-नियंत्रण होऊन, याचा दृश्य परिणाम म्हणजे त्या सहा रुग्णालयातील मृत्यूचं प्रमाण १९९१ ते १९९६ या कालावधीत ४ टक्क्यांवरून ३ टक्क्यांपर्यंत खाली आणण्यात ते यशस्वी ठरले. याचाच अर्थ २९३ रुग्णांचे प्राण वाचवले गेले होते. पण काहीही म्हटलं तरी या गटाचं कार्य, त्यांचं मर्यादित लक्ष्य आणि त्यांनी वापरलेली मर्यादित तंत्रं लक्षात घेऊनही शेवटी हे उदाहरणच अपवादात्मक ठरतं. अजूनही किती मोठ्या प्रमाणावर चुका होतात, दुर्घटना घडतात, याची फारच थोडी आकडेवारी उपलब्ध आहे. शस्त्रक्रियासंदर्भातल्या ज्या चुका घडतात, त्यातल्या काही सुप्त स्वरूपाच्या असतात, तर काही चुका त्या-त्या विशिष्ट पद्धतीमुळे घडतात, पण त्यांच्याविषयी जी माहिती आहे, ती बरीचशी गडबड-गोंधळाची – गिचमिडी स्वरूपाची (hodge-podge) असते – निश्चित दर्जाच्या आचारसंहितेचा अभाव, शल्यविशारद व रुग्णालयातील कर्मचारी यांच्यातील पुरेशा अनुभवाची वानवा, सदोष तंत्रज्ञान आणि तंत्रं, अपुरा कर्मचारिवर्ग, दुर्बळ संघभावना, चुकीची वेळ इत्यादी अनेक कारणं असू शकतात. पण अजूनही महत्त्वाचा प्रश्न बाकी आहेच – धोका निर्माण करणारे मुख्य घटक कोणते? त्याबद्दल आम्ही मंडळी अजूनही अंधारात चाचपडत आहोत. वैद्यकाच्या इतर शाखांप्रमाणेच शल्यशाखाही एका जेफ कूपरची प्रतीक्षा करतेय.

तसं पाहिलं, तर पित्ताशयावरील ती शस्त्रक्रिया अगदी नेहमीच्या पद्धतीची होती आणि तो दिवसही आमच्या दृष्टीने काही खास नव्हता. रुग्ण एक चाळिशीतली माता होती. तिचं पोट वगळता बाकी सर्व भागांवर निळ्या कागदाचं आच्छादन होतं आणि पोटाच्या उघड्या भागावर जंतुविरोधक औषध चोपडलेलं होतं. माणसाचं पित्ताशय ही एक साधारणपणे बोटाच्या लांबीची पिशवी असते. तिचा रंग ऑलिव्ह फळासारखा – फिका हिरवा – असतो. आपल्या यकृताच्या खालच्या अंगाला असलेली ही पिशवी हवा न भरलेल्या फुग्यासारखी दिसते. पित्ताशयात खडे निर्माण झाले, तर त्या व्यक्तीला प्रचंड वेदना होतात. या स्त्रीलाही तीच समस्या होती. तिचं पित्ताशय काढून टाकल्यानंतर तिला आराम मिळणार होता.

या शस्त्रक्रियेत काही धोके असतात, पण पूर्वीच्या मानाने हे प्रमाण पुष्कळ कमी झालंय. दहा वर्षांपूर्वी शल्यविशारद सहा इंच लांबीचा छेद देऊन मग पित्ताशय काढत असत. या जखमेखातरच – ती बरी होण्याची वाट पाहत – रुग्णाला चार-

पाच दिवस रुग्णालयात राहावं लागत असे. हल्ली आम्ही हे काम सूक्ष्म कॅमेराच्या साहाय्याने करतो. एक छोटासा छेद देऊन आम्ही काही उपकरणं आत घालतो आणि पित्ताशय बाहेर काढतो. ही शस्त्रक्रिया सर्वसाधारणपणे दिवसाच केली जाते. या शस्त्रक्रियेला 'लॅपरोस्कोपिक कॉलीसिस्टेक्टमी' किंवा थोडक्यात 'लॅप कोल' (lap chole) असं नाव आहे. अमेरिकेत वर्षाकाठी साधारणपणे पाच लाख लोक ही शस्त्रक्रिया करून घेतात; आमच्याच रुग्णालयात दर वर्षी आम्ही शेकडो शस्त्रक्रिया करत असतो.

वरिष्ठ डॉक्टरने मला काम सुरू करण्याचा इशारा करताच मी रुग्णाच्या पोटावर बेंबीच्या वरच्या खोलगट भागात साधारण एक इंच लांबीचा, पण अर्धवर्तुळाकार छेद दिला. स्नायूचे आणि चरबीचे सपाट थर मी कापले. आता मी पोटाच्या आतल्या बाजूस होतो. इथे अर्धा इंच रुंद अशी एक प्रकारची पोकळी – पोर्ट – मी तयार केली जिथून मला उपकरणं आत घालायची व बाहेर काढायची होती. या पोर्टच्या बाजूला असलेल्या एका भोकातून आम्ही एक नळी जोडली आणि तिच्यातून कर्बवायू रुग्णाच्या पोटात घातला, त्यामुळे हवा भरलेल्या टायरसारखं तिचं पोट टम्म फुगलं. मी सूक्ष्म कॅमेरा आत घातला. माझ्यापासून काही फुटांच्या अंतरावर असलेल्या एका पडद्यावर रुग्णाची आतडी मला दिसू लागली. पोटाचा भाग हवा घालून फुगवला असल्यामुळे मला कॅमेरा हलवण्यासाठी पुरेशी जागा उपलब्ध होती. मी तो अशा पद्धतीने फिरवला की, त्यामुळे मला यकृत दिसू लागलं. त्याच्या खालच्या बाजूला असलेलं पित्ताशयही दिसत होतं.

पोटावर आम्ही आणखी तीन, पण पहिल्यापेक्षा लहान छेद दिले. आता पोटावर एकूण चार छेद झाले. एखाद्या चौरसाचे चार कोन असल्याप्रमाणे ते दिसत होते. अधीक्षकाच्या बाजूला जी दोन छिद्रं होती, त्यांमधून त्यांनी दोन पकडीसारखे दिसणारे हूक आत घातले. तुम्ही एखाद्या मोठ्या दुकानात गेला असाल, तर तिथला विक्रेता वरच्या फळीवर असलेली वस्तू काढण्यासाठी अशाच प्रकारचं साधन वापरतो, हे तुम्ही पाहिलं असेल. पडद्यावरील पोटाच्या चित्राकडे पाहतच साहाय्यकाने हूक यकृताच्या खालच्या बाजूला सरकवले, त्यांनी हुकाच्या दोन जबड्यांमध्ये पित्ताशय पकडलं आणि मला दिसेल अशा पद्धतीने पुढे ओढलं.

पित्ताशय कापून बाहेर काढणं, ही शस्त्रक्रिया तशी अगदी साधी आणि सोपी असते. त्याच्या मुळापासून ते कापून वेगळं करायचं. त्याला मिळणारा रक्तस्त्रावही बंद करायचा आणि ही रबराच्या पिशवीसारखी दिसणारी पिशवी बेंबीच्या वर दिलेल्या भोकातून बाहेर काढायची. त्यानंतर आत घातलेला कर्बवायू बाहेर काढायचा, सगळी उपकरणं बाहेर काढायची आणि टाके घालून भोकं शिवून टाकायची, त्यांच्यावरती काही चिकटपट्ट्या लावायच्या की, तुमचं काम संपलं. अर्थात या

शस्त्रक्रियेतही काही घोळ होऊ शकतो. म्हणजे असं की, यकृताकडून लहान आतड्याकडे पित्त पाठवण्यासाठीची जी नलिका असते, त्यातूनच या पित्ताशयाकडे जाणारी नलिका (conduit) निघालेली असते. पित्ताचं कार्य लहान आतड्यातील चरबीचं विघटन करून तिचं पचन करणं असतं. जर तुमच्या चुकीमुळे तुम्ही या मोठ्या पित्ताशयनलिकेला इजा केलीत, तर यकृतातून निघालेलं पित्त परत यकृतात जातं आणि त्यामुळे यकृताला इजा पोहोचायला लागते. अशा प्रकारची चूक ज्या रुग्णांबाबत घडते, त्यातले साधारणपणे १० ते २० टक्के रुग्ण मरण पावतात. ज्यांना मरण येत नाही, त्यांतील बहुतेकांच्या यकृताला कायमस्वरूपी इजा पोहोचते. कालांतराने त्यांना यकृतबदलाची आवश्यकता भासू लागते. एका पाठ्यपुस्तकात सांगितल्याप्रमाणे 'मुख्य पित्तवाहिनीला होणारी इजा बहुतांशी शस्त्रक्रियेदरम्यान केलेल्या अवाजवी साहसाचा परिणाम असतो. शल्यकौशल्याला हे एक लांच्छनच आहे, असं म्हणावं लागतं.' खऱ्या अर्थाने ही एक शल्यकौशल्यासंबंधीची चूक असते, त्यामुळे 'लॅप कोल' करणारे सर्व शल्यकर्मी जी खबरदारी घेतात, ती त्या दिवशी आम्ही घेणारच होतो.

छेद देण्याचं उपकरण हातात घेऊन मी काळजीपूर्वक वरचा पांढरा तंतूमय पापुद्रा बाजूला केला. त्यानंतर पित्ताशयाच्या वर असलेला व त्यामुळे पित्ताशयाचा तळचा भाग झाकणारा चरबीचा पिवळा थरही मी कापून बाजूला केला. आता आम्हाला त्याची रुंद मान दिसली, तसंच पुढे अरुंद होत गेलेला नलिकेसारखा भाग दिसला. वास्तविक पाहता हा अरुंद मार्ग फुलाच्या देठाइतकाच बारीक व नाजूक होता, पण पडद्यावर तो बराच मोठा दिसत असल्यामुळे पाण्याच्या नळाइतका जाडजूड वाटत होता. ही पित्ताशयनलिकाच आहे, मुख्य पित्तनलिका नाही, याची खातरी करून घेणं आमच्या दृष्टीने महत्त्वाचं होतं. त्या हेतूने मी त्याच्या सभोवतालच्या काही मांसपेशी बाजूला केल्या. आमच्या नेहमीच्या पद्धतीनुसार मी आणि माझ्या वरिष्ठाने हात थांबवले आणि शरीररचनेविषयी चर्चा केली. ज्या नलिकेकडे आम्ही बघत होतो, त्याच नलिकेत पित्ताशयाच्या मानेचा भाग जात होता, म्हणजेच आम्ही योग्य तीच नलिका कापणार होतो. तिथल्या बऱ्याच जवळपासच्या भागात मूळ पित्तनलिका दिसत नव्हती. सगळं काही ठीक दिसत होतं, तेव्हा काम चालू ठेवायला हरकत नव्हती. ''चल, कापून काढ,'' माझ्या वरिष्ठाने मला सांगितलं.

मी 'क्लिप ॲप्लायर' नावाचं उपकरण आत सरकवलं. त्यातून इंग्रजी 'व्ही' अक्षराच्या धातूच्या क्लिपा बाहेर येतात. मी हा चिमटा पित्ताशयनलिकेच्या भोवती पकडला आणि तो आवळणार इतक्यात मला समोरच्या पडद्यावर या नलिकेच्या वरच्या बाजूला एक लहानसा चरबीचा गोळा दिसला. तसं पाहिलं, तर ही गोष्ट काही फारशी वेगळी नव्हती, पण त्या क्षणी मला ती बरोबर वाटली नाही, एवढं

मात्र खरं. मी क्लिप ॲप्लायरच्या टोकाने त्या गोळ्याला बाजूला करायचा प्रयत्न केला. आता नुसत्या गोळ्याऐवजी मला तिथे एक न पाहिलेला स्नायूपेशींचा थर दिसला आणि त्याच्या खाली असलेल्या नलिकेला दोन फाटे फुटलेले दिसले. माझ्या छातीत धस्स झालं. पण मी जो अवास्तव चोखंदळपणा दाखवला होता, तो मला फार उपयोगी पडला होता, कारण मी चुकून मुख्य पित्तनलिकाच कापणार होतो.

आमच्या वैद्यकशास्त्रातल्या चुकांसंदर्भातला हा एक विरोधाभास असतो. आम्ही शल्यविशारद अतिशय नेमक्या तंत्राचा वापर करून परिश्रमपूर्वक खातरी करून घेतो की, डोळ्यांना दिसणारे अवयव आम्ही बरोबर ओळखलेत ना, त्यामुळे मुख्य पित्तनलिका त्यांच्या हातून कापली जाण्याची शक्यता जवळ-जवळ नसतेच. अशी चूक आमच्या हातून होणारच नसते, कारण आमची मने तशाच पद्धतीने विचार करायला शिकलेली असतात. तरीसुद्धा अभ्यासानंतर असं लक्षात आलंय की, अतिशय अनुभवसंपन्न शल्यविशारदांनीही अशा प्रकारची चूक 'लॅप कोल' प्रकारच्या शस्त्रक्रियेत केलेली आहे. दर दोनशे 'लॅप कोल'मागे एका रुग्णावर हे संकट ओढवलेलं आहे. हीच गोष्ट वेगळ्या शब्दांत मांडायची झाली, तर मी असं म्हणेन की, या वेळी मी स्वत:ची मान वाचवली होती खरी, पण संख्याशास्त्रज्ञ आपल्या अनुभवाच्या जोरावर असं छातीठोकपणे म्हणेल, "महाशय, असली चूक तुमच्या कारकिर्दीत एकदा तरी नक्कीच घडणार!"

संज्ञानात्मक मानसशास्त्रज्ञ (cognitive psychologists) आणि औद्योगिक क्षेत्रातील चुकांचा अभ्यास करणारे तज्ज्ञ यांनी सिद्ध केल्याप्रमाणे ही गोष्ट इथे संपत नाही. भूलतंत्रशाखेत त्यांनी जे परिणाम साध्य केलेले आहेत, त्यावरून हे उघड आहे की, आपण माणसावर नाही, तर प्रक्रियेवर जास्त वेळ काम करून आपल्याला नाट्यपूर्ण सुधारणा करणं शक्य आहे. अर्थात पद्धती आणि रचना (systems and structures) यांवर कितीही भर दिला, तरी औद्योगिक क्षेत्रातल्या उपायांवर निश्चित मर्यादा आहेत. आपण मानवी परिपूर्णतेवरचा आपला विश्वास ढळू दिला, तर ते फार धोकादायक ठरू शकेल. माझ्या हातून एखादे वेळी एखाद्या रुग्णाची मुख्य पित्तनलिका कापून टाकली जाईल, असं संख्याशास्त्र भले म्हणेल; पण हेदेखील तितकंच खरं आहे की, दर वेळी मी जेव्हा पित्ताशयावरील शस्त्रक्रिया करतो, तेव्हा माझ्या मनात असा विश्वास असतो की, पुरेसा दृढ निश्चय आणि प्रयत्न यांच्या बळावर मी वाटेतल्या सगळ्या अडचणींवर मात करू शकेन. या विचाराला कुणीही निव्वळ 'व्यावसायिक दुरभिमान' असं म्हणू शकणार नाही. आम्हा डॉक्टरांचा दृढ निश्चय आणि आम्ही घेत असलेले कष्ट हे चांगल्या डॉक्टरचा एक व्यवच्छेदक गुण आहे. त्या दिवशीच्या त्या 'लॅप कोल' शस्त्रक्रियेने मला एक गोष्ट शिकवली

– कोणत्याही परिस्थितीत चुका घडू शकतात. आणि आपले प्रयत्नसुद्धा तितकेच महत्त्वाचे असतात; परिश्रम आणि बारीकसारीक गोष्टींकडे पुरेसं लक्ष देणं, या गुणांमुळे तुम्हाला तरून जाणं शक्य होतं, ह्या गोष्टीही मी शिकलो.

ह्याच कारणास्तव काही डॉक्टर 'व्यवस्थेतल्या समस्या', 'दर्जातील सतत सुधारणा' आणि 'पुनर्यांत्रिकीकरणाची प्रक्रिया' यांसारख्या वाक्प्रचारांना हरकत घेतात. हे रुक्ष मांडणी, रचनेबद्दल बोलणं झालं, ते इथे काम करणाऱ्या माणसांचं वर्णन असू शकत नाही. मीसुद्धा त्याला अपवाद नाही. माझ्यात असं काही तरी आहे, जे माझ्यातील स्वायत्ततेची जाणीव इतरांनी ठेवावी अशी मागणी करतं, या माझ्या स्वायत्ततेतच मला दोष दिला जाण्याची शक्यता दडली आहे. मला सगळं येतं असं मला वाटतं म्हणून मी काही काम आत्मविश्वासाने करतो; कधी तोच आत्मविश्वास फाजील आत्मविश्वासात रूपांतरीत झाला, तर माझ्या हातून घोर चुकाही होऊ शकतात. त्या शुक्रवारी रात्री मी आपत्कालीन विभागात हातात सुरी घेऊन उभा होतो, लुइझ विल्यम्सवर मला शस्त्रक्रिया करायची होती. तिचे ओठ निळे पडले होते, घशाला सूज आली होती, बरंच रक्त जात होतं आणि अचानकपणे तिचा श्वसनमार्ग बंद झाला. अशा परिस्थितीकरिता एखाद्या व्यवस्थेत तज्ज्ञ असणाऱ्या अभियांत्रिकी तज्ज्ञाने काही वेगळे बदल सुचवले असते. कुणी असं म्हणेल की, आयत्या वेळी उपयोगी पडेल अशी एखादी हवा वा रक्त शोषून घेण्याचे उपकरण हाताशी ठेवायला हवं, अधिक प्रकाशमान असा दिवाही असायला हवा. कुणी असंही म्हणेल की, आमच्या संस्थेने मला अशा कठीण परिस्थितीला तोंड देण्यासाठी सिद्ध करायला हवं होतं. माझ्याकडून आणखी काही शेळ्यांच्या गळ्यांवर शस्त्रक्रिया करून घ्यायला हव्या होत्या. इथे मी असं म्हणण्याचं धाडस करेन की, आणीबाणीच्या परिस्थितीत श्वसनमार्गात नळी घालणं नेहमीच फार अवघड असल्यामुळे एखाद्या स्वयंचलित उपकरणाचा शोध यापूर्वीच लावायला हवा होता.

त्या परिस्थितीवर भाष्य करताना मी असंही म्हणेन की, जरी सगळी परिस्थिती माझ्या आवाक्याबाहेरची होती; तरी मला यश मिळालंच नसतं, असंही छातीठोकपणे कुणाला म्हणता येणार नाही. पत्त्याच्या खेळाचं उदाहरण देऊन मी असं म्हणेन की, जसा पट्टीचा खेळाडू मिळतील त्या पानांच्या बळावरच, पण अक्कलहुशारीने बाजी जिंकतो, त्याप्रमाणेच एक चांगला डॉक्टर समोरच्या परिस्थितीशी झुंज देऊन यश प्राप्त करतो. त्या दिवशी मला ते जमलं नाही. माझ्या हातून जी चूक घडली होती, ती ही होती की, मला शक्य असूनही मी योग्य वेळी मदत मागवली नव्हती. तसंच हातातल्या सुरीने मी दिलेला आडवा छेद हीदेखील एक मोठी चूकच होती. त्या दिवशी माझं आणि लुइझ विल्यम्सचं नशीब जोरावर होतं, म्हणूनच डॉ. ओ'कॉन्नरला

तिच्या श्वसनमार्गात नळी घालता आली होती अन् तीदेखील अगदी वेळेवर!

माझा वैद्यकीय परवाना काढून न घेण्याच्या किंवा मला न्यायालयात न खेचण्याच्या युक्तिवादाबद्दल अनेक कारणं दाखवता येतील, पण त्यातल्या कुठल्याही युक्तिवादाने माझी चूक किंवा अपराध क्षम्य ठरत नाही. 'एम अँन्ड एम' या व्यवस्थेत अनेक मर्यादा वा त्रुटी आहेत, पण तिचा सर्वांत मोठा गुण हा की, कुणीतरी व्यक्ती घडलेल्या चुकीची नैतिक जबाबदारी आपल्यावर घेतं. शेवटी असं म्हणावंसं वाटतं, कोणतेही, कितीही उपाय योजले; तरी एखादे वेळी डॉक्टरांच्या हातून चुका होणारच. आम्ही नेहमीच परिपूर्ण असावं, अशी अपेक्षा ठेवणं, हेदेखील शहाणपणाचं लक्षण नाही. आम्ही परिपूर्णतेचं ध्येय डोळ्यांसमोर ठेवावं, तसा ध्यास बाळगावा, ही अपेक्षा मात्र मी कधीच अवास्तव मानणार नाही.

★

नऊ हजार शल्यविशारद

"तू परिषदेला जाणार आहेस का?" माझ्या वरिष्ठांनी मला विचारलं.

"मी?" मी आश्चर्याच्या सुरात विचारलं. एका 'अमेरिकन कॉलेज ऑफ सर्जन्स'च्या वार्षिक परिषदेविषयी ते बोलत होते. आपण अशा परिषदेला जाऊ शकू, असं मला स्वप्नातही वाटलं नव्हतं.

आमच्या वैद्यकीयजगतात या परिषदांना बरंच महत्त्वाचं स्थान असतं. डॉक्टर असलेल्या माझ्या आई-वडिलांनी तीस वर्षं अशा परिषदांना इमानेइतबारे हजेरी लावली आहे. माझ्या बालपणी काही परिषदांना मीही त्यांच्याबरोबर गेलेलो होतो, त्यांच्या पुसटशा आठवणी अजूनही माझ्या मनात आहेत. एकंदरीत भरपूर गजबजलेले, प्रचंड मोठ्या प्रमाणावर भरवलेले आणि उत्सुकतापूर्ण दिवस असायचे ते! निवासी डॉक्टर म्हणून मी प्रशिक्षणाला सुरुवात केली, तेव्हापासून एक गोष्ट माझ्या ध्यानात आली होती – साधारणपणे ऑक्टोबरच्या मध्यापासून शस्त्रक्रियांचं वेळापत्रक बरंचसं रिकामं असायचं, कारण रुग्णालयाच्या सेवेत असलेले डॉक्टर वार्षिक संमेलनाच्या निमित्ताने काही दिवस गायब व्हायचे. पण आम्ही निवासी डॉक्टर मागे राहायचो, कारण तिथे वर्णी लावण्याइतकी ज्येष्ठता आमच्या पदरी नसायची. आम्हाला साथ देण्यासाठी काही तुरळक वरिष्ठही मागे राहायचे. (वरिष्ठांमधले सर्वांत कनिष्ठ!) या कालावधीत तुरळक अशा ज्या आपत्कालीन केसेस रुग्णालयात येत असत, त्या हाताळण्याची जबाबदारी आमच्यावर सोपवली जात असे. बहुतेक सगळा वेळ आम्ही निवासी डॉक्टरांच्या आरामकक्षात घालवत असू. जुनाट, तपकिरी रंगाचा गालिचा असलेली ही एक अंधारी खोली होती. तिथे एक तितकाच जुना, मोडकळीला आलेला सोफा होता, एक मोडक्या स्थितीतलं व्यायामाचं यंत्र होतं, दोन टी.व्ही. होते, त्यातला एकच चालू स्थितीत होता. वर्षाअखेरीस होणाऱ्या

बेसबॉलच्या स्पर्धा बघत, बाहेरून मागवलेलं चायनीज जेवण जेवत आम्ही वेळ काढायचो.

दर वर्षी काही ज्येष्ठ निवासी डॉक्टरांना 'गाड्याबरोबर नळ्याची यात्रा' या म्हणीनुसार अशा परिषदांना हजर राहाण्याची संधी मिळत असे. मी आता प्रशिक्षणाच्या सहाव्या वर्षात पदार्पण केलं होतं, त्यामुळे मी अशा सुदैवी डॉक्टरांमध्ये मोडत होतो. आमच्या रुग्णालयाकडे असलेल्या निधीतून आमच्या जाण्या-येण्याचा खर्च केला जाणार होता. थोड्याच दिवसांत माझ्या हातात आवश्यक ती कागदपत्रं – शिकागोचं विमानतिकीट, हयात रिजन्सी हॉटेलात राहण्याची व्यवस्था झाल्याचं पत्र आणि ८६व्या वार्षिक वैद्यकीय शल्यविशारदांच्या काँग्रेसला हजर राहाण्यासाठीचा अधिकृत बिल्ला मिळाला. मी विमानात स्थानापन्न झालो, विमानाने २७ हजार फुटांची उंची गाठली, तेव्हा ते कुठेतरी न्यू हॅंपशायरवर असावं विमान. बायकोला आणि तीन मुलांना आठवडाभरासाठी घरी सोडून अस्मादिक संमेलनाचा अनुभव घ्यायला निघाले होते. काय घडत असेल, अशा परिषदांमध्ये? माझ्या मनातलं कुतूहल जागं झालं अन् मी स्वत:लाच हा प्रश्न विचारला.

शिकागोतल्या भव्य मॅक्कॉर्मिक प्लेस या परिषदस्थळी मी पोहोचलो, तेव्हा आपण तिथे हजर असलेल्या ९३१२ शल्यविशारदांपैकी एक असल्याची जाणीव मला झाली. (केवळ या परिषदेसाठी नियोजिलेल्या एका वृत्तपत्रात दर दिवशी किती शल्यविशारद हजर राहिले, हा आकडा दिला जात असे.) ही इमारत एखाद्या विमानतळाच्या विभागासारखी भव्य वाटली. तिथली माणसांची वर्दळ पाहून मला वाटलं, पेनसिल्व्हेनिया रेल्वेस्थानक गर्दीच्यावेळी असंच दिसत असेल. मुख्य सभागृहाच्या वर असलेल्या मजल्यावर जाण्यासाठी मी लिफ्टचा वापर केला आणि लिफ्टमधून बाहेर पडलो, तेव्हा समोरचा विस्तीर्ण भाग माझ्या नजरेत भरला. तिथली गर्दी पाहून मला असं वाटलं, मी ज्या ओहायोमधल्या लहान शहरांमध्ये लहानाचा मोठा झालो; तिथे जितके लोक दिसायचे, जवळजवळ तितकेच लोक या एका इमारतीत 'शस्त्रक्रिया' या विषयावर बोलण्यासाठी जमले होते. दोघा-तिघांचे घोळके करून गप्पा मारणारे हे शल्यविशारद गडद निळ्या रंगाचे कोट परिधान केलेले, कपड्यांना फारसं महत्त्व न देणारे, बराच अनुभव गाठीशी असलेले मध्यमवयीन पुरुष होते. त्यांच्या चुरगळलेल्या शर्टांवरून आणि जुन्या फॅशनच्या टाइजवरून मला तसं वाटलं. हसत-खेळत, हस्तांदोलन करत सगळे जण मजेत वेळ घालवत होते. बहुतेकांच्या डोळ्यांवर चष्मे होते आणि सतत शस्त्रक्रियेच्या टेबलावर झुकून काम केल्यामुळे शल्यविशारदांच्या पाठीला जो एक विशिष्ट बाक आलेला असतो, तोही उघडपणे जाणवत होता. काही मोजके शल्यविशारद

एकटेच उभे होते, हातातल्या कार्यक्रमपत्रिकेवर नजर फिरवत कुठल्या कार्यक्रमांना हजेरी लावावी, याचा विचार ते करत असावेत.

आमच्यापैकी प्रत्येकाला हजर होता क्षणी एक जाडंजुडं – ३८८ पानांचं –वेळापत्रक दिलं होतं, त्यात अगदी पहिल्या दिवशी ठेवलेल्या आधुनिक पद्धतीने करायच्या स्तनचिकित्सेपासून ते सहाव्या म्हणजे अखेरच्या दिवशीच्या ऑफिसात बसून करावयाच्या गुदद्वाररोगचिकित्सेची माहिती दिलेली होती. थोड्या वेळानंतर मीही एका जागी बैठक मारून हातातल्या वेळापत्रकातील कार्यक्रम बघत, जे कार्यक्रम महत्त्वाचे वाटले, त्यांच्या नावांभोवती निळ्या बॉलपेनने वर्तुळही काढलं. या जागी आपल्याला काही तरी नवं आणि चांगलं पाहायला मिळेल, परिपूर्णतेच्या जवळपास जाणारं ज्ञान ग्रहण करता येईल, असा विश्वास माझ्या मनात जागा झाला. आपल्याला जमतील ते सगळे कार्यक्रम आपण पाहायचेच, असा दृढ निश्चय मी करून टाकला. थोड्याच वेळात मी जवळजवळ सगळीच कार्यक्रमपत्रिका वर्तुळांनी निळी करून टाकली. पहिल्याच दिवशी मी वीसहून अधिक शैक्षणिक कार्यक्रमांना हजेरी लावायचा निर्णय घेतला, त्यातले काही मला वगळावे लागणार होते, हे उघड होतं. मानेला योग्य प्रकारे छेद कसा द्यायचा, याविषयीचं व्याख्यान ऐकावं की, डोक्याला बंदुकीची गोळी लागलेल्या रुग्णावर आधुनिक पद्धतीने कसे इलाज करावेत, या दोन्हींमधला कुठला कार्यक्रम पाहावा, यावर माझ्या मनात द्वंद्व उभं राहिलं, आणि शेवटी जांघेतील हर्निया कशा प्रकारे दुरुस्त करता येईल, यावरच्या चर्चासत्राला हजर राहायचं मी ठरवलं. चर्चासत्राच्या ठिकाणी मी थोडा लवकरच पोहोचलो. सभागृहात शिरताच मला असं दिसून आलं की, तिथल्या दीड हजार खुर्च्या आधीच भरलेल्या होत्या. हर्नियाच्या शस्त्रक्रिया या अत्यंत सर्वसामान्य असल्यामुळे ही गर्दी, मी स्वत:शीच म्हटलं. मागच्या भिंतीपाशी अनेक लोक दाटीवाटीने उभे होतो त्यांच्यातलाच मी एक होऊन गेलो. मंचावरचा वक्ता जिथे उभा राहतो; ते टेबल मला दिसत नव्हतं, पण सभागृहात एका मोठ्या पडद्याची सोय केली असल्यामुळे प्रत्येक वक्त्याचा चेहरा आम्हाला पाहता येणार होता. काही वेळाने एकामागून एक असे अकरा वक्ते पॉवरपॉइंट सादरीकरणासह बोलले आणि त्यांनी सादर केलेल्या माहितीविषयी चर्चा केली.

हर्निया दुरुस्त करण्यासाठी 'लिक्टनस्टाइन' (Lichtenstein) पद्धतच सर्वांत योग्य असल्याचं मत पहिल्या वक्त्याने नोंदवलं. त्यानंतरच्या वक्त्याने पहिल्याचं मत खोडून काढलं. त्यांच्या मते ही पद्धत पुरेशी समाधानकारक नव्हती; त्यांनी शोल्डिस पद्धतीची शिफारस केली. तिसरे महाशय म्हणाले, "तुम्ही दोघंही चूक आहात; माझ्या मते ही शस्त्रक्रिया सूक्ष्मदर्शकाच्या साहाय्याने केलेली अधिक

चांगली.'' चौथे वक्ते म्हणाले, ''माझी पद्धत या तिन्ही पद्धतींहून अधिक चांगली आहे; मी एक खास उपकरण शोधून काढलंय, ज्याचा स्वाधिकार (पेटंट) मी मिळवला आहे.'' अशाच चर्चेत अडीच तास संपले. काही जणांनी संताप व्यक्त केला, तर काही श्रोत्यांनी खोचक प्रश्न विचारले. शेवटी कुठल्याच मुद्द्यावर एकमत झालं नाही, तरीही सगळे श्रोते शेवटपर्यंत हजर राहिले, ही मला विशेष कौतुकाची बाब वाटली.

दुपारी मी चित्रपट पाहायला गेलो. संयोजकांनी प्रत्येकी तीनचारशे प्रेक्षकांची सोय असलेली तीनचार चित्रपटगृहं तयार ठेवली होती. हे चित्रपट खऱ्याखुऱ्या शस्त्रक्रिया दाखवणार होते. दिवसाचे चोवीस तास आणि परिषदेचे सर्व दिवस ही सोय आम्हा शल्यविशारदांसाठी उपलब्ध होती. मी एका अंधाऱ्या प्रेक्षागृहात शिरलो आणि क्षणार्धात खुर्चीला खिळल्यासारखा झालो. किती प्रकारच्या शस्त्रक्रिया मला पाहायला मिळाल्या – काही धाडसी होत्या, काही गुंतागुंतीच्या होत्या, तर काही अतिशय साध्या होत्या. पहिला चित्रपट 'मेमोरियल स्लोन केटरिंग कॅन्सर रिसर्च सेंटर' या मॅनहॅट्टनमधील रुग्णालयातर्फे पाठवण्यात आला होता. एका रुग्णाचं फाडलेलं पोट त्यात दाखवलं होतं. शल्यविशारदाचे फक्त मोजे चढवलेले, रक्ताळलेले हात दिसत होते. हे हात रुग्णाच्या स्वादुपिंडाच्या पुच्छभागाला झालेला कर्करोग अत्यंत कौशल्याने कापून काढताना दिसत होते. कर्करोगाची गाठ आतल्या बाजूला होती. तिला आतड्यांच्या वेटोळ्यांनी, रक्तवाहिन्यांच्या जाळ्याने वेढलेलं होतं. जवळच जठर आणि प्लीहा हे महत्त्वाचे अवयवही होतेच. या सगळ्यांपासून काही मिलीमीटर अंतरावर असलेल्या रक्तवाहिन्या आणि मांसपेशी त्यांनी इतक्या नाजूक हातांनी कापून काढल्या की, आम्ही अवाक झालो. हे सगळं काम म्हणजे जणू पोरखेळ असावा, इतक्या सहजपणे शल्यविशारदाचे हात काम करत होते. गुंतागुंत, गोंधळ होऊ नये यासाठी उपयोगात आणायच्या काही युक्त्याही त्यांनी दिल्या. काही वेळातच त्यांनी जवळजवळ अर्धं स्वादुपिंड कापलं आणि जवळच्या ट्रेमध्ये ठेवलं.

त्यानंतरच्या एका चित्रपटात एका चमूने एका स्त्रीरुग्णाच्या पेल्व्हिसच्या खळगीत असलेल्या मोठ्या आतड्याचा कर्करोगग्रस्त भाग कापला आणि तिचं मोठं आतडं – त्याची कापलेली दोन टोकं – सूक्ष्म दुर्बिणीतून पाहत शिवून टाकली. यासाठी त्यांनी अतिशय छोटे छेद दिले व शस्त्रक्रियेच्या अखेरीस त्यावर चिकटपट्ट्या लावून ते बंद केले. ते सगळं अद्भुत होतं. हौदिनी हा जादूगार पूर्वी अनेक नेत्रोद्दीपक कारवाया करत असे – एखाद्या जहाजाची प्रतिकृती तो बाटलीतून बाहेर काढत असे आणि त्याच बाटलीच्या आत केवळ बांबूच्या कांड्या वापरून तो एक चालू शकणारी मोटारगाडी बनवत असे. या शल्यविशारदांचं कौशल्य मला त्याच

जातकुळीतलं वाटलं. सगळे श्रोते डोळे विस्फारून समोरचं दृश्य पाहत होते. त्यांच्याही मनात माझ्यासारखीच अविश्वासाची भावना होती. ही शस्त्रक्रिया फ्रान्समधील स्ट्रासबोर्गच्या शल्यविशारदांनी केली होती.

पण या सगळ्यांवर मात केली, ती टेक्सास राज्यातील ह्युस्टनमधील एका शल्यविशारदानं. त्याने जी शस्त्रक्रिया दाखवली, तिच्यात अन्ननलिकेतील 'झेंकर्स डायव्हर्टिक्युलम' (Zenker's diverticulum) या नावाने ओळखला जाणारा दोष काढून टाकला जातो. या शस्त्रक्रियेत सर्वसामान्यपणे रुग्णाच्या गळ्यावर कडेच्या बाजूला एक छेद दिला जातो आणि पूर्ण शस्त्रक्रियेला साधारणपणे एका तासाहून जास्त वेळ लागतो, पण या धुरंधर शल्यविशारदाने ही शस्त्रक्रिया रुग्णाच्या तोंडातून केली, तेव्हा त्याने कुठेही छेद दिला नाही आणि निव्वळ पंधरा मिनिटांत शस्त्रक्रिया संपलीदेखील! मी एकामागून एक अशा प्रकारे चार तास चित्रपट पाहिले. प्रेक्षागृहात दिवे लागले, त्या प्रखर प्रकाशामुळे माझे डोळे दिपल्यासारखे झाले. मी बाहेर पडलो, तेव्हा माझं मनही या विलक्षण हस्तकौशल्याने दिपून गेलं असलं, तर त्यात नवल ते काय?

वैद्यकीय विषयांवरची चर्चासत्रं रोज रात्री १०:३०पर्यंत घडत असत, पण बहुतेकांचं स्वरूप मी पहिल्या दिवशी पाहिलेल्या चर्चासत्रासारखंच असायचं. वक्ते दोन टोकाच्या भूमिका घेताना दिसत – काही जण एकमेकांवर कुरघोडी करण्यासाठी बारीकसारीक मुद्द्यांवर घासाघीस करत, तर काही जणांचा कल उदात्तीकरणाकडे असायचा. काही अतिशय फुटकळ मुद्दे दाखवत, तर काही लक्ष वेधून घेत असत. हे कार्यक्रम म्हणजे संपूर्ण परिषदेतील सर्वोत्तम भाग असं मानलं जातं, पण माझ्या मनात तरी त्याबद्दल शंकाच आहे. लवकरच उपस्थितांच्या लक्षात येतं की, या परिषदांमध्ये शिकण्यासारखं बरंच काही असलं, तरी बऱ्याच अंशी ही एक प्रकारची विक्री-जत्राच – खास करून वैद्यकीय साहित्याची – असते. ज्यांविषयी तुम्ही यापूर्वी कधी ऐकलेलंही नसतं, अशा नव्या उपकरणांची जाहिरात बघायला मिळते. उदा. एक नव्या प्रकारचा 'स्टेपलर' आता बाजारात आलाय, जो मांसपेशींना पिनांशिवायच जोडतो, एक असे फायबर-ऑप्टिक उपकरण (a fiber-optic) जे तुम्हाला त्रिमितीरूपात शरीरातील अवयव दाखवतं. या जाहिराती तुमच्या खोलीतील टी.व्ही.च्या पडद्यावर दिवसरात्र दाखवल्या जातात, एवढंच नव्हे तर, हॉटेल ते परिषदकेंद्र यांमध्ये धावणाऱ्या बसमधील पडद्यावरही त्या तुम्हाला दिसतातच. औषधं आणि वैद्यकीय उपकरणं निर्माण करणाऱ्या कंपन्या गावातल्या अनेक हॉटेलांमध्ये तुम्हाला फुकट जेवणाची आमंत्रणं देत असतात. दर दोन शल्यविशारदांमागे एक विक्रेता इतक्या मोठ्या प्रमाणावर एकूण १२०० कंपन्यांचे ५३०० कर्मचारी

इथे कार्यरत होते, यावरूनच इथल्या प्रचंड व्यावसायिक उलाढालीची कल्पना यावी.

या सगळ्यामधलं मध्यवर्ती म्हणता येईल, असं एक आकर्षण म्हणजे एक भव्य, फुटबॉलच्या मैदानाएवढ्या मोठ्या जागेत भरलेलं, लखलखणारं तंत्रविज्ञानावर आधारित वस्तूंचं प्रदर्शन! तिथे विविध प्रकारचे 'स्टॉल' उभे करण्यात आले होते. या विक्रीकेंद्रांना 'स्टॉल' म्हणणं म्हणजे त्यांची कुचेष्टा केल्यासारखं होईल. हे 'स्टॉल' दुमजली होते, म्हणजे त्यांची उंची इतकी मोठी होती. त्यात आधुनिक प्रकारचे पल्स दिवे होते, सगळीकडे ब्रश स्टीलचा दिमाख होता, वेगवेगळ्या माध्यमांद्वारे सादरीकरण केलं जात होतं – एका कंपनीने तर या जागी आपलं एक खरंखुरं शस्त्रक्रियादालनच उभं केलं होतं. नावाजलेले शल्यविशारद इथे २०० डॉलर्स किंमत असलेल्या कात्र्या विकत घेतात; १६,००० डॉलर्स अशी प्रचंड मोठी किंमत असलेलं पोटावरील शस्त्रक्रियेत वापरायचं 'रिट्रॅक्टर' नावाचं उपकरण घेतात; ५०,००० डॉलर्सचं शस्त्रक्रिया-टेबलंही फारसा विचार न करता विकत घेतात; त्यामुळे उत्पादक अशा शल्यविशारदांचा अनुनय करत नसले तरच नवल. यातही भरपूर स्पर्धा, प्रतिस्पर्ध्याचा गळा कापण्याची चढाओढ चालू असते.

थोडा विचार केला तरी लक्षात येतं की, हे सगळं अटळ आहे. परिषदेच्या संयोजकांनी या विक्रेत्यांना जे 'स्टॉल' विकले होते, ती जागा शिकागोतली अतिशय महागडी जागा होती. साहजिकच परिषदेला येणारे लोक जिथे नावनोंदणी करत होते, त्या जागेला अगदी खेटून प्रदर्शनाचा हॉल होता, त्यामुळे शल्यविशारदांच्या नजरेला हीच जागा पहिल्यांदा पडत असे. इतर वैज्ञानिक वस्तूंच्या प्रदर्शनाकडे जाण्याचा मार्ग याच लखलखत्या, भव्यदिव्य स्टॉल्सवरून जायचा. दुसऱ्या दिवशी दुपारी मला आण्विक जैवविज्ञान (molecular biology) वस्तुप्रदर्शनाकडे जायचं होतं, पण मला तिथपर्यंत पोहोचणंच शक्य झालं नाही, कारण वाटेत माझ्यासारख्या शल्यविशारदाला मोहात पाडतील, अशी अनेक प्रलोभने दिसली.

काही वेळा ह्या वस्तू म्हणजे शल्यविशारदांना फुकट वाटायच्या, चकचकीत वेष्टनात गुंडाळलेल्या, आकर्षक रंगरूपाच्या भेटवस्तू असायच्या – उदा. फुकट देण्यात येणारे गोल्फचे चेंडू, फाउंटनपेनं, पेनच्या आकाराचे टॉर्च लाइट, बेसबॉलच्या टोप्या, स्टिकपॅड्स, गोळ्या – एक ना दोन. या सगळ्यांवर कंपन्यांची नावं कोरलेली असत. जोडीला एखाद्या नवीन तंत्रज्ञानाविषयीचं पत्रकही असे. लाखो डॉलर कमवणारे शल्यविशारद असल्या क्षुल्लक प्रलोभनांना बळी पडत नसतील, हा समज मात्र इथे चुकीचा ठरतो. एका औषधकंपनीचा उत्पादक पांढऱ्या कॅनव्हासच्या मोठ्या दणकट पिशव्या फुकट वाटत होता. या पिशव्यांच्या बाजूच्या भागावर चार

इंची निळ्या अक्षरात एका औषधाचं नाव लिहिलेलं होतं. या पिशव्या घेत असताना डॉक्टरांना पिशवी देणाऱ्या माणसाला आपलं नाव आणि पत्ताही द्यायला लागत होता. तरीही त्या ठिकाणी डॉक्टरांची भली मोठी रांग होती. या पिशवीचं एवढं कौतुक का, तर फुकटात मिळालेल्या वस्तू ठेवण्यासाठी आयती एक पिशवी मिळत होती! (मला एक महाशय असे भेटले, ज्यांनी तोंड वाकडं करत म्हटलं, "या वर्षी काही खास माल दिसत नाहीये. पूर्वी मस्त-मस्त वस्तू मिळायच्या. एका वर्षी तर मला रेबॅन गॉगल्स मिळाले होते, माहीत आहे?")

काही वेळा शल्यविशारदांना आकर्षित करण्यासाठी कंपन्या अधिक 'उदात्त' पद्धतींचा वापर करायच्या – एका स्टॉलवर उभ्या असलेल्या तीन सुंदर हसतमुख तरुणी शल्यविशारदांना विचारत होत्या, "तुम्ही आमची त्वचा पाहिलीय का?" निमुळते पाय अन् गडद तपकिरी रंगाचे केस असलेल्या एका सुंदरीने हाच प्रश्न मला घोगऱ्या आवाजात विचारला. तिच्या पापण्यांचे केस गालाला स्पर्श करतील इतके लांब अन् दाट होते. तिच्या शब्दातला श्लेष माझ्या लक्षात आला. भाजल्यामुळे झालेल्या जखमांच्या जागी लावायची कृत्रिम त्वचा तिची कंपनी बनवते, हे मला कळलं, पण अशा सुंदरीचं गोड आर्जव नाकारण्याइतका नतद्रष्ट मी थोडाच होतो? एका बशीवर अगदी पातळ, जवळजवळ पारदर्शक वाटेल, अशी कृत्रिम त्वचा ताणून बसवलेली होती. चिमट्याच्या साहाय्याने त्या त्वचेला टोचून पाहायचा मोह मला आवरला नाही. (तिची किंमत होती, केवळ ४ बाय ६ इंचाच्या तुकड्याला ९५ डॉलर!) त्या क्षणी मनात विचार आला, 'खरंच, किती मस्त आहे ही गोष्ट!'

यातल्या बहुतेक सगळ्या कंपन्यांचं सर्वांत परिणामकारक तंत्र हे होतं की, त्या आपल्या वस्तू शल्यविशारदांसमोर मांडून ठेवत आणि त्यांना त्या हाताळूही देत. हे विक्रेते एका ट्रेमध्ये मांसाचे तुकडे आणि त्यांचं सगळ्यात नवं उपकरण आणून आमच्या समोर ठेवत, तेव्हा भुकेल्या कावळ्यांसारखे आम्ही त्या ट्रेवर झेपावत असू. त्या दिवशी एक ताजी-ताजी, पिवळ्या रंगाची गलेलठ्ठ... तेरा पौंड वजनाची... टर्की, एका स्टॉलमध्ये ठेवली होती. (किंमत होती, १५ डॉलर) तिच्या शेजारी काही विजेवर चालणारी उपकरणं म्हणजे सुऱ्या ठेवलेल्या होत्या. (किंमत होती, १५००० डॉलर) 'अल्ट्रासॉनिक शॉकवेव्ह'च्या साहाय्याने ह्या सुऱ्या मांसपेशींचे थर कापू शकत. त्या दिवशी चांगली दहा मिनिटं मी एका काचेच्या काउंटरसमोर उभा राहून मनसोक्तपणे टर्कीच्या त्वचेचे, स्नायूंचे थर कापत राहिलो. पातळ तसेच जाड पापुद्रे उचलल्यासारखे केले, काही वेळा खोलवर सुरी खुपसली, तर काही वेळा नाजूक हातांनी स्नायूंचं विच्छेदन केलं, निरनिराळ्या प्रकारची उपकरणं हाताळण्याचा आनंद मनसोक्त घेतला. आणखी एका स्टॉलमध्ये मी शस्त्रक्रियेच्या

वेळी वापरायचे मोजे हातांवर चढवले आणि एका कोंबडीच्या मांसामध्ये जो छेद दिलेला होता, त्यावर अनेक नवीन प्रकारचे धागे वापरून टाके घातले. त्यातल्या काही धाग्यांचा दर एका वाराला ५० डॉलर इतका होता! मला शक्य झालं असतं, तर आणखी अर्धा तास मी धाग्यांना गाठी मारण्याचा आणि इतर काही टाक्यांचा सराव केला असता, पण माझ्यामागे आणखी चार शल्यविशारद त्यांचा क्रम येण्याची वाट पाहत उभे होते, त्यामुळे मला नाइलाजाने बाजूला व्हावं लागलं. त्या दिवशी दुपारी मी मांसाचे तुकडे गरम सुईच्या साहाय्याने जोडले, अत्याधुनिक सूक्ष्मदर्शकाच्या साहाय्याने पित्ताशयातील खडे काढले – खरं म्हणजे तिथे 'एम ॲन्ड एम' कंपनीचे चॉकलेटचा थर दिलेले शेंगदाणे एका प्रतिकृतीच्या पोटात ठेवलेले होते. मी आणखी एक शस्त्रक्रियाही केली – मानवी मांसासारख्या दिसणाऱ्या कसल्यातरी विचित्र वस्तूला मी एका स्वयंचलित टाके घालणाऱ्या उपकरणाने टाके घालून ती शिवली. (मी तिथल्या विक्रेत्याला 'हे कसलं मांस आहे' हे विचारलं, पण ते सांगण्याचं धैर्य त्याच्यापाशी नव्हतं.)

त्या दिवशी दुसरं काही करायची मुळीच इच्छा नसल्यामुळे, उभ्या असलेल्या पन्नास शल्यविशारदांच्या घोळक्याकडे मी गेलो. एक मोठा पडदा उभा केलेला होता आणि त्याच्याजवळ एक सूट घातलेला माणूस डोक्याला मायक्रोफोन लावून उभा होता. हे काय प्रकरण आहे, ते पाहाण्याची उत्सुकता वाटल्यामुळे मी तिथे गेलो. पडद्यावर एका माणसाची प्रतिमा दिसली. पेनसिल्व्हेनिया राज्यातल्या कुठल्यातरी रुग्णालयात त्या माणसावर शस्त्रक्रिया चालली होती. बाहेरपर्यंत आलेला मूळव्याधीचा मोठा कोंब काढण्याची (prolapsed internal haemorrhoid) शस्त्रक्रिया चालली होती. त्यासाठी जे एकदाच वापरून टाकून देता येईल असं उपकरण (किंमत २५० डॉलर) या शस्त्रक्रियेत कसं वापरता येईल, ते तो उत्पादक दाखवत होता. नेहमीच्या शस्त्रक्रियेला साधारणपणे अर्धा तास लागतो, तर या शस्त्रक्रियेला फक्त पाच मिनिटं लागतात, असा त्याचा दावा होता. तिथे हजर असलेल्या प्रेक्षकांनी विचारलेले प्रश्न डोक्यावर लावलेल्या मायक्रोफोनमुळे शल्यविशारदाला ऐकू येत होते व हजार मैल अंतरावर असूनही तो त्यांची उत्तरं देत होता.

"पर्सच्या नाडीसारखे असतात तसे टाके (purse-string sutures) तुम्ही आत्ता घालत आहात का?"

"हो," शल्यविशारद म्हणाला. "मूळव्याधीपासून दोन सेंटीमीटर अंतरावर मी तसे पाच-सहा टाके घालतोय."

त्यानंतर त्यांनी ते उपकरण कॅमेरासमोर धरलं. पांढऱ्या रंगाचं छान चमकदार असं ते उपकरण होतं. प्रत्यक्ष हाताळल्याशिवाय कसं मानायचं की, कुठलंही उपकरण उपयोगी, परिणामकारक आणि खातरीलायक आहे, असा विचार मनात

आला असला, तरीही समोरचं दृश्य पाहून आम्ही सगळे एका जागी खिळल्यासारखे झालो होतो.

हा खेळ संपला, तेव्हा माझं लक्ष एका दुःखी, उदास दिसणाऱ्या, तोंडावर मुरुमाचे व्रण असलेल्या माणसाकडे गेलं. शेजारच्याच स्टॉलमध्ये हा माणूस एकटाच बसून होता. त्याच्या अंगावरचा चुरगळलेला सूट पाहूनच मला त्याची कीव आली. कुणी त्याच्याकडच्या मालाला फारशी किंमत देत नसावं, हे मी ताडलं. लोक त्याच्या स्टॉलवरून पुढे जात होते, पण तिथल्या वस्तूंबद्दल कुणालाही काडीची उत्सुकता वा आकर्षण वाटत नव्हतं. त्याने मोठे व्हीडीओ पट लावलेले नव्हते की, तिथे स्टील ब्रशचा चकचकाटही नव्हता. त्याच्याजवळ लोकांना भेट म्हणून द्यायला गोल्फच्या बॅटी नव्हत्या की, कंपनीचं नाव छापलेल्या वस्तू नव्हत्या. कोणतंच बोधचिन्ह नसलेला; फक्त एका कागदावर एक नाव छापलेला एक साधासा फलक त्याने स्टॉलवर लावला होता. ते नाव होतं – सायंशिया. शस्त्रक्रियेवरील शेकडो जुनीपुराणी, ऐतिहासिक महत्त्व असलेली पुस्तकं त्याने मांडून ठेवलेली होती. मला त्याची कीव आली, म्हणून मी त्याच्या स्टॉलपाशी थांबलो आणि काही पुस्तकं चाळून पाहिली. त्याच्याकडील मौल्यवान खजिना बघून मी चाटच पडलो. जोसेफ लिस्टरने जे १८६७ संशोधनात्मक लेख लिहिले होते, त्यांचं एक पुस्तक तिथे मला दिसलं. याच महान शास्त्रज्ञाने आपल्या क्रांतीकारी शोधांद्वारे निर्जंतुक प्रकारची शस्त्रक्रिया कशी करतात, ते दाखवून दिलं होतं. आणखी एक दुर्मीळ पुस्तक मला तिथे आढळलं. त्याची पहिली आवृत्ती १९२४ साली निघाली होती. विल्यम हॉल्स्टेड या महान शल्यविशारदाने प्रसिद्ध केलेले वैज्ञानिक प्रबंध आणि १९५५ साली भरवण्यात आलेल्या पहिल्या जागतिक परिषदेचा वृत्तांत दिलेला होता. याच परिषदेत पहिल्यांदा अवयवारोपणाविषयी माहिती देण्यात आली होती. याव्यतिरिक्त १८९९ साली प्रसिद्ध झालेला एक कॅटलॉग होता, ज्यामध्ये त्या काळच्या शल्य-उपकरणांची माहिती दिलेली होती, दोनशे वर्षांपूर्वीचं शस्त्रक्रियेविषयीचं पुस्तकही त्याच्या संग्रहात होतं. मायमोनाइड्सच्या वैद्यकीय पाठ्यपुस्तकाची पूर्ण पुनर्निमिती हे आणखी एक अत्यंत दुर्मीळ पुस्तक होतं. मला सगळ्यात जास्त आश्चर्य वाटलं, ते १८६३ सालचं एक पुस्तक पाहून. अमेरिकन नागरी युद्धात भाग घेतलेल्या एका शल्यविशारदाने लिहिलेली ती रोजनिशी होती! खरं सांगायचं, तर त्याचा 'स्टॉल' म्हणजे दुर्मीळ माहितीचा खजिनाच होता. सगळी दुपार मी त्या पुस्तकांच्या संगतीत घालवली अन् अनमोल आनंद लुटला. पिवळी पडलेली, हात लावला तर तुकडा पडेल, अशी पाने उलटताना मला मनापासून वाटलं की, ही खरी आमच्या शास्त्रातली दौलत. त्या संपूर्ण परिषदेच्या कालावधीत मला कोणीतरी फसवण्याची शक्यता लक्षात घेऊन

मी सतत सावध होतो. व्यापारी स्टाल्समध्ये तर ती शक्यता होतीच, पण भाषणाच्या सभागृहातसुद्धा होती. अनेक नवी उत्पादने – औषधं, उपकरणं, यंत्रं – तिथे मांडून ठेवलेली होती. त्यांची उपयुक्तता मला कळत नव्हती, असं नव्हतं. तरीदेखील जो सोनेरी, चमचमता मुलामा, झगझगाट जिकडे पाहावं; तिकडे दिसत होता. तो पाहिल्यावर असं वाटत होतं, ह्यातलं खरं किती अन् देखावा किती! मात्र ही एकमेव जागा होती, जिथे थक्क करणारं असं बरंच काही मला अनुभवायला मिळालं होतं.

या परिषदेत आणखी एक असं स्थळ होतं, जिथे अनेक महत्त्वाच्या गोष्टी चालू आहेत, याची मनाला खातरी वाटत होती. मुख्य विभागांपासून – जिथे माहितीपट दाखवले जात होते, शस्त्रक्रियांविषयीचे प्रयोग आम्हाला करता येत होते आणि जिथे नवीन उत्पादनांचं प्रदर्शन मांडलेलं होतं – काहीसा दूर असा हा विभाग होता. इथे काही छोट्या खोल्या होत्या. या खोल्यांमध्ये शल्यशास्त्रीय वादविवाद घडत होते. या ठिकाणी अनेक संशोधक आपण करत असलेल्या संशोधनाविषयी सांगत असत. वैद्यकीय जगताशी संबंधित सगळे विषय – जनुकशास्त्र ते प्रतिबंधात्मक जीवशास्त्र, पदार्थविज्ञान ते लोकसंख्येची आकडेवारी – हजेरी लावत असत. फारच थोडे प्रतिनिधी या चर्चा ऐकण्याच्या फंदात पडत. मी एकदाच गेलो तिथे, पण तिथल्या चर्चा माझ्या डोक्यावरून गेल्यामुळे मी परत तिथे पाय ठेवला नाही. हल्ली विज्ञान इतक्या झपाट्याने घोडदौड करतंय आणि त्याला इतक्या शाखा-उपशाखा आहेत की, कुठल्याही शाखेतील प्राथमिक स्वरूपाची माहिती मिळवणंही अवघड होत चाललंय. जो काही वेळ मी तिथे बसलो, तेवढ्या वेळात कानांवर पडलेल्या चर्चेतून मला ज्ञानाच्या कक्षा किती विस्तारत आहेत आणि कुठल्या दिशा आपल्या आवाक्यातल्या आहेत, याची फक्त एक झलक मला बघायला, ऐकायला मिळाली.

या वर्षी परत-परत ज्या विषयावर चर्चा घडत होती, तो विषय होता – उती अभियांत्रिकी (टिश्यू इंजिनिअरिंग). संशोधनाची ही एक नवीच शाखा होती ज्यामध्ये शरीरातील अवयव कसे विकसित होतात, हे समजण्याचा प्रयत्न चालला होता. ते ज्ञान मिळाल्यावर पुढेमागे कृत्रिम अवयवांची निर्मिती शक्य होईल आणि दुखापतीमुळे किंवा आजारामुळे निकामी झालेल्या अवयवांच्या जागी अशा अवयवांचं रोपण करता येईल, असा विचार होता. या क्षेत्रातली प्रगती आश्चर्य वाटावी इतकी जलद होती. दोन वर्षांपूर्वी बहुतेक सगळ्या वृत्तपत्रांमध्ये प्रयोगशाळेतल्या बशीत तयार केलेल्या कृत्रिम कानाचे काही फोटो प्रसिद्ध झाले होते. तो कान एका उंदराच्या पाठीवर जोडण्यात आला होता. याहून जास्त गुंतागुंतीच्या रचना आणि अशा अवयवांचं मानवी देहावरील आरोपण व्हायला अजून एक दशकभराचा

अवधी जाईल, असं तेव्हा वाटलं होतं. पण आता शास्त्रज्ञ प्रयोगशाळेत निर्माण केलेल्या हृदयाच्या झडपांचे, रक्तवाहिन्यांच्या तुकड्यांचे आणि लहान आतड्याचे फोटो दाखवू लागले होते. या गोष्टी कशा बनवायच्या ही त्यांच्यासमोरची समस्या नव्हती, तर त्यांमध्ये आणखी सुधारणा कशी करायची, ही खरी समस्या होती. उदा. त्यांनी बनवलेल्या हृदयाच्या झडपा त्यांनी डुकरांच्या हृदयांमध्ये प्रयोगादाखल आरोपित केल्या तेव्हा त्या व्यवस्थित काम करत होत्या, पण मानवी शरीरात काम करण्याइतपत दीर्घकाळ त्या टिकल्या नाहीत. त्याचप्रमाणे त्यांनी बनवलेले लहान आतड्यांचे तुकडे उंदरांच्या शरीरात पूर्ण कार्यक्षमतेने काम करत राहिले, पण त्यांना शास्त्रज्ञांच्या अपेक्षेनुसार अन्न पचवता आलं नाही. शास्त्रज्ञांसमोर आणखी एक प्रश्न होताच – सुरुवातीला त्यांनी हे तुकडे केवळ काही इंच लांबीचे बनवले होते. ते मानवी शरीरात बसवायचे, तर त्यासाठी त्यांची लांबी काही फूट तरी हवी. लॉस एंजेलिसमधील सेडर्स – सिनाई रुग्णालयातल्या काही डॉक्टरांनी याहून मोठा टप्पा गाठला होता – त्यांनी प्रयोगशाळेत एक यकृत बनवलं होतं आणि मानवी शरीरात त्याचं आरोपण करण्याच्या दृष्टीने ते आता चाचण्या करायची तयारी करू लागले होते.

काही संशोधकांनी आपल्या पहिल्या एक डझन रुग्णांविषयीची माहिती सादर केली. त्या रुग्णांपैकी प्रत्येक रुग्णाचं यकृत पूर्णपणे निकामी झालं होतं. अशा व्यक्तींपैकी नव्वद टक्के रुग्ण यकृत मिळण्याची वाट पाहतच मृत्युमुखी पडतात. या रुग्णांना, तात्पुरतं का होईना, पण कृत्रिम यकृतामुळे जीवदान मिळाल्याने मानवी यकृत मिळेपर्यंत ते जगू शकले. बहुतेकांना दहा दिवस किंवा त्याहून जास्त काळ अधांतरी अवस्थेत काढावा लागला. आत्तापर्यंत इतके दिवस कुणीही रुग्ण जिवंत राहिला नव्हता. कृत्रिम यकृतामुळे त्यांना जीवदान मिळालं होतं, ही शास्त्रज्ञांच्या दृष्टीने केवढी मोठी कामगिरी होती! याहून मोठी कौतुकाची बाब ही होती की, चार रुग्ण असे होते की, ज्यांच्या बाबतीत औषधांचा अवाजवी मारा केल्यामुळे त्यांची यकृतं निकामी झाली होती. त्यांना यकृताच्या आरोपणाची नंतर गरजच भासली नाही. त्यांचं स्वत:चं यकृत पूर्ववत काम करायला लागेपर्यंत या कृत्रिम यकृताने त्याचं काम केलं. प्रेक्षागृहात बसून मी ही अतुलनीय कामगिरी पाहिली, तेव्हा काही काळ माझं तर डोकंच गरगरल्यासारखं झालं. त्याच वेळी एक काहीसा गंभीर, चिंतनात्मक विचारही मनात आला, दीडशे वर्षांपूर्वी जोसेफ लिस्टरने इंग्लंडच्या 'रॉयल कॉलेज ऑफ सर्जन्स'मधील आपल्या सहकाऱ्यांना निर्जंतुकीकरणासंबंधीचे त्याचे निष्कर्ष सांगितले होते, तेव्हा त्यांची प्रतिक्रियाही अशीच झाली असेल का? – त्यांनीही आश्चर्याने तोंडात बोटं घातली असतील का?

त्या सहा दिवसांच्या धामधुमीच्या काळात – ज्ञानदानसत्रं, कंपन्यांनी आयोजित केलेली प्रदर्शने, संशोधनावरील व्याख्यानं, चर्चा, माहितीपट, इत्यादी, इत्यादी – माझ्या मनात एक प्रश्न वारंवार डोकं वर काढत राहिला – कशासाठी हे इतके शल्यविशारद – नऊ हजारांहूनही अधिक – शिकागोसारख्या ढगाळ, कुंद हवेत सहा दिवसांसाठी आले? गंमत म्हणजे ह्यांतले बहुतेक सगळे जण आपापल्या व्यवसायात इतके व्यग्र असतात की, एरवी त्यांना सुट्टी घेणंही शक्य होत नाही. याच आठवड्यात शिकागो येथे आणखी एक परिषद भरली होती. तिचं नाव होतं – पब्लिक रिलेशन्स वर्ल्ड काँग्रेस. जगभरातले जनसंपर्क व्यावसायिक या परिषदेला हजर राहिले. (विषय – समस्याप्रधान जगात आपली गुणवत्ता वाढवणं.) इथेही हजारोंनी हजेरी लावली. शल्यविशारद आणि हे व्यावसायिक यांमुळे हॉटेलांची भलतीच चलती झाली. दोन्ही ठिकाणी एकाच प्रकारचे कार्यक्रम झाले. त्यांनीही भरपूर शैक्षणिक सत्रं ठेवलेली होती. (त्यातल्या प्रमुख घटनांमधील एक होती, एक कार्यशाळा. विषय – इंटरनेट पीआरमधील गोंधळ. दुसऱ्या कार्यशाळेचा विषय होता – तुमची स्वत:ची जनसंपर्कसंस्था कशी सुरू कराल? आणखी एक कार्यशाळा समूहांमधील टेलिफोनिक संभाषण – आपल्या अशिलांशी आणि वृत्तपत्रांशी संपर्क साधण्याचा स्वस्तातला उपाय यावर होती.) आपल्या क्षेत्रात संशोधन केलेल्यांनी एक दिवसभर सादरीकरणं केली. जिकडे पाहावं तिकडे मोठ्या संस्थांच्या जाहिराती दिसत होत्या. स्वागतकक्षात जनसंपर्कसंस्थांनी आपल्या कर्तृत्वाचे गोडवे गाणारी चित्रं लावली होती. अतिजलद फॅक्स यंत्रांच्या उत्पादकांनी फलक लावले होते. आमच्या परिषदेप्रमाणेच त्यांची परिषदही एक मध्यम दर्जाच्या प्रतिष्ठित व्यक्तीच्या भाषणाने संपली. दोन्ही परिषदांमध्ये इतकं साधर्म्य आढळलं की; मला असं वाटलं, केवळ या घटकांपायी हे सगळे लोक इथे हजेरी लावत असावेत. एक दिवस सहजच मी त्यांच्या परिषदेच्या जागी फेरफटका मारला, तेव्हा मला असं दिसलं की; त्यांचा कार्यक्रम घडत असलेल्या खोल्यांमध्ये विशेष कुणी उपस्थित नव्हतं; बरेचसे लोक बाहेरच्या स्वागतकक्षातच गप्पागोष्टी करत होते. तसं पाहिलं, तर आमच्या परिषदेतही प्रत्यक्ष ज्ञानसंपादनात विशेष कुणाला रस नव्हताच आणि ज्यांनी सुरुवातीला रस दाखवला, त्यांनीही नंतर आपला मोर्चा इतरत्रच वळवला होता. दोन-तीन दिवस गेल्यानंतर कुठल्याही प्रेक्षागृहात जागा मिळायला त्रास होत नव्हता. जे हजर होते, ते नावापुरतेच; काही जण झोपा काढत होते, तर इतरांनी काढता पाय घेतला होता.

मानववंशशास्त्रज्ञ लॉरेन्स कोहेन, हे अशा परिषदांचं वर्णन ज्ञानप्रदान केंद्र असं करत नाहीत. त्यांच्या मते ही एक मोठी जत्राच असते – 'नाव मोठं अन् लक्षण खोटं' हेच वास्तव असतं. भला मोठा बडेजाव मांडलेला असतो खरा, पण

प्रत्यक्षात इथे काय घडताना दिसतं? व्यावसायिक राजकारण, वैद्यकाच्या वेगवेगळ्या शाखांमधील सीमारेषांचं यथायोग्य पालन, लैंगिक सुख मिळवण्याची इच्छा, पर्यटन आणि व्यापार, वैयक्तिक आणि राष्ट्रीय हेवेदावे, व्यावसायिक मैत्री वा नातेसंबंधांविषयीची काळजी आणि ते जोपासण्यासाठी केलेले प्रयत्न आणि मोठ्या संख्येने होणारी व्याख्याने. आमच्या व्यवसायाला तरी हे वर्णन पूर्णपणे लागू होतं. इथे आल्यावर लवकरच लक्षात येतं की, लोकांनी आपल्याला पाहावं; या इच्छेखातर काही जण हजेरी लावतात, तर काही जण नाव कमवण्यासाठी येतात. बाकीचे – माझ्यासारखे – इथला डामडौल बघायला येतात. उच्च पदासाठी (अध्यक्ष आणि कार्यकारिणीच्या सभासदांच्या निवडणुका होणार होत्या.) लठ्ठालठ्ठी चाललेली दिसत होती, बंद दरवाजांआड एकमेकांवर चिखलफेकही होत असावी. निवासी डॉक्टरांच्या पुनर्भेटी घडत होत्या. परिषदेबाहेर लोक हॉटेलांत भेटत होते आणि अर्थातच, काही प्रेमप्रकरणंही बहराला येत होती.

हे सगळं खरंच होतं, यात मुळीच शंका नाही, पण तरीही या परिषदा म्हणजे निव्वळ जत्राच नसतात. आम्ही लोक बसमधून परिषदेच्या ठिकाणी जात असतो, त्या वेळच्या आमच्यातल्या संभाषणावरून, वैचारिक देवाणघेवाणीवरून हे लक्षात येतं. ही बस साधारणपणे अॅटलांटिक सिटीतील ग्रेहाउंड बससारखी दिसते. फरक इतकाच की, इथल्या प्रत्येक सीटच्या मागच्या बाजूला छोटे टी.व्ही. पडदे होते. त्यांच्यावर शस्त्रक्रियेत वापरल्या जाणाऱ्या झिपरची जाहिरात सतत दाखवण्यात येत होती. आमच्यापैकी बहुतेक जण एकमेकांसाठी नवखे होते – मी तर कुणालाच ओळखत नव्हतो. पण एखाद्या तिऱ्हाइताने आम्हाला पाहिलं असतं, तर त्याला तसं मुळीच वाटलं नसतं. साधी सीट निवडण्याची गोष्ट घ्या. सर्वसामान्यपणे आपण बसमध्ये चढतो, तेव्हा आपलं वागणं चुंबकाच्या उत्तर आणि दक्षिण ध्रुवांसारखं असतं. आपण शक्यतो कुणाही नवख्या माणसाच्या शेजारी बसत नाही, तर मध्ये थोडं अंतर ठेवूनच बसतो. पण आम्ही बसमध्ये चढलो की, हमखास कुणाच्यातरी शेजारीच जाऊन बसायचो. काही सीट्स रिकाम्या असल्या तरी आम्ही कुणाच्यातरी शेजारी बसायचो. एरवी अर्धी-पाऊण बस रिकामी असताना असं जर कुणी वागलं – तुमच्या शेजारी येऊन बसलं – तर तुम्हाला त्याचं वागणं लगट करणारं वाटू शकेल, पण इथे हे सामाजिक नियम आम्ही जणू काही धाब्यावर बसवले होते. एखाद्याने दूर बसायचा निर्णय घेतला असता, तर ते इतरांना आवडलं नसतं, कारण नाही म्हटलं तरी आम्ही सगळे जण 'एकाच कळपातली मेंढरं' होतो – आमच्यामध्ये एक अदृश्य असा दुवा होता. समोरच्याला आम्ही आपण होऊन अभिवादन करत होतो; तसं न करणं, हे असभ्यतेचं लक्षण समजलं गेलं असतं.

अशाच एका प्रवासात मी एका चाळिशीतल्या माणसाशेजारी बसलो. वरचं

बटण न लावलेला शर्ट आणि ब्लेझर कोट अशा कपड्यातल्या त्या माणसाशी लगेचच माझं संभाषण सुरू झालं. तो मिशिगन राज्यातून आलेला शल्यविशारद होता. त्याच्या पन्नास मैलांच्या परिसरात त्याच्या व्यतिरिक्त केवळ एकच शल्यविशारद राहत होता. हे दोघंच जण सर्व प्रकारच्या केसेस हाताळत असत – सामानाची वाहतूक करणाऱ्या ट्रक अपघातात जखमी झालेले लोक, चाळणी झालेले पोटातले व्रण, अॅपेंडिक्सच्या शस्त्रक्रिया, मोठ्या आतड्याचा कर्करोग, स्तनाचा कर्करोग, एवढंच नव्हे तर आपत्कालीन बाळंतपणदेखील! गेली दोन दशकं तिथे व्यवसाय करणारा हा शल्यविशारद माझ्या आई-वडिलांप्रमाणेच मूळचा भारतीय होता. मिशिगनमधल्या रक्त गोठवणाऱ्या हिवाळ्यांना तोंड देण्याची क्षमता या माणसाने संपादन केली होती, याच गोष्टीसाठी मी मनातल्या मनात त्याला दाद दिली. मी माझ्या आईवडिलांविषयी सांगताना त्याला म्हटलं, "तीस वर्षांपूर्वी माझ्या आई-वडिलांसमोर दोन पर्याय होते – ओहायोतील अथेन्स या गावी राहायचं किंवा मिशिगनच्या चिंचोळ्या भागातील हँकॉक या गावी. नोव्हेंबरच्या मध्यावर ते दोघं एका लहानशा विमानाने हँकॉकला गेले. विमानातून उतरता क्षणी त्यांना चहुबाजूला तीन फूट जाडीचा बर्फचा थर दिसला. माझी आई त्या वेळी साडीत होती. समोरचं दृश्य पाहताच तिने तत्क्षणी हँकॉकवर काट मारली आणि पुढल्या क्षणी अथेन्सची निवड केली. गंमत म्हणजे हे गाव कसं आहे, ते तिने पाहिलंदेखील नव्हतं. माझ्या शेजारी बसलेले गृहस्थ ते ऐकून खळखळून हसले आणि वरती उत्तरेकडे राहणाऱ्या कुठल्याही माणसासारखे मला म्हणाले, "तसं काही इतकं वाईट हवामान नसतं हो, तिथलं." मग हवामानावरून आम्ही अनेक विषयांवर – आमची मुलं, माझं निवासी डॉक्टरपद, त्यांचा या कामाचा अनुभव, सूक्ष्मदर्शकाद्वारे शस्त्रक्रिया करण्याचं त्यांनी पाहिलेलं एक उपकरण, वगैरे – चर्चा केली. आमच्या आजूबाजूच्या सीट्सवर बसलेले लोकही आपापसांत अशाच गप्पा मारत होते. हास्याच्या लकेरींमुळे बसमधलं वातावरण प्रसन्न वाटत होतं. काही लोक बेसबॉलवर चर्चा करत होते (मेट्स आणि यांकीज या दोन चमूंमध्ये सबवे मालिकेवर चर्चा चालली होती.). काही जण गोअर आणि बुश यांची बाजू घेऊन परस्परांवर कुरघोडी करत होते. शल्यविशारदांचं उंचावणारं किंवा खालावणारं नीतिधैर्य हा विषय मागे कसा राहाणार? अशाच काही बसप्रवासांमध्ये मी अनुभवलेल्या आपत्कालात सापडलेल्या रुग्णाविषयींच्या कथा मिनेसोटामधील स्लीपी आय गावातील एका साधारण शल्यविशारदाला सांगितल्या, हाँगकाँगमधील एका रक्तवाहिनीच्या शल्यविशारदांकडून – व्हॅस्क्युलर सर्जन – (यांच्या शब्दोच्चारांवर ब्रिटिशांचा प्रभाव मला जाणवला.) मला चीनमधल्या रुग्णालयाची माहिती मिळाली, व्हर्जिनिया विद्यापीठातील शस्त्रक्रिया विभागाचे अध्यक्ष माझ्या शेजारी बसले, तेव्हा 'मृत्यूचं कारण जाणून घेण्यासाठी

केलेलं मृत देहांचं शवविच्छेदन' या विषयावर त्यांच्याबरोबर मी चर्चा केली. तर चांगले चित्रपट कोणते, याची माहिती क्लीव्हलँडमधील एका शल्यविशारदाने मला दिली.

मला वाटतं, या प्रकारच्या ऋणानुबंधांना जनसंपर्कव्यावसायिकांनी एक गोंडस नाव दिलंय. ते या संबंधांना 'नातेसंबंधजाल' (networking) असं म्हणतात. पण या शब्दातून आम्हा डॉक्टरांना त्या बसच्या प्रवासात एकमेकांशी बोलण्याची जी ओढ, जी तीव्र इच्छा वाटायची; ती व्यक्त होत नाही. संपूर्ण परिषदकाळात आम्हाला इतरांशी संपर्क ठेवावासा वाटायचा, आम्हा सर्वांमध्ये एक प्रेमबंध निर्माण झाला होता, सतत वाढत होता. इथे येण्यामागे आमच्या प्रत्येकाच्या मनात आपला व्यवहारी हेतू असेल – नव्या कल्पना शिकायच्या, नवी तंत्रं शिकायची, नवी उपकरणं हाताळून बघायची, नवं पद मिळवायचं, रोजच्या धकाधकीच्या आयुष्यातून; जबाबदाऱ्यांतून चार दिवस सुटका मिळवायची – असा कोणताही! पण शेवटी मी असा निष्कर्ष काढला की, याहून बरंच काही अधिक महत्त्वाचं असं आम्हाला मिळवायचं होतं आणि त्याच्याच ओढीने आम्ही इतक्या दूर येत होतो.

आम्ही डॉक्टर मंडळी एका बंदिस्त, सुरक्षित विश्वात जगत असतो – रक्तस्राव, प्रयोगशाळेतल्या चाचण्या, रुग्णांची चिरफाड वगैरे. आम्ही असे निरोगी लोक असतो, जे दिवसरात्र आजारी मंडळींनी वेढलेले असतात. बाहेरच्या जगात काय चाललंय, तिथल्या लोकांचे अनुभव काय आहेत, त्यांची जीवनमूल्यं काय आहेत; यांपासून आम्ही काहीसे दूरच असतो. आमच्या कुटुंबीयांनादेखील आमच्या विश्वातल्या घडामोडींविषयी फारशी माहिती नसते. खेळाडूंच्या, सैनिकांच्या आणि व्यावसायिक संगीतकारांच्या बाबतीतही थोड्याफार फरकाने हेच घडत असतं. पण त्यांच्यामध्ये आणि आमच्यामध्ये एक मोठा फरक असतो. आमच जगच फक्त वेगळं नसतं, तर आम्ही फार एकाकी असतो. एकदा आमचं निवासी डॉक्टरचं प्रशिक्षण संपलं की, आम्ही कुठल्यातरी गावात – ते स्लीपी आय असेल, नाहीतर मिशिगन राज्याचं उत्तरेचं टोक असेल, नाहीतर न्यू यॉर्कही असेल – स्थायिक होतो, त्यानंतर मग रुग्णांचा ओघ सुरू होतो आणि आम्ही आमच्या कामाच्या व्यापात असे काही बुडून जातो की, ज्याचं नाव ते. सर्वसामान्य लोक – ज्यांना आम्ही रुग्णाच्या जठराचा कर्करोगपीडित भाग कसा कापून काढतो, ते माहीत नसतं किंवा असा रुग्ण शस्त्रक्रियेनंतर फुप्फुसाच्या आजाराने का मरतो, हेही त्यांना ठाऊक नसतं – अशांपासून आम्ही पार दूर जातो. रुग्णांच्या नातेवाइकांना तोंड देणं म्हणजे काय किंवा विमाकंपन्यांशी पैसे मिळवण्यासाठी लढणं म्हणजे काय, ह्याचाही त्यांना गंध नसतो.

वर्षातून एकदाच अशी संधी आम्हाला मिळते, जेव्हा आम्हाला आमच्या

पेशातले लोक मोठ्या संख्येने भेटतात. आमच्या सभोवती तेच लोक असतात. तीच मंडळी तुमच्या शेजारी येऊन बसतात, तुमच्याशी येऊन तुमच्या जिव्हाळ्याच्या विषयावर बोलतात. अशा परिषदांना आयोजक 'शल्यविशारदांचं काँग्रेस' असं नाव देतात. किती समर्पक शब्द आहेत हे. यातला भलेबुरेपणाचा अंश काही का असेना, पण ते चार-सहा दिवस, आम्ही डॉक्टरमंडळी आमच्या 'डॉक्टरांच्या देशा'त आलेलो असतो, हेच फार मोठं सत्य असतं; आमच्या दृष्टीनं.

★

चांगल्या डॉक्टरांना अवदसा आठवते, तेव्हा...

हँक गुडमन हे एक नावाजलेले अस्थिशल्यविशारद होते. छप्पन्न वर्षांचे हे गृहस्थ चांगले उंचेपुरे होते – सहा फूट एक इंच, डोक्यावर दाट तपकिरी केस, पण विशेष म्हणजे त्यांचे हात डोळ्यांत भरतील असे मोठे होते. इतके की, ज्या रुग्णाच्या गुडघ्याची वाटी सरकली आहे; त्याचा पाय हातात धरून हा माणूस खटकन ती परत जागच्या जागी बसवत असेल, असा विचार पाहाणाऱ्याच्या मनात नक्की येत असणार, याची मला खातरी आहे. तुटलेली, निखळलेली हाडं जोडण्यात मोठं कौशल्य असणारा, हा शल्यविशारद अगदी शांत आणि तितकाच आत्मविश्वासपूर्ण वाटतो. एके काळी, म्हणजे त्यांचा वैद्यकीय परवाना रद्द होण्यापूर्वीच्या काळात, त्यांनी आपल्या क्षेत्रात मोठं नाव तर कमावलेलं होतंच, शिवाय लोक त्यांच्याविषयी आदराने बोलत असत. साहजिकच त्यांच्याकडे रुग्णांची गर्दी कायमच असायची.

एकदा त्यांचे एक व्यावसायिक भागीदार त्यांच्याविषयी बोलताना मला म्हणाले होते, ''त्यांचा हात धरू शकतील; असे फारच थोडे अस्थिशल्यविशारद तुम्हाला मी दाखवू शकेन. काय कौशल्य आहे त्यांच्या हातांत, म्हणून सांगू? आपल्या कुटुंबीयांना किंवा मित्रमंडळींना गरज लागली, तर इतर डॉक्टर हमखास 'गुडमन'चंच नाव सुचवत असत. साहजिकच, जवळजवळ दहा वर्षं तरी त्यांचा व्यवसाय अतिशय जोरात चालला होता. मग काय झालं, कुणास ठाऊक, पण हळूहळू त्यांच्या कीर्तीला घसरण लागली. ते कामात ढिसाळपणा करू लागले. त्यांच्या रुग्णांना ह्या गोष्टीने दु:ख झालं; काही तर फारच दुखावले गेले. ज्या सहकाऱ्यांना त्यांचं कौतुक वाटत असे, ते आता भयचकित झाले. अनेक वर्षं असाच प्रकार चालू राहिला अन् शेवटी त्यांच्यावर बंदी घातली गेली.''

एखादा डॉक्टर वाईट आहे, असं सर्वसामान्य लोक जेव्हा म्हणतात; तेव्हा ते त्याची बरोबरी सैतानाशीच करतात. पूर्वी हॅरॉल्ड शिपमन नावाचे एक डॉक्टर नॉर्थ

ऑफ इंग्लंड या भागात व्यवसाय करत असत. पंधरा रुग्णांना त्यांनी मादक द्रव्य देऊन ठार मारल्यावरून त्यांच्यावर खटला भरण्यात आला. एकूण तीनशे रुग्णांना त्यांनी मारलं, असा संशय त्यांच्या बाबतीत व्यक्त केला होता. जॉन रोनॉल्ड ब्राऊन या सॅन डिएगोमधील शल्यविशारदाने तर त्याच्याकडे परवाना नसतानाही रुग्णांवर लिंगबदलाच्या शस्त्रक्रिया केल्या आणि त्यांना गोत्यात आणलं. एका पूर्णपणे निरोगी असलेल्या माणसाचा डावा पाय त्यांनी कापला आणि ती जखम चिघळल्यामुळे बिचाऱ्याचा पायच कापून टाकावा लागला. ओहायोतील जेम्स बर्ट नावाचा एक स्त्रीरोगतज्ज्ञ तर इतका विकृत होता की, त्याने शेकडो स्त्रियांवर भूल देऊन शस्त्रक्रिया केल्या. शस्त्रक्रियेचं खरं कारण वेगळंच असलं, तरी या सैतानाने त्यांच्या 'योनिमार्गाची पुनर्रचना' (vaginal reshaping) या गोंडस नावाखाली भयानक अत्याचार केले. अक्षरश: शेकडो स्त्रिया त्याच्या विकृतीचा बळी ठरल्या. तो स्वत: मात्र या शस्त्रक्रियेला 'प्रेमाची शस्त्रक्रिया' (surgery of love) असं म्हणत असे.

पण एखादा डॉक्टर वाईट आहे, याचा अर्थ तो या प्रकारची भयानक अनैतिक कृत्यं करतो, असाच होत नाही. मला ज्या वाईट डॉक्टरांविषयी सांगायचंय, ते वरील प्रकारात मोडणाऱ्यांपैकी नाहीत, तर हँक गुडमनसारखे डॉक्टर, जे आपल्या दैनंदिन जीवनात केव्हाही, कुठेही आढळतात. आणखी एक अतिशय नावाजलेले हृदयरोगतज्ज्ञ होते, ज्यांना वृद्धत्वामुळे मनोदौर्बल्य आलेलं होतं; पण तरीही ते निवृत्त होण्याचं नाव काढत नव्हते. दुसऱ्या एका नामांकित प्रसूतितज्ज्ञांना दारूचं व्यसन जडलं होतं, तर आणखी एक शल्यविशारद असे होते, ज्यांच्या हातातील कौशल्य आता लुप्त झालं होतं. सगळेच डॉक्टर चुका करतात, फक्त हेच डॉक्टर्स नाहीत, असं विधान करण्याइतका पुरावा नक्कीच उपलब्ध आहे. खरं सांगायचं, तर चुका इतक्या सर्रास होत असतात की त्यांमागची कारणं कोणती, ते सांगणं तितकं सोपं नाही. काही डॉक्टर निश्चितपणे वाईट आहेतच आणि काही वेळा चांगले डॉक्टरही वाईट मार्गाला लागतात, कामात निष्काळजीपणा दाखवतात आणि त्यामुळे आपल्या नावाला कलंक लावतात, असं दिसून येतं. अशा वेळी त्यांच्या सहकाऱ्यांना कळतच नाही की, आपण ह्या सगळ्याचा काय अर्थ लावायचा.

मी जवळजवळ वर्षभर गुडमनबरोबर मनमोकळ्या गप्पा मारल्या. आपली ही अवस्था कशी झाली, याबद्दल त्यांच्या मनातही प्रचंड गोंधळ असावा, असं त्यांचं बोलणं ऐकताना मला वाटलं. मात्र, इतर डॉक्टरांना फायदा व्हावा म्हणून त्यांनी आपली कहाणी मला सांगायचं कबूल केलंच, पण आणखी एक पाऊल पुढे जात; त्यांनी त्यांच्या पूर्वीच्या सहकाऱ्यांची आणि रुग्णांशीही माझी गाठ घालून दिली. त्यांची एकच विनंती होती – कृपा करून माझं नाव कुणाला सांगू नकोस!

ते वर्ष होतं, १९९१. ऑगस्ट महिना चालू होता. भयंकर उकाडा जाणवत होता. गुडमन रुग्णालयात होते – हे रुग्णालय म्हणजे अवाढव्य अशा आधुनिक इमारतींचं संकुल होतं. दिव्यांचा झगमगाट असलेल्या या इमारतसंकुलाच्या मध्यभागी एक लाल विटांची अनेक मजली इमारत आणि तिच्याभोवती इतर अनेक विभागांसाठी स्वतंत्र पण लहान इमारती होत्या. बाहेरच्या बाजूला असलेल्या अनेक दवाखान्यांत येणाऱ्या रुग्णांवर आणि जवळच असलेल्या वैद्यकीय महाविद्यालयावर या इमारतींमधील काम अवलंबून होतं. मुख्य इमारतीत तळमजल्यावर एका लांबलचक मार्गिकेच्या टोकाला शस्त्रक्रियादालने होती. पांढऱ्या टाइल्स लावलेल्या प्रशस्त खोल्या, दिव्यांच्या खाली असलेल्या शस्त्रक्रिया टेबलांवर पहुडलेले रुग्ण आणि त्यांच्याभोवती उभे राहून सफाईदारपणे हात चालवणारे, निळ्या रंगाचे निर्जंतुक गाउन घातलेले शल्यविशारद ही आदर्श शस्त्रक्रिया दालनांची सर्व वैशिष्ट्यं तिथे प्रवेश करणाऱ्याच्या नजरेत भरायची. अशाच एका खोलीत गुडमननी एक शस्त्रक्रिया संपवली, अंगावरचा गाउन काढला आणि त्यांना ज्यांनी शस्त्रक्रियेदरम्यान फोन केला होता, त्या व्यक्तींशी ते भिंतीवर लावलेल्या फोनवरून बोलू लागले. लवकरच ते पुढच्या शस्त्रक्रियेसाठी तयार होणार होते. खोलीची साफसफाई सुरू असल्याने थोडा रिकामा वेळ त्यांना मिळाला होता. आलेल्या फोन्सपैकी एक फोन त्यांच्या वैद्यकीय साहाय्यकाने त्यांच्या ऑफिसमधून केला होता. गुडमनचं खाजगी ऑफिस तिथून जवळच होतं. त्याला गुडमनना त्यांच्या एका रुग्णाविषयी – मिसेस 'डी' विषयी – काहीतरी महत्त्वाचं सांगायचं होतं.

मिसेस 'डी' एक अठ्ठावीस वर्षांची तरुण स्त्री होती. दोन मुलांची आई असलेल्या या बाईचा नवरा एका गाडीच्या दुकानात व्यवस्थापक म्हणून काम करत होता. पहिल्यांदा ती गुडमनकडे आली होती, तेव्हा तिच्या गुडघ्याला सूज आलेली होती आणि त्यामध्ये पाणी झालेलं होतं, पण तिला वेदना होत नव्हत्या. त्यांनी तिला शस्त्रक्रिया करून घेण्याचा सल्ला दिला अन् ती त्याला तयार झाली. एका आठवड्यापूर्वी त्यांनी शस्त्रक्रिया करून गुडघ्यातलं पाणी काढून टाकलं होतं. आत्ता त्यांचा साहाय्यक त्यांना सांगत होता, ''मिसेस 'डी' परत आल्या आहेत इथे. त्यांना ताप आल्यासारखं वाटतंय आणि त्यांचा गुडघा असह्य दुखतोय. मी त्यांचा पाय तपासला. गुडघा हाताला गरम लागतोय, शिवाय लाल झालाय आणि मऊपणाही जाणवतोय. मी सांध्यात सुई घालून पाहिलं, तेव्हा दुर्गंधीयुक्त पू बाहेर आला. आता मी काय करावं, असं तुमचं म्हणणं आहे?''

त्याच्या बोलण्यावरून एक गोष्ट अगदी स्पष्ट होती – शस्त्रक्रियेमुळे तिच्या गुडघ्यात बराच पू झाला होता, त्यामुळे तातडीने जखम उघडून पू बाहेर काढायला हवा होता. पण गुडमन अतिशय व्यग्र होते, ही एक गोष्ट अन् त्याहून मोठी बाब

म्हणजे त्यांना आपल्या साहाय्यकाचं निदान फारसं महत्त्वाचं वाटत नव्हतं. तिला रुग्णालयात यायला सांगावं, असं तर त्यांना वाटलं नाहीच, पण त्याहून दुर्दैवाची गोष्ट ही होती की, तिला बघण्याची वा तपासण्याचीही गरज त्यांना भासली नाही. इतकंच काय, पण आपल्या एखाद्या सहकाऱ्याकरवीसुद्धा त्यांनी तिची तपासणी केली नाही. ''तिला जखम बरी होण्यासाठी गोळ्या लिहून दे,'' त्यांनी आपल्या साहाय्यकाला सूचना दिली. ''तेवढ्यावर भागेल?'' त्याने शंका व्यक्त केली, तेव्हा उडवाउडवीच्या सुरात ते म्हणाले, ''फार लक्ष देऊ नकोस रे. ती जरा रडीच आहे.''

एक आठवडा गेला अन् मिसेस 'डी' परत त्यांच्याकडे आली, तेव्हा गुडमनने तिच्या गुडघ्यातला पू काढला, पण तोपर्यंत फार उशीर झाला होता. जखम आता इतकी चिघळली होती की, त्यामुळे तिच्या मृदुअस्थीलाही धोका निर्माण झाला होता. पायाचा पूर्ण सांधाच कामातून गेला होता. त्यानंतर मिसेस 'डी' दुसऱ्या एका अस्थिशल्यविशारदाकडे गेली, पण त्याच्याकडेही एकच उपाय होता. पायाची दोन्ही हाडं एकमेकांवर घासल्यामुळे ज्या असह्य वेदना तिला होत होत्या, त्यावरचा एकमेव उपाय होता, दोन्ही हाडं एकमेकांशी कायमची सांधून टाकणं. त्याने तेच केलं.

पुढे मी तिची भेट घेतली, तेव्हा मला तिचं अपार कौतुक वाटलं. बिचारीने हे सगळं प्रकरण एखाद्या तत्त्ववेत्त्याच्या सोशिकपणाने – धीरगंभीरपणे – घेतलं होतं. ''मी आता हे सगळं स्वीकारलंय, आपलं नशीब म्हणून. आता मला धावता येत नाही, खाली वाकून मुलाला उचलून घेणं शक्य होत नाही.'' ताठर झालेल्या पायामुळे अनेक वेळा ती घरातल्या जिन्यावरून पडली. शेवटी त्यांना आपलं बस्तान एका बैठ्या घरात हलवावं लागलं. विमानात बसणं अशक्य, त्यामुळे तो टाळायचा; चित्रपटगृहात तिला दोन रांगामधल्या कडेच्या सीटवर बसावं लागतं, कारण तिथे ती पाय लांब करून बसू शकते. कृत्रिम गुडघा बसवता येईल का, हे जाणून घेण्यासाठी अलीकडेच ती एका डॉक्टरकडे जाऊन आली, पण तिथेही तिची निराशा झाली. ''तुमच्या पायाला पूर्वी जी दुखापत झालीय, त्यामुळे ही शस्त्रक्रिया यशस्वी होईल, याची खातरी देता येणार नाही,'' असं त्याने तिला सांगितलं.

तसं पाहिलं, तर प्रत्येक डॉक्टर काही वेळा मूर्खासारखा, निष्काळजीपणा दाखवणारा निर्णय घेतो. गुडमनने तेच केलं होतं, पण त्यांच्या शेवटच्या काही वर्षांत त्यांनी याच चुका वरचेवर केल्या. एका रुग्णाच्या मोडलेल्या घोट्यावर शस्त्रक्रिया करताना त्यांनी चुकीच्या आकाराचा स्क्रू बसवला. रुग्णाच्या पायात स्क्रू जास्तच खोल गेलाय, हे त्यांच्या लक्षातच आलं नाही. रुग्णाने पाय दुखतोय, अशी तक्रार केली, तेव्हा गुडमनने त्याला उडवून लावल्यासारखं केलं आणि त्याच्या तक्रारीवर काही उपायही योजला नाही. आणखी एका रुग्णाच्या कोपराच्या सांध्यात

चुकीच्या मापाचा स्क्रू बसवला. गंजल्यामुळे स्क्रूच्या डोक्याचा भाग त्वचा फाडून बाहेर आला. अशा परिस्थितीत गुडमनला स्क्रू कापून योग्य आकाराचा करता आला असता, पण त्यांनी ते करण्याची तसदी घेतली नाही.

आणखी एका रुग्णाच्या बाबतीतही त्यांनी हलगर्जीपणा दाखवला. हे एक वृद्ध गृहस्थ होते. त्यांच्या खुब्याचं हाड मोडलं होतं. त्यांची तपासणी केल्यावर गुडमनच्या असं लक्षात आलं की, काही पिनांच्या साहाय्याने त्यांची समस्या दूर होण्यासारखी होती. शस्त्रक्रियादालनात त्यांना नेण्यात आलं, पण तिथे गुडमनना खुबा जोडणं जमेना. मला त्याविषयी सांगताना गुडमन म्हणाले, ''त्याच वेळी निर्णय घेऊन मी त्यांचा पूर्ण खुबा बदलायला हवा होता, पण त्या दिवशी आधीच बरंच काम झाल्यामुळे मी इतका थकून गेलो होतो की, एवढी मोठी शस्त्रक्रिया करण्याचा विचारच मला नकोसा वाटला.'' त्यांनी पिनांवर काम भागवलं. काही दिवसांनी खुबा निखळला आणि त्यात जंतुबाधा झाली. दर वेळी ते गृहस्थ आले की, गुडमन त्यांना सांगायचे, ''आता करण्यासारखं माझ्या हातात काहीही नाही.'' हळूहळू तो खुबा पार विरघळल्यासारखा झाला. शेवटी आणखी एखाद्या डॉक्टरचा सल्ला घ्यावा, या विचाराने ते गृहस्थ गुडमनच्याच एका सहकाऱ्याकडे गेले. तपासणीत जे दिसलं, त्याने ते भयंकर घाबरले. त्या डॉक्टरांनी मला सांगितलं, ''रुग्णाने गुडमनची मदतीसाठी केलेली आर्जवं गुडमनच्या जणू कानावरच पडली नाहीत. काही करायला त्यांनी सपशेल नकारच दिला. खरं तर त्यांनी रुग्णाला रुग्णालयात आणायला हवं होतं. क्ष-किरण फोटो जी गोष्ट स्पष्ट दाखवत होते, त्याकडेही गुडमननी डोळेझाक केली. असंच पुढे चालू राहिलं असतं, तर बिचारा रुग्ण मेलाच असता.''

गुडमनच्या वैद्यकीय कारकिर्दीच्या शेवटच्या काही वर्षांमध्ये त्यांच्यावर दुष्कृत्यांदाखल अनेक खटले भरले गेले. प्रत्येक वेळी त्यांनी पैसे भरून आपली सुटका करून घेतली. त्यांच्या शल्यविभागातील 'एम अॅन्ड एम'मध्ये गुडमननी गोंधळ घातलेल्या केसेसच सर्वांत जास्त असत, यावरून त्यांच्या निष्काळजीपणाचा, हलगर्जीपणाचा अंदाज येईल.

एकदा आम्ही दोघं एका हॉटेलमध्ये सकाळच्या वेळी बोलत असताना मी त्यांना विचारलं, ''पण हे सगळं झालं कसं? तुम्ही काय म्हणाल त्यावर?'' काय बोलावं ते त्यांना समजत नव्हतं, असं मला त्यांच्या वागण्यावरून वाटलं. ते क्षीणपणे एवढंच म्हणाले, ''मलाही माहीत नाही, तर मी तुम्हाला काय सांगू?''

गुडमन एका लहान गावात लहानाचे मोठे झाले. त्यांचे वडील विजेची उपकरणं दुरुस्त करणारे छोटे कंत्राटदार होते. पाच भावंडांमध्ये गुडमनचा नंबर दुसरा होता. हा मुलगा डॉक्टर होईल, असं त्यांच्या घरातल्या कुणालाच, अगदी त्यांना

स्वत:लादेखील कधी वाटलं नव्हतं. त्यांच्याच राज्यातील विद्यापीठातील एका कॉलेजमधील चारचौघांसारखेच तेही एक सामान्य बुद्धिमत्तेचे विद्यार्थी होते. एका रात्री काही तरी वेगळं घडलं. त्यांच्याच शब्दांत सांगायचं तर, ''त्या रात्री मी उशिरापर्यंत जागत बसलो होतो. एकीकडे कॉफी पिणं, सिगारेट ओढणं चालू होतं अन् दुसरीकडे मी हेन्री जेम्सच्या कादंबरीवरची टिपणं काढत होतो. ती कादंबरी एक पाठ्यपुस्तक होती. कसा कोण जाणे, पण माझ्या डोक्यात तो विचार आला. मी स्वत:शीच म्हणालो, 'मला वाटतं, मी वैद्यकीय शिक्षण घ्यावं.' कुठल्यातरी प्रसंगाने, व्यक्तीने मला प्रेरीत केलं अशातला भाग नव्हता. खरं सांगायचं, तर त्या निर्णयामागे काहीही कार्यकारणभाव नव्हता. अगदी 'ना शेंडा ना बुडखा' असा प्रकार होता तो.

पुढे एका धर्मगुरूने त्याला म्हटलं, ''तुझ्या बोलण्यावरून मला तरी असं वाटतंय की, तुला देवानंच हा कौल दिला होता.''

त्या दिवसापासून गुडमनने तनमनाने अभ्यासात लक्ष घातलं, तो एक चांगला विद्यार्थी बनला, एका उत्तम वैद्यकीय स्कूलमध्ये त्याला प्रवेश मिळाला आणि पदवी मिळाल्यानंतर त्याने शल्यविभागात कारकीर्द करायचा निश्चय केला. काही काळ त्याने हवाई दलात वैद्यकीय अधिकारी म्हणून नोकरी केली. त्यानंतर त्याला देशातील उत्तम शल्यविभागात निवासी डॉक्टर म्हणून नेमणूक मिळाली. खूप कष्ट करावे लागायचे, पण गुडमनला हे काम मनापासून आवडलं, कारण त्यात त्याला फार मोठं मानसिक समाधान लाभत होतं. शिवाय त्यांना ते जमतही होतं, नव्हे, ते त्यात निष्णात होते. प्रचंड वेदनांनी घायाळ झालेले लोक त्यांच्याकडे उपचारांसाठी येत असत – काहींचे सांधे निखळलेले असत, तर काहींचे खुबे, हातपाय, पाठीचे कणे मोडलेले असत – आणि गुडमन त्यांना बरं करत असत. ''ती चार वर्षं म्हणजे माझ्या आयुष्यातला सर्वांत उत्तम काळ होता,'' ते म्हणाले. त्यानंतर त्यांनी हातांवरील शस्त्रक्रियांमध्ये खास प्रशिक्षण घेतलं. १९७८ साली त्यांचं प्रशिक्षण संपलं, तेव्हा त्यांच्यासमोर अनेक पर्याय उपलब्ध होते. त्यांनी अमेरिकेतील वायव्य भागात आपली कारकीर्द सुरू केली अन् पुढची पंधरा वर्षं ते तिथेच राहिले.

बालविभागातील त्यांच्या एका सहकाऱ्याने मला सांगितलं, ''गुडमन जेव्हा इथे आले, तेव्हा आमच्या क्लिनिकमध्ये तीन वयस्कर अस्थिशल्यविशारद होते. तिघंही मोडीत काढण्यासारखे होते, कारण त्यांचं व्यावसायिक ज्ञान जुनं-पुराणं, गंजल्यात जमा झालेलं होतं. लोकांशी ते धडपणे बोलतही नसत. त्यांच्या पार्श्वभूमीवर गुडमन अवतरले. वागण्याबोलण्यात तर ते छान होतेच, शिवाय त्यांचं ज्ञानही अद्ययावत होतं. ते कधीही कुणाला 'नाही' म्हणत नसत, हा त्यांचा फार मोठा गुण होता. रात्री दहा वाजता एखाद्या लहान मुलाच्या खुब्याला जंतुसंसर्ग झाल्याने त्याचे आई-वडील

गंभीर अवस्थेत घेऊन आलेतरी; अशा कठीण प्रसंगी गुडमन ताबडतोब हजर होत आणि आवश्यक ते उपाय करत असत. वास्तविक पाहता, त्या वेळी त्यांची पाळीही नसायची, पण त्यामुळे त्यांना काही फरक पडत नसे. त्यांच्या वैद्यकीय विद्यार्थ्यांनी त्यांना उत्तम शिकवण्याबद्दल बहुमान दिला होता. आपल्या कामावर प्रेम करणारे गुडमन भलतेच लोकप्रिय झाले आणि आमच्या क्लिनिकचं नाव वाढू लागलं.''

१९९०च्या सुमारास मात्र गुडमनच्या वागण्यात फरक पडला. इतक्या वर्षांचा अनुभव, उत्कृष्ट ज्ञान असलेल्या गुडमन यांना मिसेस 'डी'ची समस्या नक्कीच कळली असणार. तीच गोष्ट त्या गृहस्थाची ज्याचा खुबा निखळला होता किंवा इतर अनेक रुग्णांचीही, पण त्यांनी आवश्यक ती उपाययोजना केली नाही. नक्की काय घडलं होतं, ते एक गुडमनच जाणे. मला त्यांनी इतकंच सांगितलं, ''त्या शेवटच्या काही वर्षांमध्ये सगळी घडी विस्कटल्यासारखी झाली, एवढंच मी म्हणेन.'' वास्तविक पाहता शस्त्रक्रिया करण्यात, लोकांचे हातपाय पुन्हा नीट जोडण्यात त्यांना मनापासून आनंद वाटत असे, पण पुढे काही वर्षांनी त्यांच्यात एक लक्षणीय बदल घडला. आपल्या रुग्णांना 'येनकेन प्रकारे' कसंतरी गुंडाळून टाकायचं, असा त्यांचा स्वभाव बनला.

त्यांना अधिकाधिक पैसे कमवण्याचं वेड तर लागलं नव्हतं ना? सुरुवातीला ते वर्षाला दोन लाखांपर्यंत कमवत असत. पुढे त्यांच्या रुग्णांची संख्या वाढत गेली. जितके अधिक रुग्ण त्यांच्याकडे सल्ल्यासाठी येऊ लागले, तितकी त्यांची मिळकत वाढली. थोडे अधिक श्रम केले, तर आपण वर्षाला तीन लाख सहज मिळवू शकतो, हे त्यांच्या ध्यानात आलं. काही काळाने तर स्वतःला त्यांनी घाण्याला जुंपलेल्या बैलासारखं राबवायला सुरुवात केली अन् त्यांची कमाई चार लाख डॉलरपर्यंत गेली. अर्थातच त्यांच्या रुग्णांची संख्याही फुगतच चालली. त्यांच्या कुठल्याही सहकाऱ्यापेक्षा ते जास्त काम करू लागले. आपण चिक्कार काम करतो, या एकाच निकषावर ते स्वतःची किंमत जोखू लागले. कधी-कधी चेष्टेच्या सुरातच; पण ते स्वतःला 'उत्पादक' म्हणवू लागले. आपल्याकडे सर्वांत जास्त रुग्ण येतात, त्यामुळे आपला दर्जा सर्वोच्च, असं ते समजू लागले, ही गोष्ट मला त्यांच्या अनेक सहकाऱ्यांच्या तोंडून ऐकायला मिळाली.

आपण एक सच्चे व्यावसायिक आहोत, ही भावना त्यांच्या मनात निर्माण झाल्यामुळे त्यांच्याकडे येणाऱ्या रुग्णांचा वाढता ओघ त्यांना थांबवावासा वाटेना. (मी कधीच कुठल्याही रुग्णाला विन्मुख पाठवलं नाही, अशी फुशारकी ते मारत असत ना!) कोणत्याही कारणास्तव का असेना, पण त्यांच्यावरला रुग्णांचा बोजा दिवसेंदिवस वाढतच गेला आणि त्यांना तो हाताळणं कठीण जाऊ लागलं. गेलं संपूर्ण दशक ते आठवड्याला ऐंशी, नव्वद अन् पुढे-पुढे तर शंभर तास काम करत

होते. घरी त्यांची बायको होती, तीन मुलं होती – आता मुलं मोठी झाली आहेत – पण त्यांच्यापाशी आपल्या कुटुंबासाठी द्यायला वेळच नसायचा. त्यांचं वेळापत्रक इतकं गच्च भरलेलं असायचं की, दिवसाचा क्षणन्क्षण ते उपयोगात आणायचे, नाहीतर त्यांना कामाचा उरक पाडताच आला नसता. सकाळी साडेसात वाजता ते पहिल्या शस्त्रक्रियेला – संपूर्ण खुबा बदलायच्या – सुरुवात करायचे. ती शस्त्रक्रिया दोन तासांत संपली की, ते लगेच अंगावरचा गाउन ओरबाडून काढायचे, मग ते कागदपत्रांचा फडशा पाडत तोपर्यंत इकडे शस्त्रक्रिया दालनाची साफसफाई चालत असायची. तेवढ्या वेळात स्वारी मुख्य इमारतीतील बाह्यरुग्णविभागातल्या शस्त्रक्रियादालनात प्रवेश करायची. वर्षातले बारा महिने – ऊन असो, पाऊस असो की हिमवर्षाव होत असो, या दिनचर्येत काहीही फरक पडायचा नाही. हा विभाग थोड्याच अंतरावर होता. इथल्या टेबलावर दुसरा एक रुग्ण त्यांच्या येण्याची वाट पाहत पहुडलेला असायचा. ही शस्त्रक्रिया त्या मानाने सोपी असायची. दुर्बिणीच्या साहाय्याने ते गुडघ्यावर शस्त्रक्रिया (knee orthoscopy) करायचे किंवा हातातील आखडलेला कारपल टनेल (carpal tunnel) मोकळा करायचे. ते काम आटोपत आलं की, ते परिचारिकेला खूण करून मुख्य इमारतीतल्या शस्त्रक्रियादालनात पुढचा रुग्ण तयार ठेवण्याबाबत सुचवत. दुसऱ्या रुग्णाची जखम शिवून होतेय न होतेय, तोच ते तिसऱ्या रुग्णावर शस्त्रक्रिया करायला सज्ज व्हायचे. दिवसभर हाच धबडगा चालू राहायचा. इकडून तिकडे अन् तिकडून इकडे – पायाला भिंगरी लावल्यासारखे गुडमन धावत असायचे. आता, सगळं काही शिस्तबद्धपणे, वेळच्या वेळी होईल याची दक्षता गुडमन स्वत: घेत असले, तरी काही वेळा अकल्पितपणे काही संकटं, अडचणी समोर उभ्या ठाकायच्याच – काही वेळा शस्त्रक्रियेची खोली तयार करायला वेळ लागायचा, तर काही वेळा आपत्कालीन विभागात एखादा नवा रुग्ण हजर व्हायचा, तर कधी शस्त्रक्रियेदरम्यान काही तरी घोळ व्हायचा. हळूहळू अशा अडचणी त्यांना सहन होईनाशा झाल्या, त्यांचा पारा वर चढायला लागला अन् त्याच सुमारास गोष्टी त्यांच्या हाताबाहेर जाऊ लागल्या, हे उघड आहे. वैद्यक्षेत्रात एक प्रकारचं मनोधैर्य नितांत गरजेचं असतं – समोर येईल त्या परिस्थितीला धीरानं, शांतपणे तोंड द्यायचं असतं. तुमच्या दिवसभराच्या वेळापत्रकात क्षणाचीही उसंत नसेल, बराच उशीर झालेला असेल, तुमच्या मुलाला तुम्ही पोहोण्याच्या सरावासाठी नेऊन सोडलंय आणि त्याला घरी न्यायची वेळ झालीय; आणि अशा परिस्थितीत एखादी आणीबाणी उद्भवली, तर तुम्हाला तिला सामोरं जावंच लागतं. तुमच्यापुढे दुसरा पर्यायच नसतो. ह्याच परीक्षेत गुडमन अनेक वेळा अयशस्वी ठरले.

अशा प्रकारे एखादी व्यक्ती थकून जाणं, तिच्यातली ऊर्जा संपून गेल्यासारखी होणं, ही गोष्ट फार सर्वसामान्य आहे. हे आश्चर्यजनक आहे, पण खरंही आहे. लोकांच्या दृष्टीने आम्ही डॉक्टरमंडळी इतरांपेक्षा जास्त कणखर, स्थिर बुद्धीचे असतो, आम्हाला इतरांपेक्षा अधिक चांगल्या प्रकारे तणावाला तोंड देता येतं. (शारीरिक क्षमतेची कसोटी बघणारं वैद्यकीय शिक्षण न झेपल्याने अनेक विद्यार्थी हा शिक्षणक्रमच सोडून देतात, हेदेखील एक कटू सत्य नाही का?) वस्तुस्थिती वेगळीच असल्याचे अनेक पुरावे उपलब्ध आहेत. अभ्यासात असं दिसून आलंय की, सर्वसामान्यांप्रमाणे डॉक्टरमंडळींमध्ये दारूचं व्यसन असलेले अनेक जण आहेत – खास करून असे अमली पदार्थ किंवा मन शांत करणारी औषधं, जी डॉक्टरांच्या शिफारशीविना मिळत नाहीत. यामागचं कारणही उघड आहे – आम्हाला ही औषधं सहजपणे मिळवता येतात. नैराश्य, वेड वा विकृती, भीतीतून निर्माण होणारे विकार, मनोविकार किंवा अतिरिक्त व्यसन – हे मानसिक आजार साधारणपणे ३२ टक्के तरुण किंवा मध्यमवयीन स्त्री-पुरुषांमध्ये आढळून येतात. त्यांना आम्ही डॉक्टरही अपवाद नाही. त्याव्यतिरिक्त इतरही अनेक समस्या – आजार, वार्धक्य – असतातच. काही वेळा डॉक्टर लोक चिडचिडे बनतात, आपल्या व्यवसायाशी ते पहिल्यासारखे प्रामाणिकही राहत नाहीत. कधीकधी त्यांच्या खाजगी आयुष्यातल्या समस्यांमुळे आपल्या रुग्णांकडे त्यांचं दुर्लक्ष होतं. आपल्यापैकी बहुतेकांना मात्र समस्याग्रस्त डॉक्टर म्हणजे अपवादात्मक व्यावसायिक वाटतात. मला विचाराल, तर मी असं म्हणेन की, ज्या डॉक्टराने आपल्या चाळीस वर्षांच्या व्यावसायिक कारकिर्दीत एखादं वर्षही काळजीचं वा कटकटीचं असं भोगलं नाही, तो एक नियमाला अपवाद आहे, असं म्हणायला हवं. ज्या डॉक्टरांना काहीतरी समस्या असते, ते सगळेच डॉक्टर काही धोकादायक नसतात. तरीही नाइलाजाने असं कबूल करायला हवं की, कोणताही काळ वा परिस्थिती विचारात घेतली, तरी साधारणपणे ३ ते ५ टक्के डॉक्टर रुग्णांना तपासण्याच्या वा त्यांच्यावर औषधोपचार करण्याच्या दृष्टीने अपात्र असतात.

अशा प्रकारच्या डॉक्टरांच्या बाबतीत वैद्यकीय व्यवसायाने काय पावलं उचलली पाहिजेत, त्यासंबंधी एक अधिकृत अशी विचारधारा आहे. त्यानुसार त्यांच्या सहकाऱ्यांनी एकत्र येऊन अशा गैरवर्तनी डॉक्टरांना व्यवसायातून बहिष्कृत करावं आणि त्यांच्या वागणुकीविषयी वैद्यकीय परवाना देणाऱ्या अधिकाऱ्यांकडे तसा अहवाल द्यावा. या अधिकाऱ्यांनी त्यानंतर त्यांच्यावर शिस्तीचा बडगा उगारावा किंवा त्यांना व्यवसायातून पूर्णपणे हद्दपार करावं, पण तसं फारच क्वचित वेळा घडतं. घट्ट नातेसंबंध असणारी कुठलीही संघटना त्या प्रकारे काम करू शकत नाही.

मिशिगन विद्यापीठात समाजशास्त्रज्ञ असलेल्या मेरिलिन रॉझेंथॉल यांनी एक

अभ्यासपूर्ण संशोधन केलं. त्याचा विषय आहे अमेरिका, ग्रेट ब्रिटन आणि स्वीडन या देशांतील वैद्यकीय संस्था अशा प्रकारच्या लांच्छनास्पद डॉक्टरांच्या समस्येवर काय उपाय योजतात. त्यांनी जवळजवळ दोनशे डॉक्टरांचा अभ्यास केला, त्यांच्याविषयी माहिती गोळा केली. यामध्ये एका डॉक्टरला बार्बिच्युरेटचं (झोपेच्या औषधांचं) व्यसन होतं, तर दुसरे एक हृदयशल्यविशारद होते, त्यांच्या मेंदूला पक्षाघाताच्या झटक्यामुळे कायमची इजा झालेली असूनही ते शस्त्रक्रिया करतच असत. खेदाची बाब ही होती की, या घटना किंवा असे डॉक्टर फक्त अपवादात्मक रूपात नाहीत, हे रोझेंथॉल यांच्या लक्षात आलं. अनेक वेळा या गोष्टी सहकाऱ्यांच्या ध्यानात येत असत, पण महिनोन्महिने त्यांच्याकडून कसलीच सामूहिक कृती केली जात नसल्यामुळे हे दुर्वर्तनी डॉक्टर मोकाट सुटल्यासारखे रुग्णांच्या जीवाशी खेळत राहत.

सर्वसामान्य लोक या वृत्तीला 'शांततापूर्ण कट' (conspiracy of silence) असं म्हणतात, पण रॉझेंथॉलना यामध्ये कट नाही, तर डॉक्टर मंडळींमधील सामूहिक निर्णयाचा अभाव दिसतो. ज्या काही डॉक्टरांच्या संघटनांचा त्यांनी अभ्यास वा निरीक्षण केलं, त्यातून त्यांना असं दिसून आलं की, कुठल्याही डॉक्टरच्या मनात काही कृती करण्याबाबत अनिश्चितता दिसते. आपल्या सहकाऱ्यात असा काही दोष निर्माण झाला असेल, ही गोष्ट तो नाकारतो, काही कृती करण्याबाबत तो संकोच दर्शवतो, लुडबुड करणं निष्फळ आहे, असं मानतो – या प्रकारच्या वागण्याची तुलना रॉझेंथॉल दुसऱ्या एका वर्तनाशी करतात. त्या म्हणतात, एखाद्या कुटुंबाच्या असं लक्षात येतं की, आपल्या वृद्ध आजीने यापुढे गाडी चालवणं धोक्याचं असल्यामुळे तिचा परवाना काढून घेतला पाहिजे; पण ते तसं करत नाहीत, कारण त्यांना तसं स्पष्टपणे बोलण्याचं धाडस दाखवणं जमत नाही. डॉक्टरमंडळींच्या या वागण्याची कारणमीमांसा देताना त्या म्हणतात, सगळ्याच डॉक्टरांच्या वागण्यातले दोष सहज लक्षात येण्यासारखे नसतात. सहकाऱ्यांच्या मनात संशयाची पाल चुकचुकते, नाही असं नाही, 'आपला सहकारी अलीकडे जरा जास्तच पितोय किंवा तो आता शस्त्रक्रिया करण्यास योग्य राहिलेला नाही, पण या बाबतीत त्यांना शंभर टक्के छातीठोकपणे सांगता येत नाही, त्यापूर्वी बराच काळ ते अनिश्चिततेच्या भोवऱ्यात गरगरत असतात. काही वेळा ह्या समस्या डोळ्यांना स्पष्ट दिसल्या, तरी सहकारी ठोस पावलं उचलत नाहीत, कारण त्यांना ते फार अवघड वाटतं.'

यामागे काही आदरणीय तर काही अप्रतिष्ठित अशी कारणं दाखवता येतील. अप्रतिष्ठित कारण हे की, काहीही कृती न करणं फार सोपं असतं. त्याउलट काही ठोस कृती करायची म्हटली, तर त्यासाठी एक तर त्या माणसाला स्वतःच्या वागण्याबद्दल मोठा विश्वास वाटणं अत्यंत जरुरीचं असतं अन् दुसरी त्याहून

महत्त्वाची गोष्ट म्हणजे आवश्यक तो पुरावा गोळा करण्यासाठी त्याला प्रचंड कष्टही घ्यावे लागतात, एखाद्या डॉक्टरचा वैद्यकीय परवाना रद्द करण्यासाठी आवश्यक ती मतंही मिळवावी लागतात. सर्वांत महत्त्वाचं आदरणीय कारण हे असतं की, कुणाही डॉक्टरला आपल्या सहकाऱ्याविरुद्ध अशा प्रकारचं पाऊल उचलण्याचं धाडस होत नाही. साधी गोष्ट आहे – तुमचा एखादा वर्षानुवर्षांचा सहकारी – ज्याला तुम्ही कुशल, सभ्य, सर्वसाधारणपणे सद्सद्विवेकबुद्धी असलेला असा माणूस म्हणून ओळखत आला आहात, तो आता मादक द्रव्यांचं – पर्कोडॅनचं – सेवन करतोय; असं तुमच्या ध्यानी येतं किंवा घरगुती समस्यांमुळे त्याच्या कार्यक्षमतेवर इतका वाईट परिणाम होतोय की, तो आता त्याच्या रुग्णांकडे दुर्लक्ष करतोय, असं जेव्हा तुमच्या लक्षात येतं, तेव्हा तुमची पहिली प्रतिक्रिया त्याला होता होईल तितकी मदत करण्याचीच असते. त्याची वैद्यकीय कारकीर्द बरबाद करावी, असं तुम्हाला वाटत नाही. पण परिस्थितीच अशी असते की, तुम्हाला फारसं काही करताही येत नाही. खाजगी व्यवसायातल्या माणसाला नोकरी पेशातील डॉक्टरप्रमाणे रजा घेणं शक्य नसतं, साधी पगारी सुट्टीही त्याला उपलब्ध नसते. त्यांच्या बाबतीत घडतं काय, तर शिस्तभंगाची कारवाई आणि त्यांच्या दुष्कृत्यांचे जाहीरपणे काढलेले वाभाडे. या सगळ्याचा दृश्य परिणाम हा होतो की, जेव्हा एखाद्या सहकाऱ्याला मदत करायची वेळ येते; तेव्हा ही मंडळी शांतपणे, काही गाजावाजा न करता आपल्या मित्राला जमेल ती सगळी मदत करतात. त्यांची इच्छा, प्रयत्न प्रामाणिक असतात, यात काही शंका नसते, पण त्यांचे प्रयत्न निष्फळ ठरतात, एवढं मात्र खरं.

हँक गुडमनच्या मित्रांनी बराच काळ त्यांना मदत करायचा प्रयत्न केला. १९९०च्या सुमारास त्यांच्या मनात संशयाच्या बीजाने मूळ धरलं. हा माणूस फार विचित्र निर्णय घेतो, त्यांचे परिणाम संशयास्पद असतात, त्यांच्याविरुद्ध अनेक खटले दाखल होऊ लागले, वगैरे वावड्याही उठू लागल्या. आपण काही तरी करायला हवं असं लोकांना – त्यांच्या मित्रांना, सहकाऱ्यांना वाटू लागलं.

त्यांच्याहून जे वरिष्ठ डॉक्टर होते, त्यांपैकी प्रत्येकाने स्वेच्छेने गुडमनना कधी ना कधी बाजूला घेऊन सल्ला देण्याचा प्रयत्न केला. अशा प्रकारच्या सल्लामसलतीला रॉझेंथाल 'कमालीची शांत गुजगोष्ट' (Terribly Quiet Chat) असं संबोधतात. गुडमनचा एखादा सहकारी त्यांना मद्यपानाच्या मैफिलीत भेटला की बाजूला घेऊन चार शब्द सांगत असे किंवा सहज त्यांच्या घरी गेल्यासारखं भासवत त्यांना काही उपदेशाचे बोल ऐकवत असे. 'कसं काय चाललंय', अशा प्रश्नाने तो सुरुवात करत असे, मग 'लोकांना तुझ्याविषयी काळजी वाटते', असं सांगत असे. तिसरा एखादा

मित्र वेगळ्या पद्धतीने – धाकधपटशा वापरून – गुडमनना सरळमार्गाने जायला लावत असे – मी त्याला तोंडावर सांगितलं, ''असं वागून तुझं कसं काय भागतं, ते तुझं तुलाच ठाऊक. मला तरी तुझं वागणं फार चमत्कारिक वाटतं. माझ्या घरच्या मंडळींना तर मी तुझ्या वाऱ्याला उभा राहू देणार नाही.''

कधी-कधी ह्या पद्धतीची कानउघाडणी लागू पडते, असा अनुभव आहे. हार्वर्डमध्ये काम करणाऱ्या एका निवृत्त विभागप्रमुखांना एकदा मी भेटलो. अशा प्रकारची शांत सल्लामसलत त्यांनी अनेकांना दिली होती. आमच्या वैद्यकक्षेत्रात तरी वरिष्ठांच्या शब्दाला फार मोठं नैतिक स्थान असतं. वरिष्ठांजवळ आपलं मन मोकळं केलेल्या अशा अनेक बिघडलेल्या डॉक्टरांना या वरिष्ठांनी सरळमार्गावर आणलं होतं आणि त्यांना शक्य ती सगळी मदत देऊ केली होती. बहुतेक वेळा या डॉक्टरांना ते एखाद्या मानसोपचारतज्ज्ञाकडे किंवा पुनर्वसनकेंद्रात तरी पाठवत. सगळे उपाय थकले, तर मात्र ते त्यांना निवृत्त व्हायचा सल्ला देत असत. पण अनेकदा असं व्हायचं की, काही डॉक्टर त्यांचा सल्ला पूर्णपणे आचरणात आणत नसत, तर आपल्यात काही दोष आहे, हे मानायलाच काही डॉक्टर तयार नसत. काही महाभाग स्वत:च्या वागण्याचं समर्थन करण्यासाठी लहान-मोठी मोहीमही आखत असत. ते आपल्या कुटुंबीयांच्या मदतीने त्यांच्यावरच आगपाखड करत असत, त्यांच्याशी इमानदार असलेले सहकारी या विभागप्रमुखांना मार्गिकेत अडवून म्हणत, ''या माणसाच्या बाबतीत आम्ही तरी काही गैरव्यवहार पाहिला वा अनुभवला नाही.'' काही महाभाग आपल्या वकिलांमार्फत त्यांना धमकीही देत असत.

गुडमननी मात्र असं काही केलं नाही. लोकांचं म्हणणं ते ऐकून घेत असत. शांतपणे मान डोलावून ते कबूल करत की, आपल्यावर कामाचा फार बोजा पडत असल्यामुळे कधीकधी जीव नको होऊन जातो. 'स्वत:चं वागणं बदलेन' असं ते शपथेवर सांगत. ''कमी केसेस घेईन, घाई-गडबड करणार नाही, योग्य पद्धतीनंच शस्त्रक्रिया करेन,'' असं आश्वासन देऊन, ''मी माझं वागणं सुधारण्याचा प्रयत्न करेन'' असं म्हणत खालमानेने ते निघून जात. पण ना त्यांनी आपलं वचन खरं केलं, ना त्यांचं वागणं सुधारलं.

अशा परिस्थितीत बहुतेक वेळा जे घडतं, तेच घडलं. रुग्णांचा विचार केला, तर डॉ. गुडमन अतिशय धोकादायक होते, पण ही गोष्ट ज्यांना खातरीलायकपणे माहीत होती, ते डॉक्टर स्वत:च काही करू शकत नव्हते. यामागचं कारण उघड होतं – रुग्णालयात ते बऱ्याच खालच्या पातळीवर काम करत होते – कनिष्ठ डॉक्टर, परिचारिका आणि दुय्यम किंवा साहाय्यभूत कर्मचारिवर्ग अशा पदांवर. आपापल्या परीने त्यांनी रुग्णांना गुडमनपासून वाचवायचे प्रयत्न केले – परिचारिकांनी रुग्णांना दुसऱ्या डॉक्टरचा सल्ला घेण्यास सांगितलं. ते डॉक्टर फार कामात

असल्यामुळे त्यांना नवीन रुग्णांना तपासता येणार नाही, असं स्वागतिकेला एकाएकी वाटू लागलं. काही वेळा शल्यविभागातले वरिष्ठ निवासी डॉक्टर आपणहून साध्या, सोप्या शस्त्रक्रिया करायला सिद्ध होतात, कारण धोकादायक शल्यविशारदाच्या हाती त्यांना निरपराध रुग्णाची मान द्यायची नसते.

गुडमनच्या एका वैद्यकीय सहकाऱ्याने अशा प्रकारची संरक्षक भूमिका करायला सुरुवात केली. त्यांनी जेव्हा गुडमनच्या हाताखाली काम करायला सुरुवात केली – मोडलेलं हाड परत योग्य प्रकारे जोडणं, रुग्णांच्या प्रकृतीतल्या सुधारणेकडे लक्ष पुरवणं आणि शस्त्रक्रियादालनात गुडमनना मदत करणं वगैरे – तेव्हा त्यांना गुडमनविषयी अपार आदर वाटत असे. याच गुडमनच्या हातून चुका होऊ लागल्या, ते ढिसाळपणा दाखवू लागले, तेव्हा हा बदल या सहकाऱ्याच्या लक्षात आल्यावाचून राहिला नाही. ते मला म्हणाले, ''ह्या माणसाने एका दिवसात चाळीस रुग्णांना तपासलं, पण एकालाही पाच मिनिटांच्यावर वेळ दिला नाही. आमच्या दवाखान्यात काही समस्या उद्भवू नयेत, यासाठी मी स्वत: कामाची वेळ संपल्यावरदेखील थांबत असे आणि गुडमननी घेतलेले निर्णय योग्य आहेत ना, याची परत-परत खातरी करून घेत असे. तुम्हाला सांगतो, वारंवार मी रुग्णांकडे लक्ष देत असे आणि जमेल तितक्या प्रमाणात रुग्णांना वाचवायचा प्रयत्न करत असे. गुडमनचा घोळ निस्तरणं, हे माझं कामच होऊन बसलं. शस्त्रक्रियेच्या वेळीही मी जमेल तितक्या सूचना देत असे, अर्थात सौम्य शब्दांत. 'हा स्क्रू फार मोठा नाही वाटत?' 'खुब्याचं हाड बरोबर सांधलंय याची खातरी वाटतेय ना तुम्हाला?' असे प्रश्न मी त्यांना विचारत असे. एवढं करूनही ते चुका करतच अन् मग निष्कारण परत-परत शस्त्रक्रिया करण्याची वेळ येत असे. मला शक्य असेल, तेव्हा मी गुडमनच्या रुग्णांना दुसऱ्या डॉक्टरकडे पाठवत असे. अर्थात 'डॉ. गुडमनचं डोकं फिरलंय' असं उघडपणे मी कधीच म्हटलं नाही.

परिस्थिती हाताबाहेर जाण्याचे प्रकार नकळत दीर्घकाळ घडतच राहतात. काही वेळा सहकारी, कनिष्ठ कर्मचारी मनाविरुद्धच पण तिकडे डोळेझाक करतात, आपल्या सद्सद्विवेकबुद्धीचा कौल दडपून टाकतात. पण मग एक वेळ अशी येते की, त्यांची सहनशक्ती संपते. जेव्हा आपल्या मित्राला वाचवण्यासाठी त्यांनी केलेले प्रयत्न निष्फळ ठरतात, शांत सुरात दिलेला त्यांचा सल्ला धुडकावला जातो, आपल्या सहकाऱ्याच्या चुका निस्तरण्याला काही मर्यादाच राहत नाहीत, तेव्हा मात्र त्यांच्या वागण्यात फार मोठा बदल घडतो अन् तोदेखील फार झपाट्यानं. त्यानंतर घडलेली क्षुल्लक चूकही अपराधी डॉक्टरला महागात पडू शकते. गुडमनच्या बाबतीतही हेच झालं. आमच्या शस्त्रक्रियाविभागात दर आठवड्याला भरणाऱ्या 'एम ॲन्ड एम' या बैठकीत डॉक्टरांच्या चुकांचं विश्लेषण केलं जातं. गुडमननी या

बैठकांना हजर राहाण्यात टाळाटाळ सुरू केली. ही गोष्ट १९९३च्या अखेरच्या काही महिन्यातली. जसजसे ते रुग्णांकडे दुर्लक्ष करू लागले, तसतसे रुग्ण त्यांच्याविरुद्ध खटले भरू लागले. एक वेळ अशी आली की, गुडमनविरुद्ध सगळ्यात जास्ती खटले होते. त्यांच्या वर्तणुकीचा न्यायनिवाडा करणंच लोकांना कठीण होऊन बसलं. शेवटी जेव्हा त्यांनी 'एम ॲन्ड एम' ना हजर राहाणंच थांबवलं, तेव्हा मात्र त्यांच्या सहकाऱ्यांना त्यांच्याविरुद्ध कृती करण्यासाठी सबळ कारण मिळालं आणि त्यांनी त्याचा उपयोग केलाच.

अनेकांनी त्यांना धोक्याचा कंदील दाखवला. "या बैठकांना तू हजर राहिला नाहीस, तर तुझं काही खरं नाही," असं त्यांना धमकावलंही, तरीपण गुडमनच्या वागण्यात सुधारणा झाली नाही. "त्यांच्यावर कशाचा म्हणजे कशाचाच परिणाम होईनासा झाला," त्यांचे एक सहकारी म्हणाले. अशा प्रकारे एक वर्ष उलटलं, तेव्हा रुग्णालयाच्या संचालक मंडळाने त्यांना निरीक्षणाखाली ठेवण्याचा निर्णय घेतला. या दरम्यानही गुडमन रुग्णांवर शस्त्रक्रिया करतच राहिले. रुग्णांच्या संख्येत वाढ होत राहिली आणि गुंतागुंतीतही. १९९५ सालचा कामगार दिवस (Labour Day) उजाडला अन् त्या दिवशी मात्र संचालक मंडळाने रुग्णालयाच्या वकिलाच्या उपस्थितीत गुडमनना आपला निर्णय सांगितला, "यापुढे आम्ही तुमचा शस्त्रक्रिया करण्याचा अधिकार काढून घेणार आहोत आणि तुमच्या वर्तणुकीची शहानिशा करण्याचं काम राज्य वैद्यकीय संचालक मंडळाकडे सोपवणार आहोत." स्पष्ट शब्दांत सांगायचं, तर रुग्णालयातून त्यांची हकालपट्टी करण्यात आली होती.

गुडमननी आपल्या कुटुंबीयांना या अडचणीविषयी काहीच पत्ता लागू दिलेला नव्हता. रुग्णालयातून त्यांना डच्चू मिळाला तेदेखील त्यांनी आपल्या कुटुंबीयांना सांगितलं नाही. रोज सकाळी ते नेहमीप्रमाणे तयार होत, सगळा जामानिमा करत आणि अशा प्रकारे घराबाहेर पडत की, जणू काही-काही घडलंच नव्हतं. अनेक आठवडे असेच गेले. त्यांच्याकडे तपासणीसाठी जे रुग्ण येणार होते, त्या सगळ्यांना त्यांनी तपासलं; ज्यांना शस्त्रक्रियेची गरज होती, त्यांना दुसऱ्या शल्यविशारदांकडे पाठवलं. त्यानंतर महिन्याभरात त्यांची वैद्यकीय कारकीर्द संपुष्टात आली. कुठे तरी पाणी मुरतंय, असा संशय त्यांच्या पत्नीला आला. तिने खोदून-खोदून चौकशी केली, तेव्हा गुडमननी तिला सगळं काही सांगितलं. बिचारी पार कोसळलीच. ती भयंकर घाबरलीही – हा आपला नवरा बोलत नाहीये, कुणीतरी अनोळखी माणूस आपल्या घरात घुसलाय, अशी भावना तिच्या मनात निर्माण झाली. त्या दिवसापासून गुडमननी जे अंथरुण धरलं, ते कायमचंच. कुणाशी एक अक्षरही न बोलता दिवसचे दिवस ते नुसते पडून राहत असत.

त्यांना नोकरीवरून कमी केल्यानंतर दोन महिन्यांनी त्यांच्या हातात एक नोटिस

पडली. वैद्यकीय गैरव्यवहार केल्याबद्दल त्यांच्यावर खटला भरण्यात आला होता. ही नोटिस एका शेतकऱ्याच्या पत्नीच्या तक्रारीवरून पाठवण्यात आली होती. तीव्र सांधेदुखीसाठी ती गुडमनकडे गेली होती. तिचा एक खांदा आखडला होता. त्यांनी तिथे कृत्रिम खांदा बसवला, पण ती शस्त्रक्रिया अयशस्वी ठरली. ह्या खटल्यामुळे त्यांची उरलीसुरली मनोशक्तीही ढासळली. माझ्याशी बोलताना ते म्हणाले, ''त्या वेळी मी पूर्णपणे कफल्लक होतो, असं म्हटलं तरी चालेल. म्हणजे मला मित्र होते, माझं कुटुंबही माझ्या पाठीमागे होतं, पण मला नोकरी नव्हती ना काही कामधंदा होता.'' अन् वस्तुस्थिती ही होती की, इतर सर्व डॉक्टरांच्या बाबतीत जे होतं तेच त्यांच्या बाबतीतही खरं होतं – त्यांचं काम हीच त्यांची ओळख होती. त्यांच्या घरातील तळघरात त्यांनी एक छोटं ऑफिस थाटलेलं होतं. पूर्वी कधीतरी त्यांनी अलास्काला जाऊन तिथे मासेमारी करायची, असा बेत आखला होता. अलास्कातील अस्वलांपासून स्वत:चं रक्षण करण्यासाठी ०.४४ मॅग्नम ह्या प्रकारची एक बंदूक खरेदी केली होती. त्यांनी बंदुकीच्या गोळ्या मिळवल्या. आपलं आयुष्य झटकन संपवून टाकायचं, असा त्यांचा बेत होता. नाही म्हटलं, तरी ते एक शल्यविशारद होते. शरीरशास्त्राचं सगळं ज्ञान त्यांच्यापाशी होतंच.

१९९८ साली पाम स्प्रिंगजवळ आयोजित केलेल्या एका वैद्यकीय परिषदेला मी हजर राहिलो होतो. एक दिवस त्याची भरगच्च कार्यक्रमपत्रिका चाळत असताना एका सादरीकरणाने माझं लक्ष वेधून घेतलं. त्याचं शीर्षक होतं – 'कामात अडथळा निर्माण करणाऱ्या दोनशे डॉक्टरांबद्दल सादर केलेला अहवाल'. हा अहवाल केंट नेफ नावाच्या डॉक्टरानंच बनवलेला होता आणि त्याचं सादरीकरण मुख्य सभागृहापासून काही अंतरावर असलेल्या एका छोट्या वर्गात होतं. जेमतेम पन्नासेक श्रोत्यांनी या सादरीकरणाला हजेरी लावली होती. पन्नाशीच्या वयाचे, रुपेरी केस असलेले नेफ हे सडपातळ बांध्याचे होते. अत्यंत कळकळीने काम करणारे डॉक्टर होते. वैद्यकक्षेत्रात ज्यावर फारसं बोललं जात नाही, अशा विषयाचा त्यांनी खास अभ्यास केला होता. 'गंभीर वर्तनसमस्या असलेले डॉक्टर आणि इतर व्यावसायिक' असा त्यांचा विषय होता. भाषणाच्या सुरुवातीला त्यांनी आम्हाला सांगितलं की, गंभीर वर्तनसमस्या असलेल्या डॉक्टरांमुळे त्रस्त झालेली रुग्णालयं व वैद्यकीय गटांना मदत करण्यासाठी १९९४मध्ये त्यांनी हा प्रकल्प स्वीकारला होता. लवकरच त्यांच्या कामाची माहिती सर्वदूर पसरली आणि अनेक रुग्णालयांनी त्यांच्याकडे डॉक्टर पाठवायला सुरुवात केली. आत्तापर्यंत त्यांनी अडीचशे डॉक्टरांची गाठभेट घेतली होती. अनुभवाधारीत माहितीचा एक खजिनाच त्यांच्यासमोर उघडला गेला. मिळवलेल्या माहितीचा उपयोग त्यांनी अतिशय हुशारीने केला. एकाएकी क्षयरोगाचा प्रादुर्भाव झाला, तर

एखादा शास्त्रज्ञ ज्या प्रकारे हाती आलेल्या माहितीचं विश्लेषण करेल, त्याच उत्साहाने नेफनी त्यांनी जमवलेल्या माहितीचं विश्लेषण केलं.

जे निष्कर्ष त्यांच्या हाती लागले, त्यात नवीन वा आश्चर्य वाटण्यासारखं काहीच नव्हतं. पहिली गोष्ट म्हणजे मोठ्या प्रमाणात हानी होईपर्यंत अनेक धोकादायक डॉक्टरांचे प्रताप कुणाच्या लक्षातच येत नाहीत. या सगळ्या डॉक्टरांची व्यसनाधीनता, मानसिक आजार किंवा त्यांना असलेले काही विशिष्ट त्रास वा व्याधी यांची पूर्ण तपासणी केली गेलेलीच नसते. त्यांच्या समस्या लक्षात आल्यानंतरही त्यांवर केलेले उपाय अगदीच कुचकामी होते. मी कशाने प्रभावित झालो असेन, तर ते नेफच्या झपाटलेपणाने. या माणसाने कुणाच्याही मदतीशिवाय – त्यांना कुठलाही आर्थिक पाठिंबा किंवा कुठल्याही सरकारी संस्थेचं पाठबळ मिळालं नसतानाही – अगदी एकट्याने हे काम आपल्या खांद्यांवर पेललं.

त्यांचं भाषण ऐकल्यानंतर काही महिन्यांनी नेफचं काम प्रत्यक्ष बघण्यासाठी मी विमानाने मिनिआपोलिसला गेलो. शहरातल्या 'पावडरहॉर्न' या विभागातील ॲबट नॉर्थवेस्टर्न हॉस्पिटलमध्ये त्यांचं काम चालू होतं. मी तिथे पोहोचलो, तेव्हा मला हॉस्पिटलच्या इतर इमारतींपासून एका बाजूला दूर असलेल्या एका विटांच्या इमारतीतील पाचव्या मजल्यावर जाण्याची सूचना मिळाली. मी पाचव्या मजल्यावर पोहोचलो तेव्हा मला आढळलं की, मंद उजेड असलेल्या लांबलचक मार्गिकेच्या दोन्ही बाजूंना खोल्या होत्या. त्यांची दारं बंद होती आणि दारांवर कसल्याही पाट्या नव्हत्या. मार्गिकेतला गालिचा मळकट रंगाचा होता. एका मोठ्या रुग्णालयाचा हा एक विभाग आहे, असं ती इमारत पाहिल्यावर वाटतच नव्हतं. ठाशीव अक्षरांत एका फलकावर लिहिलेलं होतं – व्यावसायिक चाचणी कार्यक्रम. अशाच एका खोलीतून नेफ बाहेर आले. त्यांच्या अंगावर ट्वीडचा साधासा कोट होता अन् डोळ्यांना धातूच्या फ्रेमचा चष्मा होता. त्यांनी मला त्यांच्या कामाची तोंडओळख करून दिली.

दर रविवारी रात्री हातात बॅग घेऊन डॉक्टरमंडळी इथे येत असत. आपल्या नावाची नोंदणी झाल्यानंतर, अनेक पलंग असलेल्या धर्मशाळासदृश मोठ्या खोलीत राहण्यासाठी त्यांना पाठवण्यात येत असे. या ठिकाणी ते चार दिवस आणि चार रात्री राहत असत. मी तिथे गेलो त्या आठवड्यात, असे तीन डॉक्टर-रुग्ण राहत होते. त्यांना तिथे डांबून ठेवण्यात आलेलं नव्हतं. ''मनाला येईल तेव्हा बाहेर जाण्या-येण्याचं स्वातंत्र्य त्यांना आहे,'' नेफनी मला त्याची खातरी दिली. अर्थात तसं काही नसणार, हे मला माहीत होतं. या कार्यक्रमासाठी प्रत्येक डॉक्टरला सात हजार डॉलर इतकी फी द्यावी लागत होती, ती त्या डॉक्टरच्या रुग्णालयाने भरलेली होती. जर त्यांना प्रॅक्टिस चालू ठेवायची असेल, तर मिनिआपोलिसला जावं

लागेल, असं त्यांना सांगण्यात आलं होतं.

या संपूर्ण कार्यक्रमाचं मला जाणवलेलं ठळक वैशिष्ट्य म्हणजे, असे समस्याप्रधान डॉक्टर पाठवावे म्हणून खुद्द नेफनीच रुग्णालयांचं मन वळवलं होतं. त्याने फक्त मदतीचा हात पुढे केल्याने हे घडलं होतं. सुरुवातीला रुग्णालयांनी तसंच डॉक्टरांनीही का-कू केली होती, पण नंतर दोघांनीही नेफचं सहकार्य घेण्यात उत्साह दाखवला होता. गंमत म्हणजे डॉक्टरांच्या पाठोपाठ विमान कंपन्यांनीदेखील आपल्या वैमानिकांना नेफकडे पाठवायला सुरुवात केली. मग न्यायालयांनी न्यायाधीशांना आणि मोठ्या कंपन्यांनी आपल्या कार्यकारी प्रमुखांनाही नेफकडे धाडलं.

नेफनी नक्की काय काम केलं होतं? काही अंशी तरी त्यांनी या मंडळींच्या खाजगी आयुष्यात हस्तक्षेप केला. म्हणजे काय? एखाद्या डॉक्टरकडे आपण आपल्या खोकणाऱ्या लहान मुलाला घेऊन जातो, डॉक्टर त्याच्या खोकल्याचं निदान तर करतातच; पण थोडं पुढे जाऊन तुम्हाला आयुष्यात काय करावं याबाबतही उपदेश करतात. त्याचप्रमाणे नेफही या डॉक्टरांची जबाबदारी घेत, अन् त्याच वेळी ते संस्थांनाही या कामात दिरंगाई केल्याबद्दल चार शब्द सुनवायला मागे-पुढे बघत नसत. नेफच्या मते, काही विशिष्ट प्रकारचे वर्तणुकीचे प्रकार असतात – नेफच्या शब्दांत, 'वर्तणुकीतील राखणदार घटना' (behavioural sentinel events), ज्या पाहताच लोकांनी सावध व्हायला हवं. तसं वागणाऱ्या माणसाच्या वागण्यात काहीतरी गंभीर दोष आहे, हे त्यांच्या लक्षात यायला हवं. उदाहरणार्थ, जर एखाद्या शल्यविशारदाने शस्त्रक्रियेदरम्यान हातातली सुरी फेकली किंवा विमानाने उड्डाण केल्यानंतर, ते उंच गेल्यानंतर वैमानिकाने संतापणं, डोक्यात राख घालणं असे प्रकार केले. हे प्रकार दुर्लक्ष करण्यासारखे निश्चितच नसतात. पण प्रत्यक्षात काय दिसतं? अशा प्रकारांकडे कानाडोळा केला जातो. 'काही नाही हो, ते एक उत्तम डॉक्टर आहेत, कधीकधी माणसाच्या हातून होते चूक', अशी त्यांची भलावण केली जाते. एकूण काय, चुकांवर पांघरूण घालण्याची प्रवृत्ती दिसून येते.

वर्तणुकीसंदर्भातील जागरूक घटनांच्या विषयी बोलताना नेफ म्हणतात, "याचे कमीतकमी चार प्रकार तरी सांगता येतात – जेव्हा एखादी व्यक्ती स्वत:च्या संतापावर किंवा शिवीगाळीवर नियमन ठेवण्यात नेहमीच अपयशी ठरते, जेव्हा एखाद्या व्यक्तीचं वागणं विचित्र किंवा अनिश्चित स्वरूपाचं होतं (त्यांच्या पाहाण्यात एक असे डॉक्टर आले, जे दिवसाकाठी दोनेक तास केवळ आपलं कामाचं टेबल आवरण्यात खर्ची घालत असत. त्यांच्यात अतार्किक विचार-कृती अनिवार्यता विकृती (obssesive-compulsive disorder) म्हणजे एखादी कृती वारंवार करत राहण्याचा मनोविकार निर्माण झाला होता.) व्यवसायाच्या म्हणून ज्या सीमारेषा असतात, त्यांचं पालन काही व्यक्ती करत नाहीत. (नेफना एक असे डॉक्टर

आढळले की, जे तरुण पुरुष रुग्णांना बाहेर जेवायला घेऊन जात असत. एका रुग्णाला तर ते एका सहलीवरही घेऊन गेले होते. आपण पौगंडावस्थेतील तरुणांबरोबर प्रणयक्रीडा करतो आहोत, अशी कल्पना करण्याचं त्यांना वेडच लागलेलं होतं.) नेहमी आढळणारा असा एक निदर्शक त्यांना गुडमनच्या वर्तनात दिसला होता. (त्यांच्याविरुद्ध अनेक लोकांनी तक्रारी केल्या होत्या आणि त्यांच्यावर कायदेशीर खटलेही भरले होते.) आपल्या या कार्यक्रमाद्वारे नेफनी अनेक रुग्णालयांना तसंच दवाखान्यांना, विमानवाहतूक कंपन्यांना आणि व्यापारी संस्थांना हे पटवण्याचा प्रयत्न केला होता की, त्यांनी अशा घटनांकडे गांभीर्याने बघावं. त्याचा दृश्य परिणाम म्हणून अनेक कंपन्यांनी आता कर्मचाऱ्यांबरोबर केल्या जाणाऱ्या करारात असं स्पष्टपणे उद्‌धृत केलंय की, वर्तणुकीत विशिष्ट बदल दिसल्यास त्यांना मानसिक स्वास्थ्य चाचण्यांना सामोरं जावं लागेल.

छातीत दुखतंय अशी तक्रार करणाऱ्या रुग्णाला ज्या प्रमाणे एक हृदयरोगतज्ज्ञ योग्य तो सल्ला देतो, अगदी त्याच प्रकारे रुग्णाला योग्य तो सल्ला मिळावा, हा नेफच्या कामाचा हेतू होता. त्यांच्याकडे पाठवल्या जाणाऱ्या व्यक्तीला ते तपासत, त्याला काही चाचण्या घ्यायला लावत आणि आपल्या निरीक्षणावर आधारित जे काही मत असेल, ते त्या संस्थेकडे पाठवून देत – ती व्यक्ती काम करण्यायोग्य आहे का नाही, नसल्यास तिच्यावर काय उपचार करता येतील, वगैरे. नेफचं वैशिष्ट्य समस्याग्रस्त व्यक्तीचा न्यायनिवाडा वा मूल्यमापन करणं हे होतं, जे काम करायला इतर लोक नाखूश असत. हे मूल्यमापन करताना ते त्या डॉक्टराच्या मित्रांपेक्षा किंवा सहकाऱ्यांपेक्षा अधिक सखोल, तटस्थ आणि काटेकोर राहू शकत होते.

मी नेफना भेटलो, त्या आठवड्यात त्यांच्याकडे तीन डॉक्टर होते. त्यांनी प्रथम या डॉक्टरांविषयी जमेल तितकी माहिती गोळा केली. या कामी त्यांनी आणखी चार मानसोपचारतज्ज्ञांची मदत घेतली. शनिवारी सकाळी त्यांनी व्याधिग्रस्त डॉक्टरांच्या मुलाखतींना सुरुवात केली. नेफ आणि त्यांच्या चारही सहकाऱ्यांनी स्वतंत्रपणे या डॉक्टरांना प्रश्न विचारले. आपल्या कथा तसंच व्यथा परत-परत सांगाव्या लागल्या. निवेदनातलं सातत्य जोखण्यासाठी किमान सहा वेळा तेच-तेच प्रश्न विचारले गेले. कारण अनेकदा असं होतं की, माणूस स्वतःच्या वागण्याचं समर्थन करण्यासाठी तपशीलात बदल करतो, काही गोष्टी नाकारतो किंवा काही मुद्द्यांना तो बगल देतो. हे डॉक्टर तिथे येण्याआधीच नेफने त्यांच्याविषयी बरीच माहिती गोळा केलेली होती. प्रत्यक्ष मुलाखतीतून जी माहिती मिळत गेली आणि त्यांच्या सहकाऱ्यांनी सांगितलेली माहिती यांत काही तफावत आढळली, तर नेफ त्या डॉक्टराच्या सहकाऱ्यांना फोन करून त्याबाबत शहानिशाही करत असे. नेफना कुठल्याही घटनेबाबत संदिग्धता

किंवा विरोधी मतं नको होती.

नेफनी आपल्या रुग्णांना रक्त तपासणीसह एक वैद्यकीय चाचणीही दिली. हेतू हा की, त्यांच्या विचित्र वर्तणुकीची बीजं त्यांच्या शारीरिक व्याधीत तर नव्हती ना, याची खातरी त्यांना करून घ्यायची होती. (एका डॉक्टराच्या शारीरिक तपासणीत असं दिसून आलं की, गंभीर स्थितीला पोहोचलेला पार्किन्सन्स हा विकार त्याला जडला होता. ह्या शल्यविशारदाच्या वागण्यातला विचित्रपणा म्हणजे ते शस्त्रक्रिया करत असताना मध्येच त्यांचं सर्वांग गोठल्यासारखं निश्चल व्हायचं आणि ही घटना एकदा नव्हे, दोनदा नव्हे, तर असंख्य वेळा घडली होती.) या डॉक्टरांना मद्यपान आणि मादक द्रव्यसेवनासंबंधी चाचण्याही देण्यात आल्या, तसंच काही मानसिक व्याधींसंबंधी चाचण्याही केल्या गेल्या. जुगाराचं व्यसन किंवा भीतिग्रस्त दुभंग व्यक्तिमत्त्व आहे का, ते जाणून घेतलं जाई. शेवटच्या दिवशी नेफ आणि त्याचे सहकारी एका लहानशा खोलीत चर्चेसाठी जमले. त्यांना आता निश्चित निर्णय घ्यायचा होता. रुग्ण डॉक्टर आपापल्या खोलीत बसले होते. गोळा केलेल्या माहितीवर नेफ आणि त्यांच्या सहकाऱ्यांनी तासभर चर्चा केली. एकत्रितपणे त्यांनी तीन स्वतंत्र निर्णय घेतले. पहिला निर्णय हा होता की, त्यांनी रोगनिदान केलेलं होतं. बहुतेक डॉक्टरांना कसली ना कसली मानसिक व्याधी जडलेली होती – काही नैराश्यग्रस्त होते, काहींना मानसिक ध्रुवीकरणाचा आजार (bipolar disorder) होता, काहींना मद्याचं किंवा अमली पदार्थांचं व्यसन होतं, तर आणखी काहींना विकृत मन:स्थितीचा विकार होता (psychosis). खेदाची बाब ही होती की, एकाही – अगदी एकाही डॉक्टराचं निदान होऊन त्यावर इलाज करण्यात आलेले नव्हते. मानसिक ताण, घटस्फोट, कसलंतरी दु:ख, कसलातरी आजार किंवा तत्सम गोष्टींशी काही डॉक्टर झगडत होते. त्यानंतर यांपैकी किती डॉक्टर पुन्हा काम करण्यास योग्य आहेत, हा निर्णय नेफच्या टीमने घेतला. नेफनी मला त्यांचे काही निर्णय दाखवले. बहुतेकांच्या बाबतीत निवाडा अगदी स्पष्ट, नि:संदिग्ध असा होता – अतिरिक्त मद्यपानाच्या सवयीमुळे डॉ. 'एक्स' हे पुरेशा कौशल्याने आणि सुरक्षितपणे रुग्णांवर इलाज करण्यास सध्या तरी असमर्थ आहेत. त्यानंतर, या डॉक्टरांनी कोणत्या गोष्टी आचरणात आणाव्यात, या विषयीची मार्गदर्शक तत्त्वं सांगण्यात आली होती. जे डॉक्टर काम करण्यायोग्य वाटले, त्यांच्यासाठी नेफनी काही सूचना पाळण्याचं आवाहन केलं. उदा. त्यांनी अधूनमधून अमली पदार्थविषयक चाचण्या करून घ्याव्यात, ठराविक पण नेमून दिलेल्या सहकाऱ्यांनी त्यांच्यावर लक्ष ठेवावं आणि खाजगी व्यवसाय करणाऱ्या डॉक्टरांच्या व्यवसायावर काही निर्बंध घातले जावेत, इत्यादी. जे काम करण्यास योग्य नव्हते, अशा डॉक्टरांनी काही काळ तरी काम बंद ठेवावं, काही विशिष्ट उपचार करून घ्यावेत आणि

ठराविक प्रकारच्या पुनर्मूल्यमापन चाचण्यांना सामोरं जावं, असं स्पष्टपणे नमूद केलं होतं. ह्या सर्व चर्चा झाल्यानंतर नेफनी आपल्या ऑफिसमध्ये प्रत्येक डॉक्टरची भेट घेतली आणि त्याच्याविषयीचा जो काही अहवाल त्याच्या संस्थेला पाठवण्यात येणार होता, तो त्याला सविस्तरपणे सांगितला. ''साधारणपणे आमचं मत ऐकलं की, लोकांना सुरुवातीला तरी आश्चर्यच वाटतं. नव्वद टक्के डॉक्टरांना आमच्या सूचना त्यांच्या अपेक्षेच्या मानाने फारच कडक अशा वाटतात,'' नेफनी मला सांगितलं.

''आमचा कार्यक्रम फक्त शिफारसी देण्यापुरताच मर्यादित आहे,'' नेफनी मला पुन:पुन्हा सांगितलं. पण ही गोष्टही खरीच होती की, नेफनी कागदावर लिहिलेल्या सूचना डावलणं किंवा त्यांच्याकडे दुर्लक्ष करणं त्या-त्या रुग्णालयाला शक्य नव्हतं. त्या विशिष्ट डॉक्टरच्या बाबतीत काही निर्णय घेणं त्यांना आवश्यकच होतं. नेफचा दृष्टिकोन असा होता – एकदा समस्या निर्माण झाली की पुढचे परिणाम आपोआपच दिसू लागतात – डॉक्टरची मिनिआपोलिसला रवानगी, तिथे त्याचं मूल्यमापन, रोगनिदान आणि मग पुढची अंमलबजावणी. त्यानंतर मग अशा डॉक्टरच्या सहकाऱ्यांना न्यायाधीशाची वा पंचाची भूमिका बजावण्याची गरज उरतच नसे. समस्याग्रस्त डॉक्टरांना आवश्यक ती मदतही मिळत असे. तात्पर्य, नेफ आणि त्यांच्या सहकाऱ्यांनी शेकडो डॉक्टरांना व्यावसायिक बरबादीपासून वाचवलं – हजारो रुग्णांना होणारी इजाही टळली.

नेफनी जो उपक्रम राबवला, तो एकमेवाद्वितीय नव्हता. गेल्या काही दशकांत इथे अमेरिकेत आणि परदेशांतही डॉक्टरांचे निदान व मग उपचार करणाऱ्या अनेक संस्था निर्माण करण्यात आल्या आहेत. मात्र, नेफच्या उपक्रमाचं वैशिष्ट्य हे होतं की, स्वतंत्रपणे राबविले गेलेले जे काही थोडे उपक्रम होते, त्यांपैकी तो एक होता आणि तो अतिशय पद्धतशीरपणे तयार करण्यात आला होता.

खेदाची बाब ही की, आमच्या भेटीनंतर थोड्याच महिन्यांनी नेफचा कार्यक्रम बंद करण्यात आला. खरं पाहिलं, तर ह्या कार्यक्रमाने अनेकांचं लक्ष वेधून घेतलं होतं आणि त्याचा प्रसारही झपाट्याने झाला होता, पण या संस्थेला पैशांची चणचण भासू लागली. पैशाचं पुरेसं पाठबळ नसल्याने काम करणं कठीण जाऊ लागलं. त्यामुळे नेफ ॲबट नॉर्थवेस्टर्न हॉस्पिटलला निधी पुरवण्याबाबत मन वळवू शकले नाहीत. आमची भेट झाली, तेव्हा नेफ दुसऱ्या एका आश्रयदात्याकडून निधी मिळवण्याचा प्रयत्न करत होते.

नेफ आपल्या प्रयत्नात यशस्वी होतात का नाही, हा मुद्दा बाजूला ठेवला तरी एक गोष्ट नक्की – समस्याग्रस्त डॉक्टरांच्या बाबतीत काय पावलं उचलता येतील, ते नेफनी दाखवून दिलं आहे. एक मोठी अडचण नेहमीच जाणवेल – डॉक्टर

मंडळी ह्या उपचाराला तयार होतील का? नेफनी दाखवलेला मार्ग फारच रोखठोक स्वरूपाचा आहे. ज्यांच्यात बारीकसारीक दोष आहेत, अशा आपल्या सहकाऱ्यांना डॉक्टर मंडळी पकडून देतीलही, पण फक्त तेव्हाच, जेव्हा त्यांना खातरी असेल की, त्यांच्या मित्रांच्या आजाराचं निदान होऊन नंतर त्यांच्यावर योग्य ते उपचार होतील, त्यांच्यावर खटला भरला जाणार नाही आणि त्यांना अटकही होणार नाही. ह्याची खातरी वाटल्यावाचून ते कुठलंही पाऊल उचलणार नाहीत. यासाठी एका विशिष्ट मानसिकतेची गरज असणार आहे – लोकांनी अशा समस्याग्रस्त डॉक्टरांकडे सहानुभूतीच्या नजरेतून पाहायला हवं. हे डॉक्टर कसाई नाहीत, तर कसल्यातरी समस्येशी लढणारे सामान्य मनुष्यप्राणी आहेत, असा दृष्टिकोन सामान्य जनतेने स्वीकारला नाही, तर पुढील उपायही शक्य होणार नाहीत. नेफनी हा विचार पुढील शब्दांत मांडला – 'त्यांच्या वर्तणुकीसंदर्भात आपण कठोर निर्णय घ्यायला हवा, पण माणूस म्हणून त्यांना संवेदनशीलता दाखवायलाच हवी.' 'मला काही विचारू नका अन् काही सांगूही नका,' अशा प्रकारचं जग लोकांना भावत असेलही; पण एक साधा प्रश्न स्वत:लाच विचारा – व्यसनाधीन भूलतज्ज्ञाचं पुनर्वसन व्हावं, वेडाचे झटके येत असलेल्या हृदयशल्यचिकित्सकावर उपाययोजना केली जावी, लहान मुलींबद्दल पाशवी वासना मनात बाळगणाऱ्या बालरोगतज्ज्ञालाही योग्य ते उपचार मिळावेत, जेणे करून अशा मुलींची आयुष्यं उद्ध्वस्त होणार नाहीत; अशी व्यवस्था समाजात निर्माण व्हावी, असं तुम्हाला वाटत नाही का? हाच प्रश्न मी थोड्या वेगळ्या पद्धतीने विचारतो, "हँक गुडमनना पुन्हा शस्त्रक्रिया करताना बघणं तुम्हाला आवडेल का?"

हँक गुडमनचं आयुष्य आणि कदाचित त्यांची व्यावसायिक कारकीर्दसुद्धा वाचवण्याचं श्रेय केंट नेफनाच जातं. १९९५च्या डिसेंबर महिन्यात साधारण पंधरा तारखेच्या सुमारास गुडमननी नेफना त्यांच्या ऑफिसमध्ये फोन केला. त्या आधी आत्महत्येचा विचारही त्यांनी करून पाहिला होता. गुडमनच्या वकिलांनी त्यांना हा नंबर दिला होता. 'वेळ न दवडता माझ्याकडे या', असा सल्ला नेफनी त्यांना दिला. दुसऱ्याच दिवशी गुडमन नेफना भेटले. एका तासाभराच्याच भेटीनंतर गुडमनना फार बरं वाटलं. मोकळेपणी श्वास घेऊ शकल्याची भावना त्यांच्या मनात निर्माण झाली. नेफनी सरळ विषयाला हात घातला, शास्त्रीयपद्धतीने गुडमनच्या समस्येचं विवरण केलं आणि "काही काळजी करू नका, मी तुम्हाला मदत करू शकेन," असं आश्वासनही दिलं. "घाबरू नका, तुमचं आयुष्य संपलेलं नाही," असं ते म्हणाले, तेव्हा गुडमनना त्यांच्याबद्दल विश्वास वाटला.

पुढच्याच आठवड्यात ते नेफच्या कार्यक्रमात रुजू झाले. स्वत:ची फी त्यांनीच

भरली. पहिल्या चार दिवसांत त्यांच्यावर नेफ आणि त्यांच्या सहकाऱ्यांनी प्रश्नांची सरबत्ती केली. हा काळ त्यांच्यासाठी कठीण परीक्षेचा ठरला. नेफच्या सहकाऱ्यांनी गुडमनविषयी बरीच माहिती गोळा केलेली होती. त्यांनी ती पूर्णपणे स्वीकारली नाही, तसेच सगळे आरोपही मान्य केले नाहीत. त्यांच्या बाबतीतलं पहिलं निदान दीर्घकालीन नैराश्य असं केलं गेलं. अगदी स्पष्ट शब्दांत या मंडळींनी त्यांचा अहवाल लिहिला – गंभीर स्वरूपाच्या नैराश्यामुळे डॉ. गुडमन वैद्यकीय कामकाज करण्यास पात्र नाहीत. पुढेही किती काळ त्यांना काम करता येणार नाही, ते आत्ताच सांगता येणार नाही. पुरेशा अन् दीर्घकालीन उपाययोजनेनंतरच त्यांना पूर्ववत काम करता येईल, असं आम्हाला वाटतं. त्यांच्या आजाराविषयी जे निदान त्यांनी केलं ते महत्त्वाचं होतंच, पण त्याहून अधिक महत्त्वाचा होता; तो त्यांनी केलेला हस्तक्षेप. अत्यंत स्पष्ट शब्दांत आणि आपल्या व्यावसायिक अधिकारवाणीचा वापर करून त्यांनी गुडमनना सांगितलं, ''तुमची प्रकृती ठीक नाही त्यामुळे तुम्ही वैद्यकीय सल्लामसलत देणं थांबवलं पाहिजे. भविष्यकाळात तुम्ही पुन्हा काम करण्याची शक्यता नाकारता येणार नाही.''

नेफनी सुचवल्यावरून गुडमन एका मानसोपचार रुग्णालयात भरती झाले. त्यानंतर त्यांना घरीच राहाण्याची मुभा देण्यात आली, पण एक स्थानिक मानसोपचारतज्ज्ञ आणि देखरेख ठेवणाऱ्या डॉक्टरांच्या चमूने त्यांच्यावर बारीक लक्ष ठेवण्याची जबाबदारी घेतली. त्यांना 'प्रोझॅक' आणि काही दिवसांनी 'इफेक्सॉर' ही औषधं द्यायला सुरुवात केली गेली. गुडमननी सर्व सूचना व्यवस्थित पाळल्या. ''पहिल्या वर्षभरात मी इतका सैरभैर अवस्थेत होतो की, आपण जगलो काय वा मेलो काय याचीही मला पर्वा नव्हती,'' त्यांनी मला सांगितलं. ''दुसऱ्या वर्षी माझी जगण्याची इच्छा जागी झाली, पण मला काम करावंसं वाटत नव्हतं. तिसऱ्या वर्षी मात्र, मला कामावर जावं, असं वाटलं. काही काळ गेल्यानंतर सर्वांनी – त्यांचा स्थानिक मानसोपचारतज्ज्ञ, त्यांच्यावर देखरेख ठेवणारा डॉक्टर आणि नेफ – त्यांना काम परत चालू करण्यास परवानगी दिली. त्यांच्या सल्ल्यामुळेच राज्य वैद्यकीय मंडळाने त्यांना काही अटींसह वैद्यकीय प्रॅक्टिस करण्याची परवानगी दिली आहे. सुरुवातीला काही काळ त्यांनी आठवड्यातले फक्त वीस तास काम करायचं होतं, तेसुद्धा कुणाच्यातरी देखरेखीखाली. त्यांनी नियमितपणे मानसोपचारतज्ज्ञाची व डॉक्टरची भेट घ्यावी, अशी अटही त्यांना घालण्यात आली. वैद्यकीय सल्ला देण्याचं काम सुरू केल्यानंतरचे सहा महिने त्यांना शस्त्रक्रिया करता येणार नव्हती, त्यानंतर काही काळ केवळ साहाय्यक म्हणूनच ते शस्त्रक्रिया करू शकणार होते. मग त्यांचं पुनर्मूल्यांकन होणार होतं. त्याचा निकाल काय लागतो, ते पाहिल्यानंतरच त्यांचे सगळे अधिकार त्यांना परत देण्यात येणार होते. अधूनमधून त्यांना अमली पदार्थ

आणि मद्यपानविषयक चाचण्यांनाही सामोरं जावं लागणार होतंच.

हे सगळं खरं असलं, तरी अशा बदनाम डॉक्टरला कामावर कोण ठेवणार, हा मोठाच प्रश्न होता. त्यांचे पूर्वीचे सहकारी तर निश्चितच त्यांना जवळपास फिरकू देणार नव्हते. "माझं 'कर्तृत्वच' तसं होतं ना," त्यांनी स्वत:हून माझ्याजवळ कबुली दिली. काही काळानंतर त्यांना एका खेडेगावी नोकरी मिळाली. तळ्याशेजारी वसलेल्या या गावातच सुट्टीसाठी म्हणून घेतलेलं त्यांचं एक घरही होतं. इथे एक लहानसं रुग्णालय होतं. उन्हाळ्याच्या सुट्टीच्या काळात साधारणपणे ४५,००० लोक रुग्णालयात उपचारांसाठी येत असत, पण त्या ठिकाणी कुणी अस्थिशल्यविशारद नव्हता. तिथल्या डॉक्टरांना गुडमनच्या समस्यांविषयी माहिती होती, पण गेली अनेक वर्षं एकही अस्थिशल्यविशारद त्या गावी यायला तयार नसल्यामुळे त्यांनी गुडमनना नोकरी द्यायचं ठरवलं. त्यानंतर जवळजवळ वर्षभरानंतरच गुडमनना गैरकृत्यसंदर्भातला विमा (malpractice insurance) मिळू शकला. त्यांनीही पूर्णवेळ काम करण्यातले मानसिक धोके ओळखले असल्यामुळे सावधगिरी बाळगण्याचा शहाणपणा दाखवला. त्यानुसार त्यांनी कामाची सुरुवात एका विमाकंपनीच्या नोकरीने केली. विमाधारकांना सुरुवातीला जी वैद्यकीय तपासणी करून घ्यावी लागते, ती करण्याचं काम त्यांना देण्यात आलं.

अलीकडेच मी गुडमनची भेट त्यांच्या घरीच घेतली. साधंसं विटांचं बैठं घर होतं ते. त्या घरातील बैठकीची खोली कुत्रे, मांजरं आणि पक्ष्यांनी गजबजलेली होती. स्वयंपाकघरातील एका कोपऱ्यात एका टेबलावर संगणक होता, अस्थिशल्यशास्त्रावरील काही मासिकं होती, काही सीडीजही होत्या. साधासा पोलो शर्ट आणि खाकी पँट परिधान केलेले डॉ. गुडमन काहीसे ढिसाळ, जवळजवळ सुस्तावलेलेच वाटले मला. कसलीही घाईगर्दी त्यांना जाणवत नसावी. घरच्यांबरोबर दिवसाचा काही वेळ ते घालवत असावेत, वैद्यकीय कारकिर्दीतला जम बसवण्यासाठी काही वेळ त्यांना खर्चावा लागत असणार, पण त्याव्यतिरिक्त दुसरं काही ते करत असावेत, असं मला तरी वाटलं नाही. एक शल्यविशारद म्हणून ज्या प्रकारचं आयुष्य ते यापूर्वी जगले होते, ते आता फारच मागे पडलं होतं; पण पुन्हा एकदा नव्या जोमाने काम करण्याची तीव्र इच्छा त्यांच्यात निर्माण होतेय, असं त्यांचं त्यांनाच वाटत होतं. शस्त्रक्रियेच्या वेळी घालतात तो हिरवा अंगरखा परिधान केलेली त्यांची मूर्ती माझ्या डोळ्यांसमोर उभी राहिली – ते एका शस्त्रक्रियादालनात उभे आहेत, त्यांचा एक साहाय्यक हातात फोन घेऊन उभा आहे, त्यांना त्यांच्या रुग्णाविषयी तो काहीतरी प्रश्न विचारतोय. त्या बाईच्या गुडघ्याची जखम चिघळली आहे. पुन्हा तसा प्रसंग त्यांच्यासमोर ठाकला, तर ते त्याला कसं सामोरं जातील?

शेवटी मला असं म्हणावंसं वाटतं, 'आपण कितीही प्रयत्न केले, तरी शेवटी

आपलं नशीब आपल्याला ज्या डॉक्टरांच्या हाती सोपवावं लागतं; तेदेखील मनुष्यप्राणीच असतात अन् कुठलाही माणूस परिपूर्ण नसतो.' हे सत्य पचवायला कठीण आहे, पण त्यापासून सुटका नाही, हेही तितकंच खरं. प्रत्येक डॉक्टराला, मग तो पुरुष असो वा स्त्री, अनेक गोष्टी माहीत असायला हव्या असतात, पण त्याला किंवा तिला त्या अजून आत्मसात करायच्या असतात, त्यांच्याकडे निर्णयक्षमता असते तरीही काही वेळा त्यांचा निर्णय चुकतो, वर्षानुवर्षांच्या कष्टांमुळे कमावलेलं चारित्र्यही असतं, पण तरीही काही वेळा ते प्रलोभनांना बळी पडतातच. माझ्यासमोर उभ्या असलेल्या या माणसापेक्षा मी अधिक बलवान होतो का? अधिक भरवशाचा होतो का? माझी सद्सद्विवेकबुद्धी अधिक चांगली होती का? माझ्यातल्या गुणदोषांची मला अधिक योग्य जाणीव होती का? ह्या सगळ्या प्रश्नांची उत्तरं होकारार्थी यावीत, असं मला नक्कीच वाटत होतं. कुणी सांगावं, माझा आत्मविश्वास टिकवून ठेवण्यासाठी मी तसाच विचार करणं गरजेचंही असेल. सत्य काय आहे, ते समजण्याची माझी पात्रता नाही, हेदेखील तितकंच खरं. माझीच नव्हे, तर इतर कुणामध्येही ती पात्रता नाही.

मी आणि गुडमन एका हॉटेलमध्ये जेवलो अन् मग गाडीतून दूर अंतरावर फिरून आलो. ते पूर्वी जिथे काम करत असत, ते रुग्णालय वाटेतच होतं. दिमाखदार, अत्याधुनिक अशा त्या इमारतीमुळे माझे तर डोळेच दिपले. "मी आतून एक चक्कर मारू का?" मी त्यांना विचारलं. "तुम्हाला यायचं नसेल, तरी माझी हरकत नाही." गेल्या चार वर्षांत ते जेमतेम दोन-तीनदाच तिथे गेलेले होते. काय करावं, या विचाराशी ते काही क्षण थबकले; पण मग "मीही येतो," म्हणून माझ्याबरोबर गाडीतून खाली उतरले. आम्ही स्वयंचलित सरकत्या दरवाज्यातून आत गेलो. समोरच्या बाजूला एक चकचकित पॉलिश केलेली पांढरी खोली होती. कुणीतरी त्यांना ओळखलं असावं. उत्साहभरल्या आवाजात त्या व्यक्तीने गुडमनना अभिवादन केलं आणि तो आवाज ऐकताच गुडमनचा चेहरा पडला. आपण उगीचच आलो इथे, असं त्यांना वाटलं असणार, असं मला वाटलं.

"डॉ. गुडमन," एका मेट्रनने म्हटलं, "किती वर्षांनी बघतेय तुम्हाला मी! कुठे होतात इतकी वर्षं?" हसतमुख चेहऱ्याच्या वृद्धशा स्त्रीने हा प्रश्न विचारला, तेव्हा गुडमन चालायचे थबकले. काही तरी उत्तर देण्यासाठी त्यांनी तोंड उघडलं खरं, पण कितीतरी वेळ त्यांच्या तोंडातून शब्दच फुटला नाही. 'मी निवृत्त झालोय' एवढंच ते कसंबसं म्हणाले.

तिने मान वाकडी करून त्यांच्याकडे पाहिलं. तिच्या मनाचा गोंधळ उडाला असावा, हे माझ्या लक्षात आलं. गुडमन तिच्याहून चांगले वीसेक वर्षांनी लहान वाटत होते. मग तिला काहीतरी आठवलं असणार, कारण तिच्या डोळ्यांत एक

प्रकारची चमक अवतरली. थोडंसं थांबून ती म्हणाली, ''चांगलंच आहे. मजेत आहात ना तुम्ही?''

गुडमन काहीतरी म्हणाले, पण अगदी अस्फुटपणे; तोंडातल्या तोंडात. ''बरीच वर्षं मला मासेमारी करायची होती. ते राहून गेलेलं काम आता करतोय मी.'' मग आम्ही चालू लागलो. एवढ्यात त्यांना काय वाटलं, कुणास ठाऊक. ते थांबले आणि वळून तिला म्हणाले, ''पण मी परत येणार आहे.''

★

भाग २

गूढ

पौर्णिमेची रात्र, वार शुक्रवार, तारीख तेरा...

खिशात तीन पेनी असल्याशिवाय जॅक निकलॉस गोल्फ खेळणार नाही. मायकेल जॉर्डनचा वेगळाच पण दृढ विश्वास आहे – शिकागो बुल्सचा गणवेश अंगावर चढवण्यापूर्वी तो न चुकता नॉर्थ कॅरोलायना विद्यापीठाचं नाव लिहिलेली बॉक्सर पद्धतीची चड्डी घालतो. ड्यूक एलिंग्टनची आणखीनच वेगळी तऱ्हा – तो स्वत: तर कार्यक्रमाच्या वेळी पिवळ्या रंगाचे काही कपडे घालत नाहीच, पण आपल्या वाद्यवृंदातील कुणा वादकालाही त्या रंगाचे कपडे घालू देत नाही. तात्पर्य हेच की, जे लोक आपल्या पोटापाण्याचा व्यवसाय म्हणून एखाद्या कलेवर किंवा खेळावर अवलंबून असतात, ते लोक अतिशय अंधश्रद्धाळू असतात. उदाहरण द्यायचं झालं, तर बेसबॉलपटूंचं देता येईल. वेड बॉग्ज नावाचा एक खेळाडू बोस्टन रेड सॉक्स या टीमसाठी खेळत असे. कुठल्याही मॅचपूर्वी कोंबडी खायचीच, असा जणू त्याचा नियमच होता. या प्रकारच्या अंधश्रद्धेला काही मर्यादाच नसते, ही गोष्ट टॉमी लॅसोर्डानेही सिद्ध केली होती. लॉस एंजेलिस डॉजर्सचा व्यावस्थापक म्हणून जेव्हा तो काम करत असे, तेव्हा तो नेहमी तांबड्या सॉसमधील पास्ता खात असे. जर प्रतिस्पर्धी टीममधला खेळाडू उजव्या हाताने बॉल टाकणारा असेल, तर रेड सॉस बरोबर आणि तोच जर डावखुरा असेल, तर हे महाशय पांढऱ्या सॉसमधील पास्ता खात असत! या असल्या खुळचट कल्पना बाळगणाऱ्यांची कमतरता मुळीच दिसत नाही – प्रत्येकाची वेगळी तऱ्हा, एवढाच काय तो निष्कर्ष काढता येईल. यांच्यातलेही काही खेळाडू आपल्या तऱ्हेवाईकपणाने इतरांपेक्षा वेगळे वाटतात हे सांगायला नकोच. आता न्यू यॉर्क मेट्स या टीमचा पिचर, टर्क वेंडेलचंच उदाहरण घ्या. प्रत्येक मॅचच्या आधी तो गळ्यात जी साखळी घालत असे, त्यात कुठल्या ना कुठल्या तरी प्राण्याचं नख अडकवलेलं असे, पायात मोजे घालायला तो नकार देत असे, मर्यादारेषेवर कधीही पाय ठेवत नसे आणि मॅचमधल्या दोन डावांच्या मधल्या

वेळात दात घासत असे! आहे की नाही शुद्ध वेडेपणा? आणखीही एक विक्षिप्तपणा होताच त्याच्यात. त्याला म्हणे ९९ हा आकडा फार आवडायचा, मग या बहाद्दराने काय केलं असेल? १९९९सालचा करार त्याने केला, तेव्हा त्याने १२,००,०००.९९ डॉलर इतका पगार मागितला. आता हे ९९ सेंट कशासाठी? असं पत्रकारांनी विचारलं, तर त्यावर याचं उत्तर होतं – 'मला ना हा नंबर फार आवडतो, म्हणून. दुसरं काही नाही.'

डॉक्टर मंडळींमध्ये अंधश्रद्धेला कितपत स्थान आहे, ते मला अजूनपर्यंत तरी समजलेलं नाही. माझ्या पाहण्यात तरी असा कुणी डॉक्टर आलेला नाही. सर्वसाधारणपणे विचार केला, तर असं दिसतं की, ते हिरिरीने तार्किकतेची बाजू घेतात – खास करून शल्यविशारद. शास्त्राची कास धरण्यामागचं एक मोठं समाधान हे असतं, त्यातही रुग्णांवर शस्त्रक्रिया करताना जेव्हा आपण तर्कनिष्ठ योजना करतो, विचार करतो; तेव्हा आपल्याला यशाची खातरी बाळगता येते. आमच्या कृतिशील वैद्यकशास्त्रात एक विधान नेहमी केलं जातं – 'विवेकी असणं फार महत्त्वाचं असतं.' त्यामुळे आम्हा शल्यविशारदांना गूढ गोष्टींबद्दल अगदी तिटकारा वाटत नसला, तरी त्यांमुळे आम्हाला एक प्रकारची अस्वस्थता वाटते, एवढं निश्चित. त्यामुळेच आम्ही गूढवादाला थारा देत नाही असं म्हटलं तरी चालेल. क्वचित काही उदाहरणं आढळतील, नाही असं नाही. उदा. एखादा शल्यविशारद शस्त्रक्रिया करताना ठराविकच बूट घालेल किंवा शस्त्रक्रियेनंतर जखम शिवून टाकल्यावर ती विशिष्ट पद्धतीने आच्छादत असेल. अशा वेळी कुणी त्या मागचं कारण विचारलं, तर आम्ही आमच्या विक्षिप्तपणावर पांघरूण घालण्याची पुरेशी खबरदारी घेतो. काही तरी पटेल असं कारण देतो. "दुसरे कुठलेही बूट माझ्या पायांना आरामशीर वाटत नाहीत." "तुम्ही म्हणता त्या पट्टीमुळे त्वचेवर फोड येतात." (दुसऱ्या कुठल्याही डॉक्टरने अशी तक्रार केल्याचं तुमच्या कानावर आलेलं नसतं हं!) सांगण्याचा मथितार्थ हा की, अमुक गोष्ट माझ्यासाठी अशुभकारक आहे, असं कुणी डॉक्टर म्हणाल्याचं आपल्याला ऐकू येत नाही.

माझ्या मनाची अशी धारणा होती म्हणूनच की काय, त्या दिवशी ती गोष्ट मला विचित्र वाटली आणि म्हणूनच खटकली. त्या दिवशी दुपारी मी आणि माझे शल्यविशारद सहकारी एका टेबलापाशी बसून पुढील महिन्यातल्या आपत्कालीन रात्रपाळीचं वाटप करत बसलो होतो. काही वेळाने माझ्या असं लक्षात आलं की, माझ्या सहकाऱ्यांपैकी कुणीही १३ तारखेला येत असलेल्या शुक्रवारची रात्रपाळी घ्यायला राजी नव्हतं. तसं पाहिलं, तर आम्ही सगळे जण आळीपाळीने एकेक रात्र निवडत होतो. काही वेळपर्यंत सगळं काही सुरळीत चाललंय असं मला वाटलं. सुरुवातीला आम्ही कुणीच शुक्रवारच्या रात्रपाळीचा विचार केला नाही. नाही म्हटलं

तरी आठवड्याच्या शेवटच्या रात्री कुणालाही काम करायची मनापासून इच्छा नसतेच. मग एक वेळ अशी आली की, बाकीचे दिवस वाटून झाले आणि फक्त शुक्रवारच उरले. या शुक्रवारांपैकीसुद्धा एक शुक्रवार सर्वांनी नावडता असल्याप्रमाणे टाळला. हा काय विक्षिप्तपणा, मी स्वत:शीच पुटपुटलो. त्यानंतर माझी पाळी आली, तेव्हा मी त्या रात्री काम करायची तयारी दाखवली. एका निवासी डॉक्टरने लगेच मल्लिनाथी केली, ''दिवसा आराम करून घे, बाबा, रात्र वैऱ्याची असणार आहे.'' मी नुसताच हसलो. मला त्या वेडगळ समजुतीला थारा द्यायचा नव्हता.

काही दिवसांनी मी माझ्या दिनदर्शिकेवर नजर टाकली, तेव्हा माझ्या ध्यानात आलं की, त्या शुक्रवारी पौर्णिमादेखील होती. आणखी कुणीतरी माहिती पुरवली, त्याच रात्री चंद्रग्रहणही आहे. ते ऐकल्यानंतर क्षणभर – अगदी क्षणभरच हं – मला वाटलं, आपल्या आत्मविश्वासाला ओहोटी लागलीय. देवा, खरोखरच ती रात्र माझ्यासाठी आव्हानात्मक रात्र ठरणार की काय, असा विचार मनात तरळला. पण माझा विचारी, सौम्य स्वभाव आणि मला चांगलं प्रशिक्षण मिळालं असल्यामुळे मी अशा विचारांना बळी पडत नाही. असल्या भंपक समजुतींच्या विरोधात काहीतरी पुरावा नक्कीच असला पाहिजे, मी स्वत:शीच म्हटलं. त्याची शहानिशा करण्यासाठी मी लायब्ररीत गेलो. मला माझ्या मनातल्या विचारांना पुष्टी देणारा पुरावा मिळवायचाच होता.

शुक्रवार, दिनांक १३ हा दिवस खरोखरच अशुभ असतो का? याविषयी संशोधन करून लिहिलेला फक्त एकच लेख मला सापडला. (मला नवल वाटतं ते दोन गोष्टींचं; त्यातली कुठली गोष्ट अधिक विस्मयकारक ते मात्र मी ठरवू शकलेलो नाही – एक म्हणजे कुणालातरी या विषयाचा अभ्यास करावासा वाटला आणि दुसरी गोष्ट म्हणजे मला या विषयावर फक्त एकच लेख सापडला. हल्लीच्या काळात लोक मनात येईल त्या विषयावर संशोधन करत असतात. तुमचा विश्वास बसणार नाही तरीपण सांगतोच. एकदा सहजच मी लायब्ररीत काहीतरी वाचत बसलो असताना मला एक लेख आढळला, त्याचा विषय होता – 'च्युइंग गम चघळत असताना तोंडातली लाळ कशा प्रकारे सबंध तोंडभर पसरवली जाते.') १९९३ साली केल्या गेलेल्या अभ्यासावरील एक लेख ब्रिटिश मेडिकल जर्नलमध्ये छापला गेला होता. त्यामध्ये रस्त्यावर घडलेल्या अपघातांची तुलना केली गेली होती. त्यात दोन दिवशी – तारीख ६ आणि १३ – घडलेल्या अपघातांची तुलना केली होती. दोन्ही दिवस शुक्रवारच होते. या वेळी असं लक्षात आलं की, १३ तारखेला तुलनेने रस्त्यावरील वाहतूक कमी असूनही अपघातातील जखमींची संख्या ५२ टक्क्यांनी वाढली होती. तेरा तारीख शुक्रवारी आली, तर ती काहींच्या दृष्टीने अशुभ ठरते, तेव्हा लोकांनी घराबाहेर न पडलेलं चांगलं. घरीच राहिलं, तर आपण

दुर्दैवाचा फेरा कसा चुकवणार, ते लेखकद्वयांनी स्पष्ट केलेलं नाही.

ज्या शुक्रवारी १३ तारीख आहे, अशा केवळ एका शुक्रवारचा अभ्यास, तोही एकाच शहरात, केल्याने कसं काय ठोस अनुमान काढता येईल, असं मी स्वत:लाच समजावलं. एखाद-दुसरा घटक बदलला, तरी अपघातांच्या संख्येत फरक पडू शकला असता. अनेक वेळा, अनेक ठिकाणी अनेक वाईट घटनांचं निरीक्षण केलं अन् तेच अनुमान निघालं, तरच माणसाचं समाधान होईल. आणि अजून तरी तशा प्रकारचा अभ्यास झालेला नाही.

याउलट असंही दाखवून दिलं गेलं आहे की, मनुष्यप्राणी साधारणपणे घटनांमध्ये काहीतरी आकृतिबंध शोधायचा प्रयत्न करत असतो (तो चांगला असेल किंवा वाईटही असेल.). वास्तविक पाहता असा आकृतिबंध असण्याची काही शक्यतासुद्धा नसते, पण माणसाचा मेंदू अशा प्रकारे विचार करतो, एवढं खरं. आणि मग काय होतं? ज्यामध्ये अर्थाअर्थी काहीही संबंध नसतो, त्यातही आपल्याला अर्थ दिसायला लागतो. हा मुद्दा पटवण्यासाठी संख्याशास्त्रज्ञ, विल्यम फेलरने एक अफलातून उदाहरण दिलंय. दुसऱ्या जागतिक युद्धादरम्यान जर्मनीने दक्षिण लंडनवर तुफान बॉम्ब वर्षाव केला, तेव्हा काही विभागांवर वारंवार बॉम्ब पडले, तर काहींवर मुळीच बॉम्ब पडले नाहीत. यामागे काहीतरी कारण असावं असा समज व्हायला परिस्थिती पोषक होती, त्यामुळे काही लोकांनी असा निष्कर्ष काढला की, ज्या भागांवर बॉम्बवर्षाव झाला नाही, त्या भागांत बहुतेक करून जर्मन गुप्तहेर राहत असावेत. फेलरने जेव्हा बॉम्बहल्ल्यांचं आपल्या शास्त्रानुसार वर्गीकरण केलं, तेव्हा लोकांच्या समजामागे काही तथ्य नसल्याचं त्याला आढळलं.

अस्तित्वात नसलेले आकृतिबंध दिसणं, काहीतरी बादरायण संबंध जोडणं हा जो मानवी मनाचा कल दिसून येतो, त्याला 'टेक्सास राज्यातील नेमबाजाची चुकीची विचारपद्धती' (Texas sharp-shooter fallacy) असं नाव देण्यात आलं आहे. हा माणूस काय करतो? नेमबाजीच्या सरावासाठी आपल्या धान्यकोठाराच्या बाहेरच्या भिंतीवर बंदुकीच्या गोळ्या झाडतो आणि मग त्यांच्याभोवती वर्तुळं रेखाटतो. (पाहणाऱ्याला वाटतं, किती अचूक नेम आहे ह्याचा!) आपणही तेच करत असतो – एखाद्या दिवशी आपल्या आयुष्यात चार वेगळ्या घटना घडल्या आहेत, असं आपल्याला जाणवतं. मग आपण त्या घटनांमागे काहीतरी क्रम किंवा संरचना शोधायचा प्रयत्न करतो. तसाच विचार केला, तर माझ्या मते १३ तारीख असलेल्या शुक्रवारप्रमाणेच एखाद्या गुरुवारी १३ तारीख आली किंवा शुक्रवारी ५ तारीख आली, तरी आपल्याला भीती वाटायला हवी होती. हा विचार बाजूला ठेवला, तरी शुक्रवार आणि त्या दिवशी १३ तारीख अशा योगायोगाची भीती अनेक लोकांच्या मनात आहे, हे खरंच. उत्तर कॅरोलायनातील डोनॉल्ड डॉसी नावाच्या

वर्तनशास्त्र अभ्यासकाने असा अंदाज वर्तवलाय की, या दोन गोष्टी एकत्र आल्या की, साधारणपणे दीड ते दोन कोटी अमेरिकनांच्या मनात एक प्रकारची भीती निर्माण होते किंवा ते आपल्या कार्यक्रमात काहीतरी बदल करतात. (अगदी ग्रीकांच्या काळापासून ही अंध:श्रद्धा लोकांच्या मनात घर करून बसलीय असं दिसतं, कारण ग्रीक भाषेत ती भावना वर्णन करणारा एक शब्द 'पारसकेव्हिडेकाट्रिफोबिया' (paraskevidekatriaphobia) आहे.) हे लोक त्या दिवशी घरातून बाहेर पडण्यापूर्वी काही तरी धार्मिक विधी करतात, बरं वाटत नाही असं फोनवरून ऑफिसमध्ये कळवतात, विमानप्रवास रद्द करतात, एवढंच नव्हे; तर महत्त्वाची खरेदी करायची असली, तर तीदेखील पुढे ढकलतात. या सगळ्यामुळे व्यवसाय जगताला वर्षाला थोडाथोडका नाही तर ७५ कोटी डॉलरचा फटका बसतो!

चंद्रासंबंधीच्या अंध:श्रद्धांवर तर लोक फारच गंभीरपणे विश्वास ठेवतात, असंही आढळलं आहे. १९९५ साली घेतलेल्या एका सर्वेक्षणात असं निदर्शनास आलंय की, माणसाच्या वागण्यात चंद्रामुळे बदल होतात, असा ४३ टक्के अमेरिकनांचा समज आहे. गमतीची बाब ही की, इतर कुठल्याही डॉक्टरपेक्षा मानसोपचारतज्ज्ञ या समजुतीवर अधिक विश्वास ठेवतात! शतकानुशतकं माणसाने असा समज करून घेतलाय की, पौर्णिमेची रात्र आणि माणसाचा वेडेपणा यांत काहीतरी दृढ संबंध आहे. त्यावरूनच इंग्रजी भाषेतला 'ल्यूनॅटिक' हा शब्द आलाय. जगभरातल्या बहुतेक सगळ्या संस्कृतींमध्ये थोड्याफार फरकाने हा समज प्रचलित आहे. माणसाच्या मनोव्यापारांवर चंद्राचा परिणाम ही संकल्पना शुक्रवार – १३ तारीख या संकल्पनेपेक्षा मला अधिक तर्काधारित वाटते. जैविक चक्राची कल्पना पूर्वी शास्त्रज्ञांनी धुडकावून लावली होती, पण आता मोठ्या प्रमाणावर शास्त्रज्ञ मानू लागले आहेत की, ऋतूंत बदल झाले की माणसाच्या मन:स्थितीवर तसंच वागणुकीवर त्याचा प्रभाव पडतो. आपल्या सर्वांच्या शरीरांत एक प्रकारची जैविक लय असते तिच्यामुळे आपल्या शरीराच्या तापमानावर, सजगतेवर, स्मृतीवर आणि मन:स्थितीवर दिवसाच्या विशिष्ट वेळेचा, प्रहराचा प्रभाव निश्चितपणे पडतो.

संगणकावर घेतलेल्या शोधात मला जवळजवळ शंभर अभ्यासनिबंध सापडले ज्यांमध्ये चंद्राचा जैविक प्रक्रियेवर होणारा परिणाम विचारात घेतला होता. त्यातला मला वेगळाच वाटलेला जो प्रबंध होता, तो पाच वर्षांच्या अभ्यासानंतर लिहिलेला होता. त्याचा विषय होता विषप्राषन. ऑस्ट्रेलियातील न्यू साउथ वेल्स राज्यातल्या एका रुग्णालयाने ह्या विषयावर जे संशोधन केलेलं होतं, ते मेडिकल जर्नल ऑफ ऑस्ट्रेलिया या मासिकात प्रसिद्ध झालं होतं. १९८८ ते १९९३ या पाच वर्षांच्या काळात या रुग्णालयात एकूण २२१५ रुग्णांना विषप्राशनाखातर दाखल करून घेतलं गेलं. सगळ्यांनी अमली पदार्थांचं किंवा विषारी पदार्थांचं अतिरिक्त सेवन

केलेलं होतं. संशोधकांनी अभ्यास करताना केवळ चंद्राचाच परिणाम विचारात घेतला नाही, तर त्या माणसाची जन्मरास आणि संख्याशास्त्रानुसार जी भाकितं केली जातात त्यांचाही विचार केला होता. ('झोलर्स एन्सायक्लोपीडीया ऑफ एन्शंट ॲन्ड फॉरबिडन नॉलेज' या ज्ञानकोशात जी सूत्रं दिलेली आहेत, त्यांचा आधार घेण्यात आला आहे, असं लेखकांनी आपल्या अहवालात नमूद केलं आहे.) यातला एक निष्कर्ष हा आहे की, एखाद्याची जन्मरास कुठलीही असली; तरी त्याचा काहीही परिणाम त्या व्यक्तीने विषप्राशन करण्याची शक्यता आहे का ते वर्तवत नाही. हा निष्कर्ष अपेक्षितच होता! त्याचप्रमाणे माणसाच्या नावातील, जन्म-महिन्यातील अक्षरांची बेरीज किंवा जन्ममार्गसंख्या (Birth Path Number) या ज्या कल्पना झोलरने मांडल्या आहेत, त्यांचाही विषप्राशनाकडे कल असण्याशी काहीही संबंध नसतो, असं या लेखकांनी सिद्ध केलं आहे. त्यांचाच एक निष्कर्ष गमतीशीर वाटावा असा आहे. ते सांगतात, स्त्रियांमधील अतिरिक्त सेवनाची प्रवृत्ती पौर्णिमेपेक्षा प्रतिपदेला किंवा महिन्याच्या सुरुवातीच्या दिवसांत २५ टक्क्यांनी वाढलेली दिसते.

एक गोष्ट विचित्र वाटते. विषप्राशनामध्ये जी घट झालेली दिसते, त्याचा संबंध इतर अभ्यासांच्या निष्कर्षांशी मिळताजुळता आहे, असं आढळलं आहे. मानसशास्त्र आणि पौर्णिमा यांच्यामध्ये काही दुवा असावा, असं मानण्याला जागा आहे. फ्रान्समधल्या डोर्डोन प्रांतात गेल्या दहा वर्षांत घडलेल्या आत्महत्यांचा अभ्यास ज्यांनी केला, ते लेखक आपल्या १९९६च्या लेखात त्यांच्या व्याकरणदृष्ट्या अफाट इंग्लिशमध्ये म्हणतात, 'शुक्ल पक्षाच्या सुरुवातीला जितके फ्रेंच लोक मरतात, त्यांच्या तुलनेत पौर्णिमेला मरणाऱ्यांची संख्या कमी आहे.' फ्लोरिडा आणि ओहायोमधील निष्कर्षही वरील निष्कर्षाला पुष्टी देतात. अर्थात त्यामुळे असं म्हणता येत नाही की, पौर्णिमेच्या दिवशी लोक आनंदी मनःस्थितीत असतात. आणखी अनेक संशोधने करण्यात आली, पण एकाही संशोधकाला आत्महत्येचा संबंध चंद्राशी लावता आलेला नाही.

इतर अनेक प्रकारचे वेडाचार असतात. त्यांचाही चंद्राशी काही संबंध जोडता येत नाही. संशोधकांनी माहिती मिळवण्याच्या हेतूने पोलीसस्थानकात आलेल्या फोननंबरांची छाननी केली, मानसोपचारतज्ज्ञांना विचारल्या गेलेल्या सल्ल्यांची छाननी केली, मनुष्यवधासंबंधीचे अहवाल तपासून पाहिले आणि दैनंदिन व्यवहारात जे वेडपटपणाचे प्रकार आम्हाला अनुभवायला मिळतात – त्यांमध्ये आमच्या आपत्कालीन कक्षात येणाऱ्या लोकांचाही समावेश आहेच. या कुठल्याही अभ्यासावरून चंद्र आणि वेडाचार यांच्यातील संबंध प्रस्थापित होत नाही.

इतके लेख डोळ्यांखालून घातल्यावर मी लायब्ररीतून बाहेर पडलो, तेव्हा माझी पुरेपूर खातरी झाली होती की, पौर्णिमा असो की ती अशुभ १३ तारीख असो;

मला त्या रात्री कसलीही भीती नव्हती. दोन आठवड्यांनी तो दिवस उजाडला. मी आपत्कालीन सेवाकक्षात संध्याकाळी ६ वाजता प्रवेश केला. दिवसपाळीच्या निवासी डॉक्टरची पाळी संपत होती. तिथली रुग्णांची गर्दी पाहूनच मी वैतागलो. त्याला माझ्याकडे पाहायलाही वेळ नव्हता. थोड्या वेळाने मीही कामात बुडालो. तेवढ्यात आणखी एका आपत्कालीन स्थितीतील रुग्णाला आणण्यात आलं. अठ्ठावीस वर्षांच्या, रक्ताने माखलेल्या या माणसाला भरधाव गाडी चालवल्यामुळे अपघात झाला होता. समोरून येणाऱ्या गाडीला याच्या गाडीने ठोकल्यामुळे फार वाईट अवस्था झाली होती त्याची. पोलिसांनी आणि प्राथमिक उपचार करणाऱ्यांनी जे सांगितलं, ते तर ऐकायलाही भयानक वाटत होतं. हा तरुण हातात बंदूक घेऊन आपल्या प्रेयसीचा पाठलाग करत असताना ही दुर्घटना घडली होती. तिने तक्रार केल्यामुळे पोलीस आले होते, तेव्हा याने पळ काढला होता, पोलिसांनी त्याचा पाठलाग सुरू केला होता अन् त्याचंच पर्यवसान शेवटी या भयंकर अपघातात झालं होतं.

त्यानंतरही रात्रभर रुग्ण येतच राहिले. पायाला भिंगरी लावल्यासारखा मी धावत राहिलो. दोन मिनिटं बसण्याची उसंतही मला मिळाली नाही. रुग्णांचा जीव वाचवता-वाचवता माझ्याच तोंडाला फेस यायची वेळ आली.

''काय करणार! पौर्णिमेची रात्र होती आणि त्यात पुन्हा १३ तारीख!'' एक परिचारिका उद्गारली.

माझ्या जिभेवर शब्द आले होते, या सगळ्याचा काहीही संबंध नाही; असं संशोधनातून सिद्ध झालं आहे, पण मी ते बोलायच्या आतच माझा पेजर वाजला. आणखी एक अपघातग्रस्त रुग्ण रुग्णालयात आणला जाणार होता!

★

वेदनेबद्दलचे गौडबंगाल

प्रत्येक वेदनेची, व्यथेची एक वेगळी, स्वतंत्र कथा असते, असं मला नेहमीच वाटत आलं आहे. आता रोलँड स्कॉट क्विनलॅनचंच उदाहरण घ्या ना. त्यांच्या वेदनेची कहाणी कित्येक वर्षांची जुनी आहे. अनेक वर्षांपूर्वी त्यांना एक अपघात झाला होता, त्या वेळी त्यांचं वय होतं, ५६ वर्षं. बोस्टनमध्ये राहणाऱ्या, दाट रुपेरी केस असलेल्या या वास्तुविशारदाला बोटीत बसून प्रवासाला जायचं अतोनात वेड आहे. त्यांना बो टाय आणि डच सिगारेटींचंही वेड आहे. बीकन स्ट्रीटवर त्यांची स्वत:ची व्यावसायिक संस्था आहे. मोठ्या, मान्यवर इमारतींचं आरेखन करण्याचं श्रेय त्यांना जातं. उदाहरणार्थ, मॅसॅच्युसेट विद्यापीठातील वैद्यकीय शाळेची इमारत त्यांनीच बनवली आहे. ही इमारतही मोठी होती. फ्रँकलिन पार्क झूच्या पॅव्हिलियनचं आरेखन त्यांनीच केलेलं होतं. १९८८च्या मार्च महिन्यात एका बांधकामस्थळी ते लाकडी फळीवरून खाली पडले. त्यांच्या पाठीला काही इजा झाली नाही, पण त्यांचा डावा खांदा खोबणीतून निखळला आणि त्याचं हाडही मोडलं. त्यावर अनेक शस्त्रक्रिया कराव्या लागल्या. शरद ऋतूत ते पुन्हा एकदा काम करू लागले. इमारतींचे आराखडे बनवत असताना त्यांच्या पाठीतून जीवघेणी कळ उठली. आपल्याला एखाद्या सापाने जीवघेणा दंश केलाय, असं त्यांना वाटलं. ह्या कळा अधूनमधून येतच राहिल्या, पण सुरुवातीला तरी त्यांनी तिकडे कानाडोळाच केला. हळूहळू त्या असह्य होऊ लागल्या. एकदा ते आपल्या अशिलाबरोबर उभे असताना त्यांची पाठ इतकी विलक्षण दुखायला लागली की, कसंबसं त्यांनी रडू आवरून धरलं. त्यांच्या अशिलानंच त्यांना आधार दिला आणि खाली बसायला मदत केली. आणखी एकदा आपल्या एका मित्राबरोबर ते उपहारगृहात बसले असताना वेदनेमुळे त्यांना इतका त्रास झाला की, बसल्या जागीच त्यांना उलटी झाली. त्यानंतर त्यांना दिवसाकाठी दोन ते तीन तासांच्यावर काम करणं कठीण होऊ लागलं. अखेर

त्यांनी आपल्या कंपनीचा भार भागीदारांवरच सोपवला.

क्विनलॅनच्या अस्थिशल्यविशारदांनी त्यांचे अनेक क्ष-किरण फोटो काढले होते. त्यांमध्ये फारसं काही आढळलं नाही – थोडासा संधिवात होता, पण कुठलाही मोठा दोष दिसत नव्हता. मग त्यांना एका वेदनातज्ज्ञाकडे पाठवण्यात आलं. त्याने एका मोठ्या सुईद्वारे त्यांच्या पाठीच्या कण्याला बधिरता आणून स्टेरॉइडस घातली. अशा प्रकारची काही इंजेक्शन दिल्यानंतर त्यांना बरं वाटत असे. कधी काही दिवसांपुरता, तर कधी अनेक आठवड्यांपर्यंत त्यांना आराम मिळत असे, पण काही काळ गेल्यानंतर ह्या औषधांचा परिणाम कमीकमी होत गेला अन् मग ती काम करेनाशी झाली.

मी त्यांचे सीटी स्कॅनचे अभिप्राय तसंच इतर अनेक चाचण्यांचे आणि वैद्यकीय फोटोंचे अभिप्रायही बघितले होते. त्यातल्या एकावरूनही मला त्यांच्या असह्य पाठदुखीचा अंदाज करता आला नसता, कारण त्यांच्या पाठीतलं कुठलंही हाड – मणका – तुटलेला नव्हता, कुठेही गाठ आलेली दिसत नव्हती, कसलाही जंतुसंसर्ग नव्हता की सांधेदुखीमुळे येणारी सूजही दिसत नव्हती. त्यांचे सर्व मणके व्यवस्थित एकमेकांना सांधलेले होते. दोन मणक्यांच्यामध्ये मृदुअस्थीचा एक पातळ तुकडा – कूर्चा – असतो, त्यालाही काही इजा झालेली दिसत नव्हती किंवा तो फाटलाय, असं वाटत नव्हतं. कमरेच्या खालच्या भागातील दोन मणक्यांमधल्या चकत्यांना किंचित फुगवटा आला होता, पण त्यांच्या वयाच्या व्यक्तींमध्ये तसं बऱ्याच वेळा होतं. शिवाय या फुगवट्यामुळे कुठल्याही नसेवर दाब पडत नव्हता. एखाद्या नवशिक्या डॉक्टरलाही हे समजलं असतं की, त्यांच्या पाठीवर शस्त्रक्रिया करण्याची काही गरज नव्हती.

जेव्हा कुठलीही दृश्य वा लक्षात न येण्यासारखी पण जुनाट वेदना एखाद्या रुग्णाला छळते – आणि असे लोक काही कमी नसतात – तेव्हा आम्ही डॉक्टर तिकडे साधारणपणे दुर्लक्षच करतो. जगात अनाकलनीय किंवा तर्कदुष्ट असं काहीही नाही, असा आमचा दृढ विश्वास असतो. जे काही प्रश्न असतात, समस्या असतात; त्या आम्हाला दिसू शकतात, उमजू शकतात, निदान यंत्राच्या साहाय्याने आम्हाला त्या थोड्या प्रमाणात तरी कळू शकतात, अशी खातरी आम्हाला वाटते. त्यामुळे क्विनलॅनसारख्या रुग्णाची वेदना ही शारीरिक नसून मानसिक आहे, असा निष्कर्ष काढून आम्ही मोकळे होतो. म्हणूनच त्यांच्या अस्थिशल्यविशारदाने त्यांना शारीरिक व्यायामतज्ज्ञाबरोबरच एखाद्या मानसोपचारतज्ज्ञालाही भेटायला सांगितलं होतं.

बोस्टनबाहेरील एका समुद्रकिनाऱ्यावरील छोट्या गावी राहणाऱ्या क्विनलॅनना त्यांच्या घरी जाऊन मी भेटलो. माझ्या अपेक्षेप्रमाणे ते त्यांच्या स्वयंपाकघरातील

टेबलापाशी काम करत होते. ही त्यांची कामाची नेहमीची जागा. समोरच्या मोठ्या खिडकीतून मागच्या बाजूला असलेली छोटी बाग दिसत होती. टेबलावर अपूर्ण बांधकामाचे आराखडे असलेल्या निळ्या कागदाच्या बऱ्याच गुंडाळ्या दिसत होत्या. टेबलाच्या एका बाजूला डोक्याला लावायचा टेलिफोनचा सेट ठेवलेला दिसत होता. त्यांच्या व्यवसायात वापरली जाणारी साधनसामग्री – निरनिराळ्या प्रकारची पेनं, मोजमापाच्या पट्ट्या, आणि कोनमापक एका ग्लासमध्ये ठेवलेले होते. मला पाहताच ते उठून उभे राहिले. तेवढ्या हालचालीनंही त्यांच्या पाठीत कळ उठली अन् तिचं प्रतिबिंब त्यांच्या चेहऱ्यावर उमटलं. माझ्या मनात आलं, यांचे सगळे वैद्यकीय अभिप्राय, पाठीच्या कण्याचे सगळे फोटो निर्दोष आहेत. मग हे गृहस्थ पाठदुखीचं नाटक तर करत नाहीत ना?

मनातली शंका मी त्यांना बोलून दाखवली, तेव्हा ते म्लानसं हसले. ''कधीकधी मलाही तसंच वाटतं. खरं सांगू का, इथे मी फारच आरामशीरपणे जगतोय.'' प्रकृतीचं कारण दाखवून अपंगत्व दर्शवणारी गाडीची वेगळी नंबरप्लेट त्यांनी बनवलीय, त्यांना आर्थिक स्थैर्यही प्राप्त झालंय, व्यवसाय चालवण्याचं कसलं दडपणही त्यांच्या मनावर नाहीये. काहीही करू नये असं त्यांना वाटलं, तर त्यांनी नुसतं म्हणायचं, माझी पाठ भयंकर छळतेय मला. पण वस्तुस्थिती वेगळीच आहे. त्यांच्या दंडावर लावलेल्या एका खास तुकड्याद्वारे क्विनलॅनना दिवसाचे चोवीस तास फेंटॅनिल या अमली पदार्थाचे मोठे डोस दिले जातात. एवढं असूनही त्यांना काहीही नीटपणे करता येत नाही – त्यांना रांगेत उभं राहता येत नाही, जिने चढता येत नाहीत, इतकंच काय, त्यांना सलगपणे चार तासांहून जास्त वेळ झोपताही येत नाही – सतत त्यांना इतकी वेदना जाणवत असते की, त्यांच्याच शब्दांत सांगायचं तर – ''असं वाटतं, कुणीतरी माझ्या पाठीतला एक स्नायू धुण्याच्या पिळ्यासारखा पिळून काढतोय.''

मी त्यांच्या पत्नीशी बोललो. क्विनलॅनपेक्षा वयाने बरीच लहान असलेली ही स्त्री चांगली उंच, नाकीडोळी नीटस होती; पण तिच्या चेहऱ्यावरचं दुःख लपत नव्हतं. मी तिलाच विचारलं, ''तुमचे पती पाठ दुखण्याचं नाटक तर करत नाहीत ना?'' माझ्या प्रश्नाने तिला फार वाईट वाटलेलं दिसलं. ती मला म्हणाली, ''गेली दहा वर्षं मी त्यांचं दुखणं माझ्या डोळ्यांनी पाहिलंय. एकही दिवस असा गेलेला नाही, जेव्हा त्यांच्या दुखण्याने त्यांची पाठ सोडलीय. दिवस-रात्र पिच्छा पुरवणाऱ्या या पाठदुखीमुळे त्यांच्याच नव्हे, तर माझ्याही आयुष्यावर अनेक बंधने आलीयत. खरं सांगायचं, तर ते इतके स्वाभिमानी आहेत की, अनेक वेळा ते मूकपणाने शारीरिक वेदना सहन करतात, पण तोंडातून 'हूं का चूं 'असा उद्गार काढत नाहीत. आम्ही सामान खरेदी करायला गेलो की, बळेबळेच ते जड पिशव्या

उचलतात, अन् जेव्हा ते अशक्य होतं, तेव्हा शरमेच्या भावनेने त्यांचा चेहरा काळवंडतो. काही क्षणातच ते पिशव्या माझ्या हातात देतात. त्यांना सिनेमा पाहायला आवडतो, पण गेल्या कित्येक वर्षांत आम्ही सिनेमा बघायला गेलेलो नाही. मला सांगायलाही संकोच वाटतोय, पण सांगतेच – काही वेळा हालचाल करण्यानंच त्यांना इतक्या वेदना होतात की, केवळ त्यासाठी ते बाथरूमला जाण्याऐवजी बसल्याजागीच – पँटमध्येच – लघवी करतात.''

तरीही काही वेळा त्यांच्या मनाचा गोंधळ उडतोच. काही-काही वेळा तिलाही शंका येते की, याचं दुखणं खरोखरीचं आहे की, हा केवळ त्याच्या मनाचा खेळ आहे. एक गोष्ट माझ्या लक्षात आलीय – जेव्हा ते कसल्यातरी काळजीत असतात किंवा त्यांची मन:स्थिती ठीक नसते, तेव्हा त्यांची पाठदुखी फार वाईट असते. त्याच्या उलट, जेव्हा ते आनंदी मन:स्थितीत असतात किंवा त्यांचं लक्ष दुसरीकडेच असतं, तेव्हा त्यांची पाठदुखी गायब झाल्यासारखी वाटते. काही वेळा ते नैराश्याच्या गर्तेत कोसळतात, तेव्हा ते काहीही करत असोत, त्यांची पाठदुखी अचानकपणे डोकं वर काढते. त्यांच्या डॉक्टरांप्रमाणेच तिलाही असं वाटतं, त्यांच्यामध्ये कोणतीही शारीरिक आधी-व्याधी नसतानाही ह्यांना पाठदुखीने इतकं हैराण का केलं जावं? किती क्षुल्लक कारणावरून पाठदुखीने डोकं वर काढावं? कधी त्यांचा मूड गेला म्हणून, तर कधी एखादा नकोसा विचार मनात आला म्हणून, तर कधी काहीही कारण नसतानाही ते पाठदुखीने हैराण होतात. क्विनलॅनच्या या अशा वागण्याने तिच्या मनाचा गोंधळ उडतो. तिला नक्की कारण शोधून काढावंसं वाटतं. रोलँड स्कॉट क्विनलॅन हा अपवाद नाही. ज्या रुग्णांना दीर्घकाळ वेदनेला सामोरं जावं लागलंय, त्यांच्यामध्ये क्विनलॅनचा समावेश करावा लागतोय.

चाळीशीतले डॉ. एडगर रॉस हे एक भूलतज्ज्ञ आहेत. ब्रायघॅममधील दीर्घकालीन वेदनेवरील (chronic pain) उपचारकेंद्र आणि बोस्टनमधील विमेन्स हॉस्पिटलचे ते संचालक आहेत. इथेच क्विनलॅन येतात. डॉ. रॉसना भेटायला येणाऱ्या रुग्णांचे किती म्हणून प्रकार वर्णावेत? कुणाला पाठदुखी आहे, तर कुणाला मानेचं दुखणं आहे. सांधेदुखी, सगळं शरीर ठणकतंय, मज्जासंस्थेतील दोषांमुळे निर्माण झालेलं दुखणं, एड्समुळे होणाऱ्या वेदना, कटिप्रदेशातील वेदना, जुनी डोकेदुखी, कर्करोगामुळे होणाऱ्या वेदना, अवयव कापल्यानंतर तो दुखत असल्याची मानसिक वेदना, वगैरे, वगैरे. डॉ. रॉसना भेटायला येणाऱ्या रुग्णांनी यापूर्वी अनेक डॉक्टरांची भेट घेतलेली असते. त्यांच्याकडून तऱ्हेतऱ्हेचे उपचार, अगदी शस्त्रक्रियाही करून घेतलेल्या असतात. पण व्यर्थ! सगळे उपाय थकल्यावर ते डॉ. रॉसकडे येतात.

या केंद्राचं प्रतीक्षालय (waiting room) इतर कुठल्याही डॉक्टरच्या दवाखान्यातील प्रतीक्षालयासारखंच दिसतं. निळ्या रंगाचा जुनाट गालिचा, कधीकाळची

जुनी मासिकं आणि शांतपणे भिंतीला टेकून बसलेले निर्विकार चेहऱ्याचे रुग्ण. एका काचेच्या कपाटात मांडून ठेवलेली सदिच्छापत्रं. मी डॉ. रॉसना भेटलो अन् त्यानंतर माझ्या लक्षात आलं की, एरवीची जी भेटकार्ड असतात, त्या प्रकारातली ही कार्ड नाहीत. या रुग्णांनी डॉ. रॉसना नेहमीच्या पद्धतीने त्यांचा आजार बरा केल्याबद्दल आभारपत्रं लिहिलेली नाहीत, तर त्यांचं दुखणं खरं मानल्याबद्दल, त्यांच्या वेदनेकडे गंभीरपणे पाहिलं म्हणून आभार मानले आहेत. माझ्या मनातला विचार सांगायचा झाला, तर माझ्यासारखे डॉक्टरसुद्धा वेदनातज्ज्ञांचे ऋणी असतात. वरकरणी आम्ही अशा रुग्णांकडे निर्विकारपणे पाहतो, ते उगीचच फार मोठा बाऊ करताहेत असं त्यांना दाखवतो, पण आपापसांत याविषयी बोलत असताना आमच्या मनातली वैफल्याची, एक प्रकारच्या चिडीची भावना बाहेर पडतेच. ते आमच्याकडे अशा काही आजारानिमित्ताने येतात, ज्याचं कारण आम्ही त्यांना समजावून सांगू शकत नाही; ना ज्याच्यावर आमच्याकडे काही उपाय असतो. त्यामुळे होतं एवढंच की, ज्ञान व त्यामध्ये असणारा आमचा अधिकार यांवरील विश्वास मात्र डळमळतो. अशा रुग्णांना डॉ. रॉससारख्या विशेषज्ञाने आपल्या पंखाखाली घेतलं की, आम्हाला आपली सुटका झाल्यासारखं वाटतं.

डॉ. रॉसनी मला त्यांच्या ऑफिसमध्ये नेलं. ज्या वैतागलेल्या, हताश झालेल्या रुग्णांना ते भेटतात, त्यांच्यासाठी डॉ. रॉस अगदी योग्य वाटावेत, असे आहेत. त्यांचं वागणं-बोलणं शांत आहे, त्यांना कसलीही घाई नाही, असा विश्वास ते त्यांच्या रुग्णांच्या मनात सकृतदर्शनीच निर्माण करत असावेत. क्विनलॅनना ज्या प्रकारची समस्या भेडसावते, त्या समस्येने म्हणजे जुन्या, चिवट पाठदुखीने ग्रस्त झालेले अनेक रुग्ण त्यांच्याकडे नेहमीच येत असतात. कामावर न जाऊ शकणाऱ्या लोकांनी दिलेल्या कारणांमध्ये सर्दी-पडशाखालोखाल पाठदुखीचा नंबर लागतो. कामगारांना आजारपणासाठी जी नुकसान भरपाई दिली जाते, त्यातली ४० टक्के रक्कम फक्त पाठदुखीखातर असते. मला तर असं वाटतं की, हल्ली देशात पाठदुखीची साथच आलीय आणि त्यामागचं कारण कुणालाही समजलेलं नाही. पारंपरिकदृष्ट्या विचार केला, तर पाठदुखीचं मुख्य कारण पाठीच्या कण्यावर चुकीच्या ठिकाणी पडलेला दाब हे असतं. याच कारणास्तव आम्ही गेली साठ वर्षं कामाच्या ठिकाणी लोकांना या संबंधात प्रशिक्षण देतो आहोत. आता तर काही 'पाठ-शाळा'ही सुरू करण्यात आल्या आहेत, ज्या इतर अनेक गोष्टींबरोबरच वस्तू योग्य पद्धतीने कशी उचलायची याचंही शिक्षण देतात. वास्तविक पाहता, आता कामगारांना पूर्वीसारखी जड बोजा उचलायची कामं मोठ्या प्रमाणात करावी लागत नाहीत, पण पाठदुखीने हैराण झालेल्यांच्या संख्येत मात्र भरच पडते आहे.

पाठदुखीमागचं यांत्रिक कारण तर माझ्या मते साफच चूक आहे, असं डॉ. रॉस

म्हणतात. ते म्हणाले, "चुकीच्या पद्धतीने वस्तू उचलल्यामुळे एखादा स्नायू ताणला जातो किंवा मणक्याला दुखापत होऊ शकते नाही असं नाही, पण तसा ताण आपल्यापैकी प्रत्येकालाच कधी ना कधी जाणवतो आणि बहुतेकांना त्याचा कायमचा त्रास होत नाही.'' कसल्या प्रकारच्या गंभीर इजेमुळे दीर्घकालीन पाठदुखी निर्माण होते, यासंबंधात आत्तापर्यंत अनेक प्रकारे संशोधन करण्याचे प्रयत्न केले आहेत, पण निश्चित कारण कळलेलं नाही. उदाहरण द्यायचं झालं, तर डॉक्टरांचा असा समज होता की, मणक्यांच्यामधील चकत्यांना इजा झाली, तर पाठ दुखायला लागते; पण अलीकडे जे संशोधन झालंय, ते या समजाला पुष्टी देत नाही. पाठीच्या कण्याचे एमआरआय फोटो पाहिल्यानंतर असं दिसतं की, ज्यांना पाठदुखी नाही त्यांच्याही पाठीतल्या चकत्यांना फुगवटा आलेला असतो. त्याच्या अगदी उलट परिस्थितीही दिसते. म्हणजेच पाठदुखीचा त्रास असलेल्या क्विनलॅनसारख्या अनेक रुग्णांच्या कण्याला काहीही दुखापत झालेली नसते. आणि ज्या माणसांमध्ये काही तरी शारीरिक विकृती असते, त्यांच्यामध्येही विकृतीचं प्रमाण आणि वेदनेची तीव्रता यांमध्ये अर्थाअर्थी काहीही संबंध नसतो.

तुमच्या पाठीच्या स्थितीवरून जर तुम्हाला जुनाट पाठदुखीचा त्रास होईल, हे सांगता येणार नसेल, तर कोणत्या घटकामुळे ते ओळखता येईल? हा रोजच्या जीवनातला इतका साधा प्रश्न आहे की, डॉक्टर किंवा रुग्ण यांपैकी कुणालाच त्याकडे पुरेसं लक्ष द्यावंसं वाटत नाही. काही संशोधनांचा रोख शरीरेतर घटकांकडे आहे, असं दिसतं. उदा. एकाकीपणा, न्यायालयीन खटल्यातली त्या व्यक्तीची गुंतवणूक, कामगारांना मिळणाऱ्या नुकसानभरपाईची पावती, नावडती नोकरी, वगैरे. आमच्या वैद्यकीय व्यवसायातदेखील ही पाठदुखीची साथ आता बळावत चाललीय. वैद्यकीय विमा-व्यावसायिक डॉक्टरांकडेच आदर्श ग्राहक म्हणून पाहत असत. डॉक्टर मंडळी सतत काम करतच राहतात. वर्षानुवर्षं शस्त्रक्रिया टेबलावर झुकून काम केल्याने पाठीला आलेला बाक, सांधेदुखी, वार्धक्य अशी कोणतीही गोष्ट त्यांना कामापासून रोखू शकत नाही. डॉक्टरांनी विमा उतरवावा म्हणून विमा व्यावसायिकांमध्ये चुरस लागलेली असे. एकमेकांवर कुरघोडी करण्यासाठी ते डॉक्टरांना स्वस्तात विमा देत, आकर्षक लाभ देत असत. गेल्या काही वर्षांत पाठदुखी, मानेच्या दुखण्यामुळे त्रासलेल्या डॉक्टरांच्या संख्येत लक्षणीय वाढ झालेली दिसते. आता याचा अर्थ असा नाही की, एकाएकी डॉक्टरांना पाठीवरून ओझी वाहायला लागली आहेत. एक धोक्याचा कंदील मात्र दिसू लागलाय. व्यवस्थापित सेवा (role of managed care) देण्याच्या भूमिकेत बदल झाल्यामुळे वैद्यकीयक्षेत्रातलं कामातून मिळणारं समाधान मोठ्या प्रमाणात घटलं आहे, हे नक्की.

वैद्यकाच्या इतिहासात वेदनेसंबंधी जे विवेचन गेल्या अनेक वर्षांपासून मान्य आहे, त्याचा जनक आहे, रीन देकार्त (Rene Descartes). तीनशे वर्षांपूर्वी त्याने याविषयी भाष्य केलं. देकार्तचं असं म्हणणं आहे की, वेदना ही केवळ शारीरिक पातळीवरील घटना आहे – शरीरातील पेशीसमूहांना इजा झाली की काही विशिष्ट नसांमार्फत त्या मेंदूकडे एक प्रेरणा पाठवतात, ज्यामुळे मनाला वेदनेची जाणीव होते. ही घटना म्हणजे जणू काही मेंदूतील घंटा वाजवण्यासाठी खेचलेली एक दोरी असते. हे विवेचन आपल्या सगळ्यांच्या मन:पटलावर ठाशीवपणे कोरलं गेलंय. विसाव्या शतकातील वेदनेवरील संशोधन मुख्यत्वेकरून या वेदनावाहक नसा आणि त्यांचे वहनमार्ग शोधून काढण्यात खर्ची पडलंय. (ज्या तंतूंपासून ह्या नसा बनलेल्या असतात, त्यांना 'ए-डेल्टा' आणि 'सी-फायबर्स' अशी नावं देण्यात आली आहेत.) दैनंदिन वैद्यकात आम्ही डॉक्टर वेदनेचा विचार कार्टेझिअन संज्ञांनी करतो – वेदना केवळ शारीरिक पातळीवरील असते, कुठल्यातरी मांसपेशींना दुखापत झाल्यामुळे वेदना जाणवते. त्याचमुळे एखाद्या रुग्णाला वेदना होत असतील, तर आम्ही त्यांच्या मणक्यांमधील चकतीला मार बसलाय का, हाड तुटलंय का, जंतूसंसर्ग झालाय का किंवा एखादी गाठ निर्माण झालीय का, ते तपासतो आणि मग जे काही कारण सापडतं, त्यावर उपाय योजतो.

मात्र या प्रकारच्या यांत्रिक विवेचनातील त्रुटी गेल्या काही वर्षांत आम्हाला जाणवू लागल्या आहेत. उदाहरणाने सिद्ध करायचं झालं, तर दुसऱ्या जागतिक युद्धादरम्यान लेफ्टनंट कर्नल, हेन्री के. बीचर यांनी युद्धभूमीवर गंभीर जखमी झालेल्यांविषयी एक नमुनेदार अभ्यास केला. कार्टेझिअन पद्धतीनुसार जखम जितकी गंभीर, तितकी वेदनाही अधिक. पण जखमी सैनिकांच्या बाबतीत हा नियम लागू पडला नाही. ५८ टक्के सैनिकांना मोठ्या जखमा, अनेक ठिकाणची हाडं तुटलेली, बंदुकीच्या गोळ्यांमुळे जखमा झालेल्या, अवयवांची चिरफाड झालेली असूनही त्यांनी फार वेदना होत असल्याची तक्रार केली नाही. काहींना तर मुळीच वेदना होत नव्हत्या. फक्त २७ टक्के रुग्णांनी वेदनाशामक औषधांची मागणी केली. पण सामान्य नागरिकांना इतक्या गंभीर जखमा झाल्या, तर अमली पदार्थच हवे असतात. याचाच अर्थ हा होता की, त्यांच्या मनातील विचारांचाच हा परिणाम होता. आपण युद्धभूमीवर जखमी होऊनही जिवंत राहिलो याचाच त्यांना इतका आनंद झाला की, त्यामुळे जखमांनी पाठवलेले संदेश त्यांच्या मेंदूपर्यंत पोहोचलेच नाहीत, असं बीचरला वाटत होतं. त्यानंतर हळूहळू लोकांच्या ध्यानात येऊ लागलं की, वेदनेचं स्वरूप त्याहून पुष्कळ गुंतागुंतीचं आहे.

कॅनडातील मानसशास्त्रज्ञ रोनाल्ड मेल्झॅक आणि ब्रिटिश मानसशास्त्रज्ञ पॅट्रिक वॉल यांनी १९६५मध्ये पारंपरिक कार्टेझिअन सिद्धान्ताऐवजी वेदनेचा 'प्रवेश

नियंत्रण सिद्धान्त' (Gate-Control Theory of Pain) मांडला. तो असा की, वेदनावाहक संकेत मेंदूपर्यंत पोहोचण्यापूर्वी ते मज्जारज्जूत असलेल्या दरवाज्यातून आत जावे लागतात. त्या ठिकाणी हे संकेत वर मेंदूच्या दिशेने पाठवले जातात किंवा खाली भिरकावले जातात. काही लोकांच्या बाबतीत हा काल्पनिक दरवाजा वेदनावाहक संकेतांना मेंदूकडे जाऊच देत नाही. लवकरच संशोधकांनी हा दरवाजा म्हणजे आपल्या मज्जारज्जूतला 'डॉर्सल हॉर्न' आहे, हे शोधून काढलं. या सिद्धान्तामुळे काही अत्यंत साध्या कोड्यांचीही उकल झाली. उदा. दुखऱ्या पायाला हाताने चोळलं की, आराम का मिळतो? (चोळण्याच्या क्रियेद्वारे या 'डॉर्सल हॉर्न'ला दरवाजा बंद करण्याचा हुकूम दिला जातो, त्यामुळे जवळपासच्या वेदनावाहक नसा मेंदूकडे संकेत पाठवू शकत नाहीत.)

मेल्झॅक आणि वॉलच्या सिद्धान्तातली सगळ्यात धक्कादायक गोष्ट ही होती की, या दरवाज्यावरचं नियंत्रण संवेदनावाहक नसांनी पाठवलेल्या संकेतांवर अवलंबून नसतं, तर आपल्या भावना आणि मेंदूतून बाहेर पडलेले इतर विचार यांवरही अवलंबून असतं. वेगळ्या शब्दांत सांगायचं झालं, तर त्यांच्या म्हणण्याचा अर्थ हा की, नुसती दोरी खेचल्याने घंटा वाजेलच असं नाही. ही घंटा, माणसाचं मन – वेदनेला थांबवू शकते. त्यांच्या या सिद्धान्ताने पुढील अनेक संशोधनांना चालना दिली. इतर अनेक घटक – आपली मन:स्थिती, लिंग आणि आपल्या धारणा, विश्वास – यांवर वेदनेची अनुभूती अवलंबून असू शकते. एका अभ्यासपूर्ण संशोधनासाठी संशोधकांनी एका ब्रिटिश बॅले कंपनीच्या ५२ बॅले नृत्यांगनांमधील वेदनांची मर्यादा तसंच सहनशक्तीची मर्यादा जाणून घेण्याचा प्रयत्न केला. विद्यापीठातील ५३ विद्यार्थ्यांचाही त्यांनी अभ्यास केला. त्याकरिता त्यांनी 'कोल्ड प्रेसर' ही नेहमी वापरली जाणारी पद्धत वापरली. ही चाचणी अतिशय सोपी असते. (घरी मी माझ्यावरही तिचा प्रयोग करून पाहिला!) सुरुवातीला आपल्या शरीराचं जे तापमान असतं, त्याच तपमानाच्या पाण्यात दोन मिनिटं हात बुडवायचा. त्यामुळे तुमची पायाभूत स्थिती ठरते. त्यानंतर तुम्ही बर्फाच्या पाण्यात हात बुडवायचा असतो. या क्षणी घड्याळात वेळ मोजायला सुरुवात होते. हातात कळा येऊ लागल्या की, घड्याळात बघायचं – ही तुमची वेदनेची मर्यादा. जेव्हा कळा असह्य होऊ लागतात, तेव्हा पुन्हा एकदा घड्याळात बघायचं – ही तुमच्या सहनशक्तीची उच्चतम मर्यादा. काहीही झालं, तरी दोन मिनिटांनंतर ही चाचणी थांबवली जाते, कारण त्यापेक्षा जास्त वेळा हात गार पाण्यात ठेवला, तर हाताला इजा होऊ शकते.

ह्या चाचणीचे निकाल लक्षवेधी होते. साधारणपणे स्त्री विद्यार्थ्यांनी १६व्या सेकंदाला कळ येत असल्याचं सांगितलं आणि ३७व्या सेकंदाला पाण्यातून हात

बाहेर काढला. स्त्री नर्तकांनी दोन्ही बाबतीत जवळजवळ तिप्पट जास्त वेळ पाण्यात हात ठेवला. दोन्ही गटातल्या पुरुषांची वेदनेची आणि सहनशक्तीची मर्यादाही स्त्रियांपेक्षा जास्त होती – तेच अपेक्षित होतं. कारण आत्तापर्यंत असं सिद्ध झालं आहे की, पुरुषांपेक्षा स्त्रिया वेदनेच्या संदर्भात अधिक संवेदनशील असतात. अपवाद – गरोदरपणातील शेवटचे काही आठवडे. विशेष म्हणजे पुरुष नर्तकांमध्ये आणि पुरुष विद्यार्थ्यांमध्येही तितकाच मोठा फरक होता. हा फरक कशामुळे असू शकेल? याचं कारण बॅले नर्तकांच्या मानसिकतेत असू शकतं – सर्वच बॅले नर्तकांची स्वत:बाबतची शिस्त, शारीरिक क्षमता आणि स्पर्धात्मकता वाखाणण्यासारखी असते. त्यांच्यात जुन्या, दीर्घकाळच्या इजांचं प्रमाणही जास्त असतं. एक प्रकारचं झपाटलेपण हे त्यांच्या व्यक्तिमत्त्वाचं वैशिष्ट्य असतं. 'स्पर्धात्मकता' हे त्यांचं सांस्कृतिक लक्षण असतं. या दोन्ही गुणांमुळे ते वेदनेला सरावलेले असतात. त्याचमुळे पाय मुरगळला, भार पडल्यामुळे हाड मोडलं, तरी ते नाच करतच राहतात. निम्म्यापेक्षा अधिक नर्तकांना त्यामुळे दीर्घकाळ रेंगाळणाऱ्या जखमा होतात. (नर्तक नसलेल्या इतर लोकांप्रमाणे माझ्याही हाताला २५ सेकंदांनतर वेदना जाणवली, पण मी संपूर्ण दोन मिनिटं हात पाण्यात ठेवू शकलो. आम्हा निवासी शल्यविशारदांमध्ये किती आज्ञाधारकपणा असतो, याचा अंदाज यावरूनच इतरांना बांधता येईल.)

अशाच प्रकारचे जे अभ्यास करण्यात आले आहेत, त्यावरून काही निष्कर्ष काढण्यात आले आहेत – बहिर्मुखी व्यक्तीची वेदना सहन करण्याची क्षमता अंतर्मुखी व्यक्तीपेक्षा जास्त असते, अमली पदार्थांचं सेवन करणाऱ्या व्यक्तींमध्ये वेदना जाणण्याची व सहन करण्याची क्षमता कमी असते, प्रशिक्षणाने आपल्याला संवेदनशीलता कमी करता येते. आणखी एक लक्षणीय पुरावा हाती आला आहे. तो म्हणजे, काही साध्या सूचनांद्वारेदेखील वेदनेवर प्रभावी परिणाम करता येतात. ज्यांच्या दातांवर शस्त्रक्रिया होणार होती, अशा ५०० रुग्णांवर एका अभ्यासांतर्गत एक प्रयोग करण्यात आला. ज्यांना औषधविरहित द्रवाचं इंजेक्शन देण्यात आलं होतं आणि असं सांगण्यात आलं होतं की, त्यांना वेदना होणार नाहीत, त्या रुग्णांना जाणवलेल्या वेदना, औषधविरहित इंजेक्शन दिलेल्या; पण काहीच आश्वासन न दिलेल्या व्यक्तींपेक्षा कमी होत्या. इतकंच नव्हे, तर ज्यांना खरोखरच बधिरता आणणारं इंजेक्शन देण्यात आलं होतं, त्यांच्यापेक्षाही कमी वेदना या लोकांना जाणवली. आता हे अनेक पुराव्यांवरून सिद्ध झालंय की, वेदनाचा अनुभव येण्यामध्ये माणसाच्या मेंदूचा सहभाग असतो. फक्त दोरी खेचली म्हणजे घंटा वाजते; हे खरं नाही. आज प्रत्येक वैद्यकीय पाठ्यपुस्तकात हा 'प्रवेश-नियंत्रण सिद्धान्त' (गेट-कंट्रोल) सांगितलेला असतो. अर्थात, त्यातही एक अडचण आहेच

– क्विनलॅनसारख्या माणसांची समस्या काय आहे, त्याचं स्पष्टीकरण ही पुस्तकं देत नाहीत.

गेट-कंट्रोल सिद्धान्ताने देकार्तचं मत – आपण ज्याला वेदना असं समजतो, तो एक दुखापत झालेल्या मांसपेशींनी नसांच्या माध्यमातून मेंदूला पाठवलेला संकेत असतो – ग्राह्य मानलं आहे. त्यालाच आणखी एक संकल्पना जोडण्यात आली आहे. ती म्हणजे हा दुखापतीविषयीचा संकेत मेंदूकडे जाण्याआधी एका नियामक दरवाज्यातून – डॉर्सल हॉर्न – पुढे जातो आणि या दरवाज्यावर मेंदूचा ताबा असतो. पुन्हा एकदा क्विनलॅनचं उदाहरण घेऊ. त्यांच्या पाठीला – पाठीच्या कण्याला किंवा मणक्यांना कुठेही दुखापत झालेली नसूनही त्यांना असह्य पाठदुखीचा त्रास का सहन करावा लागतोय? दुसरं एक उदाहरण कापून टाकलेल्या अवयवाच्या वेदनेचं देता येईल. दुखरा, निकामी अवयव कापून काढल्यानंतरही बहुतेक रुग्णांना पुढे अनेक दिवस जणू काही तो अवयव अजूनही त्यांच्या शरीराचा हिस्सा असल्याप्रमाणे त्या जागी सतत आग होत राहते किंवा पेटके येतात. आता विचार केला, तर एखादा अवयव कापून काढल्यानंतर तिथे ज्यांच्यावर दरवाज्याचं नियमन आहे, अशा कुठल्याही वेदनावाहक नसा नसतात. मग ही वेदना कुठून येते? आता टाळी वाजवली जात नाहीये, खेचण्यासाठी दोरीही नाहीये, तरीही घंटा वाजू शकते, हे एक गौडबंगालच आहे, असं नाही का वाटत तुम्हाला?

१९९४ सालच्या वसंत ऋतूतील एक दिवस. जॉन्स हॉपकिन्स रुग्णालयात एका रुग्णाला शस्त्रक्रियाकक्षात आणलं गेलं. त्याचे हात प्रचंड प्रमाणात कंप पावत होते. शल्यविशारद होते, मेंदूतज्ज्ञ डॉ. फ्रेडरिक लेंझ. ३६ वर्षांच्या या रुग्णाला आपण 'मार्क टेलर' असं म्हणू या. त्याच्या हातातील कंप इतका वाढला होता की, लिहिणं, शर्टाची बटणं लावणं, हातात पेला धरून पाणी पिणं किंवा संगणकावर टंकलेखन करणं, वगैरे साधीसाधी कामंही त्याला करता येत नव्हती. मार्क एक विक्री-प्रतिनिधी होता. औषधांचा काही उपयोग झाला नाही. बिचाऱ्याला दोन-तीन वेळा या समस्येमुळे नोकऱ्या गमवाव्या लागल्या. शेवटचा उपाय म्हणून तो एका नाजूकशा शस्त्रक्रियेला तयार झाला. मेंदूतील अतिशय कंपने निर्माण करणारा एक भाग ज्याला 'थॅलॅमस' असं नाव आहे, त्यातल्या काही पेशी नष्ट केल्या जाणार होत्या.

टेलरला आणखीही एक मोठा विकार होता – गेली सतरा वर्षं त्याला 'पॅनिक डिसॉर्डर' (ऐन वेळी अवसान गळणे.) हा त्रास होता. आठवड्यातून एकदा तरी, मग तो आपल्या ऑफिसमध्ये संगणकावर काम करत असो वा घरी स्वयंपाकघरात मुलाला भरवत असो, त्याच्या छातीत अगदी अचानकपणे जोराच्या कळा उमटू

लागत. त्याच्याकडे पाहणाऱ्याला असं वाटायचं की, याला बहुतेक हृदयविकाराचा झटकाच येतोय. त्याचं हृदय धडधडू लागे, कानात दडे बसत, त्याचा श्वास कोंडला जात असे आणि आहे त्या जागेहून पळ काढावा, असं त्याला होत असे. अशी समस्या असताना त्याच्यावर शस्त्रक्रिया कशी करायची, हा प्रश्न डॉ. लेंझना पडला. त्यांनी एका मानसशास्त्रज्ञाला ही समस्या सांगितली; तेव्हा त्यांनी सांगितलं, ''ह्या विकारामुळे शस्त्रक्रियेत काही अडचण येणार नाही, तुम्ही बिनधास्त राहा.''

लेंझ म्हणतात, सुरुवातीला सगळं काही माझ्या अपेक्षेप्रमाणे घडलं. त्यांनी टेलरला स्थानिक बधिरता आणणारं इंजेक्शन दिलं – रुग्ण जागृतावस्थेत असतानाच ही शस्त्रक्रिया केली जाते – आणि त्यानंतर त्याच्या कवटीत वरच्या बाजूला एक भोक पाडलं. नंतर त्यांनी सावधगिरी बाळगत विजेचं शोध घेणारं एक लांब, पण बारीक उपकरण त्या भोकातून थॅलॅमसपर्यंत पोहोचेल, अशा बेताने आत घातलं. ही क्रिया चालू असताना सगळा वेळ ते टेलरबरोबर बोलत होते – त्याला जीभ बाहेर काढायला सांगत होते, हात हलवायला सांगत होते, इतरही अशा अनेक क्रिया करायला सांगत होते, ज्यामुळे टेलरची स्थिती ठीक आहे, हे त्यांना समजत होतं. या प्रकारच्या शस्त्रक्रियेतला मोठा धोका हा असतो की, अनवधानाने चुकीच्या पेशी जाळल्या जाऊ शकतात. थॅलॅमसमधील ज्या पेशींमुळे कंप निर्माण होतात, त्यांच्यापासून केवळ मिलीमीटरपेक्षाही कमी अंतरावर दुसऱ्या पेशी असतात, ज्यांच्यामुळे आपल्याला संवेदना आणि हालचाली करता येतात. लेंझ ज्या दुसऱ्या, मोठ्या उपकरणाच्या साहाय्याने थॅलॅमसमधील ज्या पेशी जाळून नष्ट करणार होते, त्या नक्की कोणत्या हे त्यांना जाणून घ्यायचं होतं. त्यासाठी ते सुरुवातीला घातलेल्या उपकरणातील विजेच्या सौम्य प्रवाहाने त्या पेशींना चेतावणी देत होते. ज्या वेळी हे उपकरण टेलरच्या मेंदूतील १९व्या स्थानावर (हा क्रमांक लेंझनी दिलेला होता.) पोहोचलं, तेव्हा त्यांनी कमी वीजदाबाच्या साहाय्याने त्यावर फटका मारला. अशा प्रकारची क्रिया त्यांनी यापूर्वी निदान हजार वेळा तरी केलेली होती. असा फटका मारल्यानंतर रुग्णाच्या कोपरापासून खालच्या बाहूला झिणझिण्या आल्यासारखं वाटतं. टेलरलाही निश्चितपणे हीच संवेदना जाणवली. त्यापाठोपाठ लेंझनी टेलरच्या मेंदूतील २३नंबरच्या स्थानाला तसाच फटका दिला. या भागाला फटका दिल्यानंतर सामान्यत: रुग्णाला छातीत बारीकशी लहर उठल्यासारखं वाटतं, पण टेलरला मात्र कल्पनेपेक्षाही फारच मोठी वेदना जाणवली – खरं सांगायचं, तर एरवी त्याला छातीत दुखण्याचा जो अनुभव येत असे, तसाच अनुभव त्याला या वेळीही आला. त्या वेळी त्याचा श्वास कोंडायचा, आपण आता मरणार असं वाटायचं, तसंच त्याला या वेळीही वाटलं. तो एकदम ओरडला आणि टेबलावरून जवळजवळ खालीच कोसळला. लेंझनी वीजप्रवाह थांबवताच ती

संवेदनाही गायब झाल्यासारखी झाली व टेलर पुन्हा पूर्ववत शांत झाला. लेंझ गोंधळात पडले. खातरी करून घेण्यासाठी त्यांनी परत एकदा वीजप्रवाह २३ क्रमांकाच्या स्थानात सोडला, तेव्हा पुन्हा तेच घडलं. ते तत्क्षणी थांबले, त्रास दिल्याबद्दल त्यांनी टेलरची क्षमा मागितली आणि कंपन निर्माण करणाऱ्या पेशींचा शोध घ्यायला सुरुवात केली. त्या पेशी सापडताच लेंझनी त्या जाळून नष्ट केल्या. ती शस्त्रक्रिया यशस्वी ठरली.

ही क्रिया करत असतानाच लेंझचं मन चक्रावून गेलं होतं. या पूर्वी केवळ एकदाच असा परिणाम घडल्याचं त्यांनी अनुभवलं होतं. त्या वेळी ते एक ६९ वर्षांच्या स्त्रीवर शस्त्रक्रिया करत होते. तिला बरीच वर्षं 'अंजायना'च्या वेदना होत असत, त्यांची तीव्रता असह्य होत असे आणि केवळ दगदग केल्यामुळेच नव्हे; तर थोड्याफार हालचालीनेही तिला त्रास होत असे. इतपत हालचालींनी, खरं पाहता, हृदयावर ताण पडत नाही. तिच्यावर त्यांनीच तशाच प्रकारची एक लहानशी शस्त्रक्रिया केली, तेव्हा त्यांच्या लक्षात आलं की, मेंदूतल्या छोट्याशा भागात विजेचा प्रवाह सोडताच नेहमीप्रमाणे बारीकशी लहर न उठता खूपच मोठी कळ उठली. टेलरच्या बाबतीतही हेच घडलं होतं. तिने त्या वेदनेचं वर्णन काळजात खोलवर उठलेली जीवघेणी, पिळवटून टाकणारी कळ असं वर्णन केलं. ह्यात दडलेल्या अर्थाकडे एखाद्याने दुर्लक्ष केलं असतं, पण लेंझनी वर्षानुवर्षं 'वेदना' या विषयाचा अभ्यास केला असल्यामुळे त्यांच्या लक्षात आलं की, त्यांच्या कृतीने काहीतरी महत्त्वाचा परिणाम घडला होता, त्यातून काहीतरी सूचित होत होतं. पुढे त्यांनी 'नेचर मेडिसिन' या मासिकात लिहिलेल्या एका अहवालात असं म्हटलं, जितक्या दाबाचा विद्युत प्रवाह सोडला होता, त्यापेक्षा कितीतरी मोठ्या प्रमाणात या दोन रुग्णांनी प्रतिसाद दिला होता. सर्वसामान्य रुग्णांना किंचित लहर उठल्यासारखी संवेदना जाणवते, पण या दोन रुग्णांना तो छळ वाटला होता. त्यांच्या मेंदूतले काही भाग जे सामान्य संवेदनांवर नियंत्रण ठेवतात, ते या रुग्णांच्या बाबतीत फारच संवेदनशील बनले होते. साध्याशा उत्तेजनेमुळे जणू काही आगीचा भडका उडाला होता. त्या स्त्रीच्या बाबतीत छातीत सुरुवातीला येणाऱ्या कळा तिच्या हृदयविकारांचं द्योतक होत्या, पण आता तशीच कळ उठली होती, तेव्हा ती हृदयविकाराचा झटका येणार असं दर्शवत नव्हती. टेलरची कथा तर आणखीनच विचित्र होती – त्याच्या बाबतीत छातीतली कळ हृदयाला झालेल्या विकाराचा परिणाम नव्हती, तर त्याला झालेल्या 'पॅनिक डिसॉर्डर'चा परिणाम होती. त्याची समस्या बहुतांशी मानसिक होती. लेंझने जे निष्कर्ष काढले आहेत, त्यांचा मथितार्थ हा की, सर्व वेदनांचं स्थान आपल्या मेंदूतच असतं. त्यापुढे जाऊन ते मार्क टेलर आणि रोलँड स्कॉट यांच्यासारखंच असं म्हणतात की, आपल्या शरीरातली वेदनाव्यवस्था

भरकटत जायला कसल्याही जखमेची गरज नसते.

वेदनेसंबंधातली ही सर्वांत नवी विचारप्रणाली आहे. हिचे प्रणेतेही मेल्झॅक आहेत. १९८०च्या उत्तरार्धात त्यांनी 'प्रवेश-नियंत्रण प्रणाली' सोडून दिली आणि त्यांच्यावर विश्वास न ठेवणाऱ्या श्रोत्यांना सांगितलं की, त्यांनी पूर्वीची वेदनेसंबंधीची समजूत पुन्हा नव्याने तपासून पाहावी. ते म्हणतात की, आपण आता असा विचार करणं सोडून द्यायला हवं की, वेदना किंवा इतर कुठलीही संवेदना मेंदूमध्ये निर्विकार पद्धतीने स्वीकारली जाते. हे खरं आहे की, दुखापतीमुळे नसांद्वारे काही संकेत मज्जारज्जूच्या दरवाज्यातून पुढे जातात, पण वेदनेचा अनुभव मेंदूतच निर्माण होतो. बाहेरून काही उत्तेजना मिळाली नाही, तरीही मेंदू तो अनुभव निर्माण करू शकतो. मेल्झॅक पुढे म्हणतो, एखाद्या वेड्या शास्त्रज्ञाने तुमचं फक्त मेंदूत रूपांतर केलं आणि तुम्हाला एका काचेच्या बरणीत ठेवलं, तरीही तुम्हाला वेदना जाणवेल – इतकंच नव्हे तर सर्व प्रकारच्या संवेदना तुम्हाला जाणवू शकतील.

आताच्या नव्या सिद्धान्तानुसार वेदना आणि इतर संवेदना आपल्याला आपल्या मेंदूमध्ये स्वतंत्र मज्जापेशींसमूहाच्या (neuromodules) रूपात जाणवतात. त्यांची तुलना आपल्या संगणकातील हार्ड ड्राइव्हवरील स्वतंत्र प्रोग्रॅमशी किंवा संगणकात वापरण्यात येणाऱ्या सीडीवरील वेगवेगळ्या ट्रॅकशी करता येईल. जेव्हा आपल्याला वेदना जाणवते, तेव्हा आपला मेंदू तो पेशीसमूह जागवत असतो. ज्याप्रमाणे आपल्या सीडीप्लेयरचं प्ले हे बटण दाबताच गाणं सुरू होतं, तसाच हा प्रकार असतो. अनेक गोष्टी हे बटण दाबू शकतात (एखादा मेंदूतज्ज्ञही कमी दाबाचा वीजप्रवाह वापरून योग्य त्या मज्जापेशीला फटका मारू शकतो.). मेल्झॅकच्या विवेचनानुसार वेदनामज्जापेशीसमूह हा काही शरीराचा वेगळा घटक नाही, तर ते एक जाळं आहे, ज्यामुळे संपूर्ण मेंदूतील वेगवेगळे भाग जोडले जातात. मेंदूत प्रवेश करणारी माहिती वेगवेगळी इंद्रियं, स्मृतिकोश, मन:स्थिती आणि इतर केंद्रांकडून मज्जापेशींमार्फत पाठवली जाते. एखाद्या समितीचे सदस्य ज्याप्रमाणे गाणं वाजवायचं की नाही हा निर्णय घेतात, त्याप्रमाणेच हे घडतं. हे संकेत एका विशिष्ट पातळीला पोहोचतात, तेव्हा ते मज्जापेशीसमूहाला चालना देतात. त्यानंतर जे संगीत सुरू होतं, त्यात फक्त एकच सूर नसतो. वेदना ही एखाद्या वाद्यवृंदाने वाजवलेल्या संगीतरचनेसारखी असते – तो एक संमिश्र प्रतिसाद असतो. त्यामध्ये केवळ इंद्रियजन्य ज्ञान नसतं, तर शारीरिक हालचालींही असतात, भावनिक बदल असतात, लक्ष केंद्रित करणं असतं आणि एक नवी कोरी स्मृतीही असते.

या सगळ्या विश्लेषणानंतर एकदम असं वाटू लागतं, जेव्हा आपल्या पायाच्या बोटात ठणका लागतो किंवा ठुसठुसू लागतं, तेव्हा ते अगदी साधं नसतं. या मतानुसार बोटाकडून निघालेला संकेत मज्जारज्जूतील दरवाजातून पार व्हावा

लागतो. त्या दरवाजातून तो पुढे गेला की, तो मेंदूतील अनेक संकेतांमध्ये मिसळून जातो. यातले काही संकेत स्मृतिकोशातून आलेले असतात, तर काही अपेक्षांसंबंधी असतात. मन:स्थिती, लक्ष विचलित करणाऱ्या गोष्टीही काही संकेत पाठवत असतातच. या सगळ्यांचा एकत्रित परिणाम म्हणून बोटातील मज्जापेशीसमूह कार्यरत होतो. काही लोकांमध्ये शारीरिक उत्तेजना रद्द झाल्यासारखी होते आणि मग दुखऱ्या बोटाकडे त्यांचं लक्षच जात नाही. इथपर्यंत आश्चर्यकारक असं काही नाही. आता आपण एक कल्पना करू शकतो – मेल्झॅकच्या संकल्पनेतील मूलगामी गुंतागुंत हीच आहे – बोटाला ठेच न लागताही हाच मज्जापेशीसमूह कार्यरत होऊ शकतो आणि अगदी खरीखुरी वेदना निर्माण करू शकतो. मार्क टेलरच्या मेंदूतील २३नंबरची जागा जशी विद्युतप्रवाहामुळे उत्तेजित झाली आणि त्याला वेदनेचा अनुभव आला, त्याच पद्धतीने बोटातही वेदनेचा अनुभव येऊ शकतो. याचा दुसरा अर्थ असा की, इतर कशानंही तो मज्जापेशीसमूह कार्यरत होण्याची शक्यता आहे – साध्या स्पर्शाने, भीतीच्या जाणिवेनं, वैफल्याच्या भावनेने किंवा केवळ एखाद्या आठवणीनंही.

वेदनेच्या मानसशास्त्राच्या नवा सिद्धान्ताने अतिशय विचित्रपणे का होईना, पण वेदनेवरील औषधशास्त्राला एक नवी दिशा दाखवली आहे. या विषयाच्या अभ्यासकांना अशा औषधाचा शोध घ्यायचाय, जे जुनाट वेदनेवर मॉर्फिनहून अधिक परिणामकारक असेल, पण त्यात मॉर्फिनचे दोष – रुग्णाचं त्यावरील अवलंबित्व, त्यामुळे येणारी गुंगी आणि हालचालींसाठी वापरल्या जाणाऱ्या स्नायूंना येणारी दुर्बलता – नसतील. एखाद्या माणसाची मज्जासंस्था जास्तच जोरात काम करत असेल, तर तिला शांत करणाऱ्या औषधाची गरज असते. म्हणूनच जी गोष्ट एका दशकापूर्वी विचित्र सुधारणा वाटली असती, ती आता घडते आहे. वेदनातज्ज्ञ आता अधिकाधिक प्रमाणात 'कार्बामॅझेपाइन' आणि 'गॅबापेंटिन'सारखी फेफरेविरोधी औषधं त्यांच्या उपचारांना दाद न देणाऱ्या रुग्णांना घ्यायला सांगत आहेत, कारण ही औषधं तोच परिणाम घडवतात – मेंदूच्या पेशींचं अतिरिक्त उत्तेजन त्यांच्यामुळे नियंत्रित होतं. ही औषधं काही लोकांनाच उपयोगी पडतात असं दिसून आलं आहे – क्विनलॅनला सहा महिने गॅबापेंटिन दिलं असूनही त्याचा फारसा उपयोग त्यांना झालेला दिसत नाही. मात्र औषधकंपन्या मज्जापेशींना स्थिर करणारी औषधं बनवण्याचा आटोकाट प्रयत्न करत आहेत. अलीकडेच 'न्यूरेक्स' या सिलिकॉन व्हॅलीतील छोट्या औषधकंपनीने (आता तिचं नामकरण 'एलान फार्मास्युटिकल' असं करण्यात आलं आहे.) एक वेदनाशामक औषध बनवलं आहे, त्यातील मुख्य घटक 'कोनस' नावाच्या एका सागरी गोगलगायीपासून मिळवला आहे. यामागची विचारसरणी अशी की, विषामध्ये जैविक सामर्थ्य मोठ्या प्रमाणात असतं. आत्तापर्यंत शास्त्रज्ञांनी अनेक नैसर्गिक

प्रथिने औषधं म्हणून वापरली आहेत, पण आपल्या पचनयंत्रणेला त्यांचं विघटन करणं जमलेलं नाही, तसं या विषांबद्दल झालेलं नाही. शास्त्रज्ञांनी एक युक्ती केली; त्यांनी या विषाची तीव्रता कमी केली आणि त्यांच्यात वैद्यकीय उपयुक्तता आणण्यासाठी काही बदल केले. मज्जापेशी कार्यरत होण्यासाठी मेंदूतील काही विशिष्ट मार्गातून त्या पुढे जाव्या लागतात, ते मार्गच या विषाने बंद होतात. त्यामुळे त्या मज्जापेशी मरतात. काही बदल करून न्यूरेक्सच्या शास्त्रज्ञांनी 'झायकोनोटाइड' हे औषध बनवलं, जे मज्जापेशींचा मार्ग थोड्याच प्रमाणात रोखतात. वेगळ्या शब्दांत सांगायचं, तर ते मज्जापेशींना मारत नाही; फक्त त्यांची उत्तेजित होण्याची क्षमता कमी करतं. सुरुवातीच्या वैद्यकीय चाचण्यांमध्ये झायकोनोटाइडने कर्करोग आणि एड्‌समुळे होणाऱ्या जुनाट वेदनांवर नियंत्रण मिळवलं. आता ॲबट लॅबॉरेटरीजही एक नवं वेदनाशामक – एबीटी-५९४ बनवण्याच्या मार्गावर आहे. इक्वेडॉरमध्ये आढळणाऱ्या एका बेडकाच्या शरीरातून जे विष बाहेर टाकलं जातं, त्या विषाशी या मिश्रणाचा संबंध आहे. सुरुवातीला प्राण्यांवर जे प्रयोग केले गेले, त्यांचा वृत्तांत 'सायन्स' या मासिकात छापला गेला होता. त्यात असं म्हटलं होतं की, वेदनाशामकतेच्या बाबतीत एबीटी-५९४ मॉर्फिनपेक्षा ५० पट जास्त प्रभावी आहे. हीच कंपनी वेदनेवरील आणखी काही औषधं बाजारात आणण्याच्या मार्गावर आहे, त्यामध्ये एक प्रकार आहे, जे 'एनएमडीए विरोधक' (NMDA antagonists) म्हणून ओळखलं जातं. ह्या औषधांमुळेही मज्जापेशींची उत्तेजकता कमी होते. क्विनलॅनला आणि त्याच्यासारख्या अनेक लोकांना यांपैकी एखादं औषध उपयोगी ठरू शकेल.

कितीही उपयुक्त, प्रभावी ठरली तरी शेवटी ही औषधं म्हणजे रामबाण उपाय नाहीत. संशोधकांपुढचा मूलभूत प्रश्न हा आहे की, अशा रुग्णांमधील वेदना निर्माण करणारी यंत्रणा काबूत कशी ठेवायची. ज्या लोकांना जुनाट वेदनेपासून त्रास होत असतो, त्यांपैकी बहुतेकांना पूर्वी कधीतरी दुखापत झालेली असते. तिथूनच त्यांच्या वेदनेची कहाणी सुरू होते. इतिहासाचा विचार केला, तर आपण असं म्हणू शकतो की, जुनाट वेदना उद्‌भवू नयेत, यासाठी स्नायूंवरचा तीव्र ताण कमी करायचे प्रयत्न आपण केले आहेत. कामगार आणि त्यांच्या सभोवतालची परिस्थिती यांचा अभ्यास करणारं शास्त्र (ergonomics industry) याच संकल्पनेवर आधारित आहे. तरीही असं म्हणावं लागतं की, डॉ. रॉस यांचं वेदनाचिकित्सालय आणि लेंझ यांचं 'ऑपरेशन टेबल' आपल्याला असं मानायला भाग पाडतं की, रुग्णांचे स्नायू आणि हाडं यांच्यातच वेदनेचं मूळ नाही. ते कुठेतरी वेगळ्याच ठिकाणी आहे. मला तर असंही म्हणावंसं वाटतं की, काही प्रकारच्या जुनाट वेदना आणि सामाजिक

साथी यांच्यात विलक्षण साम्य आहे.

१९८०च्या दशकाच्या पूर्वार्धात ऑस्ट्रेलियातल्या कामगारांना, खास करून संगणकावर टंकलेखनाचं काम करणाऱ्यांना, अचानकपणे बाहूमध्ये इतक्या वेदना जाणवायला लागल्या की, त्यांना काम करणं अशक्य होऊन बसलं. साथीचं दुखणं असावं, तशी ही लाट सगळीकडे पसरली. डॉक्टरांनी या दुखण्याला ताणाची पुनरावृत्ती झाल्यामुळे होणारी दुखापत – 'आरसीआय' (repetition strain injury) असं नाव दिलं. लेखकांच्या हातात सौम्य प्रकारच्या कळा किंवा पेटके येतात; त्यातला हा प्रकार नव्हता, तर अतिशय तीव्र वेदनांचा प्रकार होता. त्याची सुरुवात टंकलेखन करताना किंवा तसंच परत-परत केलं जाणारं काम करताना जाणवणाऱ्या सौम्यशा त्रासाने झाली, पण पुढे-पुढे त्या व्यक्तीला काहीच काम करणं जमेना, ती अगदी अपंग झाल्यासारखी झाली. वर्षाला साधारणपणे ७४ कामाचे तास अशी व्यक्ती गमावत असे. ह्या माणसांच्या बाबतीतही तेच आढळलं, जे जुनाट पाठदुखी असलेल्या माणसांमध्ये दिसून आलं होतं – त्यांच्यात कुठलंच शारीरिक व्यंग नव्हतं, तरीही त्यांना कुठल्याच उपायांनी बरंही वाटत नव्हतं. बाहूतली ही वेदना साथीच्या रोगाप्रमाणे वाऱ्याच्या वेगाने पसरत होती, एवढं मात्र खरं. १९८१पूर्वी जो प्रकार जवळजवळ अस्तित्वातच नव्हता, तो १९८५ साली अगदी शिगेला पोहोचला आणि त्याने प्रचंड मोठ्या प्रमाणावर कामगारांना ग्रासलं. ऑस्ट्रेलियातील दोन राज्यांतल्या काही उद्योगधंद्यातले ३० टक्के लोक या आजारामुळे वैतागले. त्याच वेळी असंही दिसून आलं की, काही ठिकाणच्या कामगारांना मुळीच त्रास होत नव्हता. एकाच उद्योगाच्या ठिकाणी असे दोन प्रकारचे समूह दिसून आले. 'टेलीकॉम ऑस्ट्रेलिया' या एकाच कंपनीतल्या वेगवेगळ्या विभागांत एकाच दिवशी या दुखण्याचं प्रमाण वेगवेगळं असायचं. हे टेलिफोन स्वागतक कर्मचारी जिथे बसून काम करत असत, तिथल्या भौतिक परिस्थितीत – कामातली पुनरावृत्ती किंवा ते वापरत असलेली उपकरणं – तपास करणाऱ्या अधिकाऱ्यांना काही विशेष फरक जाणवला नाही. याचा अर्थ आरसीआय आणि काम करतानाची परिस्थिती यामध्ये काही संबंध नव्हता. काही काळाने जशी अचानक आली, तशीच अचानक ही साथ निघूनही गेली. १९८७पर्यंत तिचा मागमूसही राहिला नाही. १९८०च्या शतकाच्या उत्तरार्धात तर अशी वेळ आली की, या लक्षणाचा अभ्यास करण्यासाठी संशोधकांना पुरेसे कर्मचारीही मिळेनासे झाले.

खरं सांगायचं, तर जुनाट पाठदुखी हे एक असं दुखणं आहे की, ज्याला एक 'सामाजिक रोग' म्हणून मान्यता देणं अन् वैचारिक आणि राजकीय पातळीवर त्याचा विशेष विचार करणं अशक्यच आहे. त्यामुळे या समस्येच्या मागे काही सांस्कृतिक कारणं आहेत का, हा विचार होण्याची शक्यता दूरच राहणार, हे उघड

आहे. एक गोष्ट खरी – ज्या प्रमाणात ऑस्ट्रेलियात ही साथ पसरली त्यावरून असं सिद्ध होतं की, जी काही कारणं आहेत, ती नक्कीच प्रभावी आहेत; कारण त्यांमुळे राष्ट्रीय स्तरावर अनेक लोकांना अकार्यक्षम बनवलं गेलं आणि तरीही वस्तुस्थिती अशी आहे की, त्याविषयीचं आपलं ज्ञान, त्यामागची कारणं आणि त्यांवरील उपाय फारच तोकडे आहेत. वेगवेगळ्या अभ्यासउपक्रमांचा विचार केला, तर असं दिसतं की सुखी संसार, समाधानकारक नोकरी अशा सामाजिक आधार-संबंधांचा आणि पाठदुखीसारख्या आजारांचा जवळचा संबंध असतो. हे घटक पाठदुखीपासून माणसाचं रक्षण करतात, निदान काही प्रमाणात तरी. संख्याशास्त्राच्या भाषेत बोलायचं झालं, तर आपल्याला हेदेखील माहीत आहे की, आजाराला काही विशिष्ट निदानाचं नाव दिलं आणि त्या रुग्णांना अपंगत्व भत्ता सुरू केला (ज्यायोगे अधिकृतपणे मान्यता मिळते आणि ते कायदेशीरही ठरतं.) तर तेवढ्या कारणावरूनही जुनाट दुखणी पुढे चालूच राहतात. उदाहरण द्यायचं झालं, तर ऑस्ट्रेलियात अनेक शास्त्रज्ञांना असं वाटतं की, दोन कारणांमुळे पाठदुखीची साथ सुरू झाली. पहिलं कारण म्हणजे पाठदुखीला अधिकृतपणे 'आरसीआय' हे नाव देण्यात आलं आणि दुसरं कारण म्हणजे सरकारने या बाबतीत लवकर कार्यवाही केली आणि पाठदुखीमुळे काम करण्यावर परिणाम होतो हे मान्य करून, अशा कामगारांना नुकसानभरपाई द्यायचं मान्य केलं. डॉक्टरमंडळींना हे निदान मान्य झालं नाही आणि विमाकंपन्यांनी अशा अक्षमतेसाठी भरपाई देण्याचं नाकारलं, तेव्हा या आजाराच्या लक्षणांमध्ये मोठ्या प्रमाणात घसरण झाली. असंही दिसून आलं की, बाहूंमधील वेदनेबाबत सुरुवातीच्या काळात बरीच प्रसिद्धी देण्यात आली होती आणि काही ठिकाणी तर कामाच्या जागी आवश्यक ते बदल व्हावेत, म्हणून लोकांनी ह्या प्रकारच्या वेदनांविषयी कळवावं यासाठी जोरदार मोहिमाही काढण्यात आल्या होत्या. अलीकडे अमेरिकेतही कामाच्या जागी उद्‌भवणाऱ्या साथींविषयी, त्यांच्या कारणांविषयी चर्चा, परिसंवाद सुरू झालायेत. या साथीला थोड्या वेगळ्या प्रकारे 'कामातील पुनरावृत्तीमुळे पडणारा ताण', 'हालचालींतील पुनरावृत्तीमुळे निर्माण होणारा आजार' अशी नावं देण्यात आली आहेत. अलीकडच्या काळातलं नवं आवडतं नाव म्हणजे 'वाढत जाणाऱ्या मानसिक ताणामुळे निर्माण होणारा आजार' (cumulative trauma disorder) असं आहे. इथेही यामागचे धोका वाटणारे घटक शारीरिक कमी आणि सामाजिक जास्त असे आहेत.

शारीरिक कारण नसतानासुद्धा उद्‌भवणारी पाठदुखी आणि बाहूंचं दुखणं, हे काही एकमेव नाहीत. संशोधनाद्वारे असं लक्षात आलंय की, अनेक जुनाट दुखण्यांमागचं महत्त्वाचं कारण म्हणजे सामाजिक परिस्थिती असते. ओटीपोटातील दुखणं, 'टेंपोरोमँडीब्युलर' (temporomandibular-joint disorder)सारखे सांध्यातील

आजार आणि जुनाट तणावामुळे येणारी डोकेदुखी हे त्यातलेच काही प्रकार. या सगळ्या विवेचनावरून लोकांनी असा मात्र अर्थ काढू नये की, लोक ह्या प्रकारचा आजार असल्याची बतावणी करतात. मेल्झॅकने सांगितल्याप्रमाणे, जी वेदना शारीरिक इजेशिवायच निर्माण होते, तीदेखील शारीरिक इजेमुळे निर्माण झालेल्या वेदनेइतकीच खरी असते. आपल्या मेंदूत ह्या दोन्ही वेदना एकच प्रकारच्या असतात. म्हणूनच मी म्हणेन की, ज्यांना जुनाट वेदना छळते त्यांच्यावर इलाज करताना, त्यामागची सामाजिक कारणं शोधून सहानुभूतीपूर्वक विचार केला पाहिजे. नुसती शारीरिक कारणं विचारात घेऊन चालणार नाही. खरोखरच अशा जुन्या, चिवट दुखण्यांची कारणं भोवतालच्या परिस्थितीत जास्त आणि रुग्णाच्या शरीरात कमी असतात. वेदनेविषयीचा जो नवा सिद्धान्त अलीकडे मांडला जातो, त्यातले गर्भितार्थ अनेक आहेत, पण त्यातला हा अर्थ सगळ्यात तऱ्हेवाईक तसाच सगळ्यात दूरगामीही वाटतो. त्यामुळेच वेदनेला कारण नसताना कट-कारस्थानाचा दर्जा दिल्यासारखा वाटतोय.

★

उलटीची भावना

सुरुवातीच्या काळात उलटी येऊ लागली, तेव्हा तिला त्यात काळजी करण्यासारखं काही वाटलं नाही. एमी फिट्झपॅट्रिक दोन महिन्यांची गरोदर होती. अल्ट्रासाउंडच्या चाचणीत तिला जुळी मुलं होणार असल्याचं दिसत होतं. यापूर्वी तिने आपल्या बहिणीचं, तसंच काही मैत्रिणींचं गर्भारपण पाहिलं असल्यामुळे या दिवसांत उलट्यांचा त्रास होणार, हे तिला माहीतच होतं. पण अगदी पहिल्यांदा तिला हा अनुभव आला, तेव्हा ती खूपच हादरल्यासारखी झाली होती. त्या वेळी ती न्यू यॉर्क शहरातील एफडीआर ड्राइव्ह या रस्त्यावर आपली होंडा सिटी चालवत ऑफिसला चालली होती. सकाळची वेळ असल्याने रस्त्यावर इतकी वाहने होती की, ताशी पन्नास मैलांपेक्षा अधिक वेगाने गाडी चालवणं शक्यच नव्हतं. अचानक तिला जाणवलं की, आपल्याला उलटी होणार.

एमी फिट्झपॅट्रिक २९ वर्षांची होती. दाट, काळेभोर केस अन् भरपूर उंची असलेल्या एमीची कांती तिच्या आयरिश वंशाला शोभेशी फिकट होती. तिने व्हॉर्टन विद्यापीठातून एमबीए केलेलं होतं, पण गालांवर नाजूकशा खळ्या असलेली एमी अजूनही विशीच्या आतली वाटायची, त्यामुळे कुणीच तिच्याकडे गांभीर्याने पाहायचं नाही. तिचा नवरा बँकेत गुंतवणूक क्षेत्रात काम करत होता. दोघं जण मॅनहॅट्टनमध्ये राहायचे. एमी नॉर्थ शोअर हेल्थ स्कीममध्ये व्यवस्थापकीय सल्लागार म्हणून काम करत होती. तिचं ऑफिस लॉंग आयलंडमधील मॅनहॅसेट भागात होतं. मार्च महिन्यातही सकाळच्यावेळी थंडी जाणवत होती. गाडी थांबवणं तिला अतिशय जरुरीचं वाटलं, कारण जोराची उलटी होणार, हे तिच्या लक्षात आलं. तिने गाडी मुख्य रस्त्यावरून ट्रायबरो पुलाकडे जाणाऱ्या उतारावर उभी केली. तोपर्यंत आपलं डोकं गरगरतंय आणि पोटातही ढवळतंय, असं तिला वाटू लागलं. तिच्या अवस्थेला शास्त्रीय भाषेत 'उलटीपूर्वीची स्थिती' (prodromal phase of emesis)

असं नाव आहे. या स्थितीत तोंडातली लाळ वाढू लागते, काही वेळा तर आतून लाळेचे लोट येताहेत, असं वाटतं. डोळ्यांच्या बाहुल्या मोठ्या होतात, हृदयाची धडधड वाढते, त्वचेलगतच्या रक्तवाहिन्या आकुंचन पावल्यामुळे त्वचा पांढरी फटक पडते – काही वेळा अंतराळवीरांना हा अनुभव येतो, पण ती गोष्ट कबूल करण्यास ते जरा नाखूश असतात. त्यांच्यातील मळमळीची भावना नक्की जाणून घेण्यासाठी नासातले शास्त्रज्ञ त्वचेवर संवेदनामापक लावून त्यांना तपासतात. काही लोकांच्या अंगाला घाम फुटतो. थोड्याच वेळात थकवा जाणवतो आणि डोळ्यांवर झापड येते. त्यांचं चित्त थाऱ्यावर राहत नाही, ते विशेष प्रतिसाद देत नाहीत आणि त्यांना लक्ष केंद्रित करणं जमत नाही.

हे सगळं घडत असताना पोटात विलक्षण घडामोडी व्हायला लागतात, त्यामुळे पोट रिकामं होण्याची क्रिया थांबवली जाते आणि ते थोडं सैलावतंही. अन्ननलिका आक्रसल्यासारखी होते अन् जठराचा वरचा भाग उदरापासून दूर, पोटाच्या विभाजक पडद्यामधून (diaphragm) वरच्या बाजूला – छातीच्या दिशेने खेचला जातो, त्यामुळे पोट ते अन्ननलिका यांमध्ये नरसाळ्यासारखा आकार निर्माण होतो. त्यानंतर एका भयंकर आकुंचन क्रियेद्वारे लहान आतड्याच्या वरच्या भागातील अन्नपदार्थ उलट्या दिशेने पुन्हा जठरात फेकले जातात. हीच उलटी होण्याची सुरुवात असते. लहान आतड्याच्या खालच्या भागात लहान-लहान तालबद्ध आकुंचने घडायला सुरुवात होते व त्यातले पदार्थ मोठ्या आतड्याकडे पाठवले जातात.

बाहेर पडण्याच्या उतारावरून एमी बाहेर पडली, तेव्हा समोरच्या बाजूला एखाद्या पंख्याप्रमाणे अनेक वाहतूकमार्ग पसरले होते. तिच्या मागचे सगळे गाडीचालक निरनिराळ्या गल्ल्यांमध्ये शिरायला सिद्ध झाले. रस्त्याच्या उजव्या बाजूला बाहेर पडण्यासाठी ती जागा शोधू लागली, पण तशी जागाच तिला सापडेना. मग रस्ता पार करून ती डाव्या बाजूला बाहेर पडण्याचा प्रयत्न करू लागली. इथे थोडी मोकळी जागा होती, कारण एका बाजूची वाहतूक कर गोळा करणाऱ्या बूथकडे जात होती अन् दुसरीकडची वाहतूक पलीकडच्या बाजूने येत होती. याच जागी तिने पर्समधून एक प्लॅस्टिकची पिशवी बाहेर काढली व तोंडाजवळ धरत उलटी केली. त्यातली काही तिच्या ड्रेसवर आणि अंगावरील कोटावर पडली. डोळे उघडे ठेवत, गाडी स्थिर राहील, याची काळजी घेत एमीने गाडी वाहतुकीतून बाहेर काढली. त्यानंतर तिने गाडीला ब्रेक लावला, सीटबेल्ट तसाच ठेवून ती पुढे झुकली आणि तिने उरलीसुरली उलटी बाहेर फेकली.

आपल्याला उलटी होते, तेव्हा खरं म्हणजे दोन क्रिया घडतात. उलटी काढण्याच्या क्रियेत आपलं पोट, पोटामधील विभाजक पडदा आणि श्वसनसंस्थेतील

श्वास घेताना वापरले जाणारे स्नायू लयबद्ध रूपात आकुंचन पावतात. पण अजून काहीही बाहेर फेकलं गेलेलं नसतं. उलटी करण्याच्या क्रियेत विभाजक पडदा आणि पोट अत्यंत जोरात आणि दीर्घ काळ आकुंचन पावतात त्यामुळे जठरावर प्रचंड दाब पडतो; ज्या वेळी अन्ननलिका शिथिल पावते तेव्हा, आग विझवण्यासाठी रस्त्याकडेला जी पाण्याची टाकी असते, तिच्यावर बसवलेलं झाकण कुणीतरी काढलंय, असं वाटतं.

उलटी झाल्यानंतर साधारणपणे लोकांना बरं वाटतं, निदान थोडा वेळ तरी, पण एमीच्या बाबतीत तसं झालं नाही. आजूबाजूने गाड्या जोरात धावत पुढे जात होत्या, तरी ती तशीच बसून राहिली. मळमळ थोडी कमी होईल, याची वाट पाहत, पण तसं घडलं नाही. शेवटी पोटात डचमळल्यासारखं वाटत असूनही ती पुलावरून पुढे गेली, मग तिने गाडी वळवली आणि ती सरळ घरीच गेली. घरी पोहोचताच तिने स्वत:ला पलंगावर झोकून दिलं. पुढील काही दिवसांत तिची भूक मंदावली, कुठल्याही जोरदार वासाने तिच्या पोटात ढवळू लागलं. पुढच्या आठवड्यात ईस्टरचा सण आला, तेव्हा ती आणि तिचा नवरा, बॉब, तिच्या घरच्यांना भेटण्यासाठी व्हर्जिनिया राज्यातील अलेक्झांड्राला गेले. सबंध प्रवासात तिला इतका त्रास होत राहिला की, शेवटी तिने मागच्या सीटवर आडवं होऊनच प्रवास केला. त्यानंतर कित्येक महिने तिचा मुक्काम तिथेच राहिला. न्यू यॉर्कला परतणं तिला शक्यच झालं नाही.

आई-वडिलांच्या घरी तिची प्रकृती वेगाने ढासळल्यासारखी झाली. तिथे गेल्यानंतरच्या पहिल्या दोन दिवसांत तर तिच्या पोटात अन्नाचा एक कण की पाण्याचा एक घोटही ठरेना. उलट्यांमुळे अंगातले द्रव पदार्थ कमी झाले आणि ती अगदी सुकून गेल्यासारखी झाली. ईस्टरनंतरच्या सोमवारी तिला काही तास रुग्णालयात राहावं लागलं. सलाइनद्वारे तिला द्रव पदार्थ द्यावे लागले. तिच्या आईच्या प्रसूतितज्ज्ञाने तिला धीर देत म्हटलं, "गर्भारपणात मळमळणं आणि उलट्यांचा त्रास होतोच बहुतेकींना." त्याचा त्रास कमी होण्यासाठी तिने एमीला काही सूचना पाळायला सांगितल्या– "शक्यतो तीव्र वासांच्या पदार्थांपासून आणि शीतपेयांपासून दूर राहा. जमेल तितक्या वेळा थोडंथोडं – कोरडी बिस्किटं किंवा असेच काहीतरी पिष्टमय पदार्थ, असं काहीतरी खात राहा." एमीची सगळी लक्षणं वरकरणी साधी वाटत असल्यामुळे डॉक्टरने तिला कोणतीही औषधं घ्यायला सांगितली नाहीत. "चौदाव्या आठवड्यापासून हा त्रास कमी होतो. फार-फार तर सोळा आठवडे होईल, त्याहून जास्त काळ नाही," ती म्हणाली.

हा सगळा त्रास धीराने सहन करायचा निश्चय एमीने केला खरा, पण एखाद-दुसरं बिस्किट नाही, तर टोस्ट यापलीकडे कोणतीही गोष्ट तिला पचवता आली

नाही. त्या आठवड्याच्या अखेरीस पुन्हा एकदा तिला सलाइनची गरज भासली. या वेळी डॉक्टरने घरीच एका परिचारिकेकरवी सलाइन देण्याची व्यवस्था केली. आपल्याला उलटी होणार, असं तिला मधूनमधून वाटतच राहिलं. यापूर्वी ती कोणतीही गोष्ट सहज पचवू शकत असे; आता अगदी बेचव, बिनवासाच्या पदार्थांनंही तिच्या पोटात ढवळू लागलं. पूर्वी मनोरंजन केंद्रातील पोट घुसळून काढणाऱ्या झोपाळ्यांवर बसायची तिला भयंकर हौस होती; आता गाडीत बसणं, उभं राहाणं, इतकंच नव्हे तर डोकं किंचित हलवल्यामुळेही तिला उलटीची भावना होऊ लागली. तिला जिना चढणं-उतरणं जमेना. अंथरुणात पडल्या-पडल्या टी.व्ही. बघत असताना किंवा एखादं मासिक वाचत असताना, मन जरासं एकचित्त केल्यानंही तिला गरगरू लागायचं. पुढल्या एक-दोन आठवड्यांत दिवसाकाठी पाच-सहा वेळा तरी तिला उलटी होत राहिली. दोन मुलांची आई होणार असलेल्या एमीचं वजन वाढण्याची गोष्ट तर दूरच, तिचं वजन बारा पौंडांनी घटलंच. याहून वाईट गोष्ट ही होती की, आपल्याला हे सगळं झेपत नाहीये, अशी भावना तिच्या मनाला छळू लागली. एक व्यवस्थापकीय अधिकारी असलेल्या एमीला अशा प्रकारे पराभूत होणं, फार त्रासदायक वाटू लागलं. ज्या घरात ती लहानाची मोठी झाली होती, तिथे तिला परत यावं लागलं होतं. एका उच्च माध्यमिक शाळेत शिक्षिका असलेल्या तिच्या आईने तिची काळजी घेण्यासाठी रजा घेतली. आपण एक असहाय मूल आहोत, अशी भावना एमीला छळू लागली.

इतकी छळणारी मळमळ हा प्रकार आहे तरी काय? वैद्यकीय कॉलेजात या विषयाकडे फारच कमी लक्ष दिलं जातं. तरीही इथे मला आवर्जून सांगावंसं वाटतं की, वेदनेखालोखाल लोकांना उलटी हा प्रकार अनेकदा सतावतो. त्यासाठी लोक डॉक्टरांकडेही जातात. बऱ्याच वेळा औषधाच्या गुणाबरोबर येणारा अवांतर दुष्परिणाम (side effect) म्हणून लोकांना मळमळल्यासारखं होतं. शस्त्रक्रिया झालेल्या रुग्णांना बधिरता आणणाऱ्या औषधामुळे उलटी होते, ही गोष्ट इतकी सर्वसामान्य आहे की, प्रत्येक रुग्णाच्या पलंगाशेजारच्या टेबलावर एक तसराळं ठेवलेलंच असतं. कर्करोग्यांना देण्यात येणाऱ्या केमोथेरपी या उपचारामुळे बहुतेकांना उलटीचा त्रास होतोच. खरं तर केमोथेरपीपेक्षा याचीच भीती त्यांना जास्त वाटते. गर्भारपणात ६० ते ८५ टक्के स्त्रियांना उलट्यांचा त्रास होतो. त्याला 'गर्भारपणातील उलट्यांचा त्रास' (मॉर्निंग सिकनेस) असं म्हणतात. ह्या त्रासामुळे एक तृतीयांश स्त्रियांना नोकरीच्या ठिकाणी रजा घ्यावी लागते. हजारातल्या पाच स्त्रियांना हा त्रास इतका जाचक ठरतो की, त्यामुळे त्यांच्या वजनात बरीच घट होते. त्याला 'गर्भारपणातील अतिउलट्या' (hyperemesis) असं नाव दिलं आहे. वाहनात बसल्यावर हालचालींमुळे पोटात ढवळणं, हा प्रकार तर आपल्यापैकी प्रत्येकाने कधी ना कधी अनुभवलेला

असतोच. बोटीतून प्रवास करताना होणाऱ्या उलट्या ही सैनिकांच्या बाबतीत चिंतेची बाब असते, हे अगदी ग्रीक काळापासून ज्ञात आहे. ('नॉशिया' (nausea) हा शब्द ज्या ग्रीक शब्दापासून आला आहे, त्याचा अर्थ जहाज हा आहे!) संगणकावर काम करताना मळमळल्यासारखं वाटणं यामुळे संगणकीय सुविधांच्या प्रगतीत काहीशी बाधा येत आहे, तर अवकाशात भ्रमण करणाऱ्या अंतराळवीरांनाही अनेक वेळा हा त्रास होतो, पण त्याचा फारसा उच्चार केला जात नाही.

उलटीबद्दलचं सगळ्यात ठळक वैशिष्ट्य म्हणजे, तिच्याविषयी सगळ्यांच्याच मनात भयंकर तिरस्कार असतो (सिसेरोने एकदा म्हटलं होतं, समुद्रप्रवासामुळे जे मळमळायला होतं, त्यापेक्षा मी मरणही पत्करेन.) अन् तो तिरस्कार फक्त उलटी येते, तेव्हाच नसतो. अनेक स्त्रिया बाळंतपणाच्या वेदना विसरतात, पण पुढे कित्येक वर्षं त्यांना त्या उलट्यांची आठवणही नकोशी वाटते. अगदी स्पष्टपणे त्यांना तो सगळा अनुभव आठवत असतो. काहींना तर केवळ याच कारणासाठी आणखी मुलं नको असतात. त्या दृष्टीने पाहिलं, तर ही उलटीची भावना काहीतरी वेगळीच आहे, असं मानायला हवं. बर्फावरील घसरगुंडी – स्कीईंगदरम्यान तुम्ही पाय मोडून घेतला असेल, तर त्या वेदना किती जीवघेण्या असतात, हे तुम्ही अनुभवलेलंच असतं. पण जमत असेल, तर पुन्हा एकदा तुम्ही ते धाडस करायला तयार होता. जिनसारखे पेय प्याल्यानंतर आलेला दुर्दैवी अनुभव किंवा एखादा कालव (oyster) खाल्ल्यानंतर आलेला वाईट अनुभव, यांमुळे बरेच लोक त्या गोष्टीच्या वाऱ्यालाही उभे राहत नाहीत. अँथनी बर्गेसच्या 'अ क्लॉकवर्क ऑरेंज' (A Clockwork Orange)मधील एक पात्र ॲलेक्स याला क्रूरपणाने, पाशवीपणाने वागण्याचे तीव्र झटके येतात, तेव्हा त्याच्यावर नियंत्रण ठेवणारे अधिकारी त्याला या वागण्यापासून परावृत्त करण्यासाठी वेदना देत नाहीत, तर दर वेळी त्याला उलटीची भावना होईल, अशी उपाययोजना करतात. एकदा काही जर्मन शहरांमध्येही असेच प्रयत्न केले गेले होते. १८४३मध्ये लिहिलेल्या एका हस्तलिखितात असं नमूद केलंय की, वाया गेलेल्या पौगंडावस्थेतील मुलांना महानगरपालिकेच्या इमारतीतल्या एका खोलीत एका पेटीत कोंडण्यात येत असे. त्यानंतर एक हवालदार ती पेटी इतक्या वेगाने गरगरा फिरवत असे की, बघ्यांनादेखील ते दृश्य भयंकर तिरस्करणीय वाटत असे.

मळमळ आणि उलटीविषयी लोकांच्या मनात इतका तिरस्कार भरला आहे की, त्यामुळे एक जीवशास्त्रीय हेतू सिद्ध होतो. जेव्हा आपण एखादा विषारी किंवा वाईट पदार्थ खातो, तेव्हा आपलं शरीर उलटीद्वारे त्याला बाहेर फेकतं. उलटीचा हा एक मोठाच फायदा असतो. अन् त्या वेळी येणाऱ्या मळमळीचा अनुभव इतका भयानक असतो की, पुन्हा जन्मात तुम्ही कधी तसल्या पदार्थाच्या वाटेला जात

नाही. औषधी गोळ्या, केमोथेरपी किंवा शस्त्रक्रियेच्यावेळी दिलेली गुंगीची औषधं यांमुळे मळमळल्यासारखं का होतं, त्याचं कारण हेच आहे की, ही सगळी नियंत्रित प्रमाणातच दिलेली, पण विषारी द्रव्यं असतात आणि आपल्या शरीराची रचना अशी असते की, ते ही द्रव्यं बाहेर फेकतं.

इतर काही पदार्थांमुळे का मळमळतं किंवा उलटी होते, ते सांगणं तितकं सोपं नाही, पण त्या मागेही निसर्गाचा काही हेतू असावा, असं आता शास्त्रज्ञांना वाटू लागलं आहे. तुम्हाला असं वाटेल की, गर्भारपणात होणाऱ्या उलट्या हे उत्क्रांतीच्या नियमाला पोषक नाही, कारण वाढणाऱ्या गर्भाला पोषणाची गरज असते. १९९२ साली उत्क्रांतीवादी जीवशास्त्रज्ञ मार्जी प्रोफेटने एका निबंधाद्वारे असं जोरदारपणे मांडलं की, गर्भारपणातील उलट्या एक प्रकारे संरक्षकच असतात. तिने असा विचार मांडला की, जे अन्नपदार्थ साधारणपणे मोठ्या वयाच्या माणसांसाठी सुरक्षित असतात, ते गर्भासाठी सुरक्षित नसतात. सगळ्या वनस्पती विषारी द्रव्यं निर्माण करतात. त्या खाता याव्यात म्हणून त्यांच्यातल्या विषांचा परिणाम नष्ट करण्याच्या पद्धती आपण शोधून काढल्या आहेत. तरीही वनस्पतींमधली सगळी विषं या पद्धतींमुळे नष्ट होत नाहीतच. त्यांच्यातल्या छोट्याशा अंशानंसुद्धा गर्भाला अपाय होऊ शकतो (बटाट्यातील विषारी द्रव्यामुळे प्राण्यांच्या गर्भातील मज्जापेशींवर वाईट परिणाम होतो, हे पाहणीत आढळलंय. त्यांच्या मातांसाठी हे बटाटे निरुपद्रवी ठरले, असंही लक्षात आलंय. खरं सांगायचं तर, आयर्लंडमधील लोकांमध्ये स्पायना बिफिडा (spina bifida) हा मज्जासंस्थेचा दोष आढळतो, कारण तिथले लोक फार मोठ्या प्रमाणावर बटाटे खातात.).

गर्भाला वनस्पतींमधील विषारी द्रव्यांमुळे अपाय होऊ नये, यासाठी निसर्गानंच ही प्रतिबंधात्मक योजना शोधून काढली असावी. तिने आणखीही एक मुद्दा मांडला – गर्भारपणात स्त्रिया साधारणपणे पाव किंवा न्याहारीचे तयार पदार्थ खातात. या बेचव पदार्थांची टिकण्याची क्षमता इतर पदार्थांपेक्षा जास्त असते. ज्या पदार्थांमध्ये नैसर्गिक विषारी द्रव्यं असतात, ते पदार्थ न खाण्याकडे त्यांचा कल असतो, उदा. कडू पदार्थ, तिखट पदार्थ, शिळे झालेले सामिष पदार्थ. याच सिद्धान्तात पुढे असंही म्हटलंय की, पहिल्या तीन महिन्यांतच उलट्यांचा त्रास जास्त होतो, कारण याच काळात गर्भाचे अवयव तयार होतात आणि तेव्हा गर्भाला विषारी द्रव्यांमुळे अपाय होण्याची शक्यता सर्वांत जास्त असते. त्याच वेळी हेदेखील खरं असतं की, त्याची अन्नाची – उष्मांकाची गरज बेताची असल्यामुळे आईच्या शरीरातील साठवलेला मेद त्यासाठी अन्न पुरवू शकतो. साधारणपणे असा निष्कर्ष काढता येतो की, ज्या स्त्रियांना उलट्यांचा जास्त त्रास होतो, त्यांच्यामध्ये उलट्यांचा त्रास कमी किंवा अजिबात न होणाऱ्या स्त्रियांपेक्षा गर्भपाताचं प्रमाण कमी असतं.

चालत्या वाहनामुळे उलट्यांचा त्रास का होतो आणि त्यामागे कोणता हेतू असतो, हे सांगणं कठीण आहे. १८८२ साली विल्यम जेम्स या हार्वर्डमधील मानसशास्त्रज्ञाने असं निरीक्षण केलं की, काही विशिष्ट बहिऱ्या व्यक्तींना समुद्रप्रवासातील उलट्यांचा त्रास होत नाही. तेव्हापासून शास्त्रज्ञांनी अंतर्कर्णातील काही भागांचा अभ्यास करण्यावर लक्ष केंद्रित केलं आहे. अवकाशात आपलं स्थान शोधण्यासाठी त्यांचा उपयोग होतो. शास्त्रज्ञांना आता असं वाटतं की, जोरदार हालचालींमुळे या कर्णयंत्रणेला उत्तेजना मिळते, त्यामुळे मेंदूत काही संकेत निर्माण होतात, ज्यांच्यामुळे मळमळ आणि नंतर उलटी होते. चार्ल्स ओमान या एमआयटीतील विमानअवकाश भौतिक शास्त्रज्ञाने (aerospace physiologist) याला थोडा आक्षेप घेतला आहे. त्याचं म्हणणं असं की, वेगवान हालचालींमुळे निर्माण होणाऱ्या मळमळीचं स्पष्टीकरण या सिद्धान्ताने दिलं जात नाही. धावणे, उड्या मारणे किंवा नृत्यासारख्या वेगवान हालचालींनी कधीच मळमळ का जाणवत नाही, त्याउलट ज्या हालचालींवर तुमचं नियंत्रण नसतं, अशा हालचालींमुळे मळमळ जाणवते. उदा. गावच्या जत्रेतील मोठ्या पाळण्यात किंवा त्यासारख्या एखाद्या साधनात बसल्यावर तुम्ही जोराने फेकल्यासारखे होता. गाडीचालक किंवा विमान-चालकापेक्षा प्रवाश्यांना जास्त प्रमाणात मळमळल्यासारखं होतं, ते का? आणि परत-परत तोच अनुभव आल्यावर हे प्रमाण कमीही होतं, ते का? काही वेळा हालचालींशिवायच मळमळल्यासारखं होतं, उदा. ज्याला 'सायबर-सिकनेस' म्हणतात, तो किंवा तसलाच अनुभव फार रुंद पडद्यावर चित्रपट पाहतानाही येतो. ओमानने अवकाशातील मळमळीविषयी एक गमतशीर उदाहरण दिलंय. जेव्हा अंतराळवीर अवकाशात असतात, तेव्हा त्यांना मळमळीचा सर्वांत वाईट अनुभव केव्हा येत असेल? जेव्हा त्यांच्यासारखाच दुसरा एखादा अंतराळवीर त्यांच्या बाजूलाच 'खाली डोकं, वर पाय' अशा अवस्थेत तरंगत असतो! त्या वेळी त्याला एकदम वाटू लागतं की, आपणच त्या अवस्थेत आहोत आणि त्याला मळमळायला लागतं.

शास्त्रज्ञांनी आता असं सिद्ध केलंय की, ज्या वेळी आपण प्रवास करत असतो, तेव्हा वाहनाचा प्रत्यक्ष अनुभव आणि आपल्या मनातली वेगाची अपेक्षा यांमध्ये संघर्ष सुरू झाला, तर उलटी येऊ शकते. आपलं डोकं खांद्यावर शाबूत ठेवण्यासाठी, आपलं धड पायांवर उभं ठेवण्यासाठीसुद्धा आपल्याला अतिशय सूक्ष्म अशी शरीराची जाणीव असावी लागते. वेगळ्या शब्दात सांगायचं झालं, तर आपल्या शरीरातली यंत्रणा डोळ्यांनी पाहिलेल्या, स्नायूंनी अनुभवलेल्या आणि खास करून आपल्या अंतर्कर्णाने पाठवलेल्या माहितीच्या आधारावर वेगाची मर्यादा ठरवण्याचा प्रयत्न करत असते. जेव्हा मेंदूला अनपेक्षित माहिती ज्ञानेंद्रियांकडून मिळते – जसं बोटीत पहिल्यांदा बसणाऱ्याला बोटीचं वर-खाली होणं वेगळं वाटतं किंवा सत्याचा

आभास निर्माण करणारं हेल्मेट डोक्यावर घालणाऱ्या माणसाला वाटतं. म्हणजे प्रत्यक्षात त्याचं शरीर स्थिरच असतं, पण तो स्वत:ला हलत्या रूपात पाहतो. (अशा वेळी गाडीचं चाक हाताने धरून ठेवल्याने पुष्कळ फरक पडतो, कारण त्यामुळे स्वत:वर जास्त नियंत्रण ठेवणं शक्य होतं आणि आपण कसे हलतोय, याची जाणीवही होते.) अगदी सोप्या शब्दांमध्ये सांगायचं झालं, तर अनोळखी, अपरिचित हालचालींमुळे ही मळमळ निर्माण होते.

पण अपरिचित हालचालींमुळे आपल्याला इतका त्रास किंवा वैताग का वाटतो? या बाबतीतही एका महत्त्वाच्या स्पष्टीकरणामुळे आपण पुन्हा एकदा त्याच संकल्पनेकडे परत येतो – मळमळ किंवा उलटीमुळे विषारी द्रव्यांपासून आपलं संरक्षण होतं. ज्या कालखंडात आपली प्रजाती विकसित झाली, म्हणजे 'प्लीस्टोसीन' युगात (pleistocene epoch) तेव्हा लोकांना आजच्या काळातल्यासारखी बोटीत किंवा गाडीत अनुभवास येणाऱ्या निष्क्रिय गतीची सवय नव्हती. तसाच काहीसा अनुभव आपल्या शरीरात मानसिक भ्रम निर्माण करणारी विषं इंजेक्शनद्वारे घातली जातात, तेव्हा आपल्याला येतो. दारू पिऊन धुंद झालेल्या माणसालाही तसंच वाटतं, याची तो खातरी देतो. म्हणजेच वेगामुळे वाटणारी मळमळ आणि होणारी उलटी ह्या दोन्ही गोष्टी विषारी द्रव्यं बाहेर फेकण्याच्या व ती टाळण्याची वृत्ती विकसित करण्याच्या व्यवस्थेचा एक भाग असावा. एक गोष्ट मान्य करायला हवी – गर्भारपणात होणाऱ्या उलट्यांची कारणं जितक्या प्रमाणात अभ्यासली गेली आहेत, तसं वेगामुळे येणाऱ्या उलट्यांच्या बाबत झालेलं नाही. उलट्यांची अजून दोन कारणं आहेत – काळजी वाटल्यामुळे किंवा रक्त नाहीतर उलटी पाहूनही एखाद्याला उलटी होते – त्यांच्याविषयी आपल्याकडे समाधानकारक स्पष्टीकरण नाही.

मळमळ आणि उलटी हे प्रकार आपल्या स्वास्थ्याच्या दृष्टीने कितीही अनुकूल असले, तरीही एमी फिट्झपॅट्रिकच्या अतिउलट्यांमुळे तिची प्रकृती हाताबाहेर गेल्यासारखी वाटते. खरं सांगायचं तर, दुसऱ्या जागतिक युद्धापूर्वी आणि शरीरातील द्रवपदार्थ मोठ्या प्रमाणात कमी झाल्यावर परत शरीरात सलाइन, ग्लुकोजसारखे द्रव पदार्थ घालण्याचं तंत्र विकसित होईपर्यंतच्या काळात, गर्भवतीला अवास्तव प्रमाणात होणाऱ्या उलट्या तिच्या जिवावर बेतल्याने नाइलाजाने तिचा गर्भपात घडवावा लागत असे. अगदी आजही अतिउलट्यांमुळे कुणाला मृत्यू येत नसला, तरी त्यामुळे गंभीर इजा होऊ शकते – अन्ननलिका फुटू शकते, फुप्फुसं निकामी होतात आणि प्लीहाही फाटू शकते. एमीला होणाऱ्या उलट्या तिच्या गर्भाच्या वाढीला पोषक होत्या, असं कुणीही म्हणणार नाही. तिच्या बाबतीत काहीतरी उपाय करणं अत्यंत गरजेचं होतं, एवढं निश्चित!

एमीचं वजन १२ पौंडांनी घटलं, तेव्हा मात्र तिच्या डॉक्टरने मळमळ आणि उलट्या काबूत आणण्यासाठी व तिच्या पोटात अन्नपाणी ठरावं यासाठी तिला औषधं दिली. सगळ्यात आधी त्यांनी तिला 'रेग्लॅन' (Reglan) नावाचं औषध दिलं. शस्त्रक्रियेनंतर बधिरता आणणाऱ्या औषधामुळे उलट्या होतात, तेव्हा हे औषध बऱ्याच वेळा दिलं जातं. तिच्या पायाला बांधलेल्या एका उपकरणाद्वारे २४ तास हे औषध तिच्या शरीरात जात राहिलं. मात्र त्याचा तिला विशेष फायदा झाला नाही; उलट त्यामुळे तिच्या मज्जासंस्थेवर भीतिदायक दुष्परिणाम दिसू लागले, तिच्या अंगाला कापरं सुटलं, जबडा आखडल्यासारखा झाला, शरीर ताठर बनलं आणि तिला श्वासोच्छ्वास नीट करता येईना. डॉक्टरांनी 'कॉपॅझिन' नावाचं दुसरं एक औषध दिलं, पण त्याचाही काही उपयोग झाला नाही. मग त्यांनी 'फेनेर्गन' हे गुदद्वारात किंवा योनिमार्गात ठेवायचं औषध (suppositories) देऊन पाहिलं. त्याने तिला जास्त झोप यायला लागली, पण उलट्या कमी झाल्या नाहीतच.

ही सगळी औषधं मेंदूतील 'डोपॅमाइन रिसेप्टर'कडे येणारी उत्तेजकं थांबवतात. हल्ली बाजारात वेगळ्या प्रकारची उलटीप्रतिबंधक औषधं आली आहेत, ती सेरोटोनिनच्या रिसेप्टरना मेंदूत प्रवेश करू देत नाहीत. मळमळीच्या समस्येतील एक मोठा टप्पा त्यामुळे गाठला, असं त्याच्या बाबतीत म्हटलं जातं. ही औषधं स्वस्त नाहीत. यांच्यापैकी सर्वाधिक खपाच्या 'झोफ्रॅन'चा दिवसाचा खर्च १२५ डॉलर इतका किंवा त्याहून जास्त आहे, पण केमोथेरपीच्या रुग्णांना आणि शस्त्रक्रियेमुळे येणाऱ्या उलट्यांवर हे औषध बरंच प्रभावी ठरतं. गर्भवतींना हे दिल्यानंतर जन्माला आलेल्या बाळात काही दोषही दिसलेले नाहीत. त्यामुळे एमीला हेच औषध अनेक आठवडे शिरेवाटे देण्यात आलं, पण तिला त्याच्यामुळेही बरं वाटलं नाही.

तिच्या डॉक्टरने रक्ताची तपासणी, अल्ट्रासाउंड या तपासण्या करायला लावल्या आणि अनेक विशेषज्ञांचा सल्लाही घ्यायला सांगितला. काही वेळा मोठ्या प्रमाणावर मळमळ होत असेल, तर त्याचा अर्थ जठर आणि लहान आतडं यांमधील मार्गात काहीतरी अडथळा आहे, असा होऊ शकतो किंवा गंभीर जंतुसंसर्गही असण्याची शक्यता असते, पण एमीच्याबाबतीत तेही कारण नव्हतं.

"डॉक्टर त्यांना शक्य आहे, ते सगळं करतच आहेत." एमी म्हणत असे. ती स्वत:ही प्रयत्नांची पराकाष्ठा करतच होती. काही दिवस हे सगळं आपल्याला सहन करायचं आहे एवढंच, ती स्वत:शीच म्हणाली. व्यवस्थापन विषयातलं जे व्यावसायिक शिक्षण तिने घेतलं होतं, त्याचा परिणाम म्हणून ती अतिशय व्यवस्थितपणे सगळं निभावून नेण्याचा प्रयत्नही करत होती. घरात तिने जागोजागी उलटी आल्यास सोयीची पडावीत म्हणून अर्धवर्तुळाकार आकाराची प्लॅस्टिकची

खोलगट तसराळी ठेवली. तोंडातली चिकट लाळ खेचून काढण्यासाठी तिने एक सक्शन पंपही आपल्या पलंगाजवळील टेबलावर ठेवला. उलटी करण्यासाठी ती बेसिनजवळ नसे, तेव्हा दिवसाचा बहुतेक सगळा वेळ ती अंथरुणावर डोळे मिटून आडवी पडलेली असे.

या सगळ्या दरम्यान तिचे कुटुंबीय आणि तिच्या मैत्रिणींनी एक समितीच बनवली होती. तिच्यावर कोणते उपाय करता येतील, यासंबंधी जमेल त्या मार्गाने ते शक्य ती सगळी माहिती मिळवत होते. त्यातली काही पारंपरिक पद्धतीची असायची, तर काही दुसऱ्या कुठल्यातरी प्रकारची. एमीने कधी जडीबुटीसारखी औषधं घेऊन पाहिली, तर कधी चिनी पद्धतीने मालिश करून घेतलं, तर कधी लिंबूपाणी घेऊन पाहिलं. कुठून तरी तिला उलटीवर आलं परिणामकारक असतं असं समजल्यावर, तिने तो प्रयोगही केला. कुणाच्या तरी सांगण्यावरून तिने ॲक्युप्रेशरचा वापर करून पाहिला. त्यासाठी तिने मनगटावरील एका विशिष्ट जागी – 'नैग्वान पॉइंट' (Neiguan point) – दाब देणारे पट्टे 'सी-बँड्स' वापरले. ही जागा मनगटापासून चार बोटांच्या अंतरावर दोन स्नायूरज्जूंच्या मध्यभागी असते. (गर्भारपण, केमोथेरपी आणि वेगामुळे होणारी मळमळ वगैरेंवर ॲक्युप्रेशरचा उपयोग होतो, असा प्रचार केला जात असला तरी नेहमीच त्याचा फायदा होतो, असं संशोधनावरून मानता येत नाही. एमीला मालिश करून घेणं आवडलं, पण बाकी कुठल्याच उपचारपद्धतींचा तिला फायदा झाला नाही.

या सगळ्या कहाणीतली अस्वस्थ करणारी बाब ही होती की, दिवस जात होते; तरीही एमीच्या अवस्थेत डॉक्टरांना अपेक्षित होती, ती सुधारणा दिसत नव्हती. ती आता चार महिन्यांची गरोदर होती, पण तिला वाटणारी मळमळ यत्किंचितही कमी झाली नव्हती. हा सगळाच प्रकार फार विचित्र होता. तिच्याकडे पाहाणाऱ्याला ती किती दयनीय अवस्थेत आहे, ते लगेच कळून यायचं. वजनात तर आता आणखी घट झाली होती. शेवटी तिच्या डॉक्टरने तिला जॉर्ज वॉशिंग्टन विद्यापीठातील रुग्णालयात दाखल केलं आणि तिथल्या अतिदक्ष विभागातील प्रसूतितज्ज्ञांना तिला तपासायला सांगितलं. त्यांनी तिच्या शिरेतून पोषणद्रव्यं द्यायला सुरुवात केल्यानंतर तिचं वजन वाढू लागलं. त्यानंतरचा जवळ-जवळ पाच महिन्यांचा काळ तिने रुग्णालयातच काढला.

एमीच्या डॉक्टरांची चिंता वाढतच राहिली. तिच्या कृश शरीराकडे नजर टाकली की, त्यांना आपल्या व्यावसायिक अपयशाची जाणीव कुरतडत राहायची – ती एक असा रुग्ण होती जो नजरेसमोर असणं, हाच त्यांच्या ज्ञानाचा धिक्कार असल्यासारखं होतं. सर्वसाधारणपणे अशा रुग्णांना कसं हाताळायचं, याचे अनेक मार्ग डॉक्टरांना अनुभवाने माहीत असतात. त्यांपैकी बहुतेकांची आणि एमीची या

काळात तोंडओळख झाली. काही डॉक्टर तिला दिलासा देण्यासाठी म्हणत, ''होईल सुधारणा आणखी एक-दोन आठवड्यांत.'' एकाने तिला विचारलं, ''तुला न्यू यॉर्कला जावंसं वाटतंय का?'' त्यांच्या प्रश्नाचा गर्भित अर्थ न समजण्याइतकी दूधखुळी ती निश्चितच नव्हती. 'ही ब्याद इथून गेली तर बरं' असंच त्यांना वाटत असणार बहुतेक. आणखी एका डॉक्टरची अशी खातरी होती की, ती त्यांना पुरेशी साथ देत नव्हती. ''जमेल तितकं आणि जमेल तेव्हा खायचा प्रयत्न तू करायलाच हवास,'' ते थोडं प्रेमाने तर थोडं दटावल्याच्या सुरात म्हणाले. जणू काही तिला वाटणारी मळमळ तिच्या ताब्यात असूनही ती मनापासून खाण्याचा प्रयत्नच करत नव्हती. त्यांना वाटणारं वैफल्य आता जाणवण्याइतकं स्पष्ट झालं होतं. काही दिवस गेल्यानंतर एका डॉक्टरने तिला मानसोपचारतज्ज्ञाचा सल्ला घ्यायला सांगितला. ही सूचना फार गैर नव्हती. काळजी आणि ताणामुळे मळमळतं, हे सत्यच आहे. तिचीही त्याला तयारी होती; ज्यामुळे ही भयानक अवस्था संपेल असं काहीही करायला ती तयार होती, पण खेदाची बाबही होती की, ज्या मानसोपचारतज्ज्ञाने तिला तपासलं, तो एकाच मुद्द्यावर भर देत राहिला – तुमच्या मनाविरुद्ध हे मातृत्व तुमच्यावर लादलं गेलंय का? तुम्हाला पत्नी आणि मातेची भूमिका मनापासून नकोय का? आश्चर्याची बाब म्हणजे, गर्भारपण नकोसं वाटतं तेव्हा अतिउलट्यांच्या रूपात ती भावना बाहेर पडते, या फ्रॉइडच्या सिद्धान्तावर अनेक डॉक्टर विश्वास ठेवतात. आता मानसशास्त्रज्ञांनी मात्र हा सिद्धान्त मोडीत काढला आहे.

सांगायचं तात्पर्य हे की, परिस्थिती आता डॉक्टरांच्या आवाक्याबाहेर गेली होती. त्यांची बुद्धीच आता काम करेनाशी झाली होती. शेवटी एमीनंच चंग बांधला अन् ठरवलं, असे हातपाय गाळून भागणार नाही. काहीतरी करायलाच हवं. मारिया श्रायव्हर यांनी लिहिलेला अतिउलट्यांवरचा एक लेख तिच्या घरच्यांच्या वाचनात आला, तेव्हा एमीने आणि तिच्या नातेवाइकांनी डॉक्टरांना त्या लेखात सांगितलेला उपचार करण्यास भाग पाडलं. शस्त्रक्रिया झालेल्या रुग्णांना होणाऱ्या उलट्या आणि वाटणारी मळमळ थांबवण्यासाठी 'ड्रॉपेरीडॉल' हे झोपेचं औषध चोवीस तास शिरेतून देतात. 'मलाही ते औषध द्या.' असा आग्रह तिने धरला, तेव्हा डॉक्टरांनी तेही करून बघायचं ठरवलं, पण औषध शिरेतून दिलं जात असतानाच एमीची प्रकृती बिघडली. दर दहा मिनिटांनी तिला उलट्या होऊ लागल्या, तिच्या अन्ननलिकेला बारीक-बारीक भेगा पडल्या अन् त्यामुळे तिला रक्ताच्या मोठ्या उलट्या होऊ लागल्या.

तिच्या त्रासाला काही पारावारच उरला नाही. उलट्यांनी इतक्या प्रमाणात हैराण झालेल्या स्त्रीचा गर्भपात होणं, ही घटना तशी बऱ्याच वेळा आढळते. एमी

ज्या खोलीत होती, तिच्या समोरच्याच खोलीत असलेल्या स्त्रीचा गर्भपात झालेला होता. एमीनंही तोच मार्ग स्वीकारावा, असं डॉक्टरांनी तिला सुचवलं. एमीला तो सल्ला मान्य नव्हता, त्यामागे दोन कारणं होती. पहिलं कारण म्हणजे, ती एक कॅथॉलिक ख्रिश्चन होती अन् दुसरं कारण म्हणजे, रोज जेव्हा परिचारिका तिच्या खोलीत येऊन अल्ट्रासाउंडच्या साहाय्याने तिच्या गर्भाच्या हृदयाचे ठोके मोजायची, तेव्हा एमीलाही तिच्या गर्भातल्या दोन बाळांच्या चिमुकल्या हृदयांची स्पंदने ऐकू यायची. ते ठोके तिला धीर देत होते. तू घेत असलेला त्रास वाया जाणार नाही, अशी ग्वाही देत होते!

सगळ्या प्रकारच्या उलट्यांवर रामबाण असं काही औषध उपलब्ध नाही. 'स्कोपोलमाइन' हे औषध असलेले त्वचेवर लावायचे तुकडे प्रवासातील उलट्या किंवा शस्त्रक्रियेनंतर होणाऱ्या उलट्या कमी करण्यास मदत करतं, पण गर्भारपणातील उलट्यांवर किंवा केमोथेरपी घेणाऱ्या रुग्णांवर त्याचा काही उपयोग होत नाही. 'डोपॅमाइन' हे मादक द्रव्य मेंदूत ज्या मार्फत जातं, त्या रिसेप्टर्सना विरोध करणारं औषध 'फेनेर्गन' हे गर्भवतींना आणि प्रवासात उलट्यांचा त्रास होणाऱ्यांना लागू पडतं, पण केमोथेरपीचा उपचार घेणाऱ्यांना लागू पडत नाही. मळमळीवरील अत्यंत गुणकारी औषध 'झोफ्रॅन' (ज्याची तुलना परिणामकारकतेच्या बाबतीत पेनिसिलीनशी केली जाते.) हेदेखील अनेक वेळा निष्प्रभ ठरतं, असा अनुभव आहे. केमोथेरपीच्या रुग्णांवर आणि बधिरता आणणाऱ्या मादक द्रव्यांवर ते प्रभावी ठरत असलं, तरी प्रवासातील उलट्या आणि गर्भवतींच्या उलट्यांवर त्याचा काही परिणाम होत नाही. (केमोथेरपीच्या रुग्णांना – दुर्बल रुग्णांना – मारिजुआनाच्या धूम्रपानाचा फायदा होतो, असं लक्षात आलंय, पण गर्भावर त्याचे तंबाखूमुळे होणाऱ्या दुष्परिणामासारखेच वाईट परिणाम होतात.)

मळमळ ही अशी भावना आहे, जी वेगळ्या प्रकारची गती, एखादा वाईट वास, विषारी औषध तसंच गर्भारपणात निर्माण होणारा हॉर्मोनमधला बदल अशा अनेक प्रकारच्या उत्तेजकांमुळे चेतवली जाते. शास्त्रज्ञांच्या मते आपल्या मेंदूत उलटीसंबंधात आज्ञावलीचा एक भाग असतो. या विशिष्ट भागाद्वारे वेगवेगळी माहिती मेंदू स्वीकारत असतो. आपल्या नाकात, आतड्यात आणि मेंदूत केमोथेरपीत वापरल्या जाणाऱ्या विषारी द्रव्याचं ग्रहण करणारे रिसेप्टर्स, पोट तुडुंब भरल्याची माहिती देणारे रिसेप्टर्स, तर काही पडजिभेला झालेली संवेदना मेंदूकडे पोहोचवणारे, आपल्या अंतर्कर्णातील गतिसंप्रेरक, आपल्या मोठ्या मेंदूतील स्मृती, मन:स्थिती आणि ज्ञान ग्रहण करणारी केंद्रं हे सर्व त्यातच समाविष्ट असतात. सध्या वापरल्या जाणाऱ्या प्रत्येक औषधामुळे काही मार्गांमध्ये अडथळे निर्माण होतात. म्हणूनच

वेगवेगळ्या परिस्थितीत वेगवेगळे परिणाम दिसून येतात.

अजून एक महत्त्वाचा मुद्दा म्हणजे, आपल्याला असं वाटत असतं की, मळमळ आणि उलटी ह्या एकाच घटनेचा हिस्सा आहेत, पण ते खरं नाही. या दोन्ही घटना वेगवेगळ्या आहेत; आपल्या मेंदूतले वेगळे विभाग त्यांना निर्माण करत असतात. जी औषधं मळमळ निर्माण करतात, ती उलटीला कारणीभूत ठरतीलच असं नाही. उलटी येण्यापूर्वी मळमळतंच, असंही नाही. माझ्या माहितीतला एक सहावीतला मुलगा जेव्हा मनाला येईल, तेव्हा उलटी करू शकायचा – त्यासाठी घशात बोटं घालून उलटी काढायची आवश्यकता नसायची. त्याला मुळीच मळमळत नसलं, तरी तो ही गोष्ट करू शकायचा. ज्या स्थितीला 'रवंथावस्था' म्हणतात, त्या स्थितीत अनेक लोक जेवणानंतर थोड्याच वेळात जठरातील अन्नपदार्थ तोंडातून बाहेर काढू शकतात. हे त्यांना कसं जमतं, त्याचं काही स्पष्टीकरण नाही. या स्थितीत त्यांना मळमळतही नाही. (एका शास्त्रीय लेखात असं म्हटलं आहे की, जशी परिस्थिती असेल; त्यानुसार हे लोक ते अन्न परत गिळू शकतात किंवा थुंकूही शकतात.) याच्या अगदी उलटही घडू शकतं; काही वेळा प्रचंड मळमळल्यासारखं वाटूनही उलटी होत नाही. जी औषधं उलटी थांबवू शकतात ती मळमळ थांबवू शकतातच, असं नाही. हा मुद्दा अनेक डॉक्टरांच्या आणि परिचारिकांच्या लक्षात येत नाही. उदा. वैद्यकीयक्षेत्रात काम करणाऱ्यांचा अनुभव आहे की, 'झोफ्रॅन' हे अतिशय प्रभावी औषध आहे; पण रुग्णांचा अनुभव तसाच असेल असं नाही. रॉचेस्टर विद्यापीठातील मेडिकल स्कूलमध्ये मळमळ या विषयाचे तज्ज्ञ, गॅरी मॉरो ह्यांनी असा शोध लावलाय की, केमोथेरपी घेणाऱ्या रुग्णांना 'झोफ्रॅन' आणि तत्सम औषधांचा उलट्यांचं प्रमाण कमी करण्यासाठी उपयोग होतो, पण त्यांना होणाऱ्या मळमळीच्या भावनेमध्ये काहीही फरक पडला नाही. खरं सांगायचं तर, 'झोफ्रॅन'च्या वापरापूर्वीच्या काळात रुग्णांना जितका काळ मळमळ सहन करावी लागायची, त्यापेक्षा अधिक काळ आता सहन करावी लागते.

केमोथेरपीच्या रुग्णांना येणाऱ्या उलट्या, जाणवणारी मळमळ यांवर संशोधन करणाऱ्या शास्त्रज्ञांनी आता एक आश्चर्यजनक शोध लावलाय. ह्या रुग्णांना तीन वेगवेगळ्या प्रकारे मळमळ जाणवते आणि उलट्या होतात. केमोथेरपीच्या विषारी औषधाचा डोस दिल्यानंतर काही मिनिटांपासून ते काही तासांच्या आत त्यांना जोराची उलटी होते आणि मग हळूहळू ते प्रमाण कमी होत जातं. विषाचा परिणामही असाच असतो. पण अनेक रुग्णांच्या बाबतीत मळमळ आणि उलट्या एक-दोन दिवसांनी पुन्हा सुरू होतात; या प्रकाराला 'उशिरा आलेल्या उलट्या' (delayed emesis) असं म्हणतात. साधारणपणे २५ टक्के रुग्णांना तर केमोथेरपी

सुरू केली जाणार, या विचारानंच मळमळणं आणि उलट्या होऊ लागतात. या प्रकारच्या मळमळीची काही ठळक वैशिष्ट्यं मॉरोंनी नोंदवली आहेत. सुरुवातीची मळमळ जितकी जोराची, तितकीच नंतरची मळमळही तीव्र असते, जितक्या जास्त वेळा केमोथेरपीचे डोस दिले जातात, तितक्या प्रमाणात रुग्ण संवेदनशील बनतो आणि लहानसहान गोष्टींनीही त्याची मळमळ सुरू होते – औषध देणाऱ्या परिचारिकेच्या दर्शनानंही त्याला उलट्या होतात, त्यानंतर कुठल्याही परिचारिकेला पाहिल्यावर किंवा दवाखान्यातून येणाऱ्या वासानंही त्याला उलटी होते. पुढे-पुढे तर केमोथेरपीसाठी तो रुग्णालयात येतो, तेव्हा गाडी बाहेरच्या आवारात उभी करतानाही त्याला उलटी होते. मॉरोच्या एका महिला रुग्णाला तर हायवेवरून रुग्णालयाकडे जाणाऱ्या रस्त्याची निदर्शक पाटी पाहिल्यावरही उलटी होत असे.

अशा प्रतिक्रिया या मानसिक स्थितीचा परिणाम असतात, हे सगळ्यांना माहीत असतं – त्यालाच 'क्लॉकवर्क ऑरेंज' परिणाम (Clockwork Orange effect) असं नाव आहे. या प्रकारच्या संस्कारांमुळेच आपण इतर परिस्थितीत मळमळ झाली, तरी ती लांबवण्याचा प्रयत्न करतो. जेव्हा अशा उशिरा येणाऱ्या किंवा कसल्यातरी कल्पनेमुळे येणाऱ्या उलटीचं प्रमाण वाढतं, तेव्हा सध्याची औषधं काम करेनाशी होतात. मॉरोंनी आणि इतरांनी केलेल्या अभ्यासावरून असं दिसतं की, अशा परिस्थितीत केवळ वर्तणुकीवरील उपचार – संमोहन किंवा सखोल शिथिलता तंत्रं उपयोगी पडतात आणि तीदेखील काही रुग्णांनाच.

शेवटी असं म्हणावंसं वाटतं की, मळमळ आणि उलटी या विरोधात आमच्या वैद्यकशास्त्रात जे काही हत्यार आहे, ते अगदी प्राथमिक स्थितीतलं आहे. ह्या समस्या अनेकांना भेडसावतात हे सर्वश्रुत आहे आणि त्यांवर मात करण्याखातर लोक पैसे खर्च करायला तयार असतात, हे औषधोत्पादक कंपन्यांनी जाणलं असल्यामुळे त्या अधिक परिणामकारक औषधं शोधून काढण्यासाठी लाखो, करोडो डॉलर गुंतवत आहेत. मर्कने एक औषध बनवलं आहे, सध्या ते 'एमके-८६९' याच नावाने ओळखलं जातंय. याच्या प्रभावीपणाविषयी बऱ्याच जणांना खातरी वाटते आहे. या प्रकारच्या औषधांना 'सबस्टन्स-पी (substance-P) विरोधक' असं म्हणतात. मनोनैराश्यावर हे औषध गुणकारी आहे, असं मर्कने जाहीर केल्यानंतर अनेकांचं त्याच्याकडे लक्ष गेलं, पण 'एमके-८६९' हे औषध केमोथेरपीमुळे येणाऱ्या मळमळीवर आणि उलट्यांवर अतिशय उपयोगी आहे, हे त्याच्याविषयी केलेल्या पाहाणीतले निष्कर्ष न्यू इंग्लंड जर्नल ऑफ मेडिसिनमध्ये प्रसिद्ध केले गेले, तेव्हा त्यांच्याकडे कुणी फारसं लक्ष दिलं नाही.

दोन कारणांसाठी हे निष्कर्ष महत्त्वपूर्ण होते. पहिलं कारण म्हणजे तीव्र आणि उशिरा येणाऱ्या अशा दोन्ही प्रकारच्या उलट्यांवर याचा उपयोग होतो. दुसरा

महत्त्वाचा निष्कर्ष म्हणजे मळमळ आणि उलट्या अशा दोन्ही समस्यांवर ते उपयुक्त ठरतं. ज्या रुग्णांना केमोथेरपीनंतरच्या पाच दिवसांत बऱ्यापैकी मळमळ जाणवत असे, त्यांचं प्रमाण ७५ टक्क्यांवरून ५१ टक्क्यांपर्यंत खाली घसरलं, ते याच औषधामुळे.

आपल्या सगळ्याच औषधांना त्यांच्या स्वत:च्या अशा काही मर्यादा असतात. जी नवी औषधं आशादायक वाटतात, तीदेखील काहींच्या बाबतीत निष्प्रभ ठरतात. केमोथेरपी घेणाऱ्या निम्म्याअधिक रुग्णांना एमके-८६९चा फायदा होतच नाही. (त्याशिवाय हे औषध गरोदर स्त्रियांना गुणकारी ठरेल की नाही, हे समजायला अजून काही काळ जावा लागणार आहेच! सामान्यपणे असं होतं की, वैद्यकीय दुष्परिणामांना आणि कायदेशीर धोक्यांना भिऊन राहत असल्यामुळे औषधकंपन्या गरोदर स्त्रियांवर औषधांच्या चाचण्या घेत नाहीत.) त्यामुळेच मळमळीवर कोणतंही मॉर्फिनसारखं औषध अजून तरी निघालेलं नाही. काबूत न आणता येणारी मळमळ ही एक कायमची समस्या डॉक्टरांना आणि रुग्णांना भेडसावते आहे. तरीही एक वैद्यकीय विशेषता, जिला 'शमनकारी औषधोपचार' (palliative medicine) असं नाव आहे, एक नवी आगळीवेगळी योजना – त्रास, वेदना होण्यामागचं शास्त्रीय कारण आखते आहे. विशेष म्हणजे पूर्वी यश मिळालेलं नाही, अशा या क्षेत्रात काही उपाय सापडत आहेत.

वेदनाशमनविशेषज्ञांचं महत्त्वाचं वैशिष्ट्य म्हणजे, ते मृत्युशय्येवरील रुग्णांची काळजी घेण्यात तरबेज असतात. अशा रुग्णांचं आयुष्य लांबवण्याऐवजी ते अधिक चांगलं, सुखकर कसं होईल, याकडे ते लक्ष देतात. कुणी म्हणेल, हे काम करण्यासाठी विशेष शाखा कशाला हवी? तर मला असं सांगायचंय की, हे लोक या कामात खरोखरच तरबेज असतात. मरणासन्न व्यक्तींना अनेक वेळा वेदना होतात, अनेकांना मळमळ जाणवते. काहींची फुप्फुसं इतकी दुर्बल झालेली असतात की, पुरेसा प्राणवायू मिळत असूनही त्यांना सतत धाप लागते – आपण खोल पाण्यात बुडतोय, त्यामुळे आपल्याला पुरेशी हवा आत घेता येत नाहीये, असं वाटत राहतं. त्यांच्या दुखण्यावर काहीही इलाज नसतो, तरीदेखील हे 'शांतीदाते' (palliative specialists) त्यांचं आयुष्य सुखकर करतात. यामागचं इंगित कोणतं? अगदी साधं, सोपं आहे – हे रुग्ण जेव्हा शेवटचा श्वास मोजत असतात, एकेका श्वासासाठी धडपडत असतात, तेव्हा हे विशेषज्ञ त्यांच्या दु:खाकडे गांभीर्याने बघतात, त्यांची दखल घेतात. आम्ही डॉक्टर काय करतो? रोगाची लक्षणं आम्ही समजून घेतो, कारण आमच्या दृष्टीने रोग हे एक कोडं असतं आणि लक्षणं ही ते कोडं उलगडण्यासाठी दिलेल्या सूचक खुणा असतात. रोग कुठे आहे,

ते लक्षात घ्यायचं आणि त्यावर उपाय करायचे. शारीरिकदृष्ट्या काय बिघडलंय ते पाहायचं – सडलेलं ॲपेंडिक्स काढून टाकायचं, तुटलेलं, मोडलेलं हाड जागच्या जागी पुन्हा बसवायचं, फुप्फुसांत झालेलं पाणी काढल्यानंतर रुग्णाचा त्रास कमी होतच असतो. (माझा त्यावर विश्वास नसता, तर मी शल्यविशारद झालोच नसतो.) पण हे तत्त्व नेहमीच लागू पडतं असं नाही. ते सिद्ध करण्यासाठी मळमळ हे एकच उदाहरण पुरे आहे. बहुतेक वेळा मळमळणं हे काही शरीरातील बिघाडाचं लक्षण नसतं, तर ती आपल्या शरीराची प्रवासासारख्या घटनेला किंवा गर्भारपणासारख्या अवस्थेला अगदी साधारण अशी प्रतिक्रिया असते. काही वेळा आपल्या शरीराला उपयुक्त ठरणाऱ्या केमोथेरपीसारख्या उपचारामुळे, जैवप्रतिरोधकांमुळे किंवा शस्त्रक्रियेपूर्वी दिल्या जाणाऱ्या बधिरताद्रव्यामुळेही आपल्याला मळमळल्यासारखं होतं. आपण म्हणतो, "रुग्ण आता ठीक आहे," पण तेवढ्याने त्याचा त्रास काही कमी होत नाही.

आता रुग्णाच्या महत्त्वाच्या लक्षणांचा विचार करा. एखादा माणूस रुग्णालयात दाखल होतो, तेव्हा साधारणपणे दर चार तासांनी परिचारिका त्याला तपासते, त्याची महत्त्वाची इंद्रियं ठीक काम करताहेत ना, ते पाहते आणि तशी नोंद रुग्णाच्या पलंगाशेजारी असलेल्या तक्त्यात करते. त्यावरून त्याच्यावर उपचार करणाऱ्या डॉक्टरांना त्याची प्रकृती कशी आहे, ते समजतं. जगभरात सगळीकडे हीच पद्धत वापरली जाते. परंपरागत पद्धतीत चार महत्त्वाची चिन्हं पाहिली जातात – रुग्णाच्या शरीराचं तपमान, रक्तदाब, नाडीचे ठोके आणि श्वासोच्छ्वासाचा दर. यांमुळे आम्हा डॉक्टरांना रुग्णाची साधारण प्रकृती कशी आहे, याचा अंदाज लागतोच – म्हणजे त्याच्यात सुधारणा होते आहे की, त्याची प्रकृती खालावते आहे ते आम्हाला समजतं, पण त्याला होणाऱ्या त्रासाची कल्पना आम्हाला त्यामुळे येत नाही. त्याच्या शरीराच्या आत काय घडतंय, ते आम्हाला नक्की कळत नाही. ह्याच गोष्टीत बदल घडवण्याचे प्रयत्न हे 'शांतीदाते' करत आहेत. त्यांच्या मते वेदनेचं मोजमाप करता यायला हवं. त्याला होणारा त्रास तो डॉक्टरांना सांगत असतो, ही रुग्णाच्या बाबतीतली पाचवी महत्त्वाची खूण वा चिन्ह व्हायला हवी. आम्ही त्याची दखल घ्यायला हवी. आपल्या मनातला हा विचार हे 'शांतीदाते' बोलूनच दाखवत नाहीत, तर त्याविषयी ते ठासून आपलं मत मांडत आहेत. एक प्रकारे त्यांनी आवाज उठवायला सुरुवात केली आहे. त्यामुळे आता आम्हा डॉक्टरांना जाणवू लागलं आहे की, रुग्णाला होणारा त्रास, त्याच्या वेदनांना आम्ही फारसं महत्त्वच देत नाही. आम्ही या गोष्टीला कमी लेखतो. रुग्णाचा त्रास कमी कसा करता येईल, या दृष्टीने ते आता पावलं उचलत आहेत. उदा. एक गोष्ट आता अगदी स्पष्ट झाली आहे – जेव्हा एखाद्या रुग्णाला प्रचंड प्रमाणात

मळमळायला सुरुवात होते (किंवा वेदना होऊ लागतात.) आणि त्यात हळूहळू वाढच व्हायला लागते, तेव्हा कुठल्याही औषधाला ते दाद देईनासे होतात. शांतीदात्यांना अनुभवाने आता असं लक्षात आलंय की, वेदना किंवा मळमळ सौम्य स्वरूपात असतानाच किंवा तशी लक्षणं दिसण्यापूर्वीच, काळ न दवडता, त्यांच्यावर उपचार सुरू केले पाहिजेत. ही गोष्ट केवळ जहाजावर प्रवास करणाऱ्यांच्या बाबतीतच सत्य नाही, तर ज्यांना केमोथेरपी सुरू करायची आहे, त्या कर्करुग्णांच्या बाबतीतही ती तितकीच खरी आहे. 'अमेरिकन सोसायटी फॉर क्लिनिकल ऑंकॉलॉजी' या संस्थेने दिलेल्या सूचना कर्करुग्णांना केमोथेरपीचा त्रास होणारच नाही, यासाठी उपयुक्त आहेत. बऱ्याच वर्षांपूर्वी – ६० किंवा ७०च्या शतकात गर्भवतींना उलट्यांचा त्रास होऊ नये, म्हणून डॉक्टर सर्रासपणे उलटीविरोधक औषधं देत असत. जवळजवळ ३० ते ३५ टक्के स्त्रिया ही औषधं घेत असत. अतिउलट्या हा प्रकार फारसा आढळत नसे, पण 'बेंडेक्टिन' या औषधामुळे मुलांमध्ये जन्मजात असे दोष दिसून येतात, या कारणावरून अनेक स्त्रियांनी न्यायालयात खटले दाखल केल्यावर डॉक्टरांनी ही पद्धत सोडून दिली. (वास्तविक पाहता, अनेक सर्वेक्षणांनतर असं लक्षात आलं आहे की, या आरोपात काही तथ्य नाही.) त्यानंतर डॉक्टरांनी कोणतीही औषधं देण्याचं थांबवलं. अपवाद एमी फिट्झपॅट्रिकसारख्या रुग्णांचा ज्यांना अतिउलट्यांमुळे शरीरातील द्रवपदार्थ मोठ्या प्रमाणात कमी झाल्यामुळे फार मोठा धोका निर्माण झाला होता; त्यांची उपासमार होत होती. पुढेपुढे तर अतिउलट्यांमुळे रुग्णालयात दाखल होणाऱ्या गर्भवतींच्या संख्येत दुपटीने वाढ झाली.

शांतीदात्यांनी केलेलं एक निरीक्षण तर फारच आश्चर्यकारक आहे. ते म्हणतात, लक्षणं आणि प्रत्यक्ष होणारा त्रास या दोन भिन्न गोष्टी आहेत. डॉ. एरिक कॅसेल आपल्या 'द नेचर ऑफ सफरिंग ॲन्ड द गोल्स ऑफ मेडिसिन' या पुस्तकात म्हणतात, "काही रुग्णांना वेदनेचा स्रोत समजला की, ते स्वतःच आपल्या त्रासावर किंवा वेदनेवर मात करण्याचा प्रयत्न करतात – आपल्या त्रासामागचं नक्की कारण काय, त्या त्रासाचा वेदनेचा वेगळाच अर्थ लावणं किंवा वेगळ्या दृष्टीने त्याकडे पाहाणं किंवा निसर्गाला आपण नेहमीच नमवू शकत नाही, हे चिरंतन सत्य जाणून घेणं. (निसर्गापुढे अखेर माणसाला हार मानावीच लागते.) अर्थात औषधं काम करेनाशी झाली, तरी डॉक्टर रुग्णांना मदत करू शकतातच."

एमी फिट्झपॅट्रिकचे शब्द फार मोठं सत्य सांगतात – "जे डॉक्टर माझ्याजवळ कबूल करायचे की, तुम्हाला इतकी मळमळ का जाणवते, ते आम्ही तुम्हाला समजावून सांगू शकत नाही किंवा आमच्यापाशी त्याच्यावर काही उपाय नाहीत, तेच मला मनापासून आवडायचे. ते मला म्हणत असत, तुमच्यासारखा दुसरा

कुणीच रुग्ण आमच्या पाहाण्यात आला नाही.'' त्यांना तिच्या त्रासाची कल्पना होती, हे तिला त्यांचं बोलणं ऐकलं की जाणवायचं. कधी-कधी तिला त्यांच्या अशा हार मानण्याच्या वृत्तीचा राग येत असे, हेदेखील ती कबूल करते. काही वेळा आपण योग्य डॉक्टरांचा सल्ला घेतोय ना, काही गोष्टी त्यांच्या ध्यानात येत नाहीत, असं तर नाही ना, अशा शंकाही तिच्या मनात यायच्या. पण डॉक्टरांनी तिच्यावर निरनिराळे प्रयोग केले, वेगवेगळी औषधं देऊन पाहिली, तरी तिच्या प्रकृतीत काडीचाही फरक पडला नाही, हीच वस्तुस्थिती राहिली. सगळ्या डॉक्टरांनी तिच्या समस्येपुढे हात टेकले, हेच खरं.

तर, सांगायचं तात्पर्य हे की, एमीच्या गर्भारपणातले पहिले काही महिने म्हणजे तिच्यासाठी एक वनवास होता, पण काही काळाने तिला स्वत:मध्येच काहीतरी बदल जाणवला. परिस्थितीपुढे शरण जाण्याऐवजी तिने परिस्थितीशी चार हात करायचा निर्धार केला, समस्येला चारी मुंड्या चीत करायचा पणच जणू काही तिने केला अन् मग एक आश्चर्यकारक बदल तिच्यात घडला आणि तो तिला जाणवलाही. आपली अवस्था तितकी काही वाईट नाही, अशी तिने स्वत:च्या मनाची समजूत घातली. रोजचा काही वेळ ती प्रार्थनेत घालवू लागली. आपली दोन चिमुकली बाळं ही आपल्याला मिळालेली एक दैवी देणगी आहे, असा विश्वास तिच्या मनात निर्माण झाला. या अनोख्या आनंदाची लहानशी किंमत आपल्याला मोजायचीय, अशी तिने आपल्या मनाची समजूत काढली. आपल्याला बंदुकीच्या गोळ्या खाव्या लागणार आहेत, हा विचार तिने मनातून काढूनच टाकला. गर्भारपणातले २६ आठवडे पार पडल्यावर तिने डॉक्टरांना सांगितलं, ''यापुढे माझ्यावर नव्या औषधांचे प्रयोग करणं थांबवा.'' मळमळ आणि उलट्या यांचा त्रास चालूच राहिला, पण त्यापुढे गुडघे टेकायचे नाहीत, असं तिने ठरवून टाकलं.

अखेर आशेचा एक किरण चमकला. ३० आठवडे होत आले, त्या सुमारास तिच्या पोटात थोडंथोडं अन्न ठरू लागलं. गोमांसाचा लहानसा तुकडा, ॲस्परेगस, टूना नावाचा एक मासा आणि पुदिन्याच्या वासाचं आइस्क्रीम हे पदार्थ, अगदी चमचाभरच का होईना, पण तिला खाता येऊ लागले. एक प्रकारचं प्रथिनयुक्त दूधही ती उलटी न येता पिऊ शकली. ३३व्या आठवड्यात म्हणजेच पूर्ण दिवस भरण्याआधी तीन आठवडे तिला बाळंतपणाच्या कळा येऊ लागल्या. ला गार्डियाहून विमानाने तिचा नवरा तिच्या बाळंतपणाच्यावेळी हजर झाला. जुळ्या मुलांचं वजन कमी – साधारणपणे तीन पौंड – असेल अशी कल्पना तिला डॉक्टरांनी देऊनच ठेवली होती, पण लिंडाचा जन्म रात्री १० वाजून, ५२ मिनिटांनी आणि जॅकचा जन्म त्यानंतर पाच मिनिटांनी झाला. मुलीचं वजन ४ पौंड, १२ औंस आणि मुलाचं ५ पौंड इतकं भरलं. दोघांची प्रकृती छान होती.

बाळंत झाल्यावर थोड्याच वेळात एमीला परत एकदा उलटी झाली. ''ती शेवटचीच उलटी होती.'' एमी म्हणते. दुसऱ्या दिवशी सकाळी तिने संत्र्याचा एक मोठा ग्लासभर रस घेतला आणि रात्रीच्या जेवणात एका भलामोठा हॅमबर्गर खाल्ला. ''खरंच, त्या चविष्ट जेवणाने माझा आत्मा शांत झाला.'' ती समाधानाने उद्गारली.

★

रक्तवर्णी लाट

१९९७च्या जानेवारी महिन्यात ख्रिस्तिन ड्ररी नावाच्या तरुणीला 'चॅनेल-१३-न्यूज'वर रात्रीची बातमीदार म्हणून काम करण्याची संधी मिळाली. इंडियाना-पोलीसमधील स्थानिक 'एनबीसी'शी ती संस्था संलग्न होती. टेलिव्हिजनच्या बातमी आणि मुलाखतींच्या क्षेत्रात तुमचा प्रवेश अशाच पद्धतीने होतो. (डेव्हिड लेटरमनने आपल्या कारकिर्दीला याच स्थानकावरून, शनिवार-रविवारच्या हवामानाचा अंदाज वर्तवत सुरुवात केली.) ड्ररीची रात्रपाळी ९ ते पहाटे ५ अशी असे, वेगवेगळ्या बातम्यांच्या गोष्टी तयार करायच्या आणि मध्यरात्रीनंतर एक अर्ध्या मिनिटाचं आणि एक अडीच मिनिटांचं अशी दोन बातमीपत्रं वाचून दाखवायची, हे तिचं काम होतं. तिचं नशीब जोरावर असलं अन् एखादी सनसनाटी बातमी मध्यरात्री सांगायची वेळ आली तर, ही नवी बातमी घडत असतानाच स्टुडिओतून किंवा प्रत्यक्ष घटनास्थळीच उभं राहून तिचं निवेदन करण्याची संधी आणि थोडा अधिक वेळ तिला मिळत असे. कधी-कधी तर सकाळच्या कार्यक्रमातही भाग घेता येत असे. उदा. ग्रीनकासलमध्ये कॉनरेल रुळावरून घसरली, तेव्हा असा योग तिच्या वाट्याला आला होता.

ही नोकरी मिळाली, तेव्हा ड्ररी २६ वर्षांची होती. इंडियानातल्या कोकोमो या गावात ती लहानाची मोठी झाली होती. अगदी बालपणापासून तिला टेलिव्हिजनवर काम करायची – खास करून सूत्रसंचालक म्हणून – इच्छा होती. ज्या आत्मविश्वासाने आणि दिमाखात पडद्यावरील स्त्रिया बोलत असत, त्याचा तिला हेवा वाटत असे. एकदा शाळेत शिकत असताना ती इंडियाना-पोलीसमधल्या एका दुकानसंकुलात खरेदीसाठी गेली असताना तिला किम हुड दिसली होती. किम त्या वेळी चॅनेल-१३च्या 'प्राइमटाइम'ची सूत्रसंचालक होती. ''मला तिच्यासारखं बनायचं होतं,'' ड्ररी ती आठवण सांगते. किमला प्रत्यक्ष भेटल्यानंतर तर तिला वाटू लागलं,

आपणही तिच्यासारखं बनू शकतो की! पर्ड्यू विद्यापीठात शिकत असताना तिने 'टेलिकम्युनिकेशन' ह्या विषयात पदवी मिळवली अन् एका उन्हाळ्याच्या सुट्टीत तिने चॅनेल-१३वर शिकाऊ उमेदवार म्हणून नोकरीही केली. पदवी मिळाल्यानंतर दीड वर्षांनी तिला याच चॅनेलवर निर्मितिसाहाय्यक ही अगदी तळाच्या पायरीवरील नोकरी मिळाली. या कामाच्या जबाबदारीचा भाग म्हणून तिने टेलीप्राँप्टर चालवला, कॅमेरे बरोबर जागी ठेवलेले आहेत ना, याची काळजी घेतली अन् खरं सांगायचं, तर पडेल ते काम केलं. पुढल्या दोन वर्षांत ती एकेक पायरी वर चढत गेली, बातम्या लिहायचं काम तिने सांभाळलं आणि शेवटी रात्रभरासाठी सूत्रसंचालन करायची जबाबदारी तिच्यावर टाकण्यात आली.

ही मुलगी या क्षेत्रात पुढे येणार, हे तिच्या वरिष्ठांना जाणवलं. तसं त्यांनी तिला सांगितलंदेखील, "बातम्या लिहिण्याची कला तुझ्यात आहे, बातम्या सांगण्यासाठी लागणारा आवाजही तुला लाभलाय, आणि तू दिसतेसही चांगली." थोडक्यात सांगायचं, तर मेग रायानसारखीच ती एक टिपिकल अमेरिकन मुलगी दिसायची. पांढरे शुभ्र दात, निळे डोळे, सोनेरी-पांढरे केस आणि हसतमुख चेहरा. आणखी काय हवं असतं, टी.व्ही.वर झळकायला?

पण ती बातम्या सांगायला लागली की, तिला एक विचित्र अनुभव यायचा. तिचा चेहरा आरक्त व्हायचा तो कायम तसाच राहायचा. त्यासाठी तिला काहीही निमित्त पुरायचं किंवा निमित्तही लागायचं नाही. म्हणजे असं की, ती मंचावर असायची, बातमी सांगायला सुरुवात करायची अन् एखादे वेळी असं व्हायचं की, ती एखाद्या शब्दावर अडखळायची किंवा तिच्या लक्षात यायचं की, आपण फारच भरभर बोलतोय. लगेच तिचा चेहरा लाल व्हायचा. तिच्या छातीत जणू विजेची लहर उमटायची आणि क्षणार्धात तिचा गळा, कान आणि डोकं गरम व्हायचं. शरीरविज्ञानाच्या परिभाषेत बोलायचं, तर रक्तप्रवाह त्वचेच्या दिशेने वाहू लागायचा, इतकंच. आपला चेहरा आणि गळा या भागांत त्वचेखालीच बऱ्याचशा नीला (अशुद्ध रक्तवाहिन्या) असतात आणि शरीराच्या इतर भागातील शिरांपेक्षा त्यांची रक्तवहनाची क्षमता बरीच जास्त असते. मेंदूकडून काही संकेत त्यांना मिळाले, तर त्या प्रसरण पावतात आणि इतर अवयवांतील शिरा आवळतात, त्यामुळे एकीकडे चेहरा लाल होतो, तर दुसरीकडे हात पांढरेफटक पडतात आणि घामेजतातदेखील. ड्ररीला या शारीरिक प्रतिक्रियेपेक्षा त्यामुळे निर्माण होणाऱ्या काळजीचाच अधिक त्रास होत असे. अशा वेळी तिला एक प्रकारचा सुन्नपणा जाणवत असे, आपण अडखळायला लागलोय, हेदेखील तिच्या लक्षात येत असे. आपला चेहरा दोन्ही हातांनी झाकून घ्यावा, कॅमेऱ्यासमोरून दूर पळून जावं, अशी अनिवार इच्छा तिच्या मनात निर्माण होत असे.

ड्रीला आठवतंय तेव्हापासूनच तिला ही लाजण्याची सवय आहे. मूळची आयरिश असल्याने तिची कांती फिकट आहे, त्यामुळे तर तिच्या चेहऱ्यावर उमटलेली लाली फारच स्पष्टपणे लक्षात येते. अगदी नकळतच तिचा चेहरा लाल-लाल होतो. क्षुल्लक कारणामुळे – वर्गात शिक्षिकेने नाव पुकारलं किंवा शाळेतील जेवणाच्या खोलीत शिरल्यानंतर रिकामी खुर्ची शोधतानादेखील – तिचा चेहरा आरक्त होत असे. पुढे मोठेपणीही हेच चालू राहिलं. वाण्याच्या दुकानात ती सामान आणायला गेली असता तिच्यामुळे इतर ग्राहकांना थोडा जास्त वेळ थांबावं लागलं, तरी तिच्या चेहऱ्याचा रंग पालटत असे, गाडी चालवत असताना मागून कुणी हॉर्न वाजवला की, झालाच हिचा चेहरा लाल, अशी परिस्थिती असताना तिने कॅमेरापुढे उभं राहाण्याचं धाडस करावं, हेच विचित्र होतं, पण तिने कायमच या शारीरिक प्रवृत्तीशी निकराने लढा दिला होता. उच्च माध्यमिक शाळेत असताना तिने 'चीअर लीडर'ची भूमिका निभावली होती, टेनिस संघातर्फे ती खेळली होती आणि शाळेतील अखेरच्या कार्यक्रमात तिने राणीपद (prom-queen court) मिळवण्याच्या स्पर्धेत भाग घेतला होता. पर्ड्यू विद्यापीठातही तिने आंतरकॉलेज टेनिस स्पर्धेत भाग घेतला होता, बोटीच्या शर्यतीत उत्साहाने भाग घेतला होता आणि परीक्षेतही उच्च सन्मान मिळवला होता. एका उपहारगृहात सेविकेची नोकरी केली होती आणि नंतर वॉलमार्टमध्येही साहाय्यक व्यवस्थापक म्हणून काम करत असताना सकाळी ती इतर कर्मचाऱ्यांना प्रेरणा देण्याच्या उपक्रमाचं नेतृत्वही करत असे. स्वभावातला मनमोकळेपणाआणि वागण्यातला लोभसपणा यांमुळे तिला मित्रमैत्रिणींची वानवा कधीच भासायची नाही.

टी.व्ही.वर मात्र तिच्या वाट्याला म्हणावं तसं यश येत नव्हतं, याचं कारण तिच्या चेहऱ्यावर दिसणारा, लालीमा. सुरुवातीच्या काळातल्या तिच्या बातमी देतानाच्या चित्रफिती पाहिल्यावर हे सहज लक्षात येतं. अगदी साध्या बातम्या सांगत असतानासुद्धा तिचा चेहरा लाजून लाल झाल्यासारखा दिसायचा. उदाहरणादाखल सांगायचं झालं तर, एकदा ती गाडीचालकांच्या बेदरकार वागण्यामुळे त्यांना पोलिसांनी देण्यात आलेल्या दंडाच्या पावत्यांत वाढ झाली आहे, अशी बातमी वाचत होती, तर दुसऱ्या एका बातमीपत्रात ती एका उपहारगृहातील विषबाधेविषयी सांगत होती. आणखी एकदा ती ३२५ इतका उच्च बुध्यांक असलेल्या १२ वर्षांच्या मुलाने महाविद्यालयाची पदवी संपादन केल्याबद्दल त्याचं कौतुक करत होती. या तिन्ही बातम्यांमध्ये लाजण्यासारखं काय होतं? तरीही तिचा चेहरा आरक्त झाल्याचं स्पष्ट दिसलं. काही दिवसांनी तिने बंद गळ्याचा ब्लाउज किंवा ड्रेस घालायला सुरुवात केली. चेहऱ्यावरच्या रंगरंगोटीतही तिने बदल केला. एक प्रकारचं हिरवट रंगाचं क्रीम लावल्यानंतर त्यावर ती पावडरचा थर लावायची.

त्यामुळे तिची कांती काहीशी गडद वर्णाची वाटू लागली, त्यामुळे चेहऱ्यावर उमटणारी लाली बऱ्याच प्रमाणात झाकली जाऊ लागली.

एवढं सगळं केल्यानंतरही तिची समस्या पूर्णपणे दूर झाली नाहीच, कारण टी.व्ही. पाहणाऱ्याच्या लक्षात येतच असे की, समोरचं दृश्य काहीतरी वेगळं दिसतंय. आता तिच्यात आणखी एक बदल घडला. आपला चेहरा लाल होतोय, हे तिच्या लक्षात आलं की, – अन् आता जवळजवळ प्रत्येक बातमीपत्राच्या वेळी हे घडू लागलं – तिचं सगळं शरीर एक प्रकारे ताठर व्हायचं, नजर स्थिर व्हायची आणि हालचालींही यांत्रिक व्हायच्या. मग तिचा बोलण्याचा वेग वाढायचा आणि आवाजही वरच्या पट्टीत जायचा. 'गाडीच्या प्रखर दिव्यांनी हरीण जसं बावचळून जातं ना, तशी तिची अवस्था होते.' अशा शब्दांत एका निर्मात्याने तिच्या अवस्थेचं अचूक वर्णन केलं.

ड्रीने आपल्या परीने सगळे प्रयत्न करून पाहिले. तिने कॉफी पिणं सोडलं, श्वासोच्छ्वासावर नियंत्रण यावं, म्हणून काही प्रयोग करून पाहिले. टेलिव्हिजनवर काम करणाऱ्यांनी यशस्वी होण्यासाठी काय करावं, याविषयीची पुस्तकं वाचली, इतकंच नव्हे, तर कॅमेरा हा काही आपला शत्रू नाही, आपल्या प्रेमळ कुत्र्यासारखा, मैत्रिणीसारखा, नव्हे आईसारखा आहे तो, असंही मनाला समजावून बघितलं, पण व्यर्थ!

रात्रपाळी करत असताना मनाला समाधान देण्यासारखं काम फारसं नसायचंच, कारण फारच थोडा वेळ तुमचा चेहरा लोकांना पडद्यावर दिसणार, अशी एकूण परिस्थिती असल्यामुळे रात्रभरासाठी सूत्रसंचालकाचं काम करायचं म्हणजे समाधानाच्या नावावर एक भलंमोठं शून्य! बहुतेक जण जेमतेम वर्षभर हे काम करतात, अनुभव मिळवतात, कौशल्य प्राप्त करतात आणि दुसरी एखादी चांगली नोकरी मिळवायचा प्रयत्न करतात. ड्रीने मात्र तो विचारही मनात आणला नाही. "दिवसाच्या उजेडात काम करायची कल्पनाच तिच्या पचनी पडत नव्हती," निर्माता म्हणाला. १९९८च्या ऑक्टोबर महिन्यात आपल्या रोजनिशीत तिने पुढील नोंद केली, 'आपण दिवसेंदिवस खाली घसरत चाललोय, हा विचार माझं मन कुरतडतोय. आजचा सबंध दिवस मी रडूनच काढला. कामावर जायला निघालेय मी पण असं वाटतंय, माझ्या डोळ्यांतल्या पाण्याला खंडच पडत नाहीये. देवाच्या मनात काय आहे, हे एक त्यालाच ठाऊक. मला जमणार नाही अशी नोकरी मला त्याने का दिली आहे, तेच मला कळत नाहीये. पण मी हार मानणार नाही. हरेक प्रयत्न मी करणारच आहे.'

लाजणं, त्यामुळे चेहरा आरक्त होणं, हा नेमका काय प्रकार असतो? आपल्या त्वचेचा तो एक प्रकारचा प्रतिसाद असतो का? एखादी भावना आपण व्यक्त करत असतो का? आपली रुधिराभिसरण संस्था काही तरी व्यक्त करत असते का? या प्रकाराचं वर्णन करण्यात शास्त्रज्ञांना अपयश आलं आहे, असं

म्हणता येईल किंवा ते कसं करावं, ते त्यांना समजत नाही. खरं सांगायचं, तर लाजणं ही क्रिया जितकी शारीरिक आहे, तितकीच ती मानसिकही आहे. एका बाजूने विचार केला, तर असं दिसतं की, या क्रियेवर आपला ताबा नसतो; ती प्रतिक्षिप्त क्रिया असते आणि बाह्य बाजूला असते, जसं आपल्या त्वचेवर उठलेलं पुरळ असतं. दुसऱ्या बाजूने पाहिलं तर असं लक्षात येतं की, मनात आलेल्या विचारांचं प्रतिबिंब या क्रियेत पडलेलं असतं. भावना आणि विचार या दोन्हींचा एकत्रित परिणाम म्हणजे लाजणं, त्यामुळे त्यात मेंदूचा सहभागही असतोच. मार्क ट्वेन या विनोदी लेखकाने म्हटलंय, 'माणूस हा एकमेव प्राणी आहे, जो लाजतो किंवा त्याचं कृत्यच असं असतं की, त्याच्यावर लाजायची वेळ येते.'

काही निरीक्षकांनी असं गृहित धरलं आहे की, केवळ शरम वाटल्यामुळे माणसाचा चेहरा आरक्त होतो. उदा. फ्रॉइडच्या शिष्यांनी नेहमी असं मानलं आहे. त्यासाठी ते असं स्पष्टीकरण देतात की, कामभावना दडपल्याचा परिणाम म्हणजे चेहऱ्यावर दिसणारा आरक्तपणा. पण डार्विनने १८७२ साली लिहिलेल्या एका निबंधात असं म्हटलं आहे की, 'शरमेच्या भावनेमुळे नव्हे; तर आपला गुन्हा उघडकीला येईल, या विचाराने माणसाला अपमानित वाटतं, त्यामुळे त्याचा चेहरा लाजेने लाल होतो. एखादं छोटंसं असत्य बोलल्यानंही माणसाला भयंकर लाज वाटू शकते; पण याचा अर्थ असा होत नाही की, त्याचा चेहरा लाल होईल.' त्यांनी पुढे लिहिलं होतं, 'पण जर त्याला किंचितही शंका आली की, त्याचं पितळ उघडं पडलंय; तर मात्र क्षणार्धात त्याचा चेहरा लाल होईल. खास करून त्याच्या दृष्टीने आदरणीय असलेल्या माणसाने त्याचं बिंग बाहेर फोडलं तर.'

पण आता प्रश्न असा पडतो की, आपल्याला अपमानाविषयी काळजी वाटू शकते, पण आपलं कुणी कौतुक केलं, तर आपण का लाजतो? कुणी आपल्यासाठी साधं 'हॅपी बर्थडे' गाणं म्हटलं, तरी आपला चेहरा लाल का होतो? कुणी आपल्याकडे नुसतं पाहिलं, तरी आपण का लाजतो? मायकेल लेविस न्यू जर्सीतील वैद्यकशास्त्र आणि दंतवैद्य विद्यापीठात मानसोपचार विषयात प्राध्यापक आहेत. ते वर्गात घडणाऱ्या एका नेहमीच्या घटनेचा उल्लेख उदाहरण म्हणून करतात. ते वर्गात घोषणा करतात, मी कुठल्याही एका विद्यार्थ्याकडे बोट दाखवेन. त्यामागे कोणतंही कारण नसेल आणि त्या विद्यार्थ्याविषयी मला कोणतंही मतप्रदर्शनही करायचं नसेल. त्यानंतर ते डोळे मिटतात आणि एका विद्यार्थ्याकडे बोट दाखवतात. सगळे जण त्याच्याकडे पाहू लागतात. गंमत म्हणजे दर वेळचा अनुभव हा की, तो विद्यार्थी वा विद्यार्थिनी इतका गोंधळल्यासारखा होतो की, विचारायची सोय नाही. आणखी एक विचित्र प्रयोग जॅनिस टेंपलटन आणि मार्क लियरी या दोघा सामाजिक मानसशास्त्रज्ञांनी केला होता. ज्यांच्यावर प्रयोग केला जाणार होता, त्यांच्या चेहऱ्यांना

या दोघांनी चेहऱ्याचं तापमान मोजणारे सेन्सर जोडले आणि त्यांना आरशाच्या एका बाजूला उभं केलं. तो एकमितीय आरसा (one-way mirror) होता; नंतर तो आरसा बाजूला करण्यात आला, तेव्हा पलीकडच्या बाजूला बरेच प्रेक्षक बसलेले होते आणि ते सगळे याच व्यक्तींकडे पाहत होते, असं त्यांच्या लक्षात आलं. या प्रयोगातला निम्मा वेळ प्रेक्षकांनी काळे चष्मे लावले होते, तर निम्मा वेळ ते चष्म्याशिवाय बघत होते. यातला गमतीचा भाग हा होता की, ज्या वेळी त्यांना प्रेक्षकांचे डोळे दिसत होते, तेव्हाच त्यांचे चेहरे लाल होत होते.

लाजण्याच्या क्रियेतला सगळ्यात अस्वस्थ करणारा घटक कुठला असेल, तर त्यामुळे आणखीही काही परिणाम आपोआपच घडतात. त्यांच्यामुळेही त्या व्यक्तीला गोरंमोरं व्हायला होतं. सगळे जण आपल्याकडेच बघताहेत, असं वाटल्यामुळे ती अधिकच अस्वस्थ होते, गोंधळून जाते, तिला लक्ष केंद्रित करणं कठीण जातं. (हे असं का घडतं, याचा अर्थ डार्विनला लावता येईना. त्याने एक तर्क लढवला की, लाजण्याच्या क्रियेत चेहऱ्याकडे रक्ताचा प्रवाह जोरात वाहू लागल्यामुळे मेंदूच्या रक्तपुरवठ्यात घट होते अन् त्यामुळे त्याची मानसिक, वैचारिक अवस्था बिकट होते.)

अशा प्रकारची प्रतिक्षिप्त क्रिया निसर्गाने मानवाला का बहाल केली असावी, हा प्रश्न गोंधळात टाकणारा आहे. त्यावरचं एक उत्तर असं की, आनंद व्यक्त करण्यासाठी आपण स्मितहास्य करतो, तसेच मनाची संभ्रमावस्था दर्शवण्यासाठीच लाजण्याची क्रिया निसर्गाने निर्माण केली आहे. म्हणूनच लाजण्याची प्रतिक्रिया शरीरातल्या दृश्य भागात उमटते. (चेहरा, गळ्याचा भाग आणि छातीचा वरचा दृश्य भाग) तसं असेल, तर मग कृष्णवर्णीय लोकांच्या चेहऱ्यावर ही भावना का दिसते? याबाबत केलेल्या पाहणीवरून असं दिसतं की, सगळेच मनुष्यप्राणी लाजतात, मग ते गोरे असोत वा काळे. पण बऱ्याच लोकांच्या चेहऱ्यावर लज्जेचा परिणाम तितकासा स्पष्ट दिसत नाही. एखादी व्यक्ती गोरीमोरी झालीय, हे केवळ त्वचेचा रंग पालटण्यावरून इतरांना समजतं असं नाही, तुमची गोंधळलेली स्थिती लोकांना तुमचा चेहरा लाल होण्यापूर्वीच कळते, असंही या पाहणीवरून कळलं आहे. खरी गोष्ट ही आहे की, चेहरा आरक्त व्हायला १५ ते २० सेकंद लागतात, पण केवळ ५ सेकंदातच इतरांना त्या व्यक्तीची मन:स्थिती समजू शकते. नजर दुसरीकडे वळवणं, बहुतेक वेळा खाली झुकवणं किंवा डावीकडे वळवणं आणि त्यानंतर लगेचच मंदसं, म्लानसं हसणं, वगैरे. या सगळ्यावरून असा निष्कर्ष काढता येईल की, मनातल्या भावना व्यक्त करण्यासाठीच माणूस लाजतो, असं म्हणणं काही तितकंसं बरोबर नाही.

काही शास्त्रज्ञ एक वेगळाच विचार मांडत असून त्यांची संख्या आता वाढते

आहे. अत्यंत तीव्र स्वरूपाच्या गोंधळजनक मन:स्थितीचा परिणाम प्रासंगिक, क्षुल्लक असू शकेल; त्यामुळे चेहरा आरक्त होतो हे निश्चित. ही कल्पना कानाला जितकी हास्यास्पद वाटते, तितकी ती वास्तवात मात्र नाही. गोरंमोरं होणं, गोंधळून जाणं या गोष्टींचा लोकांना तिरस्कार वाटतो आणि तसं चेहऱ्यावर दिसू न देण्याचा ते आटोकाट प्रयत्नही करतात हे जरी खरं असलं, तरी त्या अवस्थेचाही काहीतरी फायदा असतोच. दु:ख, राग अगदी प्रेमही, या सगळ्या भावनांमध्ये आणि गोंधळून जाणे, लाजेने गोरंमोरं होणं, या भावनेत एक मोठा फरक आहे. 'लाजणं' ह्या भावनेला एका नैतिक बाजू असते. लोक काय म्हणतील, या विचारातून या भावनेचा उगम होतो, म्हणजेच ही भावना एक प्रकारे आपल्याला खडबडून जागं करत असते, आपल्याला सुनावत असते की, बाबा रे, तुझं काहीतरी चुकतंय, तू वागण्याची एक मर्यादा ओलांडली आहेस, अन् त्याच वेळी आपण जरा जास्तच कठोरपणे वागलो, म्हणून माफी मागण्याची संधीही इतरांना दिली जाते. समाजात वावरताना आपण काहीतरी नीतिनियम पाळण्याचं नैतिक बंधन स्वत:वर घालून घेतो, लोकमताची पर्वा करतो. थोडक्यात, एखाद्याचा चेहरा लाजेमुळे लाल होत असेल अन् त्यामुळे इतरांची संवेदनशीलता वाढवत असेल, तर एक प्रकारे ते आपल्याच फायद्याचं आहे.

आता मुख्य अडचण अशी आहे की, चेहरा लाजल्यामुळे लाल होणं थांबवता कसं येईल. लाजल्यामुळे चेहरा लाल होतो अन् चेहरा लाल झाला की गोंधळल्यासारखं होतं – तर हे चक्र कसं थांबवायचं? त्याचं उत्तर कुणालाच ठाऊक नाही. काही लोकांच्या बाबतीत ही यंत्रणा 'हाताबाहेर' जाते अन् असे लोक अगदीच नगण्य नसतात. त्यांना बऱ्याच वेळा अतिशय तीव्र स्वरूपाचे आणि अनियंत्रित असे 'झटके' येतात. त्यांचं वर्णन ही माणसं, 'तीव्र', 'अकारण' आणि 'लाजीरवाणे' या शब्दांत करतात. एका माणसाचा अनुभव त्यानंच मला सांगितला तो असा होता, 'मी टी.व्ही. बघत घरात एकटाच बसलोय, समोरच्या पडद्यावरचा माणूस गोरामोरा होतोय, ते बघूनदेखील माझी तशीच अवस्था होते. एवढ्या एकाच कारणासाठी मला माझ्या नोकरीला मुकावं लागलं. मी व्यवस्थापकीय सल्लागार म्हणून एका कंपनीत नोकरी करत होतो. मला भेटायला येणाऱ्या लोकांना माझा लाल होणारा चेहरा पाहिला की वाटायचं, त्यांच्याशी बोलताना मलाच अस्वस्थ वाटतंय. माझ्या वरिष्ठांचाही तसाच ग्रह झाला अन् त्यांनी मला कामावरून काढून टाकलं.' एक गृहस्थ मनोवैज्ञानिक होते. ते रुग्णांवर उपचार करत असत. त्यांची समस्याही अकारण लाजणं हीच होती. बिचाऱ्यांनी ते काम थांबवलं आणि संशोधनाचं काम करीत एकलकोंडं आयुष्य जगणं पत्करलं. तरीही त्यांचं नष्टचर्य संपलं नाहीच. आनुवंशिक मेंदूरोग या विषयावरचं त्यांचं संशोधन इतकं प्रसिद्ध झालं की, लोक

त्यांना भाषणासाठी आणि टी.व्हीवरील मुलाखतीसाठी बोलावू लागले. आपल्या लाजण्याच्या समस्येपायी त्यांना ह्या कार्यक्रमांना हजर राहाणं शक्य नव्हतं, त्यामुळे दर वेळी त्यांना खोटी कारणं सांगावी लागत. एकदा तर बिचाऱ्यांना 'सीएनएन'च्या माणसांना चुकविण्यासाठी ऑफिसच्या बाथरूममध्ये लपून बसावं लागलं. आणखी एका प्रसंगी, जगातल्या पन्नास थोर शास्त्रज्ञांसमोर – त्यांमध्ये पाच नोबेल पारितोषिक विजेते होते – आपलं काम सादर करण्यासाठी त्यांना आमंत्रण मिळालं होतं. साधारणपणे अशा वेळी ते दिवे बंद करून आणि पारदर्शिका दाखवून वेळ निभावून नेत असत, पण या प्रसंगी असं घडलं की, सभागृहातील एका श्रोत्याने त्यांना सुरुवातीलाच थांबवून एक प्रश्न विचारला आणि झालं! बिचाऱ्या मनोवैज्ञानिकांचा चेहरा लालबुंद झाला. क्षणभर ते तोंडातल्या तोंडात काहीतरी पुटपुटले आणि मग भाषण देण्यासाठी जिथे वक्ता उभा राहतो, त्या टेबलामागे गेले आणि गुपचुपपणे त्यांनी आपला पेजर चालू केला. त्यावर नजर लावत ते श्रोत्यांना म्हणाले, "आणीबाणीची परिस्थिती उद्भवल्यामुळे मला तातडीने जावं लागत असल्यामुळे मी दिलगीर आहे." उरलेला सगळा दिवस त्यांनी घरी बसून काढला. काय दैवदुर्विलास होता पाहा. जो माणूस इतरांच्या मेंदूतील आणि मज्जासंस्थेतील दोषांवर उपाययोजना करून जगत होता, त्याला स्वत:च्या मानसिक, शारीरिक समस्येवर उत्तर सापडत नव्हतं.

या प्रकारच्या आजाराच्या लक्षणाला काहीही अधिकृत नाव नाही, पण त्याला साधारणपणे 'अति' किंवा 'पॅथॉलॉजिकल' लाजणं असं म्हणतात. किती लोकांना ही समस्या छळते आहे, ते कुणालाही माहीत नाही. असा एक अंदाज आहे की, एक ते सात टक्के लोकांना हा त्रास असतो. सर्वसामान्यपणे पाहिलं, तर पौगंडावस्था संपत आली की त्वचा लाल होण्याचं प्रमाण कमी होतं, पण जुनाट दुखणं असणाऱ्यांच्या बाबतीत मात्र याच्या उलट प्रकार घडतो – त्यांचं आरक्त होणं कमी होण्याऐवजी वाढतच जातं. सुरुवातीला असा समज होता की, फार तीव्र प्रमाणात त्वचा आरक्त होणं हीच समस्या होती, पण तो समज चुकीचा ठरला. एका पाहणीत शास्त्रज्ञांनी त्वचेचा रंग आणि तापमान मोजण्यासाठी विशिष्ट प्रकारचे संवेदनामापक वापरले, नंतर त्या व्यक्तींना प्रेक्षकांसमोर उभं केलं आणि त्यांना अमेरिकेचं राष्ट्रगीत म्हणायला सांगितलं किंवा एखाद्या गाण्यावर नृत्य करायला लावलं. ज्यांना लाजण्याचा त्रास बऱ्याच वर्षांपासून होता, त्यांच्या त्वचेचा रंग इतरांपेक्षा जास्त लाल झाला नाही, पण चेहरे लाल होण्याची प्रवृत्ती त्यांच्यात जास्त प्रमाणात होती, हे त्यांनी सिद्ध केलं. या प्रकाराचं वर्णन ख्रिस्तिन ड्रीने अत्यंत अचूकपणे केलं. "त्याचं काय होतं, आपला चेहरा लाल होणार अशी भीती वाटते, मग लाजायला होतं आणि त्यानंतर आपण लाजतोय, आपला चेहरा लाल

होतोय, या विचारामुळे इतकं गोंधळून जायला होतं की, काय सांगू.'' हे एक दुष्टचक्रच असतं. सुरुवात कशाने होते – लाजण्याने की गोंधळण्याने – हे तिला कळत नाही. काही करून हे थांबावं इतकीच तिची इच्छा आहे.

१९९८च्या शरद ऋतूत ड्री एका प्रशिक्षणार्थी डॉक्टरकडे गेली. 'थोडे दिवसांनी हे आपोआपच कमी होईल,' असं त्याने तिला सांगितलं. तिने फारच आग्रह धरला म्हणून त्याने तिला औषध देण्याचं मान्य केलं, पण काय औषध घ्यावं, ते सांगणं काही सोपं नव्हतं. वैद्यकविषयावरील पुस्तकांमध्ये आजारामुळे येणाऱ्या लालीवर काहीच सांगितलेलं नाही. काही डॉक्टर व्हॅलियमसारखी चिंता कमी करणारी औषधं घ्यायला सांगतात, कारण ते गृहित धरतात की, चिंता केल्यामुळेच अशी अकारण लाली चेहऱ्यावर उमटत असावी. ज्यामुळे शरीर ताणतणावांना प्रतिसाद देणं थांबवतं, अशा बीटा-ब्लॉकर प्रकारातलं औषध घ्यायला इतर काही डॉक्टर सांगतात. काही जण प्रोझॅक किंवा त्याच गटातली नैराश्यविरोधकं (अँटिडिप्रेसंट) घेण्याचा सल्ला देतात. ज्या उपायामुळे खरा परिणाम साध्य केलाय ती गोष्ट कुठलंही औषध नसून वागणुकीचं विचित्र तंत्र (पॅराडॉक्सिकल इन्टेन्शन) आहे. त्यानुसार डॉक्टर अशा व्यक्तीला मुद्दाम लाजायला सांगतात, लाजणं थांबवायचा प्रयत्न करू नका, असा सल्ला देतात. ड्रीने हे तिन्ही उपाय करून पाहिले, पण परिणाम? शून्य!

१९९८चा डिसेंबर महिना उजाडला, तेव्हा तिचं लाजून लाल होणं बेसुमार वाढलं होतं. टी.व्ही.वरचं तिचं दर्शन तिलाच मान खाली घालायला लावत होतं. आपली ही कारकीर्द यापुढे संपणार, हे तिला कळून चुकलं होतं. 'आवश्यक असेल, तर मी राजीनामा देईन', ड्रीने आपल्या रोजनिशीत लिहिलं. त्यानंतर एक दिवस चेहऱ्यावरील लालीवर काही उपाय आहे का, हे ती इंटरनेटवर शोधत असताना तिला स्वीडनमधील एका रुग्णालयाची माहिती मिळाली. तिथले डॉक्टर शस्त्रक्रियेद्वारे या प्रकारच्या समस्येवर तोडगा काढत होते. या शस्त्रक्रियेत डॉक्टर छातीतील अशा अनेक नसा कापून टाकतात, ज्या पुढे मज्जारज्जूतून मेंदूकडे जातात. त्याविषयी बोलताना तिने मला सांगितलं, ''मी ते पान वाचत असताना माझ्या लक्षात आलं की, माझ्यासारखीच समस्या असलेले अनेक लोक या जगात आहेत अन् माझा माझ्या डोळ्यांवर विश्वासच बसेना. माझ्या डोळ्यांतून अश्रूंचे जणू लोट वाहू लागले.'' दुसऱ्याच दिवशी तिने आपल्या वडिलांना सांगितलं की, शस्त्रक्रिया करून घेण्याचा तिचाही विचार पक्का झाला होता. तिचे वडील सहसा तिला विरोध करत नसत, पण ही कल्पना मात्र त्यांना आवडली नाही. ''मला तर ते ऐकून धक्काच बसला'' अशी त्यांची प्रतिक्रिया होती. त्यानंतर ड्रीने आईला

आपला विचार ऐकवला, तेव्हा तिचं बिचारीचं तर धाबच दणाणलं. तिने ड्ररीला ठाम विरोध केला. ''काही जायचं नाही स्वीडनबीडनला असला वेडेपणा करायला!'' तिने ठासून सांगितलं.

मग, ड्ररीने थोडा समंजसपणा दाखवत याविषयी अधिक माहिती गोळा करायचा निर्णय घेतला. वैद्यकाला वाहिलेल्या मासिकांमधले या विषयावरचे मिळतील ते लेख तिने वाचून काढले. तिने शल्यविशारदांशी आणि ही शस्त्रक्रिया करून घेतलेल्या रुग्णांशी बातचीत केली. काही आठवड्यांनंतर तिचा पूर्वीचा विचार ठाम निश्चयात बदलला. ''मी स्वीडनला जाणार आहे,'' ती आईवडिलांना म्हणाली. ही पोरगी आपलं काही ऐकणार नाही, हे लक्षात आल्यावर तिच्या वडिलांनी तिला साथ द्यायचं ठरवलं.

या शस्त्रक्रियेला 'एंडोस्कोपिक थोरॅसिक सिंपथेक्टमी' (Endoscopic thorasic sympathectomy) असं नाव आहे. त्याचं लघुरूप 'इटीएस' असं आहे. आपल्या शरीरात एक मज्जासंस्था असते, तिचं नाव 'सिंपथेटिक नर्व्हस सिस्टिम' (sympathetic nervous system) असं आहे. या नसा स्वयंचलित किंवा स्वयंप्रेरित गटात मोडतात; याच गटातल्या इतर नसा श्वासोच्छ्वास, हृदयाचे ठोके, अन्नपचन, घाम येणे आदी आपल्या आयुष्यातील प्राथमिक क्रियांवर नियंत्रण ठेवतात. आपल्या छातीच्या मागच्या बाजूला, पाठीच्या कण्याच्या दोन्ही बाजूंना दोन गुळगुळीत, पांढऱ्या दोऱ्यांसारखी दिसणारी 'सिंपथेटिक ट्रंक्स' (खोडं) असतात, या मार्गिकांवरून सिंपथेटिक नसा प्रवास करतात आणि वेगवेगळ्या अवयवांकडे जातात. २०व्या शतकाच्या सुरुवातीला शल्यविशारदांनी या मार्गिकांना फुटलेल्या फांद्या छाटून टाकण्याचा प्रयत्न केला – त्यालाच त्यांनी 'थोरॅसिक सिंपथेक्टमी' असं नाव दिलं. ह्या शस्त्रक्रियेमागची विविध कारणं अपस्मार, काचबिंदू आणि काही प्रकारचं अंधत्व अशी होती. पण त्यामुळे फायदा होण्याऐवजी रुग्णांचा त्रासच वाढला. एक फायदा मात्र दिसून आला. दोन प्रकारच्या दुखण्यांवर त्यामुळे रुग्णांना आराम मिळाला – छातीतली अकारण वेदना, जी हृदयावर शस्त्रक्रिया करून कमी करता येत नव्हती आणि दुसरं कारण म्हणजे हातांना आणि चेहऱ्याला येणारा अनियंत्रित घाम थांबला.

पारंपरिक पद्धतीत ही शस्त्रक्रिया करताना छातीला छेद देणं गरजेचं असल्यामुळे फारच क्वचित रुग्णांवर तिचे प्रयोग केले जायचे. अलीकडच्या काही वर्षांमध्ये काही शल्यविशारद, विशेषत: युरोपातील, ही शस्त्रक्रिया एंडोस्कोपिक पद्धतीने – बारीकशा छेदातून आत दुर्बीण घालून – करू लागले आहेत. त्यांमध्ये स्वीडनमधील गुटेबोर्गमधला तीन डॉक्टरांचा समूह होता. त्यांच्या असं लक्षात आलं की, या शस्त्रक्रियेनंतर रुग्णांना येणारा अवाजवी घाम तर थांबलाच, पण त्यांचं अकारण

लाजणंही थांबलं. १९९२मध्ये त्यांनी अकारण लाजणाऱ्या काही रुग्णांवर शस्त्रक्रिया करायचं ठरवलं. जेव्हा त्यासंबंधीचं वृत्त वर्तमानपत्रांनी प्रसिद्ध केलं, तेव्हा विनंत्यांचा एक प्रपातच जणू त्या डॉक्टरांवर कोसळला. १९९८पासून त्यांनी जवळजवळ ३,००० व्यक्तींवर या शस्त्रक्रिया केल्या आहेत.

आता जगात सगळीकडे या शस्त्रक्रिया केल्या जातात, पण गुटेबोर्गमधल्या त्या त्रयीने अगदी पहिल्यांदा तिचे परिणाम जगासमोर मांडले. ९४ टक्के रुग्णांचं लाजणं पुष्कळच कमी झालं; काहींच्या बाबतीत तर पूर्णपणे थांबलं. आठ महिन्यांनंतर केलेल्या पाहणीत दोन टक्के रुग्णांना शस्त्रक्रिया केल्याचा पश्चात्ताप झाला असं दिसलं, कारण त्यांना शस्त्रक्रियेमुळे काही दुय्यम दुष्परिणाम (साइड इफेक्ट्स) भोगावे लागले आणि १५ टक्के लोक समाधानी दिसले नाहीत. जे दुष्परिणाम अनुभवाला आले, त्यामुळे जिवाला धोका नसला, तरी ते क्षुल्लक म्हणण्यासारखेही नव्हते. एक टक्का लोकांना जो त्रास भोगावा लागला, त्याला वैद्यकीय परिभाषेत 'होमर्स सिंड्रोम' असं म्हणतात. डोळ्यांकडे जाणाऱ्या सिंपथेटिक नसांना अनवधानाने इजा झाल्यामुळे डोळ्यांतल्या बाहुल्या आकुंचन पावतात, वरची पापणी खाली झुकल्यासारखी होते आणि बुबुळ खोल गेल्यासारखं होतं. यापेक्षा कमी गंभीर परिणाम म्हणजे रुग्णांचं घामेजणं वक्ष:स्थलाच्या वरील भागांमध्ये कमी झालं, तरी त्याचा वचपा शरीराच्या खालच्या भागात निघतो. (दीर्घकालीन पाहणीत असं आढळलं की, हातांना घाम येतो म्हणून ज्यांच्यावर शस्त्रक्रिया करण्यात आल्या, त्यांपैकी फक्त ६७ टक्के रुग्ण दहा वर्षांनंतरही समाधानी होते, कारण इतरांच्या बाबतीत शरीराच्या खालच्या भागातलं घामाचं प्रमाण वाढलं होतं. एक-तृतीयांश रुग्णांना एक वेगळ्याच प्रकारची प्रतिक्रिया जाणवते. तिला 'गस्टेटरी स्वेटिंग' (gustatory sweating) म्हणजे काही विशिष्ट वासांनी आणि चवींनी त्यांना घाम यायला सुरुवात होते. शिवाय, सिंपथेटिक नसांच्या हृदयाकडे जाणाऱ्या फांद्या कापल्यामुळे १० टक्के रुग्णांचे हृदयाचे ठोके कमी प्रमाणात पडू लागले; काहींनी शारीरिक क्षमता कमी झाल्याचं सांगितलं. या सगळ्या कारणांमुळेच ही शस्त्रक्रिया हा एक शेवटचा उपाय मानावा, इतर उपाय थकल्यानंतरच याचा विचार केला जावा, असं शल्यविशारदांचं मत आहे. अगदी हताश झालेले लोकच गुटेबोर्गला फोन करतात. अशाच एका रुग्णाने शस्त्रक्रियेनंतर मला सांगितलं, ''माझ्या बाबतीत जगण्या-वाचण्याची शक्यता केवळ ५० टक्के आहे, असं डॉक्टरांनी मला सांगितलं असतं, तरी मी तयार झालो असतो.''

१४ जानेवारी, १९९९ या दिवशी ख्रिस्तिन ड्ररी आणि तिचे वडील गुटेबोर्गला येऊन दाखल झाले. स्वीडनच्या नैर्ऋत्य दिशेला असलेल्या समुद्रकिनाऱ्यावर हे चारशे वर्षांचं जुने गाव वसलेलं आहे. सकाळची वेळ, थंड हवा आणि हिमवर्षाव

– पण तिला ते सगळं आवडलं, सुंदर वाटलं. 'द कार्लांडर्स्का मेडिकल सेंटर' असं नाव असलेलं ते रुग्णालय एक जुन्या, लहानशा इमारतीत होतं. बाहेरच्या भिंतींना आयव्हीच्या हिरव्यागार वेली लगटलेल्या होत्या आणि प्रवेशद्वार कमानदार आणि भव्य होतं. काहीशा अंधारलेल्या आणि शांत परिसरात शिरताना तिला एका मोठ्या अंधाऱ्या कोठडीची आठवण आली आणि त्या क्षणी तिच्या मनात भीतीची लहर उठली – आपल्या घरादारापासून ९००० मैलांवर ज्याविषयी आपल्याला फारसं काही माहितही नाही, अशा या छोट्याशा रुग्णालयात आपण काय करतोय, असा प्रश्न तिच्या मनात तरळला. तरीही तिने नाव दाखल केलं. परिचारिकेने नेहमीच्या चाचण्यांसाठी तिच्या शरीरातलं थोडं रक्त काढून घेतलं, तिने आणलेले, पाठवलेले वैद्यकीय अहवाल व्यवस्थित आहेत ना, ते तपासलं आणि तिला ६००० डॉलर्स भरायला सांगितले. ड्रीने क्रेडिट कार्डाने ते भरले.

रुग्णालयातली तिला देण्यात आलेली खोली मात्र अगदी आश्वस्त करण्याइतकी स्वच्छ आणि आधुनिक पद्धतीची होती. पलंगावरची पांढरी शुभ्र चादर, निळ्या रंगाची ब्लँकेटं पाहून तिला एकदम प्रसन्न वाटलं. दुसऱ्या दिवशी सकाळीच तिच्यावर जे डॉक्टर शस्त्रक्रिया करणार होते, ते ख्रिस्टर ड्रॉट, तिला भेटायला आले. त्यांचं ब्रिटिश उच्चार असलेलं इंग्लिश अत्यंत अचूक, कुठेही खोड काढण्यासारखं नव्हतं आणि वागणं धीर देणारं होतं. तिच्याच शब्दात सांगायचं, तर –"त्यांनी माझा हात हातात धरला आणि मला त्यांचं वागणं इतकं प्रेमळपणाचं वाटलं की, काय सांगू? माझ्यासारखे हजारो रुग्ण तिथल्या डॉक्टरांनी तपासलेत, बरे केलेत. खरंच, मी तर त्यांच्या प्रेमातच पडले."

त्याच दिवशी सकाळी ९:३० वाजता एक सेवक तिला शस्त्रक्रियेसाठी घेऊन जायला आला. "नुकतीच आम्ही टी.व्ही.वर एक बातमी सांगितली होती, शस्त्रक्रियेदरम्यान भूलतज्ज्ञ झोपी गेल्यामुळे एक लहान मूल दगावलं होतं," ड्रीने मला सांगितलं, "त्यामुळे त्या दिवशी मला भूल देणाऱ्या विशेषज्ञांना मी आधीच म्हटलं, 'तुम्ही मध्येच झोपू नका हं, नाहीतर मी टेबलावरच मरून जाईन.' हसल्यासारखं करून ते म्हणाले, 'मी लक्षात ठेवेन हं, तुमचे शब्द.' "

ड्री गुंगीत गेल्यावर शस्त्रक्रियेसाठी निर्जंतुक अंगरखा आणि हातमोजे चढवून सज्ज झालेल्या डॉ. ड्रॉटनी तिच्या छातीला आणि दोन्ही काखांमध्ये निर्जंतुक द्रावण लावलं. त्यानंतर त्यांनी तिच्या काखांचा भाग वगळता बाकी संपूर्ण शरीर निर्जंतुक कापडाने आच्छादलं. तिच्या डाव्या काखेत बोटांनी चाचपडून दोन बरगड्यांच्या मधली जागा त्यांनी निश्चित केली, हातातल्या सुरीच्या टोकाने त्यांनी सात मिलिमीटर लांबी-रुंदीचं भोक पाडलं. त्यानंतर एक जाड दांड्याची सुई त्यांनी या भोकातून आत तिच्या छातीत घातली. या सुईतून दोन लिटर कर्बवायू तिच्या छातीत

घालण्यात आला. त्यामुळे तिचं डावं फुप्फुस खालच्या बाजूला ढकललं गेल्यामुळे मार्गातून दूर झालं. त्यानंतर ड्रॉटनी रिसेक्टोस्कोप (resectoscope) नावाचं उपकरण – धातूची एक लांब नळी जिच्या दुसऱ्या टोकाला आत बघण्याची सोय असलेलं भिंग (आयपीस), फायबर-ऑप्टिकचा दिवा आणि रक्तवाहिन्यांची टोकं बंद करण्यासाठीचं जाळण्याचं टोक जोडलेलं होतं. खरं सांगायचं, तर हे उपकरण मूत्रपिंडासंबंधी शस्त्रक्रियेत वापरतात. मूत्रनलिकेतून आत शिरण्याइतपत ते बारीक असतं (मूत्रपिंडाचे विकार असणाऱ्यांच्या दृष्टीने ते कधीच पुरेसं बारीक नसतं.). भिंगातून पाहत त्यांनी डावीकडील सिंपथेटिक मार्गिका शोधून काढली. तसं करताना हृदयाला रक्तपुरवठा करणाऱ्या मुख्य वाहिन्यांना इजा होणार नाही, याची काळजी त्यांनी घेतली. ज्या ठिकाणी बरगड्या पाठीच्या कण्याला जोडलेल्या असतात, त्यांच्या आरंभाच्या बाजूला त्यांना गुळगुळीत दोरीसारखा एक अवयव दिसला. त्यांनी दोन ठिकाणी – दुसऱ्या आणि तिसऱ्या बरगडीच्या वरच्या बाजूला – हा खोडासारखा भाग जाळला. डोळ्यांकडे जाणाऱ्या फांद्या वगळता त्यांनी चेहऱ्याशी संबंधित सर्व फांद्या नष्ट केल्या. आता कुठेही रक्तस्राव होत नाहीये, याची खातरी करून घेतल्यानंतर त्यांनी उपकरण बाहेर काढलं, कर्बवायू बाहेर शोषून काढण्यासाठी एक नळी आत घातली आणि परत एकदा तिच्या फुप्फुसाला पूर्ववत प्रसरण करू दिलं. पाव इंचाच्या आकाराचं ते छिद्र त्यांनी टाके घालून शिवून टाकलं. टेबलाच्या दुसऱ्या बाजूला जाऊन उभे राहत त्यांनी तीच शस्त्रक्रिया उजव्या फुप्फुसावरही केली. संपूर्ण शस्त्रक्रिया काहीही अडचण न उद्भवता पार पडली. या संपूर्ण शस्त्रक्रियेला फक्त वीस मिनिटं लागली!

एखाद्या व्यक्तीची लाजण्याची क्षमता हिरावून घेतली, तर काय होतं? ख्रिस्तिन ड्ररी जे हिरवट रंगाचं क्रीम तोंडावर लावत होती, तोच परिणाम या शस्त्रक्रियेने साध्य केला होता का? त्याने तिच्या चेहऱ्याचा रक्तवर्ण कमी केला होता खरा, पण लोक आपल्याकडेच पाहत आहेत, ही तिच्या मनातली जाणीव तर तशीच राहिली नव्हती का? काही दुय्यम नसांमधील तंतू कापून काढण्याने त्या व्यक्तीत खरोखरच फार मोठा बदल घडतो का? मला माझ्या पौगंडावस्थेतली एक घटना आठवली. मी बाह्य बाजूला आरसा असलेला काळा चष्मा घेतला होता. काही आठवड्यांच्या आतच माझ्या हातून तो हरवलादेखील, पण जोपर्यंत तो माझ्यापाशी होता, तोपर्यंत मी त्याच्या आडून लोकांकडे निर्लज्जपणे टक लावून बघत असे, आपण बेरड असल्याचा आव मी आणत असे. चष्म्याची झापडं डोळ्यांवर लावल्यामुळे मला जास्त मोकळं, बेबंद वाटत असे. ह्या शस्त्रक्रियेचा परिणामही तसाच असेल का?

ड्रीवर शस्त्रक्रिया झाल्याला जवळ-जवळ दोन वर्षं लोटल्यानंतर एकदा मी तिची भेट घेतली. इंडियाना-पोलीसमधल्या एका स्पोर्ट्स बारमध्ये आम्ही एकत्र जेवलो. जिच्या चेहऱ्याच्या लाजण्यासाठी असलेल्या नसा शस्त्रक्रियेद्वारा कापून काढल्या आहेत, तिचा चेहरा कसा दिसत असेल, हे जाणून घेण्याची उत्सुकता माझ्या मनात होती. आता तिचा चेहरा पांढरा फटक दिसत असेल की डागाळल्यासारखा दिसत असेल की काहीतरी वेगळाच दिसत असेल? वस्तुस्थिती अशी होती की, तिचा चेहरा आता अधिक नितळ आणि किंचित गुलाबीसर दिसत होता. ''काही विशेष फरक पडलेला नाही,'' ती म्हणाली. ''शस्त्रक्रियेनंतर माझं लाजणं थांबलंय, क्वचित कधी तरी, काही निमित्त नसतानादेखील माझा चेहरा लाल झाल्याचं मला जाणवलंय – लाजत नसूनसुद्धा तशी भावना माझ्या मनात येते, एवढं मात्र खरं.'' ''बराच वेळ धावल्यावर तुझा चेहरा लाल होतो का?'' मी तिला विचारलं. ''नाही, तेव्हा लाल होत नाही; पण मी डोक्यावर उभी राहिले, शीर्षासन केलं; तर मात्र होईल.'' तिने स्पष्टीकरण दिलं. आणखी काही शारीरिक बदल तिच्यात झालेत, पण ते तिच्या दृष्टीने गौण आहेत, तिला प्रकर्षाने जाणवलेला मोठा फरक म्हणजे आता तिच्या चेहऱ्याला आणि हातांना घाम येत नाही, पण पाठ, पोट आणि पायांना मात्र पूर्वीपेक्षा बराच जास्त घाम येतो. अर्थात त्यामुळे काही त्रास होत नाही. तिच्या शरीरावरचे शस्त्रक्रियेचे व्रण आता पुसट होत चालले होते, असंही तिने मला सांगितलं.

शस्त्रक्रिया झाल्यानंतरच्या पहिल्या दिवसापासूनच तिच्यात बदल झाल्याचं तिला जाणवलं. एक देखण्या परिचारकाने तिच्या शरीराचं तापमान मोजलं. एरवी त्याला बघताच तिचा चेहरा लाल झाला असता, पण प्रत्यक्षात तसं काहीच घडलं नाही. आपल्या चेहऱ्यावरचा मुखवटा (मास्क) कुणीतरी काढून टाकलाय, असं तिला वाटलं.

रुग्णालयातून तिला घरी पाठवलं, त्याच दिवशी तिने स्वत:वर प्रयोग करून पाहायचं ठरवलं. रस्त्यात काही लोकांना थांबवून तिने उगीचच काही पत्ते विचारले. अशा वेळी पूर्वी हमखास तिचा चेहरा लाल व्हायचा, पण आता तसं काही झालेलं नाही, अशी ग्वाही तिला तिच्या वडिलांनी दिली. त्याहून विशेष म्हणजे या आमनेसामने प्रसंगांत तिला काही वेगळं किंवा विचित्र वाटलं नाही. सगळे लोक आपल्याकडेच बघताहेत, अशी संकोचाची भावना तिच्या मनात आली नाही. विमानतळावरचा अनुभव तिला चांगला आठवतोय. ती आणि तिचे वडील सामान देण्यासाठी रांगेत उभे असताना तिला तिचा पासपोर्ट काही केल्या सापडेना. ''शेवटी मी माझी पर्स जमिनीवर टाकली आणि फतकल मारून पासपोर्ट शोधू लागले. काही वेळाने आपण काय करतोय हा विचार माझ्या मनात आला, तेव्हा मी स्वत:शीच म्हणाले, 'मी किती वेड्यासारखं वागतेय आता आणि तरीही मला

शरमल्यासारखं वाटत नाहीये.' मनाला इतकं हायसं वाटलं त्या विचाराने की, मी माझ्या वडिलांकडे बघितलं आणि मला रडूच कोसळलं.''

ती अमेरिकेला परत आली, तेव्हा सगळं जग एकदम बदलून गेल्यासारखं वाटलं तिला. कुणी तिच्याकडे पाहिलं, तरी तिला त्यामुळे गोंधळल्यासारखं, बावचळल्यासारखं होत नसे. पूर्वी लोकांशी ती बोलत असली की, तिच्या मनात एकच जप सुरू असायचा, 'लाजू नकोस, लाजू नकोस. देवा, आता माझा चेहरा लाल होणार!' पण ते सगळं आता पूर्णपणे बंद झालं. आता लोकांचं बोलणं लक्ष देऊन ऐकणं तिला शक्य होऊ लागलं. त्यांच्या नजरेला नजर भिडवून बोलणंही तिला शक्य होऊ लागलं; स्वत:ची नजर खाली वळवण्याची गरजही त्यामुळे संपली. (आता, आपण टक लावून तर पाहत नाही आहोत ना कुणाकडे, असा प्रश्न ती स्वत:लाच विचारू लागली.)

शस्त्रक्रियेनंतर पाच दिवसांनी ती पुन्हा कामावर रुजू झाली. पहिल्या दिवशी तिने चेहऱ्यावर फारच कमी रंगरंगोटी केली. अंगावर तिने गडद निळ्या रंगाचा कोट (ब्लेझर) घातला. पूर्वी अशा प्रकारचा गरम कोट तिने कधीच घातला नसता. आज आपण प्रथमच हे काम करतोय, अशा तऱ्हेने तिने त्या दिवशी सूत्रसंचालन केलं. ''छानच झालं माझं काम त्या दिवशी,'' ती मला म्हणाली. त्या आनंदी आठवणीनंही तिचा चेहरा खुलल्यासारखा झाला. त्या पहिल्या आठवड्यातील चित्रीकरणाच्या फिती मी काही दिवसांनी पाहिल्या. एकदा ती एका स्थानिक धर्मगुरूच्या अपघाती निधनाचं वृत्त देत होती. दारूच्या नशेत गाडी चालवणाऱ्या एका माणसाच्या हातून त्यांना मृत्यू आला होता. दुसऱ्या एका बातमीपत्रात तिने एका सोळा वर्षांच्या मुलाने एकोणीस वर्षांच्या तरुणाला गोळ्या घातल्याचं वृत्त सांगितलं. पूर्वीपेक्षा तिचं वागणं बरंच सहज आणि स्वाभाविक वाटलं. एका बातमीपत्राने तर माझं लक्ष वेधून घेतलं. त्या वेळी ती नेहमीप्रमाणे रात्रीच्या बातम्या सांगत नव्हती, तर सरकारी सेवा-विभागात मोडणारा कार्यक्रम ती सादर करत होती. त्याचं नाव होतं – 'रीड इंडियाना रीड!' फेब्रुवारी महिन्यातील सकाळ होती ती. सहा मिनिटांच्या एका थेट प्रक्षेपित होणाऱ्या कार्यक्रमात ती कोलाहल करणाऱ्या आठ वर्षांच्या मुलांना एक गोष्ट वाचून दाखवतेय, असं दाखवलं जात होतं. पार्श्वभूमीवर 'आईवडिलांनी आपल्या मुलांना गोष्टी वाचून दाखवल्या पाहिजेत', अशा अर्थाचे सरकते संदेश दाखवले जात होते. सबंध वेळ मुलं बाजूने चालत होती, गोंगाट करत होती, वस्तू इकडे-तिकडे फेकत होती, कॅमेरासमोर आपला चेहरा आणत होती, तरीही ड्रीने आपले प्रयत्न चालू ठेवले. एवढंच नव्हे, तर सगळा वेळ ती अगदी शांत राहिली.

ड्रीने कामाच्या ठिकाणी कुणालाच शस्त्रक्रियेबद्दल सांगितलं नव्हतं, पण तिच्याबरोबर काम करणाऱ्या तिच्या सहकाऱ्यांना लगेचच तिच्यातला बदल जाणवला.

तिच्या चॅनेलमधल्या एका निर्मात्याशी मी बोललो; तेव्हा तो मला म्हणाला, " 'मी माझ्या वडिलांबरोबर एका सहलीला जातेय' एवढंच तिने मला सांगितलं, पण ती परत आल्यानंतर तिला मी टी.व्ही.वर पाहिलं अन् मी तिला म्हणालो, 'ख्रिस्तिन, केवढा फरक दिसतोय तुझ्यात, माझा विश्वासच बसत नाहीये!' कॅमेरासमोर उभी असताना आता तिला अस्वस्थ वाटत नव्हतं. मी तर म्हणेन ती अगदी आरामात उभी होती. तिच्या अंगांगातून आत्मविश्वास ओसंडून वाहत होता. पूर्वी असं कधीच घडलं नव्हतं. एक महिन्याच्या आतच तिला दुसऱ्या एका चॅनेलवर मुख्य वेळी बातम्या सांगायची नोकरी मिळाली."

तिच्या चेहऱ्याकडे जाणाऱ्या काही नसा कापल्या काय अन् ड्ररीत आमूलाग्र बदल घडला. ह्या कल्पनेवर विश्वास ठेवणं कठीण आहे, कारण आपण जेव्हा आपला विचार एक व्यक्ती म्हणून करतो, तेव्हा आपल्या मनात केवळ शारीरिक वैशिष्ट्यांचा विचार नसतो. कितीतरी वेळा आपण आपलाच फोटो पाहतो, आपला आवाज ऐकतो आणि म्हणतो, छे: ही मी नाही! अगदी दुसऱ्या टोकाचं उदाहरण द्यायचं झालं, तर ते भाजलेल्या रुग्णाचं देता येईल. अशी माणसं स्वत:ला पहिल्यांदा आरशात पाहतात, तेव्हा आरशातली व्यक्ती त्यांना पूर्णपणे अनोळखी, परकी वाटते. पण काही दिवसांनी ती व्यक्ती त्यांच्या केवळ सवयीचीच होत नाही, तर त्यांच्यावर आरोपण केलेल्या त्वचेमुळे त्यांच्यातच बदल होतो. त्यांचं लोकांबरोबरचं वागणं बदलतं, लोकांकडूनच्या अपेक्षा बदलतात, इतकंच नव्हे तर, दुसऱ्यांच्या नजरेत आपण कसे दिसतो, यातही बदल घडतो. भाजलेल्या रुग्णांच्या विभागात काम करणाऱ्या एका परिचारिकेने मला तिचा अनुभव सांगितला, "जे मुळात सुरक्षित असतात, ते आता साशंक होतात, कडवट बनतात अन् जे पूर्वी दुबळे असतात, ते आता रडवेले बनतात." ड्ररीनेदेखील आपल्या लाजण्याच्या समस्येकडे याच प्रकारे बघितलं होतं. भाजलेले रुग्ण जसे त्यांच्या समस्येकडे – अतिशय वरवरची समस्या अशा दृष्टीने बघतात, तसेच माझ्या चेहऱ्यावरचा 'लाल मुखवटा' आहे, असं ती म्हणत असे. पण काही काळाने ही समस्या इतकी खोलवर गेली की, तिला वाटायला लागलं, ह्या लाजण्यापायी माझं पूर्ण व्यक्तिमत्त्वच झाकोळलं गेलंय. शस्त्रक्रियेनंतर तिला पूर्वीची ड्ररी जणू परत एकदा गवसली, ती परत एकदा धीट बनली, मधल्या काळातल्या ड्ररीचा तिला आता विसर पडला. पण ते खरं होतं का? तिच्या आत दडलेली एक ड्ररी होतीच, जी सगळं आयुष्य दबून राहिली होती, कुणी सहज तिच्याकडे पाहिलं, तरी ती कावरीबावरी होत होती, लाजून गोरीमोरी होत होती. काही दिवसांनी तिला जाणवलं की, ती लाजाळू, ती लाजवंती ड्ररी; तिला सोडून कुठेही गेलेली नव्हती. ती तिच्या व्यक्तिमत्त्वाचा एक अविभाज्य अंश होती.

एकदा रात्री ती आपल्या एका मित्राबरोबर बाहेर जेवायला गेली. आपल्यावर केलेल्या शस्त्रक्रियेबद्दल त्याला सांगायचं, असं तिने ठरवलं. तिच्या कुटुंबाबाहेरची ती पहिलीच व्यक्ती होती, ज्याला तिने हे गुपित सांगितलं. ते ऐकून त्याला भयंकर आश्चर्य वाटलं. 'लाजण्याची क्षमता तिने शस्त्रक्रियेद्वारा काढून टाकली होती?' त्याच्या दृष्टीने हा शुद्ध वेडेपणा होता, नव्हे; पोकळ दिखाऊपणा होता. "नोकरीत वरची जागा मिळवण्यासाठी तुम्ही टी.व्ही.वाली माणसं कुठल्याही थराला जाता!" तो म्हणाला होता, ते तिला माझ्याशी बोलत असताना आठवलं.

जेवण झाल्यावर ती घरी गेली, तेव्हा तिला रडू येत होतं. संतापाने ती आतल्या आत धुमसत होतीच, पण तिला एक प्रकारची शरमही वाटत होती. अपमान झाल्यासारखा वाटत होता. आपण जे केलं, ते वेडेपणाचं कृत्य तर नव्हतं ना? आपला दुबळेपणा तर नव्हता ना तो? त्यानंतरचे काही आठवडे, काही महिने असेच गेले अन् मग तिची खातरीच पटली की, शस्त्रक्रियेचा उपाय केल्यामुळे ती एक प्रकारची फसवी स्त्री ठरली होती. मला एक वृत्तपत्रकार व्हायचं होतं, ते मी शस्त्रक्रियेमुळे साध्य करू शकले, पण माझ्या मार्गातल्या अडचणी दूर करण्यासाठी मला कृत्रिम उपायांची गरज भासली, या विचाराने मला भयंकर लाज वाटली.

काही महिने असेच गेले. मग दिवसागणिक इतर लोकांनाही आपल्या शस्त्रक्रियेविषयी समजेल, अशी तिच्या मनातली भीती वाढू लागली. एकदा तिच्या एका सहकाऱ्याला तिच्यात घडलेला नक्की बदल काय ते जाणून घ्यायचं होतं. त्याने तिला विचारलं, "तुझं वजन कमी झालंय का?" "छे रे, तुला उगीच तसं वाटतंय." असं म्हणताना ती कसनुसं हसली, पण त्यावर अधिक काही भाष्य करणं तिने टाळलंच. मला तिने आणखी एक आठवण सांगितली, 'इंडी ५००' (Indy 500)च्या आधीच्या शनिवारी आमच्या टी.व्ही. केंद्राची सहल जाणार होती. त्या वेळी सगळा वेळ मी माझ्याशी म्हणत होते, "देवा, 'काय गं, हल्ली तुझं लाजून लाल होणं बंद झालं की काय?' असं कुणी मला विचारण्याआधीच मला या सहलीतून बाहेर पडू दे." पूर्वीही तिला लाजल्यासारखं व्हायचं. फरक इतकाच होता की, तेव्हा लोक तिला चेहरा लाल व्हायचा म्हणून प्रश्न विचारायचे, तर आता लाल होत नव्हता; म्हणून विचारण्याची शक्यता होती.

लवकरच लोक आपल्याकडे टक लावून बघतायत, या विचारामुळे तिचं चित्त विचलित व्हायला लागलं. तिने नवी नोकरी धरली, पण सुरुवातीच्या दोन महिन्यांत तिला कार्यक्रम प्रसारित करायचे नव्हते. या मधल्या काळात आपल्याला हे काम जमेल की नाही, आपण पडद्यावर दिसावं की नाही, याबद्दल तिच्या मनात अनिश्चितता निर्माण झाली. त्या उन्हाळ्यात एकदा ती इतर कर्मचाऱ्यांबरोबर शेजारच्या एका गावात गेली. वादळामुळे तिथे अनेक झाडं उन्मळून पडली होती.

त्या नुकसानीचा अंदाज घेण्याचं काम या कर्मचाऱ्यांवर सोपवलेलं होतं. कॅमेरासमोर उभं राहून बोलण्याची सवय करायला त्यांनी तिला मुभा दिली होती. आपण छान दिसतोय, याची तिला खातरी होती, पण मनातून तिला तसं वाटत नव्हतं, एवढं मात्र निश्चित. हे आपलं क्षेत्र नाही, आपण हे काम करायला लायक नाही, असं तिला वाटत राहिलं. अखेर काही दिवसांनी तिने राजीनामा दिला.

ही घटना घडल्याला आता वर्ष होऊन गेलंय. हा सगळा काळ तिने आपला आत्मविश्वास कमावण्यात, गाडी मूळ पदावर आणण्यात खर्च केलाय. मनावर उदासीनतेचं मळभ आलेल्या अवस्थेत कोचावर बसून टी.व्ही. बघण्यात तिने दिवसचे दिवस घालवलेत. नोकरी सोडल्यामुळे तिला इतकं लाजीरवाणं वाटू लागलं की कुणाला, अगदी मित्रमैत्रिणींनासुद्धा भेटावंसं तिला वाटत नव्हतं. हळूहळू या परिस्थितीत बदल घडू लागला. मनाविरुद्ध का होईना, पण तिने आधी मैत्रिणींना आणि मग आपल्या पूर्वीच्या सहकाऱ्यांना सगळं काही सांगून टाकलं. गंमत म्हणजे जवळजवळ सगळ्यांनी तिला मानसिक आधार दिला, तेव्हा तिला आश्चर्याचा धक्का बसला आणि तिच्या मनावरचं दडपणही उतरलं. १९९९च्या सप्टेंबरमध्ये तर तिने एक संस्था स्थापन केली अन् तिचं नावच तिने 'लाल मुखवटा संस्था' (Red Mask Foundation) असं ठेवलं. तिला जो त्रास होत होता, त्याविषयी लोकांना माहिती द्यावी आणि समस्याग्रस्तांना आधार द्यावा, हे हेतू त्यामागे होते. मनात दडवून ठेवलेलं गुपित सांगून टाकल्यानंतर तिला बरंच हलकं-हलकं वाटलं. पुढची वाटचाल करायला तिच्या मनाला उभारीही मिळाली.

त्या वर्षीच्या हिवाळ्यात तिला दुसरी नोकरी – या वेळी रेडिओवर – मिळाली. पण तेच सगळ्या दृष्टीने योग्य होतं. इंडियाना-पोलीसमधल्या मेट्रो नेटवर्क्स रेडिओवर साहाय्यक संस्थाप्रमुख म्हणून तिची नेमणूक झाली. दोन रेडिओ केंद्रांवरून रोज सकाळच्या बातम्यांचं सूत्रसंचालन ती करू लागली. दुपारच्या वेळची वाहतूकस्थिती कशी आहे, हे सांगण्याचं काम तर ती या दोन केंद्रांसाठी आणि इतर अनेक केंद्रांसाठी करू लागली. गेल्या वसंत ऋतूत, जेव्हा तिचा आत्मविश्वास तिला परत मिळाल्यासारखा वाटला, तेव्हा तिने टी.व्ही. केंद्रांशी संपर्क करायला सुरुवात केली. गावातल्याच फॉक्स केंद्राने तिला बदली बातमीदार म्हणून काम द्यायचं मान्य केलं. जुलै महिन्याच्या सुरुवातीला एकदा तिला अगदी अखेरच्या क्षणी सकाळच्या तीन तासांच्या प्रसारणकार्यक्रमात वाहतूक स्थितीचं निवेदन करण्याचं काम करायला सांगण्यात आलं.

मला ह्या कार्यक्रमाच्या चित्रफिती बघायला मिळाल्या. अशा कार्यक्रमात साधारणपणे दोन व्यक्ती – एक पुरुष आणि एक स्त्री – असतात. मोठ्या थोरल्या गुबगुबीत खुर्च्यांवर बसून, हातात भला मोठा कॉफीचा मग धरून ही दोघं अखंड, तेही अतिशय उत्साहाने बडबडत असतात. दर अर्धा तासाने ते ड्ररीशी दोनेक मिनिटं 'वाहतूक कशी आहे' त्याविषयी बोलतात. शहरातल्या विविध भागाच्या

नकाशांसमोर उभी राहून, त्यावरची काही स्थळं दाखवून ती कुठे गाड्यांचे अपघात झालेत, कुठे दुरुस्तीच्या निमित्ताने रस्ते बंद करण्यात आलेले आहेत, त्यांकडे वाहनचालकांनी लक्ष द्यावं वगैरेविषयी माहिती देते. मधूनच ते दोघं तिला थट्टेच्या सुरात टोकतात, ''ए, तू काही आमची नेहमीची वाहतूकीविषयी माहिती देणारी मुलगी नाहीस,'' असं म्हणतात, त्यावर तीही काहीतरी विनोदी बोलते, हसते... वगैरे, वगैरे. एकूण, तिने आपलं काम व्यवस्थितपणे पार पाडलं. ''मजा आली ते करताना, पण वाटलं तितकं सोपं नव्हतं,'' तिने मला मोकळेपणाने सांगितलं. याही वेळी तिच्या मनात थोड्याफार प्रमाणातच पण संकोचाची भावना जागृत झालीच. बऱ्याच काळानंतर ती परत एकदा टी.व्ही.वर दिसली होती, त्याबद्दल लोक काय विचार करतील, याविषयीचं कुतूहल तिला वाटत राहिलं. मात्र, ह्या विचारांनी तिच्या मनावर दडपण आलं नाही. आता तिच्यात पूर्वीचा आत्मविश्वास येऊ लागलाय.

कुणाच्याही मनात शेवटी हा प्रश्न उभा राहील – ड्रूरीच्या अडचणी वा समस्या शारीरिक होत्या की मानसिक? ह्या प्रश्नाचं उत्तर देणं तितकंच अवघड आहे जितकं पुढील प्रश्नाचं उत्तर; लाजून लाल होणं, ही क्रिया शारीरिक असते की मानसिक? एक पाऊल पुढे जाऊन असंही विचारता येईल – आपण माणसं म्हणजे आपलं शरीर की आपलं मन? विचार केला, तर आपल्या लक्षात येतं की, याचं उत्तर 'दोन्ही' असंच आहे – शल्यविशारदाची सुरीसुद्धा दोन्ही घटकांना अलग करू शकत नाही. मी ड्रूरीला विचारलंय, ''तुला ही शस्त्रक्रिया करून घेतल्याचा कधी पश्चात्ताप झालाय का?'' त्यावर तिचं 'नाही', असं स्पष्ट उत्तर होतं. तिच्या मते तर ही शस्त्रक्रिया हा तिच्यावर केलेला एक इलाजच होता. पण ती पुढे असंही म्हणते, ''पण लोकांनी हेदेखील ध्यानात घ्यायला हवं की, शस्त्रक्रिया केल्याने सगळ्या समस्या दूर होतात असं नाही. आता मी स्वत: अशा स्थितीला पोहोचले आहे, जिथे मी थोड्याफार प्रमाणात समाधानी आहे.'' लाजण्यामुळे तिला भयंकर गोरमोरं व्हायला होत असे, त्या मानसिक छळातून तिची सुटका झालीय; नाही असं नाही, पण मनाच्या तळाशी हा विचार असतोच की, आपल्याला आपलं उभं आयुष्य या समस्येला तोंड देतच जगायचं आहे, ती पूर्णपणे दूर होणार नाही. ऑक्टोबर महिन्यात तिने इंडियाना-पोलीसमधल्या चॅनेल-सहावर अर्धवेळ बातमीदार (पण पगारी नोकर म्हणून नाही!) म्हणून काम करायला सुरुवात केली आहे. एबीसी टेलिव्हिजनला हा चॅनेल संलग्न आहे. लवकरच ही पूर्णवेळाची नोकरी होईल, अशी आशा ती मनात बाळगतेय.

★

भस्म्या रोग झालेला माणूस

रॉक्स-एन वाय-गॅस्ट्रिक बायपास शस्त्रक्रिया (Roux-enY-gastric bypass) हा वजन कमी करण्याचा आधुनिक, पण काहीसा अघोरी प्रकार म्हणावा लागेल. मी सहभागी झालेल्या शस्त्रक्रियांपैकी ही सर्वांत तऱ्हेवाईक शस्त्रक्रिया म्हणावी लागेल. मुख्य शल्यविशारदांना एकदा मी या शस्त्रक्रियेत साहाय्य केलं होतं. कुठलाही रोग या शस्त्रक्रियेमुळे बरा होत नाही, किंवा काही वैगुण्य वा इजा यांवरही आम्ही इलाज करत नसतो. ही शस्त्रक्रिया माणसाच्या इच्छाशक्तीवर ताबा मिळवण्याचं काम साध्य करते – आम्ही लोक त्याच्या शरीरात – पचनसंस्थेत – असे काही बदल घडवतो की, ज्यामुळे तो कधीच अधाशासारखं खात नाही. अलीकडे ही शस्त्रक्रिया अतिशय लोकप्रिय झाली आहे. सुमारे ४५,००० वजनदार व्यक्तींनी एकट्या अमेरिकेतच आणि तेदेखील एका वर्षात – १९९९ साली – ही शस्त्रक्रिया करून घेतली. गेल्या चार वर्षांत ही संख्या दुपटीने वाढलीय. आता व्हिन्सेंट कॅसेलीही या गटात दाखल होणार होता.

दिनांक १३ सप्टेंबर, १९९९. सकाळी साडेसात वाजता एका भूलतज्ज्ञाने आणि दोन कर्मचाऱ्यांनी कॅसेलीला (नाव बदलण्यात आलं आहे.) शस्त्रक्रिया दालनात आणलं. कॅसेलीचा शस्त्रक्रियाप्रमुख आणि मी स्वत: त्याची वाट पाहत होतो. ५४ वर्षीय कॅसेली अवजड यंत्र चालवणारा तंत्रज्ञ होता आणि तो रस्तेबांधणीची कंत्राटंही घेत असे. (मी ज्या विभागात राहतो, तिथला एक वर्तुळाकार रस्ता त्यानंच तयार केला होता.) त्याचे आई-वडील अनेक वर्षांपूर्वी इटलीतून अमेरिकेत स्थायिक झाले होते. त्याच्या लग्नाला ३४ वर्षं झाली होती. तीन मुलींचा बाप असलेला कॅसेली सुखीसमाधानी आयुष्य जगत होता, कारण मुलींची लग्नं झाली होती, त्यांचे संसार बहरले होते. कॅसेली प्रचंड लठ्ठ, ४२८ पौंडांचा होता. त्या मानाने त्याची उंची कमी म्हणजे, पाच फूट सात इंच इतकीच होती. या समस्येमुळे

बिचाऱ्याला आयुष्य नकोसं झालं होतं. घराबाहेर पडणं अशक्य, तब्येत दिवसेंदिवस खालावत चाललेली, अशा अवस्थेत हा माणूस आला दिवस कसाबसा ढकलत होता.

अशा अतिलठ्ठ माणसांच्या बाबतीत साधारण प्रकारात मोडणारी भूल देणं, ही क्रियासुद्धा अत्यंत धोक्याची असते. त्यानंतर पोटावर मोठी शस्त्रक्रिया करायची म्हणजे, खरं तर शल्यविशारदांचीच सत्त्वपरीक्षा असते. शस्त्रक्रियेदरम्यान अशा व्यक्तींची श्वसनक्रिया बंद पडण्याचा, हृदय बंद पडण्याचा नंतर जखमेत जंतुसंसर्ग होण्याचा, हर्निया होण्याचा असे अनेक धोके फार मोठ्या प्रमाणात वाढतात. थोडक्यात सांगायचं, तर कुठलाही धोका अगदी मृत्यूचाही, त्यांना नाही, असं आम्ही डॉक्टर म्हणू शकत नाही. मात्र डॉ. शेल्डन रेंडॉल – कॅसेलीचे डॉक्टर – अगदी शांत, निश्चिंत होते, आरामात ते परिचारिकांबरोबर गप्पा मारत होते. 'शनिवार-रविवारच्या सुट्टीत काय करणार आहात,' अशी चौकशीही करत होते. काही काळजी करू नकोस, सगळं काही ठीक होणार आहे, असा विश्वासही त्यांनी कॅसेलीच्या मनात निर्माण केला होता. नाही म्हटलं तरी, एक हजारांहून जास्त शस्त्रक्रिया त्यांनी यशस्वीपणे पार पाडल्या होत्या. त्यांना साहाय्य करणारा मी मात्र साशंक होतो, कारण स्ट्रेचरवरून शस्त्रक्रियेच्या टेबलावर सरकताना कॅसेलीला किती कष्ट पडत होते, धाप लागल्यामुळे त्यातही त्याला थांबावं लागलं होतं, ते मला डोळ्यांनी दिसत होतं ना! हा आता मध्येच खाली पडणार बहुतेक, अशी भीतीही मला वाटल्यावाचून राहिली नाही. शेवटी एकदाचा तो टेबलावर आडवा झाला, तेव्हा त्याच्या खुब्यांचा भाग टेबलाबाहेरच राहिला. टेबलाच्या धारदार कडा त्याला टोचू नयेत, म्हणून आम्ही आधीच तिथे जाडसर आच्छादन घातलं होतं, ते पुरेसं आहे ना, याची मी खातरी करून घेतली. त्याच्या शरीरावर लज्जारक्षणार्थ असलेली चड्डी वगळता बाकी सर्व शरीर उघडं होतं. त्याच्या प्रचंड आडव्या शरीरावर ती चड्डी एखाद्या हातरुमालासारखी भासत होती. परिचारिकेने त्याचं खालचं शरीर एका ब्लँकेटने झाकलं, तेव्हा सगळ्यांनाच थोडं बरं वाटलं. आम्ही त्याला आडवं करायचा प्रयत्न केला, तेव्हा तेवढ्या श्रमांनीही त्याचा ऊर धपापल्यासारखा झाला आणि त्याची त्वचा निळी व्हायला लागली. भूलतज्ज्ञाच्या लक्षात आलं की, त्याला बसल्या स्थितीतच बेशुद्ध करावं लागणार. त्याच्या तोंडातून आम्ही श्वासनलिक घातली, श्वासोच्छ्वासासाठी यंत्र सुरू केलं अन् मगच आम्ही त्याला आडवं करू शकलो.

त्याचं एकूण आकारमान पाहून टेबलावर कोणीतरी एक पर्वतच आणून ठेवलाय असं वाटत होतं. मी सहा फूट दोन इंच उंच असूनही मला एका छोट्या स्टूलवर उभं राहावं लागलं, तर डॉ. रेंडॉल शेजारी-शेजारी ठेवलेल्या दोन स्टुलांवर

उभे राहिले. त्यांनी मान हलवून इशारा देताच, मी आमच्या रुग्णाच्या पोटावर मध्यभागी वरून-खाली असा छेद दिला. प्रथम त्याची त्वचा आणि नंतर चमकणाऱ्या पिवळ्या चरबीचे जाड-जाड थर कापले. त्याच्या पोटाच्या खळगीत यकृतावरही चरबीचे पट्टे दिसत होतेच, तसेच थर त्याच्या मोठ्या आतड्यावरही दिसत होते. मात्र, त्याचं जठर नेहमीसारखंच होतं – आपल्या दोन मुठींच्या आकाराएवढी, गुळगुळीत, राखाडी-गुलाबी रंगाची एक पिशवी. धातूच्या चिमट्यांच्या साहाय्याने आम्ही जखम फाकून ठेवली. त्याचं यकृत आणि लहान आतड्यांची वेटोळी आमच्या मार्गातून बाजूला केली. जवळ-जवळ आमच्या कोपरापर्यंत खोल खळगीत आम्हाला काम करावं लागत होतं. आम्ही क्लिपा (staples) लावून त्याच्या जठराचा आकार एका औंसाइतका लहान केला. शस्त्रक्रियेपूर्वी त्याच्या जठरात जितकं अन्न अन् पाणी राहू शकलं असतं, त्याच्या निम्म्याहून कमी अन्न, एक लहानसा पेलाभर द्रवपदार्थ यापुढे त्याच्या जठरात राहू शकलं असतं. मग आम्ही या पिशवीचं मोकळं तोंड लहान आतड्याला पण जठरापासून दोन फूट अंतरावर जोडलं – लहान आतड्याच्या या दोन फुटांच्या भागातच अन्नामध्ये यकृतातून आलेलं पित्त आणि स्वादुपिंडातून आलेले पाचक रस मिसळतात व अन्नाचं विघटन करतात. ज्याला या शस्त्रक्रियेतला 'बायपास' म्हणतात, तो हाच भाग. याचा दुसरा अर्थ असाही होता की, जठरामध्ये आलेल्या अन्नापैकी फारच थोडं अन्न शरीरामध्ये शोषलं जाईल.

ही शस्त्रक्रिया करायला आम्हाला दोन तासांहून थोडा जास्त वेळ लागला. सबंध वेळ कॅसेली स्थिर अवस्थेत होता, पण शस्त्रक्रियेनंतर पुन्हा पूर्वस्थितीला येणं त्याला कठीण गेलं. सर्वसाधारणपणे शस्त्रक्रियेनंतर तीन दिवसांनी रुग्ण घरी जाऊ शकतात; कॅसेलीच्या बाबतीत वेगळाच अनुभव आला. आपण कुठे आहोत, याचं भान यायलाच त्याला दोन दिवस लागले. मग पुढचे चोवीस तास त्याची दोन्ही मूत्रपिंडं काम करेनाशी झाली, फुप्फुसांमध्ये पाणी साठलं. त्याला तापामुळे भ्रम झाल्यासारखा झाला, समोरच्या भिंतीवर काही तरी दिसतंय, असं तो बडबडू लागला, तोंडावरचा प्राणवायूचा मास्क खेचून दूर करू लागला, प्रकृतिनिदर्शक उपकरणाच्या (मॉनिटर्स) छातीला लावलेल्या वायर्स खेचू लागला, इतकंच नव्हे, तर सलाइनची दंडाला लावलेली नलिकाही काढायचा प्रयत्न करू लागला. आम्हाला काळजी वाटू लागली, तर त्याची बायको आणि मुली भयभीत झाल्या. सुदैवाने त्याची प्रकृती सुधारू लागली.

तिसऱ्या दिवशी थोडे द्रवपदार्थ – पाण्याचे एक-दोन घोट, सफरचंदाचा रस, आलंमिश्रित सरबत वगैरे – घेण्याइतपत त्याच्या तब्येतीत सुधारणा झाली. दर चार तासांनी साधारणपणे एक औंसापर्यंत हे पदार्थ आम्ही त्याला देऊ लागलो.

दुपारी रुग्णांना तपासण्यासाठी मी फेरी मारत असे, त्या वेळी मी त्याला विचारलं, "द्रव पदार्थ प्यायल्यावर कसं वाटलं?" "ठीक वाटलं," त्याने थोडक्यात उत्तर दिलं. मग त्याला प्रथिने आणि कॅलरीज मिळाव्यात म्हणून आम्ही 'चार औंसांपर्यंत झटपट बनवता येणारा ब्रेकफास्ट' (Carnation Instant Breakfast) द्यायला सुरुवात केली, पण त्यातला जेमतेम निम्माच तो खायचा आणि तेवढं खायलाही त्याला एक तास लागत असे. त्याचं पोट गच्च भरल्यावर त्याच्या पोटात एक मोठी कळ उठत असे. "हे मला अपेक्षितच आहे," डॉ. रेंडॉल म्हणाले. आणखी काही दिवस गेले म्हणजे घट्ट पदार्थ द्यायचे, असं आम्ही ठरवलं होतं. त्याची प्रकृती चांगली सुधारत होती. आता त्याला शिरेतून पोषक पदार्थ देण्याची आवश्यकता उरली नव्हती. जखमेमुळे होणारी वेदना मर्यादेत होती. काही दिवस त्याला आम्ही पुनर्वसनगृहात ठेवलं अन् मग घरी पाठवलं.

दोन आठवड्यांनी मी डॉ. रेंडॉलजवळ कॅसेलीची चौकशी केली. "अगदी छान आहे," त्यांनी सांगितलं. यापूर्वीही मी त्यांना काही रुग्णांच्या शस्त्रक्रियांमध्ये मदत केलेली होती, पण त्यांची प्रगती कशी होते, त्यामध्ये मी फारसा रस दाखवला नव्हता. "त्याचं इतकं सगळं वजन कमी होईल?" मी त्यांना साशंकपणे विचारलं होतं. माझा पुढचा प्रश्न होता, "किती प्रमाणात खाता येईल त्याला?" "जाऊन भेट ना तू त्याला आणि प्रत्यक्षच पाहा," ते मला म्हणाले. म्हणून मग ऑक्टोबर महिन्यात एक दिवस मी त्याला फोन केला. माझा आवाज ऐकून त्याला खूप बरं वाटलंय, असं मला त्याच्या आवाजावरून जाणवलं. "घरी या ना," त्याने मला आमंत्रण दिलं. काम संपल्यावर मी त्याच्या घरी गेलो.

व्हिन्सेंट कॅसेली आणि त्याची पत्नी बोस्टनपासून जवळच एका साध्याशा घरात राहतात. रूट १, या मार्गावरून त्याच्या घरापर्यंत जाताना वाटेत डंकिन डोनट, 'पिझ्झा हटसारखी दुकानं, मॅक्डॉनल्ड वगैरे अमेरिकन आयुष्याचा अविभाज्य भाग असलेली उपहारगृहं लागली. (तसं पाहिलं तर, कुठल्याही महामार्गावर ह्या प्रकारची दुकानं वा उपहारगृहं पाहायची डोळ्यांना सवय झालीय, पण त्या दिवशी मनात विचार आला, आपल्या पायांवर धोंडा पाडून घेण्यासाठीच लोक या ठिकाणी जात असतात, दुसरं काय म्हणणार?) मी कॅसेलीच्या दारावरची घंटा वाजवली. बराच वेळमध्ये गेल्यासारखा वाटला. मग मला हळूहळू दरवाजाकडे येणाऱ्या पावलांचा आवाज ऐकू आला. कॅसेलीने दार उघडलं. त्याच्यात खूपच फरक जाणवला मला. मला बघताच त्याने छान हसून माझं स्वागत केलं आणि प्रेमाने माझा हात दाबल्यासारखा केला. एका हाताने टेबलाचा, भिंतीचा, दाराच्या कडीचा आधार घेत, त्याने मला स्वयंपाकघराकडे नेलं. तिथे छोट्या टेबलाजवळच्या खुर्चीत मी बसलो.

"कसं वाटतंय आता?" मी चौकशीदाखल विचारलं. "खूपच छान चाललंय!" तो म्हणाला. "आता कसलाही त्रास होत नाही, जखमही बऱ्यापैकी भरून आलीय. तीनच आठवडे झालेत शस्त्रक्रियेला, पण माझं वजन ४० पौंडांनी उतरलंय." तरीही अजून त्याचं वजन ३९० पौंड होतंच. अंगावरचे कपडे – पँट, टी-शर्ट अजूनही त्याच्या शरीरावर ताणून बसवल्यासारखे दिसत होते. मला वाटलं दुकानातला सगळ्यात मोठ्या आकाराचा टी-शर्टच त्याला वापरता येत असणार. मला तरी त्याच्यात फारसा फरक जाणवला नाही – दोन्ही पाय फाकूनच बसावं लागत होतं, त्याला कारण मध्यभागी पोटाचा नगारा होता. दर दोन मिनिटाला त्याला हालचाल करावी लागत होती, एवढ्याशा खुर्चीवर त्याचा आडमाप देह काही केल्या मावत नव्हता, हे मला स्पष्ट दिसत होतं. त्याचं वजनच इतकं होतं की, त्यामुळे त्याच्या पार्श्वभागाला सतत मुंग्या येत असाव्यात. एका जागी, काहीही हालचाल करत नसूनही त्याच्या कपाळावर मला घाम दिसत होता. विरळ होत चाललेले त्याचे करड्या रंगाचे केस त्यामुळे डोक्यावर चप्प बसले होते. डोळ्यांमध्ये चिकटा आलेला दिसत होता आणि त्यांच्या खाली काळे फुगवटे दिसत होते. श्वास घेताना त्याला त्रास होता असावा, असं मला त्याच्या आवाजावरून वाटलं.

तो रुग्णालयातून घरी आल्यानंतरच्या दिवसांत त्याची प्रकृती कशी सुधारत होती, त्याविषयी आम्ही बोलू लागलो. पहिल्यांदा त्याने स्क्रॅंबल्ड एग खाल्लं होतं, तेदेखील जेमतेम चमचाभर. तेवढ्यानंही त्याचं पोट इतकं भरलं की, त्याला तडस लागल्यासारखं वाटलं. त्याचं पोट दुखू लागलं, खरोखरच कळा येऊ लागल्या. आपलं पोट आता तटतटून फुटणार की काय? असं त्याला वाटलं, शेवटी त्याला उलटी झाली आणि सगळं अन्न बाहेर पडलं. यापुढे आपल्याला घट्ट पदार्थ खाताच येणार नाहीत, अशी भीती त्याला वाटली, पण हळूहळू थोडा फरक पडला. उकडून कुस्करलेले बटाटे, शेवयांचे काही प्रकार, बारीक तुकडे केलेले ओलसर चिकन हे पदार्थ त्याला अगदी थोड्या प्रमाणात का होईना; पण खाता येऊ लागले. पाव किंवा सुकं मटण घशात अडकतं, खाली उतरत नाही, असं त्याला वाटत होतं. शेवटी घशात बोटं घालून त्याला उलटी काढावी लागे अन् मगच त्याला बरं वाटे.

किती केविलवाणी झालीय आपली अवस्था, या विचाराने कॅसेली व्यथित होत असे, पण ह्याशिवाय आपल्याला गत्यंतरच नाही, हे वास्तवही त्याने शांतपणे स्वीकारलं होतं. "गेल्या एक-दोन वर्षांत मी ज्या नरकयातना भोगल्यायत, त्या फक्त माझ्या मलाच ठाऊक आहेत," कॅसेलीने मला सांगितलं. खरं सांगायचं, तर त्याची ही वजनाविरुद्धची लढाई तो तिशीला आला तेव्हापासूनची होती. "पहिल्यापासूनच मी आडव्या बांध्याचा!" त्याने प्रांजळपणे कबूल केलं. "१९व्या वर्षी मी तेरेसाशी लग्न केलं, तेव्हा माझं वजन २०० पौंड होतं." (सोयीसाठी हेच त्याच्या बायकोचं

नाव!) त्यानंतरच्या दहा वर्षांत त्याने ३०० पौंडांची मजल गाठली. मग त्याने खाण्यावर नियंत्रण ठेवण्याचा प्रयत्न केला, तेव्हा ७५ पौंड वजन कमी झालं खरं, पण ते बंद करताच १०० पौंड वजन वाढलं! १९८५च्या सुमारास तर त्याचं वजन ४०० पौंड इतकं झालं. परत एकदा नियंत्रित खाण्याकडे स्वारी वळली. या वेळी त्याने २१० पौंड वजन घटवण्याचा विक्रम केला. पण पुन्हा 'ये रे माझ्या मागल्या' अशी गत झाली. "तुम्हाला सांगतो, मी कमीतकमी १००० पौंड वजन तरी वाढवलं आणि कमी केलं असेल आत्तापर्यंत," कॅसेली म्हणाला. त्यानंतर त्याला उच्च रक्तदाब, हाय कॉलेस्ट्रॉल आणि मधुमेह हे त्रास सुरू झाले. ते होणार हे ओघाओघानंच आलं म्हणा ना! पुढे सततची गुडघेदुखी आणि पाठदुखीने तो हैराण झाला. आता फारशी हालचाल करणं, त्याला शक्य होईनासं झालं. पूर्वी तो नियमितपणे वेगवेगळे खेळाचे सामने तिकीट काढून पाहत असे, गाड्यांच्या शर्यतींना हजेरी लावत असे. बऱ्याच वर्षांपूर्वी एकदा तर त्याने स्वत:च शर्यतीत भाग घेतला होता. आता आपल्या सामानवाहू ट्रकपर्यंत चार पावलं टाकणंदेखील त्याला मुश्कील होऊ लागलं होतं. १९८३नंतर त्याने विमानप्रवास केला नव्हता. इतकंच नव्हे, तर गेल्या दोन वर्षांत तो आपल्याच घराचा जिना चढलेला नव्हता, कारण पायऱ्या चढणं त्याला अशक्य होऊन बसलं होतं. "एक वर्षापूर्वी तेरेसाने तिच्या ऑफिससाठी एक संगणक विकत घेतला. तो वरच्या मजल्यावर ठेवला असल्यामुळे मी अजून तो पाहिलादेखील नाहीये," कॅसेली म्हणाला. याच कारणामुळे त्याला वरच्या बेडरूममधलं आपलं बस्तान हलवून तळमजल्यावर – स्वयंपाकघराच्या शेजारच्या खोलीत – हलवावं लागलं. तेव्हापासून पूर्णपणे आडवं होऊन झोपणं अशक्य असल्याने बिचाऱ्याला आरामखुर्चीसारख्या पलंगावर झोपावं लागतंय. तरीही सलग झोप लागतच नाही. अतिलठ्ठ व्यक्तींना अधून-मधून श्वास घेणं कठीण होतं. जिभेवरील आणि श्वासनलिकेच्या वरच्या भागातली अवाजवी चरबी याला कारणीभूत असते, असं म्हणतात. दर अर्ध्या तासाने त्याचा श्वास बंद झाल्यासारखा होतो अन् त्यामुळे कासावीस होऊन त्याला जाग येते. अपुऱ्या झोपेमुळे बिचारा कायम थकल्याभागल्या अवस्थेत जगत असतो.

ह्याव्यतिरिक्त त्याला इतर अनेक त्रासांना, अडचणींना तोंड द्यावं लागायचं, ज्यांचा उच्चारही या व्यक्ती करत नाहीत. स्वत:च्या शरीराची नीट स्वच्छता राखणंही त्यांना जमत नाही. उभ्याने लघवी करणं, त्याला अशक्य होऊ लागलं, संडासला जाऊन आल्यावर अंघोळ करूनच त्याला पार्श्वभाग स्वच्छ करावा लागायचा. शरीराला इतक्या वळकट्या पडलेल्या होत्या की, त्यांमधला पन्हळींसारखा खोलगट भाग सोलवटल्यासारखा, लाल झाला होता. काही वेळा अंगावर गळवं उठतात, ती पिकतात – एक ना दोन.

"या सगळ्यामुळे तुमच्या वैवाहिक जीवनावर परिणाम झालाय का?" मी विचारलं. "नक्कीच, आपल्या आयुष्यातला तो एक महत्त्वाचा भाग आहे, हे तर मी आता विसरूनच गेलोय! पण पुन्हा ते दिवस माझ्या आयुष्यात उगवतील या आशेवर मी जगतोय." सगळ्यात वाईट गोष्ट काय असेल, तर ती म्हणजे त्याला आता काम करणं, घरखर्च चालवणं दिवसेंदिवस कठीण होऊ लागलंय.

व्हिन्सेंट कॅसेलीचे वडील १९१४ साली इटलीतून बोस्टनला आले, ते बांधकाम व्यवसायात काम करण्यासाठी. काही काळातच त्यांनी आवश्यक ती यंत्रसामग्री विकत घेतली आणि स्वतःचा व्यवसाय सुरू केला. १९६० साली व्हिन्सेंटने आणि त्याच्या भावाने व्यवसाय आपल्या ताब्यात घेतला. १९७९ साली व्हिन्सेंटने वेगळा व्यवसाय सुरू केला. जड वाहने चालवण्याचं कौशल्य त्याने आत्मसात केलं होतं. तीस टन वजनाचं ग्रॅडॉल नावाचं, ३ लाख डॉलरचं, मोठ्या प्रमाणात उत्खनन करणारं अवजड यंत्र चालवण्यात त्याने विशेष कौशल्य प्राप्त केलं होतं. रस्ते आणि रस्त्याच्या कडेचे पदपथ बांधण्यासाठी त्याने आपल्या हाताखाली काही लोक ठेवलेले होते. वर्षभर हे काम चालू असायचं. काही वर्षांनंतर त्याने स्वतःचं असं एक ग्रॅडॉल यंत्र विकत घेतलं. त्या व्यतिरिक्त एक दहा चाकांचा ट्रक, काही सामानवाहू ट्रक अशी सामग्रीही त्याने विकत घेतली. गेल्या तीन वर्षांत त्याच्या शरीराचा आकार प्रचंड वाढल्यामुळे त्याला ग्रॅडॉल चालवणं, अशक्य होऊन बसलं होतं आणि इतर सामग्रीची देखभाल करणंही अशक्य झालं होतं. तो स्वतः घरी बसून इतरांकडून अवजड यंत्रं चालवायचं काम करवून घेऊ लागला, त्यासाठी त्याला पैसे मोजावे लागायचे; त्याने आपल्या एका भाच्याला कामगारांवर आणि कामांवर देखरेख ठेवण्यासाठी नेमलं. कामावरचा खर्च वाढला, नगरपालिकेत जाणं अशक्य होऊ लागलं, तसतशी नवी कामं मिळण्याचं प्रमाणही कमी झालं. तेरेसाची नोकरी नसती – ती एका संस्थेत व्यावसायिक व्यवस्थापक म्हणून नोकरी करते – तर त्यांचं दिवाळं निघायला वेळ लागला नसता.

तेरेसा दिसायला गोड आहे, तिच्या चेहऱ्यावर काळे ठिपके (वांग) असले, तरी लाल केसांच्या महिरपीमुळे ती आकर्षक दिसते. तिचं वजन सर्वसाधारण व्यक्तीसारखं आहे. गेली बरीच वर्षं ती त्याच्या मागं लागली होती की, त्याने वजन कमी करण्यासाठी व्यायाम करावा, आहारावर नियंत्रण ठेवावं. कॅसेलीलाही वजन कमी करायचं होतंच, पण दिवसच्या दिवस प्रत्येक जेवणात स्वतःच्या जिभेवर ताबा ठेवायचा ही गोष्ट त्याच्या आवाक्याबाहेरची होती. "मी सवयीचा गुलाम आहे, फार पटकन मला एखादी सवय लागते आणि खाण्याचं तर मला अतोनात वेड आहे." पण त्यात काही नवल नव्हतं. आपल्यापैकी बहुतेकांना खाण्याची

आवड असते. "तुझ्या सवयीत असं काय वेगळं होतं?" मी त्याला विचारलं. "माझं खाणं थोडंथोडकं नव्हतं. मी भरपूर वाढून घेत असे आणि ताटात वाढून घेतलेल्या अन्नातला एक कणही मागे ठेवत नसे." बरं, भांड्यात एखादा पदार्थ उरलेला त्याच्या नजरेला पडला की, त्याचाही तो फडशा पाडत असे – अगदी पास्तासारख्या जड पदार्थाचाही. "असं का?" मी त्याला विचारलं. "केवळ खायला आवडतं म्हणून?" त्याने उत्तर देण्यापूर्वी विचार केला अन् मग म्हणाला, "नाही, तसं नाही म्हणणार मी. मला खायचं वेड आहे, असं नाही म्हणणार मी. काय व्हायचं, खात असताना मला खूप बरं वाटायचं, पण ते केवळ तेवढ्या वेळेपुरतंच." "मग तुला फार भूक लागायची का?" "नाही मला भूक अशी कधीच लागायची नाही," तो म्हणाला.

या सगळ्या प्रश्नोत्तरांनंतर माझा तरी असा ग्रह झाला की, कॅसेली पती-पत्नी अगदी सर्वसामान्यांप्रमाणे आहेत अन् त्यांच्या खाण्यापिण्याच्या सवयी इतरांप्रमाणेच आहेत – म्हणजे एखादे वेळी एखादा पदार्थ जास्त आवडला, तर ते थोडं जास्त खातात, कधी सात वाजलेत, जेवणाची वेळ झालीय, समोर ठेवलेलं जेवण मस्त दिसतंय, वगैरे. आणि तो खायचं थांबतो, त्या मागचं कारणही चारचौघांच्या कारणांपेक्षा वेगळं नसतं, म्हणजे पोट भरलं म्हणून किंवा अधिक खाणं नकोसं वाटतंय, म्हणून. मला कॅसेली इतरांपेक्षा वेगळा वाटला तो या कारणासाठी की, कॅसेलीचं समाधानच पुष्कळ अन्न खाल्ल्यानंतर व्हायचं. (एक भला मोठा पिझ्झा तो अगदी सहजपणे संपवू शकायचा.) वजन कमी करण्यासाठी इतर माणसांना जे प्रयत्न करावे लागतात किंवा ज्या समस्या येतात, त्याच कॅसेलीपुढे उभ्या ठाकल्या – अशा माणसांना पोट भरलंय, असं वाटण्यापूर्वी खाणं थांबवावं लागतं, अन्न गोड लागतंय; तरीदेखील पानावरून उठायचं; हे काम काही सोपं नसतं, हे तर आपल्यापैकी सगळ्यांनाच ठाऊक आहे. आणखी एक अवघड गोष्ट म्हणजे त्यांनी व्यायाम करणं, अत्यंत गरजेचं असतं. या दोन्ही गोष्टी तो काही काळ करायचा, त्यासाठीसुद्धा तेरेसाला त्याच्या मागे लागायला लागायचं, आठवण करून द्यायला लागायची, कधी जरा जास्तच वेळ तिला हे प्रयत्न करावे लागायचे, पण शेवटी त्याला कळून चुकलं, हे आपल्याला जमणार नाही. 'माझ्या लक्षात आलं, माझं मनोबल कमी पडतंय.' तो म्हणाला.

१९९८च्या आरंभीच त्याच्या डॉक्टराने त्याला कडक शब्दांत सुनवलं, "वजन कमी करायचं तू मनावर नाही घेतलंस, तर आम्हालाच काही तरी जालीम उपाय करावे लागतील, सांगून ठेवतोय." 'जालीम' या शब्दातून त्यांना अर्थातच 'शस्त्रक्रिया' हा शब्द सुचवायचा होता. त्यांनीच कॅसेलीला गॅस्ट्रिक बायपास शस्त्रक्रिया म्हणजे काय ते समजावून सांगितलं आणि डॉ. रेंडॉलचा नंबर दिला.

कॅसेलीने तो विचार धुडकावून लावला. एक कारण असं होतं की, शस्त्रक्रियेची कल्पनाच त्याला आवडली नाही अन् दुसरं कारण म्हणजे आपला व्यवसाय अशा प्रकारे टांगत्या अवस्थेत ठेवणं, त्याला मंजूर नव्हतं. त्यानंतर वर्षभरानं, १९९९च्या वसंत ऋतूत त्याच्या दोन्ही पायांवर जखमा झाल्या आणि त्या चिघळल्या – वजन प्रमाणाबाहेर वाढल्याचा तो परिणाम होता – पायांवरल्या शिरा टपटपल्यासारख्या वर आल्या, त्वचा पातळ होऊन फाटली त्यामुळे पृष्ठभागावर चिघळलेल्या जखमा दिसू लागल्या. शरीर तापाने फणफणलं, असह्य वेदना होऊ लागल्या; तरीही केवळ बायकोच्या आग्रहाखातर त्याने डॉ. रेंडॉलना भेटायचं ठरवलं. त्याला 'सेल्युलायटिस' हा आजार झाल्याचं निदान केलं आणि त्याची स्थिती गंभीर असल्याचंही सांगितलं. एक आठवडाभर त्याला शिरेतून प्रतिजैविकं देण्यात आली आणि मग घरी पाठवण्यात आलं.

रुग्णालयातल्या वास्तव्यातच कॅसिलीच्या पायांत रक्ताच्या गुठळ्या आहेत की नाही, हे तपासण्यासाठी त्याची अल्ट्रासाउंड ही चाचणी करण्यात आली. त्यानंतर एक क्ष-किरणतज्ज्ञ त्याला भेटायला आला. "खरंच, तुझं नशीब जोरावर आहे," त्याने मला सांगितलं, तेव्हा मी त्याला विचारलं, "का रे बाबा, मला काय लॉटरीचं बक्षीस वगैरे लागलंय का?" हा प्रसंग त्यानंच मला वर्णन करून सांगितला. तेव्हा ते म्हणाले, "मी तुला नशीबवान म्हटलं ते अशासाठी की, तुझ्या पायांत रक्ताच्या गाठी नाहीत, याचं मला आश्चर्य वाटतंय. तुझ्या समाधानाचा फुगा मला फोडावासा वाटत नाही, पण सांगणं गरजेचं आहे म्हणून सांगतो, तुझ्यासारख्या माणसाच्या पायांत रक्ताच्या गुठळ्या असणं अगदी स्वाभाविक आहे. सध्या त्या नाहीयेत याचाच अर्थ हा की, तुझी तब्येत चांगली आहे." पुढे त्याने मला एकच गोष्ट, धोक्याची सूचना द्यावी, त्या सुरात सांगितली – "तुझ्या वजनाबाबत मात्र काहीतरी करायलाच हवं तुला."

काही वेळानंतर जंतुसंसर्गतज्ज्ञ त्याला भेटायला आले. त्यांनी कॅसेलीच्या पायांवरच्या पट्ट्या सोडल्या, पाय तपासले, पुन्हा पट्ट्या बांधल्या अन् म्हणाले, "तुझ्या जखमा बऱ्या होऊ लागल्या आहेत आता, पण तुला आणखी एक गोष्ट सांगतो. मी तुझी संपूर्ण फाइल वाचली – तुझ्या आयुष्याबद्दलची सगळी माहिती मला त्यामुळे समजलीय. आता तू इथे आला आहेस आणि सध्याची परिस्थिती काय आहे, ते तू जाणतोयसच. आता वजन कमी करायलाच हवंय तुला – तुला घाबरवून सोडण्यासाठी सांगत नाहीये मी. मी कळकळीने सांगतोय – फक्त वजन कमी कर तू. बाकी सर्व बाबतीत अगदी ठणठणीत आहेस तू – तुझं हृदय ठीक आहे, तुझी फुप्फुसं चांगल्या स्थितीत आहेत, तुला बाकी काही रोग नाहीये."

"त्यांचं बोलणं मी खरंच मनावर घेतलं," कॅसेली मला म्हणाला. "दोन

वेगवेगळ्या डॉक्टरांनी मला त्यांचं निदान सांगितलं होतं. माझ्याबद्दल त्यांना दुसरी काहीच माहिती नव्हती, जे काही त्यांना समजलं होतं, ते माझ्या वैद्यकीय चाचण्यांवरून, आणि हे सगळं मला त्यांना सांगायचीही आवश्यकता नव्हती, तरीही त्यांनी मला सांगितलं, कारण अफाट वजन हीच माझी समस्या होती. तेवढं मी कमी केलं तर....''

कॅसेली घरी आल्यानंतरचे दोन आठवडे त्याला अंथरुणातच झोपून काढावे लागले, कारण त्याची प्रकृती ठीक नव्हती. या दरम्यान त्याचा धंदा साफ कोसळला. एकही नवं कंत्राट मिळेनासं झालं. हातात घेतलेलं काम संपलं की, कामावर ठेवलेल्या नोकरांना निरोप द्यावा लागणार हे त्याला स्वच्छ दिसत होतं. तेरेसाने डॉ. रेंडॉलबरोबर त्याच्या भेटीची वेळ ठरवली आणि तो त्यांच्याकडे गेला. 'गॅस्ट्रिक बायपास' म्हणजे काय, त्या शस्त्रक्रियेत काय धोके असतात, ते सगळं त्यांनी कॅसेलीला समजावून सांगितलं. दोनशे रुग्णांमागे एकाचा मृत्यू होऊ शकतो आणि दहा रुग्णांमागे एकाला रक्तस्राव, जंतुसंसर्ग, पोटात व्रण निर्माण होणं, रक्ताच्या गुठळ्या होणं किंवा पोटात स्रावांची गळती होणं अशांसारखे प्रकार घडू शकतात. याहून महत्त्वाची गोष्ट म्हणजे त्याच्या खाण्यापिण्याच्या सवयीत कायमचा बदल होईल आणि तोही आमूलाग्र. कॅसेलीला हे सगळं ऐकायला जडच वाटलं, पण काम करता येत नाही, मनोधैर्य खच्ची झालेलं, सततचं दुखणं, आजारपण आणि वेदना यांमुळे तो अशा स्थितीला येऊन पोहोचला होता की, त्याच्यापुढे दुसरा काही मार्गच नव्हता. 'शस्त्रक्रिया' हा त्याच्यापुढे एकमेव आशेचा किरण होता, म्हणून त्याने डॉ. रेंडॉलना आपण तयार असल्याचं सांगितलं.

माणसाची भूक हे काय प्रकरण आहे, यावर विचार करत असताना वाटतं, एरवीदेखील आपला आपल्या आयुष्यावर काही ताबा, नियंत्रण असतं का? आपला आपल्या इच्छाशक्तीवर विश्वास असतो, माझ्या हालचालींवर – उठणं, बसणं, एखादी क्रिया करणं वा न करणं, बोलणं वा न बोलणं यांवर ताबा असतो, असा आपला दृढ विश्वास असतो. पण हेदेखील एक फार मोठं सत्य आहे की, फारच थोड्या लोकांना, मग ते लठ्ठ असोत वा सडपातळ, आपल्या इच्छेनुसार वजन कमी करता येतं आणि तेही दीर्घ काळपर्यंत. वजन कमी करण्यासाठी उपचार घेणे याविषयीचा इतिहास पाहिला, तर असं दिसतं की, यामध्ये जवळजवळ सगळ्या लोकांना अपयशच येतं. कुणी नुसते द्रवपदार्थ सेवन करतात, तर कुणी प्रथिने जास्त प्रमाणात खातात. कुणी नुसतेच पपनस खातात तर कुणी असंच काही तरी. (त्यांना वेगवेगळी नावं दिली जातात, तरी शेवटी सगळ्याचा अर्थ एकच!) अशा लोकांचं वजन निश्चितपणे कमी होतं, पण कळीचा मुद्दा हा असतो की, ते तसंच

कमी राहतं का? त्याचं उत्तर बहुतांशी नकारार्थीच आहे. १९९३ साली राष्ट्रीय आरोग्य संस्थांमधल्या विशेषज्ञांच्या समितीने गेल्या दहा वर्षांतल्या नियंत्रित आहारांचा अभ्यास केला, तेव्हा त्यांना असं दिसून आलं की, ९० ते ९५ टक्के लोकांचं कमी केलेल्या वजनापैकी एक-तृतीयांश ते दोन-तृतीयांश वजन पुन्हा वाढतं, तेही वर्षभरातच. पाच वर्षांत तर ते पूर्वस्थितीला येतात. डॉक्टरांनी या समस्येवर काय-काय उपाय योजलेत त्यांचा विचार करूनही मन थक्क होतं. त्यांनी काही रुग्णांचे जबडे तारांच्या साहाय्याने बांधून टाकले, त्यांच्या पोटाच्या खळगीत फुगवलेले प्लॅस्टिकचे फुगे घातले, अंगावरच्या चरबीचे थरच्या थर कापून काढले, वेगवेगळी औषधं घ्यायला सांगितली, मोठ्या प्रमाणात 'थायरॉइड हॉरमोन' घ्यायला लावले. हे सगळे उपाय कमी पडले म्हणून की काय त्यांनी लठ्ठ व्यक्तींच्या मेंदूतली भुकेची केंद्रंच नष्ट केली – तरीदेखील या व्यक्तींचं वजन आटोक्यात येत नाही, ते नाहीच. तारेच्या साहाय्याने जबडा बांधल्यामुळे बऱ्याच प्रमाणात वजन कमी होतं हे खरं आहे. त्यासाठी येणारे रुग्ण भरपूर उत्साह दाखवतात, पण काही काळानंतर त्यांच्यापैकी काहींचं वजन तरीही वाढतं, कारण ते पातळ अन्न जास्त प्रमाणात खातात, तर काही लोक जबड्याची तार काढून टाकल्यानंतर लठ्ठ होतात, कारण ते आता खाण्यावर मजेत ताव मारतात. या सगळ्याचा मथितार्थ इतकाच की, मनुष्यप्राण्यावर उपासमारीची वेळ आली; तरी तो जिवंत राहू शकतो, पण समोर भरपूर खाद्यपदार्थ असताना मन मारणं काही त्याला जमत नाही.

आपण सगळेच जण जिभेवर ताबा नसणारे असतो, हे निर्विवाद सत्य. याला अपवाद आहेच – तो म्हणजे लहान मुलांचा! वयाने लहान असलेले हे प्रजाजन त्यांच्या माता-पित्यांपेक्षा नक्कीच आपल्या मनावर जास्त ताबा ठेवू शकतात असा दावा कुणीच करणार नाही, पण तुम्हाला आश्चर्य वाटेल, अशी एक गोष्ट सांगतो. ६ ते १२ या वयोगटातील लठ्ठ मुलांच्या काही पाहाण्या केल्या. त्यांपैकी चार पाहण्यांमधून असं दिसून आलं की, ज्या मुलांवर कसं वागावं, या विषयीचे साधेच संस्कार केले होते (आठवड्यातून एकदा याप्रमाणे ८ ते १२ आठवडे आणि त्यानंतर महिन्यातून एकदा याप्रमाणे एक वर्षभर!). त्या मुलांचं वजन दहा वर्षांनंतर फार वाढलं नाही; ३० टक्के मुलांचा लठ्ठपणा मुळीच राहिला नव्हता. यावरून हे उघड आहे की, मुलांच्या भुकेला वळण लावता येतं. मोठ्या माणसांच्या बाबतीत हे शक्य होत नाही.

या गोष्टीचा प्रत्यय जेवणाच्या वेळी येतो. जेवायला बसल्यावर जरुरीपेक्षा जास्त जेवण्यामागे दोन कारणं दिसतात. काही लोक अगदी संथपणे जेवतात, पण ते इतका वेळ जेवतात की काय सांगावं? या लोकांना 'प्रेडर-विली' (Prader-willi) ह्या नावाचा आजार असतो. त्यांच्या मेंदूतील 'हायपोथॅलमस' ह्या केंद्रात एक

दुर्मीळ असा आनुवंशिक दोष असतो, त्यामुळे त्यांच्या मनाचं समाधानच होत नाही. तसं पाहिलं, तर भरभर खाणाऱ्यांच्या तुलनेत हे लोक अतिशय सावकाश जेवत असले, तरी ते थांबत नाहीत. दुसऱ्या कुणीतरी त्यांच्यासमोरून जेवणपदार्थ हलवले, त्यांना खाद्यपदार्थ मिळणारच नाहीत, अशी व्यवस्था केली, तर ह्यांच्यापैकी काही जण कचऱ्यात फेकून दिलेलं अन्न किंवा पाळीव प्राण्यांसाठी असलेलं खाद्यही खातात; अशी माणसं भयानक लठ्ठ होतात.

वर दिलेलं उदाहरण हे काहीसं विकृत स्वरूपाच्या माणसांचं म्हणता येईल. सर्वसामान्यपणे आढळणारा प्रकार म्हणजे वाघ मागे लागल्याप्रमाणे जे खातात त्यांचा. शास्त्रज्ञ या प्रकारच्या आजाराला 'मेद विरोधाभास' (fat paradox) असं नाव देतात. जेव्हा अन्न तुमच्या जठरात आणि 'ड्यूओडनम' म्हणजे लहान आतड्याचा सुरुवातीच्या भागमध्ये प्रवेश करतं, तेव्हा ते आपल्या शरीरातील कर्बोदकं, प्रथिने आणि स्निग्ध पदार्थांना स्वीकारण्यास चालना देतं व त्यांच्याकरवी मेंदूतील 'हायपोथॅलमस'ला पोट भरलं असल्याचा संदेश पाठवला जातो. स्निग्ध पदार्थांच्या सेवनाने ही प्रतिक्रिया सर्वांत जलद होते. थोड्या प्रमाणात स्निग्ध पदार्थ खाल्ले, तरीही माणसाला पोट भरल्यासारखं वाटतं आणि तो खाणं थांबवतो. तरीही आपण मोठ्या प्रमाणात असे पदार्थ खातो. असं का? याचं कारण आपण फार भरभर खातो. एक स्पष्टीकरण देता येईल – आपण अन्न खातो, तेव्हा आपल्या तोंडातले ग्रहणक (receptors) जागे होतात आणि ते आपल्या हायपोथॅलमसला खाण्याचा वेग वाढवायला उद्युक्त करतात – आणि यामागचा सर्वांत प्रभावी 'चेतक' स्निग्ध पदार्थच असतात. थोड्याशा स्निग्ध पदार्थांची जिभेला संवेदना झाली, तरीदेखील संवेदक आपल्याला खाण्याचा वेग वाढवायची सूचना देतात. आतड्याकडून 'आता पुरे!' हा संदेश येण्यापूर्वीच आपण जेवणावर आडवा हात मारलेला असतो! जेवण जितकं चविष्ट, तितका आपला खाण्याचा वेग जास्त – याला नाव आहे – 'चविष्ट पदार्थांचा परिणाम.' हे कसं काय बुवा होतं, असा प्रश्न तुमच्या मनात आला असेल, तर सांगतो – अशा वेळी आपण भराभरा चावत नाही, तर आपण बकाबका खातो, म्हणजेच घास कमी वेळा चावतो. फ्रेंच संशोधकांनी असा शोध लावलाय की, जास्त खाण्यासाठी आणि तेदेखील कमी वेळात आपण घास चावण्याची क्रियाच कमी वेळात करतो. घास पुरेशा प्रमाणात चावत नाही. घास गिळण्यापूर्वी आपण तो कमी वेळा चावतो. म्हणजेच आपण तो गिळंकृत करतो.

या निवेदनावरून एखादा माणूस लठ्ठ का होतो? हे लक्षात येतं. यामागचं कारण आहे, आपला हायपोथॅलमस आणि मेंदूच्या देठाकडील भाग. यांकडे आपलं तोंड आणि आतडं या दोन ठिकाणांहून संदेश जात असतात. हे दोन्ही संदेश

परस्परविरोधी, गोंधळात टाकणारे असतात. त्यांचा निवाडा मेंदू कशा प्रकारे करतो, यावर माणसाचं खाणं अवलंबून असतं. काही लोकांचं समाधान बऱ्याच लवकर होतं, तर व्हिन्सेंट कॅसेलीसारख्यांना हा संदेश फार उशिरा मिळतो. यांवर कशामुळे नियंत्रण येऊ शकतं, त्याविषयी बरीच माहिती गेल्या काही वर्षांत मिळाली आहे. एक सत्य उजेडात आलं आहे – 'लेप्टिन' आणि 'न्यूरोपेप्टाइड-वाय' यांसारखे हॉर्मोन्स स्निग्ध पदार्थांच्या पातळीनुसार वर-खाली होतात आणि त्यानुसार आपली भुकेची पातळी ठरत असते. पण हे निश्चितपणे कसं घडतं, याविषयीचं आपलं ज्ञान अजून फार कमी आहे.

इथे एक १९९८मधला अहवाल आठवतो. दोन पुरुषांविषयीचा – त्यांना आपण 'बीआर' आणि 'आरएच' अशी नावं देऊ. दोघांनाही गंभीर स्वरूपाचा स्मृतिभ्रंश झाला होता. 'मेमेंटो' या सिनेमातल्या नायकाप्रमाणे हे दोघं अगदी व्यवस्थितपणे तुमच्याबरोबर संभाषण करू शकतात, पण एकदा का त्यांचं चित्त विचलित झालं वा केलं गेलं की, ते सगळं काही विसरून जातात. इतकं की त्यांना मिनिटभरापूर्वी आपण काय बोलत होतो, तेही आठवत नाही, तुमच्याशी ते बोलत होते, ही गोष्टी ते विसरून जातात. ('बीआर'च्या मेंदूला एक प्रकारच्या जंतूमुळे पक्षाघाताचा झटका आला होता, तर 'आरएच'मध्ये गेली वीस वर्षं गंभीर स्वरूपाच्या आकडीमुळे दोष निर्माण झाला आहे.) पेनसिल्व्हेनिया विद्यापीठातले मानसशास्त्राचे एक प्राध्यापक, पॉल रॉझिनच्या मनात एक कल्पना आली. या दोघांवर काही प्रयोग करायचे आणि माणसाची स्मृती आणि भूक यांत काही संबंध आहे का, याचा शोध घ्यायचा. ओळीने तीन दिवस त्यांनी आणि त्यांच्या चमूने या दोघांसाठी ते नेहमी जे जेवण खायचे, ते त्यांना दिलं. ('बीआर'ला त्यांनी मीट लोफ, बार्लीचं सूप, टोमॅटो, बटाटे, पाव, लोणी, पीचची फळं आणि चहा दिला, तर 'आरएच'ला व्हील माशापासून बनवलेला एक पदार्थ, पास्ता, लांब शेंगा, फळांचा रस आणि सफरचंदाचा केक दिला. दर दिवशी 'बीआर'ने आपलं जेवण संपवलं, पण 'आरएच'ला ते संपवता येत नसे.) त्यानंतर त्यांच्या बशा उचलून नेल्या जात. साधारणपणे १० मिनिटं ते अर्ध्या तासाच्या आत पुन्हा तेच जेवण घेऊन संशोधक हजर होत. "चला, जेवण आलंय," अशी घोषणा ते करत की, लगेच दोघं जण पुन्हा तितकंच अन्न घेत असत. पुन्हा अर्ध्या तासाने तोच प्रकार घडायचा. एकदा तर संशोधकांनी 'आरएच'ला चवथ्यांदा जेवण दिलं. तेव्हा मात्र त्यानं, "नको, पोट जरा भरल्यासारखं वाटतंय," म्हणून जेवायला नकार दिला. याचा अर्थ, पोट ताणणारे ग्रहणक मुळीच काम करत नव्हते, असं म्हणता येणार नाही. तरीही एक गोष्ट सिद्ध झाली – आपण जेवलोय याची आठवण नसल्यामुळे, केवळ कुणीतरी जेवण घेऊन समोर आलं, एवढ्यामुळेसुद्धा त्यांची भूक जागी झाली होती.

यावरून तुमच्या लक्षात येईल की, आपल्या मेंदूत दोन प्रकारच्या शक्ती कार्यरत असतात – एक प्रकारची शक्ती तुम्हाला भुकेची जाणीव करून देते, तर दुसऱ्या प्रकारची शक्ती तुमचं पोट भरलं असल्याचं सांगते. तुमच्या तोंडात ग्रहणक असतात, नाकात ग्रहणक असतात. तिरामिसू ह्या पदार्थाचं चित्र डोळ्यासमोर उभं राहिलं की, तुमची भूक चाळवते, तर पोट वेगळाच संदेश देत असतं. 'लेप्टिन' आणि 'न्यूरोपेप्टाइड्स' तुम्हाला सांगत असतात की, तुमच्या शरीरात अजिबात स्निग्ध पदार्थ नाहीत किंवा भरपूर प्रमाणात आहेत. शिवाय आपल्यापैकी प्रत्येकाला जास्त खाणं चांगलं की वाईट, याचं एक सामाजिक आणि वैयक्तिक भान असतंच. या दोन यंत्रणांपैकी एक जरी कोसळली, तरी सगळी गडबड होते.

सांगायचं तात्पर्य हे की, 'भूक' हा विषय बराच गुंतागुंतीचा आहे आणि आपलं त्याविषयीचं ज्ञान अजून तरी बेताचंच आहे, त्यामुळे हे ओघानंच येतं की, भुकेत बदल घडवून आणणाऱ्या म्हणजेच लोकांना कमी खायला उद्युक्त करणाऱ्या औषधांना मर्यादित प्रमाणातच यश मिळणार. ('फेनफ्ल्यूरॅमाइन' (fenfluramine) आणि 'फेंटरमाइन' (phentermine) या दोन औषधांचा 'फेन-फेन' (fen-phen) एकत्रित परिणाम बराच गुणकारी ठरतो. असं लक्षात आलं. पण त्याचबरोबर हेदेखील डॉक्टरांना माहीत होतं की, या औषधांमुळे हृदयाच्या झडपांमध्ये वैगुण्य निर्माण होऊ शकतं, तेव्हा ती बाजारातून परत घेतली गेली.) गंभीर स्वरूपाच्या लठ्ठपणावर उपयुक्त ठरेल, अशा औषधाचं संशोधन करण्याचं जोरदार काम विद्यापीठातले संशोधक तसंच औषध कंपन्या करत आहेत. सध्या तरी असं कोणतंही औषध अस्तित्वात नाही. ऐकायला विचित्र वाटेल, पण एक उपाययोजना परिणामकारक आहे, असं लक्षात आलंय आणि ती म्हणजे 'शस्त्रक्रिया.'

मी जिथे काम करतो, त्या रुग्णालयात एक परिचारिका आहे, तिचं नाव 'कार्ला.' वय ४८, उंची जेमतेम ५ फूट, मुलासारखे कापलेले भुरकट केस आणि तगडा म्हणता येईल, असा बांधा असं तिचं एकूण रंगरूप म्हणता येईल. मी कॅसेलीच्या घरी जाऊन आल्यानंतरची ही गोष्ट. एकदा ती आणि मी रुग्णालयातल्या उपाहारगृहात कॉफी पीत बसलो होतो, तेव्हा आपल्या आयुष्यातलं एखादं गुपित सांगावं, त्याप्रमाणे कार्ला मला म्हणाली, ''काही वर्षांपूर्वी माझं वजन २५० पौंड होतं. पंधरा वर्षांपूर्वी मी 'गॅस्ट्रिक बायपास' शस्त्रक्रिया करून घेतली होती.''

पाच वर्षांची होती, तेव्हापासूनच कार्ला लठ्ठ होती. उच्च शाळेत असल्यापासूनच तिने वजन कमी करण्याचे उपाय – नियंत्रित खाणं, खाण्याऐवजी औषधी गोळ्या, रेचकं, लघवी जास्त व्हावी म्हणून चहा-कॉफीसारखी पेयं घेणं, 'अँफिटमाइन'सारखी औषधं – सुरू केले. ''वजन कमी करणं मला कधीच अवघड गेलं नाही.'' कार्ला

म्हणाली, ''कमी झालेलं वजन पुन्हा वाढू न देणं मात्र फार अवघड असायचं.'' एकदा ती आपल्या मैत्रिणींबरोबर डिस्ने लँडला गेली होती, तेव्हा फिरत्या दारातून आत प्रवेश करता आला नाही, म्हणून तिला फार दु:ख झाल्याचं तिला आजही आठवतं. वयाच्या ३३व्या वर्षी तिचं वजन २६५ पौंड इतकं वाढलं. एकदा ती तिच्या डॉक्टर असलेल्या सहचराबरोबर न्यू ऑर्लिन्सला भरलेल्या एका वैद्यकीय परिषदेला गेली होती, तेव्हा तिला जाणवलं की, आपल्याला बूरबॉन पथावर चालताना धाप लागतेय, पुढे पाऊल टाकणं जमत नाहीये. ''त्या दिवशी पहिल्यांदा भीतीने माझ्या मनाचा कबजा घेतला. हे कसलं आयुष्य जगतोय आपण ह्या विचाराने नाही, तर आपलं आयुष्यच धोक्यात आलंय, ह्या विचाराने मी पार धास्तावले,'' कार्ला म्हणाली.

ही १९८५ची गोष्ट. त्या वेळी डॉक्टरांनी लठ्ठपणावरील परिणामकारक शस्त्रक्रियेवर प्रयोग करायला सुरुवात केली होती, पण त्यांचा उत्साह कमी-कमी होत चालला होता. दोन प्रकारच्या शस्त्रक्रिया परिणामकारक ठरतील, असा विश्वास त्यांना वाटत होता. त्यापैकी एकाचं नाव 'जेजूनो आयलिअल बायपास' (jejuno ileal bypass) असं होतं. यामध्ये जवळजवळ लहान आतड्याला पूर्णपणे वगळण्याची शस्त्रक्रिया केली जायची, त्यामुळे फारच कमी प्रमाणात अन्न शरीरात शोषलं जायचं – पण त्यामुळे रुग्ण अर्धमेल्या अवस्थेला जाऊन पोहोचायचे. दुसऱ्या प्रकारात जठराला पिना मारून त्याचा आकार लहान केला जायचा, पण काही काळानंतर त्याचाही काही उपयोग होत नाही, असं आढळलं होतं. लोकांना छोट्या जठराचीही सवय व्हायची. मग ते भरपूर कॅलरी असलेलं अन्न खाऊ लागायचे. असलं अन्न कमी दिसतं, पण त्यात उष्मांक भरपूर असतात. ते आता जास्त वेळाही खाऊ लागले.

रुग्णालयात काम करत असल्यामुळे कार्लाच्या कानावर गॅस्ट्रिक बायपास शस्त्रक्रियेविषयीची चांगली मतं पडू लागली. यामध्ये जठराला पिना मारलेल्या असतात आणि लहान आतड्याला वेगळा मार्ग देऊन त्याचा पहिला एक मीटर लांबीचा भागच वगळलेला असतो. या शस्त्रक्रियेच्या यशासंबंधीची जी आकडेवारी तिला मिळाली होती, ती तितकीशी स्पष्ट नव्हती आणि इतर शस्त्रक्रिया अयशस्वी ठरल्याचं ऐकू येत होतं. काय करावं, हे ठरवायला तिला वर्ष लागलं. शेवटी, वजन जास्तच वाढू लागलंय, हे लक्षात आल्यावर तिने ठरवलं, आता हा उपाय करूनच पाहायचा. १९८६च्या मे महिन्यात तिने शस्त्रक्रिया करून घेतली.

''आयुष्यात पहिल्यांदाच मला पोट भरल्याचा अनुभव मिळाला.'' ती मला म्हणाली. शस्त्रक्रियेनंतर सहा महिन्यांत तिचं वजन १८५ पौंड भरलं आणि त्यानंतरच्या सहा महिन्यात तर ती १३० पौंडांवर आली. इतकं वजन कमी झाल्यामुळे तिच्या पोटावर आणि मांड्यांवर सैल पडलेल्या त्वचेचे थर लोंबू

त्याचे जखमाविरहित पाय दाखवले. आता त्याच्या बुटांचा आकारही सर्वसामान्यांच्या पायांसारखा झाला होता, हे माझ्या नजरेने टिपलं. पूर्वी त्याच्या पायाच्या आकाराचे बूट त्याला मिळायचे नाहीत, म्हणून त्याने बुटांना कडेच्या बाजूला चिरा पाडून ते फाकवले होते, तेव्हा कुठे त्याचे पाय बुटात शिरले होते.

"आणखी १०० पौंड तरी कमी करायलाच हवेत मला!" कॅसेली म्हणाला, "मला पुन्हा एकदा काम करायला यायला हवं, माझ्या नातवंडांना उचलून घेता आलं पाहिजे, फायलीन या वस्त्रभांडारात गेलो की, मनासारखे कपडे विकत घेता आले पाहिजेत, कुठे जायचं म्हटलं की, मनात अडचणींचा विचार येता कामा नयेत – तिथे जिने चढावे लागतील का? खुर्च्यांमध्ये मी बसू शकेन का? मला धाप तर नाही ना लागणार?" अजूनही त्याचं खाणं एखाद्या चिमणीसारखंच होतं. आदले दिवशी त्याने सकाळी काही खाल्लेलं नव्हतं, तरी दुपारच्या जेवणात त्याने चिकनचा छोटासा तुकडा, उकडलेलं गाजर आणि एक छोटासा भाजलेला बटाटा एवढंच खाल्लं होतं. रात्रीच्या जेवणात एक तळलेला मासा, तेरियाकी चिकनचा छोटासा तुकडा आणि एका चिनी उपाहारगृहातून मागवलेल्या 'लो मेन' या पदार्थाचे दोन चमचे एवढंच काय ते खाल्लं होतं. हळूहळू तो आपला व्यवसाय सुरू करण्याचा बेत आखत होता, त्या निमित्ताने त्याने कुणाबरोबर तरी बाहेर जेवण घेतलं होतं. हाइड पार्क भागातल्या एका नव्या उपाहारगृहात ते जेवायला गेले होते. तिथे गेल्यावर त्याला इतकं छान वाटलं होतं की, त्याने एक मोठा थोरला बर्गर आणि बटाट्याचे काप मागवले. दोन घास नाही खाल्ले तो त्याला पोट इतकं भरल्यासारखं वाटलं की, त्याने खाणं थांबवलंच. माझ्याबरोबरचा एक जण मला म्हणाला, "हे काय, एवढ्यावरच थांबलास? इतकंच खातोस की काय?" मी म्हटलं, "याहून जास्त नाही खाऊ शकत मी." "काय सांगतोस काय!" त्याने आश्चर्याने म्हटलं. "हो रे, मला आणखी जास्त खाणं शक्य नाही. खरंच सांगतोय तुला."

त्याच्या बोलण्याकडे मी लक्ष दिलं, तेव्हा मला एक गोष्ट जाणवली, कार्ला खाण्याविषयी ज्या पद्धतीने बोलत होती, त्यामध्ये आणि कॅसेलीच्या बोलण्यात खूप फरक होता. त्याने खाणं थांबवलं होतं कारण त्याला जास्त काही खाणं शक्यच नव्हतं, तर कार्लाने खाणं थांबवलं होतं कारण तिला अधिक खायचं नव्हतं. "काय होतं सांगू," कॅसेली म्हणाला, "मला अजून थोडं खावंसं वाटत असतं, पण पोटाला तडस लागल्यासारखी होते. आणखी एक घास जरी खाल्ला, तरी मला उलटी होईल असं मला वाटतं." तरीही तो एखादा घास खायचा अन् त्यानंतर मळमळणं, पोटात दुखणं, पोट तट्ट फुगणं, हे सगळं झाल्यानंतर त्याला अन्न उलटून काढायला लागायचं. आणखी थोडं खाता आलं, तर त्याला ते आवडलं असतं. त्याला या सगळ्याची भीती वाटत होती. "हे

काही ठीक नाही,'' तो म्हणाला.

तीन महिन्यांनंतर, एप्रिल महिन्यात व्हिन्सने मला आणि माझ्या मुलाला त्याच्या ईस्ट डेडहॅममधल्या गॅरेजला भेट द्यायची विनंती केली. वॉकर त्या वेळी चार वर्षांचा होता. कधी तरी मी व्हिन्सजवळ त्याच्या यंत्रांविषयीच्या आकर्षणाविषयी बोलल्याचं त्याला आठवत होतं. शनिवारी मला सुट्टी असते म्हणून आम्ही दोघं तिकडे गेलो. मी बाहेर गाडी उभी केली, तेव्हा वॉकरचं मन आनंदाने उचंबळत होतं. कॅसेलीचं गॅरेज खूप मोठं होतं, धान्याच्या जुन्या कोठारासारखं त्याचं एकूण रूप दिसत होतं. त्याचं मुख्य दारच किती मोठं, जवळ-जवळ दुमजली होतं अन् गॅरेजच्या पत्र्याच्या भिंती पिवळ्या रंगाने रंगवलेल्या होत्या. त्या दिवशी हवा छान, नेहमीपेक्षा उबदार होती, पण गॅरेजच्या आत मात्र थंड वाटत होतं. खालची जमीन सिमेंट-काँक्रिटची असल्यामुळे पावलांच्या आवाजाचा प्रतिध्वनी उमटत होता. व्हिन्स आणि त्याचा एक साथीदार, जड वाहने चालवणारा कंत्राटदार डॅनी, सूर्याच्या तिरिपीत धातूच्या घडीच्या खुर्च्यांवर बसले होते. होंडुरान सिगरेटचे झुरके ओढत दोघं आरामात बसले होते. आम्हाला पाहताच दोघंही उठून उभे राहिले. ''या डॉक्टरांनी माझ्या पोटावर शस्त्रक्रिया केली,'' त्याने माझी ओळख करून देताना म्हटलं. मी वॉकरची ओळख करून दिली. त्याने दोघांशी हात मिळवले, पण त्याचं सगळं लक्ष मोठ्या ट्रककडेच होतं. व्हिन्सने त्याला एका ट्रकमध्ये चालकाच्या सीटवर बसवलं अन् त्याला बटणांशी खेळायची परवानगीही दिली. मग आम्ही त्याच्या लाडक्या ग्रॅडॉलकडे गेलो. हे प्रचंड यंत्र एका धुडासारखंच होतं. एखाद्या रस्त्यासारखी त्याची रुंदी होती. पिवळ्या रंगाच्या या यंत्राची चमकदार काळी चाकं चांगली उंच, माझ्या छातीपर्यंत येतील अशी होती. दोन्ही बाजूंवर कंपनीचं नाव वळणदार अक्षरात लिहिलेलं होतं. जमिनीपासून सहा फूट उंचीवर, ट्रकच्या सांगाड्यावर एक काचेच्या भिंती असलेली केबिन होती आणि वर्तुळाकार परिघात फिरणारा मोठा दांडा (boom). आम्ही वॉकरला केबिनपर्यंत वर उचललं. तिथे तो थोडा वेळ उभा राहिला. काही वेळा त्याने काही बटणं दाबली, दांडे मागे-पुढे खेचले. त्याला मजा वाटत होती अन् घाबरल्यासारखंही झालं होतं.

''धंदा कसा चाललाय, व्हिन्स?'' मी कॅसेलीला विचारलं. ''काही खास नाही,'' तो म्हणाला. गेल्या हिवाळ्यात त्याला शहरातल्या रस्त्यावरचा बर्फ बाजूला करायचं काम मिळालं होतं, त्याव्यतिरिक्त गेल्या ऑगस्टपासून त्याने काहीही कमावलेलं नव्हतं. त्याच्याकडे तीन 'पिकअप ट्रक' होते, त्यातले दोन त्याला विकावे लागले होते, तसंच रस्ते बांधणीत वापरण्यात येणारी लहानसहान यंत्रंही. त्याची बाजू सावरण्याच्या हेतूने डॅनी म्हणाला, ''गेली काही वर्षं या क्षेत्रात तू काम करत नव्हतास ना! शिवाय आत्ता कुठे उन्हाळा सुरू झालाय. नाही म्हटलं

तरी, हा व्यवसाय ठराविक हंगामातच केला जातो.'' पण त्याच्या बोलण्यात विशेष तथ्य नव्हतं, हे आम्ही सगळेच जाणून होतो.

अजूनही व्हिन्सचं वजन ३२० पौंड होतं. त्याचं वजन मागच्या वेळेपेक्षा ३० पौंड उतरलं होतं अन् त्याचा त्याला अभिमानही वाटत होता. ''तो काही खातच नाही,'' डॅनी म्हणाला. ''मी खातो त्याच्या जेमतेम निम्मंच खात असेल हा.'' तरीही ही गोष्ट नाकारून चालणार नव्हती की, त्याला अजूनही त्याच्या ग्रॅंडॉलमध्ये चढून बसता येत नव्हतं, चालवण्याची बात तर दूरच राहिली. आपण हे काम कधी करू शकू, याविषयी आता त्याच्या मनात शंका निर्माण व्हायला लागली होती. त्याचं वजन कमी होण्याचं प्रमाणही अलीकडे घटलं होतं अन् जेवणाचं प्रमाण वाढू लागलं होतं. पूर्वी बर्गरचे दोनेक घास खाल्ले, तरी त्याचं पोट भरत असे, तर आता तो अर्धा बर्गर सहज खाऊ शकायचा आणि अजूनही आपण जरुरीपेक्षा जास्त खातोय, हेदेखील त्याच्या लक्षात आलं होतं. ''गेल्याच आठवड्यात मी, डॅनी आणि आणखी एक माणूस ज्याच्याबरोबर आम्ही काही तरी काम करणार होतो, अशा सगळ्यांनी चायनीज जेवण घेतलं. हल्ली होतंय काय की, बऱ्याच वेळा मी जे खायला हवं ते अन्न खात नाही – खूप प्रयत्न करूनही मला ते जमतच नाही. त्या दिवशी जरा जास्तच खाल्लं मी. झालं! मला डॅनीला बोस्टन कॉलेजकडे घेऊन यावं लागलं. गाडी सुरू करेपर्यंतही मी वेळ काढू शकलो नाही. त्याच्या आतच मला उलटी झाली. आता मला वाटू लागलंय की, माझी 'ये रे माझ्या मागल्या' अशी गत व्हायला लागलीय. पूर्वी जसं मला सारखं खावंसं वाटायचं, माझा माझ्या तोंडावर ताबा राहायचा नाही, तसंच हल्ली व्हायला लागलंय.'' तो बोलतच होता.

त्याचं पोट त्याला जास्त खाऊ देत नाही ती गोष्ट वेगळी, तरी पण त्याला अलीकडे काळजी वाटू लागलीय. काही दिवसांनी तेदेखील त्याच्या हाताबाहेर गेलं तर? काही लोकांच्या जठराला लावलेल्या पिना सुटून त्याचा आकार पूर्ववत होतो अन् मग त्यांचं वजनही पुन्हा वाढायला लागतं, असं घडल्याचं त्याने ऐकलं होतं.

मी त्याला धीर देण्याचा प्रयत्न केला. ''काळजी नको करूस. तसं काही होणार नाही. तूच मला सांगितलंस ना, मागच्या भेटीत डॉ. रेंडॉल तुला काय म्हणाले ते? जठराच्या क्षमतेत थोडी वाढ होऊ शकते अन् तुला जो अनुभव येतोय, तोदेखील काही जगावेगळा नाही.'' हे सांगत असतानाही माझ्या मनात मात्र पाल चुकचुकत होती, अन् खरंच काही वाईट घडलं तर? त्याचा उच्चारही मला करावासा वाटला नाही.

'गॅस्ट्रिक बायपास' झालेल्या ज्या-ज्या रुग्णांबरोबर मी चर्चा केली होती, त्यांच्यापैकी एकाची कहाणी एक धोक्याची सूचना म्हणून सगळ्यांच्या लक्षात

राहील अशी आहे. माझ्या दृष्टीने ते एक न उलगडलेलं असं गूढ आहे. ४२ वर्षांचा हा माणूस विवाहित होता, त्याला दोन मुली होत्या, त्याच्या दोन्ही मुलींना मुलं होती अन् दोघींचे घटस्फोट झालेले होते, त्यामुळे त्या याच्याचकडे राहत होत्या. एका मोठ्या संगणक कंपनीत तो व्यवस्थापक म्हणून नोकरी करत होता. अवाच्या-सव्वा वजन वाढल्यामुळे अक्षमतेच्या कारणावरून ३८व्या वर्षी याला निवृत्ती घ्यावी लागली होती. शाळेत असल्यापासून त्याचं वजन ३०० पौंडांच्या वर होतंच. आता वाढत-वाढत ते ४५० पौंड झालं होतं. त्याची पाठ त्यामुळे प्रचंड दुखत असे. आता त्याला घराबाहेर पडणं अशक्य होऊन बसलं होतंच, पण घरापासून थोडं अंतर चालणं की, फार वेळ उभं राहाणंही त्याला आता जमत नव्हतं. आठवड्यातून एकदा तो त्याच्या डॉक्टरांना भेटायला जात असे, इतकंच. १९९८च्या डिसेंबरमध्ये त्याच्यावर गॅस्ट्रिक बायपास शस्त्रक्रिया करण्यात आली होती. त्यानंतरच्या ६ महिन्यांत त्याचं वजन १०० पौंडांनी कमी झालं होतं.

त्यानंतर त्याच्याच शब्दांत सांगायचं तर, ''मी पुन्हा खायला लागलो. पिझ्झा, डोनट, साखर लावलेली बिस्किटं – थोडी थोडकी नाहीत, तर अख्खे डबेच.'' हे तो पचवायचा कसं ते त्यालाही सांगता आलं नाही. तसं पाहिलं, तर त्याचं जठर अजूनही लहानच होतं, त्यामुळे एका वेळी जास्त अन्न तो खाऊच शकत नसे. ही शस्त्रक्रिया झालेल्या इतर रुग्णांप्रमाणे त्यालाही गोड किंवा तेलातुपातले जड पदार्थ पचवता येत नसत. भयंकर पोट दुखणं, उलट्या या त्रासांना त्याला तोंड द्यावं लागत असे, पण त्याची खाण्याची इच्छाच इतकी जबरदस्त होती की, विचारायची सोय नाही. ''पोट दुखत असलं, तरी मी खातच राहायचो. शेवटी सगळं उलटून पडायचं. बरं, एकदा उलटी झाली की पुन्हा पोटात खड्डा पडायचा की, पुन्हा माझं उदरभरण सुरूच व्हायचं. मी दिवसभर खातच राहायचो. दिवसाचा एक तासही असा जायचा नाही, जेव्हा माझं तोंड चालत नसायचं. शेवटी-शेवटी तर मी माझ्या बेडरूमचं दार बंद करायचो. बाहेरच्या बाजूला माझ्या मुली किंचाळत असायच्या, त्यांची मुलं रडत असायची. माझी बायको कामावर गेलेली असे आणि माझं तोंड चालूच असायचं. परिणाम तोच झाला – पुन्हा एकदा आमचं गाडं पूर्वपदावर आलं. वजनाने ४५० पौंडांची मर्यादाही ओलांडली. माझं जगणं म्हणजे निव्वळ उदरभरण हेच आयुष्याचं समीकरण झालं.''

साधारणपणे ५ ते २० टक्के रुग्णांच्या बाबतीत शस्त्रक्रियेनंतरही वजन वाढलेलं दिसून येतं. (प्रसिद्ध झालेल्या अहवालातील आकडे आणि मी सांगितलेले आकडे यांत तफावत असू शकते.) आम्ही ज्या वेळी बोलत होतो, तेव्हा नुकतीच त्याची पहिलीपेक्षा अधिक अवघड दुसरी बायपास शस्त्रक्रिया झालेली होती. आता तरी आपल्यात सुधारणा होईल, अशी आशा त्याला वाटत होती. अशा फसलेल्या

शस्त्रक्रिया पाहिल्या की, आपण कुठल्या मोठ्या शक्तीशी लढा देतोय ते लक्षात येतं. या शस्त्रक्रियेनंतर अन्न खाणं ही क्रिया केवळ कमालीची अवघड होत नाही, तर तो अनुभव भयंकर नकोसा असतो. ८० टक्क्यांहून जास्त लोक शेवटी या अनुभवांपुढे शरणागती पत्करतात आणि स्वत:च्या भुकेवर मात करतात. त्यांच्यात जणू आमूलाग्र बदल होतो. पण काही थोड्या लोकांच्या बाबतीत ही शस्त्रक्रियाच अयशस्वी ठरते. हे असं कशामुळे घडतं आणि त्यामुळे कोणते धोके संभवतात ते अजून समजलेलं नाही. त्या भेटीनंतर अनेक महिने मला व्हिन्सला भेटता आलं नाही. हिवाळा आला, तेव्हा एक दिवस मी त्याला फोन केला आणि त्याच्या प्रकृतीची चौकशी केली. 'ठीक आहे मी' असं तो म्हणाला, तेव्हा मी त्या विषयावर बोलणं वाढवलं नाही. भेटायचा विषय निघाला; तेव्हा त्याने सुचवलं, 'आपण बोस्टन ब्रून्सची मॅच बघू या का?' ते शब्द ऐकताच माझे कान आपोआपच टवकारल्यासारखे झाले. स्वारीची तब्येत चांगली दिसतेय, मी मनाशी म्हणालो.

काही दिवसांनी व्हिन्स माझ्या रुग्णालयापाशी मला घेऊन जायला आला. त्याची गाडी म्हणजे ६ चाकांचा मोठा ट्रकच होता. आज पहिल्यांदाच मला तो आकाराने लहान वाटला. आता त्याचं वजन २५० पौंडांवर आलेलं होतं. "अजून मी ग्रेगरी पेक झालेलो नाही," तो गमतीने म्हणाला. पण आता तो चार-चौघांसारखा दिसू लागला होता – थोडा गुटगुटीत होता, इतकंच! हनुवटीखालच्या वळकट्या गेल्या होत्या, चेहऱ्याला काहीतरी आकार दिसत होता. पोटही बरंच आत गेलं होतं. विशेष म्हणजे शस्त्रक्रिया होऊन दीड वर्ष झालं असलं, तरी अजूनही त्याचं वजन कमी होत होतं. फ्लीट सेंटर – जिथे ब्रून्स मॅच खेळतात, तिथल्या सरकत्या जिन्यावरूनही तो चालत वर गेला, तरी त्याला धाप लागली नाही. प्रवेशद्वारापाशी आमची तिकिटं घेतली गेली. ब्रून्स पिट्सबर्ग पेंग्विन्स बरोबर खेळणार होते. वर्तुळाकार फिरणाऱ्या धातूच्या दांड्या फिरवून आम्ही आत गेलो, तेव्हा अचानक व्हिन्स थबकला अन् मला म्हणाला, "पाहिलंत? मी आज इथून आत जाऊ शकलोय. काहीच अडचण आली नाही. यापूर्वी मला कधीच हा अडसर पार करता आला नव्हता."

बर्फाच्या रिंगणापासून दोन रांगा वरती चढल्यावर आमच्या बसण्याच्या जागा होत्या. त्या खुर्चीत सहजपणे मावल्याचाही त्याला आनंद वाटला आणि समाधानाचं हसू त्याच्या चेहऱ्यावर तरळलं. त्या खुर्च्या शाळेच्या वर्गात असतात, त्या आकाराच्या असल्यामुळे तशा लहानच होत्या, पण व्हिन्स आरामात बसला होता. (माझी उंची जास्त असल्यामुळे मलाच पाय पसरायला पुरेशी जागा मिळाली नाही.) लहानपणापासून व्हिन्स हॉकीचा चाहाता असल्यामुळे त्याने मला खेळाडूंविषयी बरीच माहिती पुरवली – पेंग्विन्सचा गोलकीपर गार्थ स्नो हा तिथलाच स्थानिक

पोरगा होता, व्हिन्सच्या दोघा पुतण्यांचा तो मित्र होता; ब्रून्सच्या टीममधले जो थॉर्नटन आणि जेसन ॲलिसन सगळ्यात उत्तम बेस्ट फॉरवर्ड्स होते, पण पेंग्विन्सचा मारिओ लेमॉक्स त्यांना पुरून उरणार होता. जवळ-जवळ २०,००० प्रेक्षक मॅच बघायला आले होते. पहिल्या दहा मिनिटांच्या आतच व्हिन्सला त्याच्या केशकर्तनालयातला एक मित्र काही रांगा सोडून बसलेला दिसला.

ब्रून्सनी मॅच जिंकली. आम्ही टाळ्या-शिट्ट्यांच्या गजरातच बाहेर पडलो. नंतर आम्ही माझ्या रुग्णालयाच्या जवळच्या एका ग्रिलमध्ये जेवायला गेलो. व्हिन्स मला म्हणाला, ''आता माझा व्यवसाय पुन्हा एकदा सावरू लागलाय. ग्रॅडॉल चालवणं, मला आता विनासायास जमायला लागलंय. गेले तीन महिने मला त्याच्यावर पूर्णवेळ करण्याइतकं काम होतं माझ्याकडे.'' आता तर तो नवं यंत्र घ्यायचा विचार करत होता. घरीसुद्धा त्याला आपल्या पूर्वीच्या बेडरूममध्ये झोपणं शक्य होऊ लागलं होतं. अलीकडेच दोघं नवरा-बायको बाहेरगावी सुट्टी घालवून आले होते. रोज संध्याकाळी फिरायला जाणं, नातवंडांना भेटणं – सगळं आता जमायला लागलं होतं.

''कशामुळे घडला हा बदल?'' मी त्याला विचारलं. त्याला माझ्या प्रश्नाचं उत्तर निश्चित शब्दांत देता आलं नाही. ''मी तुम्हाला एका उदाहरणातून सांगतो,'' तो म्हणाला. ''पूर्वी मला इटालियन पद्धतीची बिस्किटं खूप आवडत असत, अजूनही आवडतात. गेल्या वर्षीपर्यंत मी ती अगदी 'ओ' येईपर्यंत खाल्ली असती, पण का कुणास ठाऊक, हल्ली मला ती फारच गोड वाटतात. मी एखादं बिस्कीट खायला घेतो, पण एक-दोन घास नाही खाल्ले, तोच मला कसंतरी व्हायला लागतं. मग मला ते डोळ्यांसमोरही नकोसं वाटतं. पास्ताबद्दलही मी तेच म्हणेन. पूर्वी पास्ता म्हणजे मला जीव की प्राण होता. आता मी नुसती चव बघतो अन् माझं समाधान होतं.''

यामागे एक कारण हे होतं की, त्याच्या चवीमध्ये, आवडीनिवडींमध्ये बराच बदल घडला होता. त्याने मेनूकार्डावरचे नाचो, हॅमबर्गरसारख्या पदार्थांकडे बोट दाखवून म्हटलं, ''आश्चर्य म्हणजे पूर्वीसारखे हे पदार्थ आता माझ्या मनाला भुरळ पाडत नाहीत. हल्ली माझा कल प्रथिने आणि भाज्या यांच्याकडे झुकू लागलाय.'' त्याने एक प्रकारचं चिकन सॅलड मागवलं. ''आता पूर्वीसारखं अन्न पोटात कोंबावंसं वाटतच नाही मला. पूर्वी जेवणाचं ताट बाजूला सारायलाच माझ्या मनाची तयारी होत नसे, पण आता ते सगळं बदललंय, एवढं निश्चित.'' ''पण हे घडलं कधी? आणि कसं?'' त्याने मान हलवत म्हटलं, ''मलाच ठाऊक नाही, तर मी तुम्हाला काय सांगणार?'' क्षणभर थांबून तो म्हणाला, ''मला वाटतं, परिस्थितीशी जुळवून घेणं, हा माणसाचा स्वभावच आहे. आपल्याला वाटत असतं, आपण कुणीतरी वेगळे आहोत, पण ते काही खरं नसतं. शेवटी आपण मनुष्यमात्र, हेच खरं!''

हल्ली आमच्या क्षेत्रात लठ्ठपणावरील शस्त्रक्रियांमधील अपयश हा काळजीचा विषय नसून त्यातलं यश आम्हाला काळजी करायला लावतंय. गेली बरीच वर्षं प्रतिष्ठित शल्यविशारदांच्या नजरेत ही शस्त्रक्रिया म्हणजे एक अनौरस संततीसारखी होती, तिच्याविषयी एक प्रकारच्या तुच्छतेने बोललं जायचं. लठ्ठपणा कमी करण्यासाठी जे शल्यविशारद शस्त्रक्रिया करतात, त्यांना 'बॅरिॲट्रिक' शल्यविशारद (Bariatric surgeons) म्हणतात. त्यांच्याकडे एक प्रकारच्या शंकेखोरपणे बघितलं जायचं, कारण पूर्वी अशा प्रकारच्या अनेक शस्त्रक्रिया अपयशी ठरलेल्या असतानादेखील त्यांनी इतकी मोठी, तीदेखील जिच्यात बरेच धोके आहेत, अशी शस्त्रक्रिया कशासाठी करायला जावी? प्रतिष्ठित शल्यविशारदांच्या परिषदांमध्ये त्यांच्या यशाविषयी उल्लेख केला गेला, तर त्याला प्रचंड विरोध केला जात असे. त्यांच्या रुग्णांविषयीसुद्धा एक प्रकारची तुच्छतेची भावना इतर शल्यविशारद व्यक्त करत असत. (या मंडळींना काहीतरी भावनिक आणि नैतिक समस्या असतात, असं या 'उच्चभ्रूं'चं मत असायचं.)

हे सगळं आता बदललं आहे. 'द अमेरिकन कॉलेज ऑफ सर्जन्स' या संस्थेने आता बॅरिॲट्रिक सर्जरीला शल्यविषयाची एक शाखा असं मानलं आहे. 'द नॅशनल इन्स्टिट्यूट्स ऑफ हेल्थ' या संस्थेनेदेखील सार्वमतावर आधारित असं एक जाहीर विधान केलं आहे की, 'लठ्ठपणा जेव्हा एक आजार होऊन बसतो, तेव्हा तो कमी करण्यासाठी 'गॅस्ट्रिक बायपास' शस्त्रक्रिया हा सध्या माहीत असलेला एकमेव उपाय आहे, तिच्यामुळे दीर्घकाळपर्यंत वजन कमी करणं शक्य होतं आणि प्रकृतीत सुधारणाही होते. बहुतेक सर्व विमाकंपन्यांनी या शस्त्रक्रियेचा खर्च देण्यास मान्यताही दिली आहे.'

डॉक्टर मंडळींमध्येही आता लक्षणीय फरक दिसून येतो. पूर्वी ते या शस्त्रक्रियेला नाकं मुरडायचे, तर आता त्यांच्या आडमाप देहाच्या रुग्णांना ते 'गॅस्ट्रिक बायपास' शस्त्रक्रिया करून घ्यायला उत्तेजन देतात, नव्हे विनंतीही करतात आणि असे रुग्णही मोठ्या संख्येने दिसतात. आजच्या काळात अमेरिकेतच जवळजवळ ५० लाख अमेरिकन स्त्री-पुरुष 'रोगग्रस्त लठ्ठपणा' या व्याख्येत बसतात.

त्यानुसार लठ्ठ माणसं सर्वसामान्य माणसाच्या तुलनेत १०० पौंडांनी लठ्ठ असतात, कारण त्यांचा (BMI) ४०हून अधिक असतो. आणखी एक कोटी स्त्री-

$$\text{शरीर वस्तुमान निर्देशांक (body mass index)} = \frac{\text{माणसाचं वजन (किलोग्रॅम)}}{\text{उंचीचा वर्ग (मीटर्स)}}$$

पुरुष धोक्याच्या पातळीपेक्षा थोडेसेच खाली असतात, पण त्यांनाही लठ्ठपणामुळे उद्‌भवणाऱ्या वैद्यकीय समस्यांना तोंड द्यावं लागतं. त्यांनाही शस्त्रक्रिया करून घ्यावी लागेल, हा धोक्याचा इशारा दिला जातो. हृदयावरील बायपास शस्त्रक्रियेसाठी एका वर्षात जितके रुग्ण आढळतात, त्याहून दसपट अधिक रुग्ण लठ्ठपणावरील शस्त्रक्रिया करून घेण्याची वाट पाहत आहेत. खरं तर आता अशी परिस्थिती उद्‌भवलीय की, त्यांच्यावर शस्त्रक्रिया करणाऱ्या शल्यविशारदांचाच तुटवडा भासू लागलाय. सध्या 'अमेरिकन सोसायटी ऑफ बॅरिॲट्रिक सर्जरी'कडे सबंध देशभरात ही शस्त्रक्रिया करू शकणारे ५०० शल्यविशारद आहेत. त्यांच्याकडच्या प्रतीक्षायादीनुसार रुग्णांना कित्येक महिने थांबावं लागणार आहे. त्यामुळेच आता अशी नवनवी तंत्रं उदयास येत आहेत, ज्यामुळे हा उपाय अधिकच महागडा ठरणार आहे. (त्याची फी २०,००० डॉलर्स असू शकते.) अनेक नवशिके शल्यविशारद या क्षेत्रात प्रवेश करत आहेत; त्यांच्यापाशी योग्य ते प्रशिक्षण आहे, पण त्यांनी अजून या तंत्रावर प्रभुत्व मिळवलेलं नाही आणि काही डॉक्टर्सकडे तर प्रशिक्षणही नाही. ही परिस्थिती अधिक गुंतागुंतीची होतेय, कारण काही शल्यविशारद स्वत:च्या मनानं, संशोधन न करताच, प्रमाणभूत शस्त्रक्रियेत बदल घडवत आहेत. त्याला वेगवेगळी नावं देत आहेत. काही जण दुर्बिणीच्या साहाय्याने शस्त्रक्रिया करत आहेत, तर काही शल्यविशारद विशीच्या आतल्या तरुणांना किंवा जे बेताचे लठ्ठ आहेत, अशांनाही शस्त्रक्रिया करून घ्यायला सांगत आहेत.

या सगळ्या प्रकरणात अस्वस्थ करणारी गोष्ट कोणती असेल, तर ती ही की, 'गॅस्ट्रिक बायपास' शस्त्रक्रिया लोकप्रिय होण्याचं महत्त्वाचं कारण म्हणजे आजकालचं जग, इथे वावरणारे लोक. आपल्या लोकांचा असा एक समज होऊन बसलाय की, लठ्ठपणा हा अपयशासारखाच आहे, तितकाच वाईट आहे. त्यामुळे झटपट बारीक व्हा! असं आश्वासन देणाऱ्या जाहिराती लोकांना भुरळ पाडतातच. डॉक्टर जेव्हा त्यांच्या रुग्णांना शस्त्रक्रियेचा सल्ला देतात, तेव्हा त्यामागचा त्यांचा हेतू रुग्णाची प्रकृती हाच असतो, पण लठ्ठपणाला एक असा कलंक जोडला गेलाय की, अनेक लोक हा कलंक धुवून काढण्यासाठी शस्त्रक्रियेच्या भरीला पडतात. "तुला हे असं लठ्ठ दिसणं चालतं तरी कसं?" असा प्रश्न बिचाऱ्यांना त्यांच्या मित्र-मैत्रिणींच्या डोळ्यांत स्पष्ट दिसतो. (कॅसेलीला तर अनोळखी लोकही रस्त्यात थांबवून हा प्रश्न विचारायचे, असं त्यानंच मला सांगितलं.) पुरुषांपेक्षा स्त्रियांना या समस्येचा जास्त त्रास होतो. साहजिकच पुरुषांच्या सातपट स्त्रिया या शस्त्रक्रियेसाठी तयार होतात. (फक्त १२ टक्के स्त्रिया जास्त लठ्ठ असण्याची शक्यता असते.)

खरं सांगायचं, तर ज्या रुग्णांना खूप लठ्ठ असूनही शस्त्रक्रिया करून घेऊ नये, असं वाटतं त्यांच्या बाबतीत असं घडण्याची शक्यता असते की, ती व्यक्ती

चुकीचा निर्णय घेत आहे, असं सगळे जण समजतात. एका स्त्रीचं वजन ३५० पौंड असूनही तिने शस्त्रक्रियेला नकार दिला, तेव्हा डॉक्टरांनी तिच्यावर जबरदस्ती करायचा प्रयत्न केला. माझ्या माहितीतल्या एका हृदयरोग असलेल्या रुग्णाने शस्त्रक्रिया करून घ्यायला नाही म्हटलं; तेव्हा डॉक्टर तिला म्हणाले, ''गॅस्ट्रिक बायपास नाही करून घेतलीत, तर मी तुमच्यावर इलाज करणार नाही.'' काही डॉक्टर आपल्या रुग्णांना सांगतात, ''शस्त्रक्रिया करून घेतली नाहीत तर तुम्ही मरालदेखील,'' पण त्याविषयी खातरीशीरपणे आपण सांगू शकत नाही. वजन आणि प्रकृतीसंदर्भात अनेक महत्त्वाच्या सुधारणा झाल्या असूनही मृत्यूच्या प्रमाणात तितकी घट झालेली दिसत नाही.

या शस्त्रक्रियेबाबत सावधानता बाळगण्यासाठीही काही वैध कारणं आहेत. 'केस वेस्टर्न रिझर्व विद्यापीठा'त (Case Western Reserve University) लठ्ठपणा या विषयावर संशोधन करणारे शास्त्रज्ञ, पॉल अर्नस्बर्गर यांनी एक गोष्ट माझ्या नजरेस आणून दिली. गॅस्ट्रिक बायपास शस्त्रक्रिया करून घेणाऱ्यांमधले बरेच लोक विशीतले नाहीतर तिशीतले असतात. ''मला सांगा, ह्यांचं अजून कमीतकमी चाळीस वर्षांचं आयुष्य त्यांच्यासमोर पडलंय, इतकी वर्षं ह्या शस्त्रक्रियेचा चांगला परिणाम त्यांना दिसणार आहे का किंवा त्या दृष्टीने पाहता, हे करणं योग्य आहे का?'' कोणाला तरी तशी खातरी देता येईल का? शक्यच नाही. हे रुग्ण बराच काळ कुपोषणाचा बळी ठरण्याची शक्यता आहे. (त्यासाठी या रुग्णांना दररोज मल्टिव्हिटॅमिनची गोळी घेण्याचा सल्ला दिला जातो.) त्यांनी मला आणखी एक पुरावा दिला; उंदरांवर केलेल्या संशोधनातून असा निष्कर्ष काढण्यात आलाय की, त्यांच्या बाबतीत मोठ्या आतड्याच्या कर्करोगाची शक्यता अधिक असते.

सांगायचं तात्पर्य हे की, आपल्याला सगळ्यांना वैद्यकीयक्षेत्रात प्रगती व्हायला हवी आहे,पण तिचे परिणाम स्पष्ट आणि नि:संदिग्ध असायला हवेत. अर्थात तसं क्वचितच घडतं. कुठल्याही नव्या उपाययोजनेत त्या विशिष्ट रुग्णासाठी आणि समाजाच्या दृष्टीनंही काही अज्ञात भाग असतातच. अशा परिस्थितीत काय निर्णय घ्यायचा, ते ठरवणं दुरापास्त असतं. काही काळाने लठ्ठपणावर एखादी कमी जोखीम असलेली शस्त्रक्रिया शोधून काढली जाईलही. कुणी सांगावं, जिची प्रतीक्षा बराच काळ सगळे जण करत आहेत, अशी पोट भरल्याचं समाधान देणारी एखादी गोळी शास्त्रज्ञ शोधून काढतील. सध्या तरी 'गॅस्ट्रिक बायपास' हीच शस्त्रक्रिया हा एकमेव परिणामकारक उपाय आपल्यापाशी आहे. सगळ्याच प्रश्नांची उत्तरं त्यामुळे सुटत नसली, तरी एक गोष्टही मानायला हवी, एका दशकाहून अधिक काळ केलेले संशोधन त्यामागे आहे. त्यामुळे आपण नेटाने पुढे जातो. सगळीकडे आता रुग्णालयांत लठ्ठपणावरील शस्त्रक्रियाविभाग उघडण्यात येत आहेत. त्यासाठी

आवश्यक असलेली व्यवस्था – दणकट शस्त्रक्रिया टेबलं आणि प्रशिक्षित शल्यविशारद, कर्मचारी इत्यादी – मिळवण्याचा प्रयत्न सुरू आहे. त्याच वेळी असं काही तरी नवं तंत्र, नवी उपाययोजना शास्त्रज्ञ शोधून काढतील, ज्यामुळे सध्याची शस्त्रक्रिया मोडीत काढली जाईल, ही अपेक्षा सर्वांच्याच मनात आहे.

मी आणि व्हिन्स ग्रिलमध्ये बसलोय. माझ्यासमोर बसलेल्या व्हिन्सने चिकन सॅलडची बशी बाजूला सारलीय, जेमतेम अर्धंच सॅलड त्याने संपवलंय. ''आता पहिल्यासारखं हे सॅलड मला आवडत नाही,'' तो म्हणाला. ''पण ते माझ्या दृष्टीने चांगलंच आहे.'' शस्त्रक्रियेविषयी त्याच्या मनात कसलीही खेदाची भावना नाही. ''मला माझं आयुष्य परत लाभलंय,'' हे त्याचे शब्द मला पटतात. आम्ही आणखी एकेक ग्लास मद्य घेतलं, पण तेवढ्यानंही तो अस्वस्थ झालाय, हे माझ्या लक्षात आलं. बराच उशीरही झाला असल्यामुळे त्याची अस्वस्थता वाढायला लागली होती.

''माझी समस्या गंभीर स्वरूपाची होती, त्यामुळे त्यावर कडक उपाय योजणं गरजेचंच होतं.'' तो म्हणाला. ''सध्या अस्तित्वात असलेल्या सर्वोत्तम तंत्रज्ञानाचा लाभ मला मिळाला हे मी मान्य करतो, पण काही वेळा माझ्या मनावर चिंतेचं सावट येतंच. वाटतं, हे अशाच प्रकारचं आयुष्य आपल्याला कायम जगावं लागणार आहे का? पुन्हा 'पहिले पाढे पंचावन्न' असं घडलं तर? किंवा त्याहूनही काही वाईट?'' काही क्षण ग्लासवर नजर लावून तो निश्चलपणे बसून राहिला. मग त्याने माझ्याकडे पाहिलं, तेव्हा त्याची नजर निवळली होती. ''ठीक आहे, हेच दान जर देवाने माझ्या झोळीत टाकलंय, तर ते मला स्वीकारायलाच हवं. ज्या गोष्टी माझ्या हातातच नाहीत, त्यांच्याविषयी चिंता करून काय साध्य होणार, नाही का?''

★

भाग ३

अनिश्चितता

अखेरचा छेद

तुमचा एक रुग्ण मृत्यू पावलाय; त्याचे नातेवाईक जमलेत आणि तुम्हाला त्यांना एक प्रश्न, हवं तर परवानगी म्हणा, विचारायचाय – शवचिकित्सा (autopsy) करण्यासंबंधी. हे काम फार अवघड असतं, नाजूक असतं. कसं करणार आहात तुम्ही ते? त्यात अवघड काय आहे, असं कुणी म्हणेल. मृताच्या नातेवाइकांपाशी जायचं अन् त्यांना म्हणायचं, ''आपण शवचिकित्सा करून पाहू या का?'' किंवा तुम्ही एखाद्या पोलीस हवालदाराच्या आवाजात खंबीरपणे म्हणता, ''तुमचा विरोध नसेल; तर मला वाटतं, आपल्याला शवचिकित्सा करायला हवी, मॅडम.'' आणखी एक पर्यायही असतो. स्वत:वर जबाबदारी न घेता म्हणायचं, ''माफ करा, पण वरिष्ठांनी मला तुम्हाला विचारायला सांगितलंय, शवचिकित्सा करावी असं तुम्हाला वाटतंय का?''

हल्लीच्या काळात एक बदल घडलाय – तुम्हाला गुळमुळीत राहून भागत नाही. माझ्याकडे एक ८० वर्षांची वृद्ध स्त्री उपचारांसाठी येत असे. तिने आपला गाडी चालवण्याचा परवाना सरकारला परत देऊन टाकला होता, कारण या वयात तिला गाडी चालवण्याचा धोका पत्करायचा नव्हता. पण बिचारीचं दुर्दैव असं की, ती एकदा बस थांब्याच्या दिशेने चालली असताना तिला एका गाडीने ठोकलं – त्या गाडीचा चालक वयाने तिच्याहूनही मोठा होता. तिच्या कवटीचं हाड मोडलं, मेंदूत रक्तस्राव झाला. आम्ही शस्त्रक्रिया केली, पण काही दिवसांनी तिचा मृत्यू झाला. वसंत ऋतूतल्या एका दुपारी तिने अखेरचा श्वास घेतला, तेव्हा तिच्या पलंगापाशी मी आणि तिच्या घरची माणसं उभी होतो. त्या सगळ्यांच्या डोळ्यांतले अश्रू पाहून माझंही हृदय हेलावलं होतं, पण मला माझी आणखी एक जबाबदारी पार पाडायची होती. शक्य तितक्या सौम्यपणे, तोंडातून एकही वावगा शब्द – अगदी 'शवचिकित्सा' हा शब्दही उच्चारला जाणार नाही याची काळजी घेत मी

म्हटलं, "तुमच्या दृष्टीने योग्य असेल, तर मृत्यूचं नक्की कारण काय ते जाणून घेण्यासाठी आम्हाला एक पाहणी (examination) करायची आहे."

काहीतरी भयंकर गोष्ट ऐकल्यासारख्या आवाजात त्यांचा भाचा ओरडला, "शवचिकित्सा?" त्याने माझ्याकडे अशा नजरेने पाहिलं की, जणू काही मी एखादा गिधाडासारखा पक्षी होतो आणि त्याच्या आत्याच्या शरीरावर घिरट्या घालत होतो. "झाले एवढे हाल पुरे झाले नाहीत का?"

'शवचिकित्सा' ह्या प्रकाराला हल्ली विचित्र दिवस आलेत, असं मला म्हणावंसं वाटतं. काही वर्षांपूर्वी जी एक नित्यनेमाने केली जाणारी प्रक्रिया होती, ती आता अगदी दुर्मीळ झालीय. इथे एक सर्वसाधारण सत्य सांगतो – मृत्यूनंतर आपल्या देहाचे असे धिंडवडे निघावेत, असं कुणालाही वाटत नाही. आमच्यासारख्या याच क्षेत्रात दिवस-रात्र घालवणाऱ्या, रोज मृत्यूचं दर्शन घेणाऱ्या शल्यविशारदांनाही आपण कसलीतरी मर्यादा उल्लंघतोय, असं वाटल्यावाचून राहत नाही.

अलीकडेच मी एका ३८ वर्षांच्या स्त्रीच्या शवचिकित्सेला हजर राहिलो. ती माझी रुग्ण होती. हृदयविकार असलेल्या या स्त्रीने बराच काळ त्रास सहन केल्यावर अखेर तिला मरण आलं होतं. शवचिकित्सेची खोली तळघरात – लाँड्रीच्या पलीकडच्या बाजूला होती. तिच्या दारावर कसलाही नामनिर्देश नव्हता. उंच छत असलेल्या त्या खोलीच्या भिंतींचा रंग उडालेला होता, जमिनीला विटकरी रंगाच्या टाइल्स लावलेल्या होत्या आणि तिला एक प्रकारचा उतार होता. एका कोपऱ्यात एका काउंटरवर बनसेन बर्नर होता, जुन्या प्रकारची, वाण्याच्या दुकानात असायची तशी तागडी छताला टांगलेली होती. त्याच्या खालच्या बाजूला असलेल्या भांड्यात अवयवांचं वजन केलं जायचं. भिंतींवरच्या फळ्यांवर टप्परवेअरसारख्या डब्यांमध्ये मेंदू, आतडी वगैरे निरनिराळे अवयव फॉरमॅलिनच्या द्रावणात ठेवलेले होते. एकूणच त्या खोलीचं रूप जुनाट, अगदी साध्या सोयी असलेलं असं होतं. एका कोपऱ्यात मोडकळीला आलेल्या ढकलगाडीवर माझ्या रुग्णाचा पूर्णपणे विवस्त्र देह ठेवलेला होता. तिथे काम करणारे कर्मचारी शवविच्छेदनासाठी सज्ज होत होते.

कापाकापीची प्रक्रिया अंगावर काटा आणणारी असते, पण शवविच्छेदन हा त्याहूनही वाईट प्रकार. सगळ्यात क्रूर शस्त्रक्रियांमध्येही त्वचारोपण, अवयव कापून काढणे वगैरे, शल्यविशारद शक्य तितक्या नाजूकपणे, सौंदर्यदृष्टी वापरून काम करतात. बेशुद्धावस्थेतल्या रुग्णाच्या शरीरातही स्पंदने चालू आहेत, याची जाणीवच आम्हाला असते. पण विच्छेदनकक्षातला देह अचेतन असतो, त्यातला प्राण केव्हाच निघून गेलेला असतो. मागे राहिलेलं शरीर म्हणजे एक पोकळ पिंजरा असतो, त्यामुळे त्यावर काम करणारे लोक सपासप छेद देतात. त्यांच्या प्रत्येक

कृतीतून हा फरक दिसून येतो. साधं उदाहरण देतो. शस्त्रक्रियेसाठी रुग्णाला जेव्हा आणलं जातं, तेव्हा बेशुद्धावस्थेतील रुग्णाला शस्त्रक्रियेच्या टेबलावर ठेवताना प्रत्येक जण काळजीपूर्वक काम करतो. एका कॅनव्हासच्या झोळीवजा चादरीतून अलगदपणे त्याला टेबलावर ठेवलं जातं. हे करताना त्याला कुठे खरचटणारही नाही, याची काळजी आम्ही घेतो. इथे मात्र कुणीतरी तिचा हात धरला, दुसऱ्या एकाने पाय पकडला आणि धाडदिशी तिचा देह टेबलावर आदळला. तिची त्वचा टेबलाला चिकटली, तेव्हा एका पाइपने तिच्या देहावर पाणी मारून मग तो देह पूर्णपणे टेबलावर सरकवला.

मुख्य चिकित्सक एक तरुण स्त्री होती. ती एका बाजूला उभी होती आणि तिच्या साहाय्यकावरच तिने विच्छेदनाचं काम सोपवलेलं होतं. तिला मुख्य रस जिवंत व्यक्तींच्या पेशीसमूहांवर संशोधन करण्यात होता. त्यामुळेच हे काम तिने आपल्या साहाय्यकावर सोपवलं होतं. नाहीतरी या कामाचा तिलाच जास्त अनुभव होता.

ही साहाय्यक एक तिशीतली उंच, सडपातळ स्त्री होती. तिच्या अंगावर तिने सर्व प्रकारचे संरक्षक मुखवटे घातलेले होते. शव टेबलावर ठेवल्यानंतर तिने सहा इंच लांबी-रुंदीचा एक धातूचा ठोकळा त्याच्या मागच्या बाजूला, दोन्ही खांद्यांच्या हाडांमध्ये ठेवला, त्यामुळे डोकं मागे झुकलं आणि छातीला वरच्या बाजूला बाक आला. मग हातात एक मोठी सुरी घेऊन तिने शवावर एक मोठा इंग्रजी वाय आकाराचा छेद – दोन्ही खांद्यांपासून सुरू होत, वक्षांना वळसे देऊन मग मध्यभागी, थेट पोटाच्याखालपर्यंत – दिला.

शल्यविशारदांनाही शरीरावर छेद देऊन ते उघडल्यासारखं करावं लागतं. तसं करताना आम्ही मनाने अलिप्त राहतो. आमचं लक्ष असतं, ते फक्त त्याच्या शरीराकडे आणि आम्ही वापरणार असलेल्या पद्धतीकडे. हे काम मला नवं नव्हतं, तरीही तिला काम करताना पाहून मला दचकल्यासारखं झालं. हातातली सुरी ती एखाद्या पेनप्रमाणे पकडून खाली ओढत होती. आम्हा शल्यविशारदांना ताठ, छेदाला समांतर उभं राहायला शिकवलेलं असतं. आम्ही सुरी धरतो, तीसुद्धा एक व्हायोलिनवादक त्याचा 'बो' हातात धरतो; त्याप्रमाणे. सुरीचा तळभाग आम्ही त्वचेत घुसवतो आणि फक्त एकाच छेदाद्वारे हवा असलेला भाग जरूर असेल, तितका खोल कापतो. ही बाई करवत चालवल्याप्रमाणे सुरी वापरत होती.

त्यानंतरचं विच्छेदन फारच पटकन केलं तिनं. त्वचा बाजूला केल्यानंतर तिने विजेवर चालणाऱ्या करवतीने बरगड्या कापून काढल्या. मग छातीचा पिंजरा गाडीचं पुढचं झाकण उघडावं तसा वर केला, पोट खोललं, सगळे महत्त्वाचे अवयव – हृदयासकट – बाहेर काढले. त्याच पद्धतीने तिने कवटी करवतीने

कापून उघडली, मेंदूही बाहेर काढला. तेवढ्यात मुख्य चिकित्सकाने मागच्या टेबलावर सर्व अवयवांचं वजन केलं, तिला हवे होते, ते नमुने संपूर्ण तपासणीसाठी बाजूला काढून ठेवले.

एक गोष्ट मला इथे नमूद करायलाच हवी – एवढ्या चिरफाडीनंतरही रुग्ण फारसा वेगळा वाटत नव्हता. नेहमी वापरतात, तीच पद्धत वापरून साहाय्यकाने कवटी उघडताना कानाच्या मागच्या बाजूला छेद दिल्यामुळे केसांनी तो झाकला गेला. तिने पोटाची आणि छातीची खळगीही व्यवस्थित शिवून बंद केली, त्यासाठी एक चांगला घट्ट, सातपदरी दोरा वापरला. बाह्यात्कारी तर माझ्या रुग्णात काही फरक दिसत नव्हता, फक्त पोटाचा भाग आता अधिक खोल गेल्यासारखा दिसत होता. नेहमी देतात, त्या अनुमतीनुसार रुग्णालयांना संशोधन आणि तपासणीच्या हेतूने आतले सर्व अवयव ठेवता येतात. ब्रिटनमध्ये यावरून बरीच खळबळ माजली आहे – प्रसारमध्यमांनी त्याला 'अवयव लंपास करणे' (organ stripping) असं नाव दिलं आहे. अमेरिकेत मात्र याला मान्यता आहे. अमेरिकेतल्या बहुसंख्य कुटुंबांमध्ये अजूनही पुरण्यापूर्वी शवपेटिका दर्शनासाठी उघडी ठेवण्यात येते. अंत्यक्रियेची जबाबदारी घेणारे व्यावसायिक शवाच्या पोटाच्या आत थोडी भर घालतात त्यामुळे शवाचा आकार पूर्ववत दिसतो, त्यामुळे त्या शवावर विच्छेदनप्रक्रिया करण्यात आली आहे, हे कुणाला कळतही नाही.

हे सगळं खरं असलं, तरीही मृताच्या नातेवाइकांना शवविच्छेदनाविषयी विचारताना आमच्यासारख्यांची जीभ टाळ्याला चिकटते, एवढं निश्चित! शक्य तितका तटस्थपणा दाखवायचा प्रयत्न आम्ही लोक करतो, पण मनात शंकाकुशंका येतच राहतात.

ज्या रुग्णांच्या नातेवाइकांना मला शवचिकित्सेविषयी विनंती करायची वेळ माझ्यावर आली, त्यातला पहिला रुग्ण हे एक ७५ वर्षांचे डॉक्टर होते. न्यू इंग्लंड भागात राहाणारे हिरोडोटस साइक्स (हे त्यांचं खरं नाव नाही, पण बरंचसं मिळतंजुळतं आहे, हे देखील खरंच!) व्यवसायातून निवृत्त झाले होते. हिवाळ्यातल्या एका पहाटे त्यांचा मृत्यू झाला, तेव्हा त्यांच्या शेजारी मी होतो. पोटाला रक्तपुरवठा करणाऱ्या महारोहिणीला जंतुसंसर्ग होऊन ती फाटल्यामुळे त्यांना तातडीने रुग्णालयात आणण्यात आलं होतं अन् ताबडतोब त्यांच्यावर शस्त्रक्रिया करण्यात आली होती. त्यातून ते सहीसलामत बाहेर आले, त्यांच्या प्रकृतीत हळूहळू सुधारणाही होत होती, पण अचानकपणे अठराव्या दिवशी त्यांचा रक्तदाब खाली घसरला आणि पोटातील निचरानलिकेतून रक्ताचा पाट वाहायला लागला. त्यांच्या शल्यविशारदांनी निदान केलं, महारोहिणी बांधलेल्या जागी पुन्हा फुटली. आत राहिलेल्या जंतुसंसर्गामुळे

जिथे सडलेली रोहिणी काढून टाकल्यानंतर टाके घातलेले होते, ते टाके दुर्बल झाले असावेत. पुन्हा एकदा आम्ही त्यांच्यावर शस्त्रक्रिया करू शकलो असतो, पण रुग्ण वाचण्याची शक्यता कमीच होती आणि साइक्सना ते सहन झालं असतं की नाही, याबद्दल त्यांच्या शल्यचिकित्सकांना शंका होती.

त्यांचा अंदाज खरा ठरला. ''यापुढे शस्त्रक्रिया नको,'' साइक्सनी मला स्पष्ट शब्दांत सांगितलं. त्यांनी पुष्कळ सोसलं होतं आत्तापर्यंत. आम्ही त्यांच्या पत्नीला फोन करून बोलावून घेतलं. त्या दोन तासांच्या अंतरावर एका स्नेह्यांच्या घरी राहत होत्या. फोन होताच त्या लगेच निघाल्याच.

मध्यरात्रीचा सुमार झाला होता. ते आपल्या पलंगावर शांत पडून होते; रक्तस्राव होतच होता. त्यांचे दोन्ही हात कडेला जीव नसल्यागत विसावले होते, डोळ्यांमध्ये भीतीचा लवलेशही नव्हता. माझ्या डोळ्यांसमोर त्यांच्या पत्नीचा चेहरा उभा राहिला. निर्मनुष्य रस्त्यावर वेगाने धावणाऱ्या गाडीत भयाकुल अवस्थेत त्या बिचाऱ्या रस्ता संपण्याची वाट मनात पाहत असतील....

जणू पत्नीला अखेरचं भेटता यावं, या निर्धाराने साइक्स तग धरून राहिले होते. सव्वा-दोन वाजता त्या आल्या अन् नवऱ्याची अवस्था पाहून त्यांचा चेहरा पांढराफटक पडला. तरीही त्यांनी स्वत:ला सावरलं. हळुवारपणे त्यांनी पतीचा हात हातात घेतला. हलकेच त्यांनी त्यांचा हात दाबला, तेव्हा डॉ. साइक्सनीही तसाच प्रतिसाद दिला. मी हळूच तिथून बाहेर पडलो.

पावणे-तीन वाजता परिचारिकेने मला बोलावून घेतलं. मी स्टेथस्कोप त्यांच्या छातीला लावला अन् दुसऱ्याच क्षणी त्यांच्या पत्नीकडे वळून पाहत म्हटलं, ''ते आता गेलेत.'' पतीचाच शांतपणा त्यांच्यातही होता, तरीही त्यांना रडू कोसळलं. मूकपणे, तोंडावर दोन्ही हात धरून त्या अश्रू ढाळू लागल्या, तेव्हा मला त्यांची दया आली. किती लहानखुऱ्या दिसत होत्या त्या! ज्या मित्राने त्यांना आणलं होतं, तो आत आला अन् त्यांच्या हाताला धरून तो त्यांना बाहेर घेऊन गेला. मृत्यूचं नक्की कारण जाणून घेण्याच्या दृष्टीने प्रत्येक मृत रुग्णाची शवचिकित्सा करण्याची विनंती करावी, अशी सूचना आम्हाला देण्यात आलेली असते. त्यामुळे आम्हाला आमच्या चुकाही कळू शकतात. त्यामुळे तोच क्षण होता, जेव्हा मी त्यांची अनुमती घ्यायला हवी होती – पण माझ्या डोळ्यांना त्यांची अवस्था दिसत होती. दु:खाने, धक्क्याने त्या कोलमडल्या होत्या. आणि माझ्या मनात असाही विचार आला, काय करायचंय त्यांचं शवविच्छेदन करून? आम्हाला त्यांच्या मृत्यूचं कारण माहीतच होतं – बरी न होणारी जंतुबाधा आणि त्यामुळे फुटलेली रक्तवाहिनी. आम्हाला त्याची खातरी होती. मग त्यांची चिरफाड करून आम्ही काय साध्य करणार होतो?

म्हणूनच मी त्यांच्या पत्नीला जाऊ दिलं. अतिदक्षता विभागाच्या मोठ्या

दरवाज्यातून त्या बाहेर पडत असताना किंवा नंतर फोन करूनही मी त्यांना विचारू शकलो असतो, पण मी ते नाहीच केलं.

त्या वेळी मी जसा विचार केला, तशी विचारसरणी वैद्यकक्षेत्रात आता सर्रास आढळते. हल्ली शवचिकित्सेचं प्रमाण इतकं कमी झालंय की, 'जर्नल ऑफ द अमेरिकन मेडिकल असोसिएशन'ने त्याविरुद्ध लढा (war on the non-autopsy) पुकारायचा ठरवलाय आणि दोनदा त्याचा उच्चारही केलाय. अलीकडच्या आकडेवारीवरून असं लक्षात येतं की, आता फक्त १० टक्के रुग्णांची शवचिकित्सा केली जाते; काही रुग्णालयांनी शवचिकित्सेला पूर्णपणे फाटा दिला आहे. माझ्या मते हे फारच नाट्यपूर्ण वळण आहे. विसाव्या शतकात डॉक्टर न चुकता शवचिकित्सेचा आग्रह धरत असत – आणि त्या स्थितीला यायला कित्येक शतकं जावी लागली होती. 'डेथ टू डस्ट' असं शीर्षक असलेल्या आपल्या पुस्तकात केनेथ आयसर्सन यांनी असं म्हटलंय की, डॉक्टरांनी शवचिकित्सा करायला सुरुवात केली, त्या गोष्टीला आता दोन हजारांहून अधिक वर्षं उलटली आहेत. अर्थात त्यानंतरच्या काळात ही गोष्ट अभावानेच घडली असं इतिहास सांगतो. धर्ममार्तंडांनी अनुमती दिली असलीच, तर फक्त कायदेशीरदृष्ट्या येणाऱ्या प्रश्नांमध्ये तशी अनुमती दिली जाई. इस्लाम, शिंटो, प्राचीन ज्यू धर्म आणि प्राचीन ग्रीक चर्चचा तर कडवा विरोध होताच. सर्वांत जुनी म्हणता येईल, अशी न्यायवैद्यक स्वरूपाची शवचिकित्सा रोममधील डॉक्टर, अँटिस्टिअसने, ज्यूलियस सीझरच्या देहावर केली होती ते वर्ष होतं, इ.स.पूर्व ४४. त्याने एकूण २३ जखमांची नोंद केली आहे, त्यांमधला शेवटचा जीवघेणा वार त्याच्या छातीवर केला होता. १४१० साली कॅथॉलिक चर्चनेच पाचवे पोप, अलेक्झांडर यांच्या शवचिकित्सेचा आदेश दिला होता, कारण त्यांच्यानंतर ते पद ग्रहण करणाऱ्याने त्यांच्यावर विषप्रयोग केला होता का? हे त्यांना जाणून घ्यायचं होतं. तसा काही पुरावा सापडला नव्हता.

अमेरिकेतली पहिली अधिकृत नोंद झालेली शवचिकित्सा धार्मिक कारणाखातर करण्यात आली होती. १९ जुलै, १५३३ या दिवशी एस्पानोला या बेटावर (आता हे बेट डोमिनियन रिपब्लिक या नावाने ओळखलं जातं.) ही शवचिकित्सा छातीपासून खालच्या भागात एकमेकींना जोडल्या गेलेल्या दोन जुळ्या मुलींवर करण्यात आली होती. त्या दोघींच्या शरीरात एकच आत्मा आहे का दोन, हे जाणून घ्यायचं होतं. या मुलींचा जन्म झाला, तेव्हा त्या जिवंत होत्या आणि धर्मगुरूने त्यांच्या दोन आत्म्यांवर 'बाप्तिस्मा' हा विधीही केला होता. त्याचं कृत्य योग्य होतं का, असा प्रश्न उद्भवला होता. आठ दिवसांनी हा 'द्विमुखी राक्षस' (double monster)

मेला, तेव्हा हा प्रश्न निकालात काढण्यासाठी चिरफाड करायचा आदेश दिला गेला. जोहॅन कामाचो या शल्यचिकित्सकाने केलेल्या शवचिकित्सेत असं आढळलं की, त्यांच्या शरीरात सगळ्या अवयवांच्या जोड्या होत्या, त्यावरून दोन आत्मे असल्याचंही मान्य करण्यात आलं.

एकोणिसाव्या शतकापर्यंत चर्चने आपले निर्बंध उठवले होते, तरीदेखील पाश्चिमात्य देशांमधील फारच थोडे लोक डॉक्टरांना आपल्या नातेवाइकांच्या शवचिकित्सेची परवानगी देत असत. त्यामुळे ज्या काही शवचिकित्सा होत असत, त्या लपून-छपून केल्या जात असत.

काही डॉक्टर रुग्णाच्या मृत्यूनंतर लगेचच त्याच्या देहाची चिरफाड करत असत; नातेवाइकांच्या संमतीची ते वाटच पाहत नसत, तर काही डॉक्टर शव पुरल्यानंतर स्वत: किंवा आपल्या हस्तकांकरवी ते चोरून आपला कार्यभाग साधत असत. हा प्रकार विसाव्या शतकातही चालू होता. त्याला आळा घालण्यासाठी काही कुटुंबं दफनभूमीत रात्रीच्या वेळी गस्त घालण्यासाठी रखवालदाराची नेमणूक करत – त्यावरूनच 'दफनभूमीतली कामाची पाळी' (graveyard shift) हा शब्दप्रयोग रूढ झाला असावा. काही जण शवपेटिकेवर वजनदार शिळा ठेवत असत. १८७८ साली ओहायो राज्यातील कोलंबस या गावी तर एका कंपनीने टॉर्पीडो शवपेटिका बनवण्याचा उद्योगही केला होता. त्या शवपेटिकेला बॉम्ब जोडण्यात आल्यामुळे शव चोरण्याच्या उद्योगाला आळा बसला. तरीही डॉक्टरमंडळीच्या कारवायांना चाप बसला नाही. अँब्रोज बिअर्सने (Ambrose Bierce) लिहिलेल्या 'डेव्हिल्स डिक्शनरी' (१९०६) या पुस्तकात 'कब्रस्तान' या शब्दाची व्याख्याच मुळी 'अशी जागा जिथे मृत देह, हे वैद्यकीय विद्यार्थी येण्याची वाट पाहत ठेवलेले असतात,' अशी केली आहे.

विसाव्या शतकाच्या सुरुवातीपासून मात्र बर्लिनमधील रुडॉल्फ व्हर्चो, व्हिएन्नातील कार्ल रोकिटान्स्की, बाल्टीमोरमधील विल्यम ऑझिअर अशा नामवंत डॉक्टरांनी शवचिकित्सेसंदर्भात लोकांचा पाठिंबा मिळवायला सुरुवात केली. शवचिकित्सेकडे शोधाचं साधन या दृष्टीने पाहिलं जावं, असा दावा त्यांनी केला. क्षयरोगाची कारणं शोधून काढण्यासाठी ॲपेंडिक्सच्या आजारावर आणि स्मृतिऱ्हास (memory loss) हा एक आजार आहे, हे सिद्ध करण्यासाठी त्याचा उपयोग पूर्वीही केला गेला होताच. शवचिकित्सेमुळे चुका टाळता येतात, हेदेखील त्यांनी दाखवून दिलं – आपलं रोगनिदान चुकीचं होतं, हे त्याशिवाय डॉक्टरांना कसं कळणार? तसंही पाहिलं, तर त्या काळी बहुतेक मृत्यू हे एक मोठं गूढच असायचं. शवविच्छदनामुळे मृतांच्या नातेवाइकांना मृत्यूचं निश्चित कारण समजू शकेल, असा विश्वास त्यांनी व्यक्त केल्यामुळे 'शवचिकित्सा' या प्रक्रियेला जनमताचा पाठिंबा मिळाला –

आपल्या प्रियजनाच्या आयुष्याला एक समजण्याजोगा शेवट दिल्याचं समाधान त्यामागे होतं. शवविच्छेदन योग्य प्रकारे, मृत व्यक्तीचा सन्मान राखूनच केलं जाईल, असा दिलासा डॉक्टरांनी दिल्यामुळे जनमत त्यांच्या बाजूचं झालं. दुसऱ्या जागतिक युद्धाच्या अखेरपर्यंत युरोप आणि उत्तर अमेरिकेत शवविच्छेदन करायचंच, हे ठामपणे स्वीकारलं गेलं.

मग आताच त्यामध्ये घट का झालीय? खरं सांगायचं झालं, तर त्यामागचं कारण कुटुंबीयांचा विरोध, हे नाही. उपलब्ध माहितीच्या आधारे असं म्हणता येईल की, ८० टक्के लोक परवानगी देतात. त्याउलट, पूर्वीच्या तुलनेत डॉक्टरांचाच उत्साह आता कमी झालाय. पूर्वी हीच मंडळी शवचिकित्सेसाठी मृत देहांची चोरी करत असत, तर आता त्यांनी विचारणंच सोडून दिलंय. यामागे त्यांचा स्वार्थ असतो असं काही लोक म्हणतात. काही लोकांचं असं मत आहे की, रुग्णालयं शवचिकित्सेवर होणारा खर्च वाचवू पाहतात, कारण विमा स्वीकारणारे (insurer) काही त्याचा खर्च देत नाहीत. आपली गैरकृत्यं लपवण्यासाठी ते शवचिकित्सेलाच फाटा देतात, असं म्हणत काही जण डॉक्टरांवर ठपका ठेवतात. अर्थात, पूर्वीदेखील शवविच्छेदनावर खर्च व्हायचाच आणि त्याद्वारे गैरकृत्यंही उजेडात यायचीच.

माझ्या मते एकविसाव्या शतकातील वैद्यकाचा स्वत:च्या सामर्थ्यावरचा प्रचंड आत्मविश्वास हेच शवचिकित्सांचं प्रमाण कमी होण्यामागचं कारण आहे. मिसेस साइक्सना मी शवचिकित्सेविषयी विचारलं नाही त्यामागे पैसे वाचवणं, हा हेतू नव्हता किंवा आमच्या निदानातली चूक त्यांना कळेल, हा नव्हता. काही कारण असलंच, तर ते बरोबर त्याच्या उलट होतं – आमच्या हातून काही चूक घडली असेल, अशी शक्यताच मला वाटत नव्हती. आज आम्हाला 'एमआरआय', 'अल्ट्रासाउंड', 'न्यूक्लिअर मेडिसिन', 'मॉलेक्यूलर टेस्टिंग' अशी अनेक आधुनिक तंत्रं उपलब्ध आहेत. एखादा रुग्ण मरण पावला की, त्याच्या मृत्यूमागचं कारण आम्हाला आधीच माहीत असतं. त्यासाठी शवचिकित्सेची गरजच नसते, असं आपलं मला वाटत होतं. मग एका रुग्णामुळे मला माझं मत बदलायला लागलं.

हा रुग्ण साठीतला होता. मोठे कल्ले असलेल्या या माणसाचा स्वभाव इतका आनंदी होता की, त्याला मी 'मिस्टर जॉली' हेच नाव देणार आहे. व्यवसायाने इंजिनिअर असलेल्या या गृहस्थाने व्यावसायिक निवृत्तीनंतर कलेच्या प्रांतात प्रवेश केला होता अन् यशही मिळवलं होतं. त्याला शिरांचा आजार (vasculopath) होता – त्याच्या शरीरातली एकही रोहिणी निरोगी स्थितीत नव्हती. खाण्यापिण्याच्या सवयीमुळे, आनुवंशिकतेमुळे की धूम्रपानाच्या सवयीमुळे हे झालं होतं, ते मला माहीत नाही; पण गेल्या दशकभरात त्याच्या हृदयावर बायपास शस्त्रक्रिया झाली

होती, पोटातील रोहिणीवर दोन वेळा शस्त्रक्रिया झाली होती आणि पायातल्या शिरांमध्ये अडथळे झाल्यामुळे तर चार वेळा बायपास झाल्या होत्या. त्याशिवाय त्याच्या रोहिण्या मोकळ्या राहाव्यात, यासाठी अनेक वेळा बलून प्रक्रियाही करून झाल्या होत्या. तरीही त्याच्या बोलण्यात मला कधीही कडवटपणाची झाक दिसली नव्हती. 'यावर रडका चेहरा करून बसण्याने काही साध्य होणार नाही,' ते मला एकदा म्हणाले होते. मुलाबाळांच्या बाबतीत, नातवंडांच्या बाबतीत ते भाग्यवान होते. 'पण माझी बायको, तिच्याविषयी काय सांगू मी तुम्हाला!' असं ते चेष्टेच्या सुरात तिच्याच समोर म्हणायचे, तेव्हा तीदेखील नाटकीपणाने डोळे फिरवायची आणि मग ते हसू लागायचे.

पायाला झालेली जखम चिघळल्याच्या निमित्ताने मिस्टर जॉली आमच्या रुग्णालयात दाखल झाले होते. पण काही दिवसांतच त्यांना हृदयाचा एक विकार उद्‌भवला ज्यामुळे फुप्फुसांमध्ये पाणी साचू लागलं. श्वास घेणं अधिकाधिक अवघड होऊ लागलं, तेव्हा आम्हाला त्यांना अतिदक्षता विभागात हलवावं लागलं, नाकात प्लॅस्टिकची नळी घालून प्राणवायूचा पुरवठा करावा लागला. दोन आठवड्यांकरिता दाखल झालेले मिस्टर जॉली पंधरा दिवस झाले, तरी रुग्णालयातच होते. शरीरातल्या पाण्याचा निचरा होणारी औषधं आणि हृदयावरील औषधांमध्येही बदल केल्यानंतर त्यांचं हृदय पूर्वस्थितीला आलं, फुप्फुसांची स्थितीही सुधारली. एका छान रविवारी सकाळी त्यांना आम्ही बसतं केलं, ते श्वासोच्छ्वास करायला लागले, खोलीतल्या भिंतीवर टांगलेल्या टी.व्ही.वरचे कार्यक्रमही ते पाहू लागले. ''छान सुधारतेय तुमची प्रकृती,'' मी त्यांना म्हटलं. ''दुपारी आपण तुम्हाला साध्या खोलीत हलवू.'' एक-दोन दिवसांत ते घरी जाऊ शकतील अशी परिस्थिती निर्माण झाली होती.

दोन तासांनंतर छताला लावलेल्या कर्ण्यातून एक विशिष्ट आणीबाणीचा संदेश – कोड ब्लू – प्रसारित झाला. मी अतिदक्षता विभागात गेलो, तेव्हा एक परिचारिका मिस्टर जॉलींच्या शरीरावर झुकून त्यांच्या छातीवर हाताने दाब देत होती. माझ्या नकळत माझ्या तोंडून एक शिवी निसटली. थोड्या वेळेपूर्वी अगदी व्यवस्थित होते, टी.व्ही. पाहत होते, मग एकदम ताठ उठून बसले, तेव्हा त्यांच्या चेहऱ्यावर भीती वाटत असल्याचा भाव उमटून ते खाली पडले आणि काही प्रतिसादच देईनासे झाले. सुरुवातीला पडद्यावर त्यांच्या हृदयाचे ठोके दिसत नव्हते – मग ठोके पडू लागले, पण नाडी लागत नव्हती. अनेक कर्मचारी घाईने त्यांच्यावर उपचार करू लागले. मी त्यांच्या छातीत नळी घातली, सलाइन सुरू केलं, एपिनेफ्रिन दिलं, त्यांच्यावर उपचार करणाऱ्या शल्यविशारदांना घरून बोलावण्यासाठी एकाला फोन करायला सांगितला, त्यांचे सकाळी घेतलेल्या

चाचण्यांचे अहवाल दुसऱ्या एकाला तपासायला सांगितले. एका क्ष-किरण तंत्रज्ञाने त्यांच्या छातीचे फोटो काढले.

काय कारण असू शकेल याचा मी मनातल्या मनात आढावा घ्यायचा प्रयत्न केला. फार कारणं नसावीत, असं माझ्या लक्षात आलं. त्यांचं फुफ्फुस काम करेनासं झालं असावं असा कयास मी बांधला, पण स्टेथस्कोपवर त्यांच्या श्वासोच्छ्वासाचा आवाज मला ठीक वाटला आणि छातीच्या क्ष-किरण फोटोतही त्यांची फुफ्फुसं ठीकच दिसली. बराच मोठा रक्तस्राव झाला होता, पण त्यांच्या पोटावर सूज दिसत नव्हती. त्यांची प्रकृती इतक्या झपाट्याने घसरली की मला तरी रक्तस्रावाचा अर्थच लागेना. त्यांच्या रक्तातील आम्लाचं प्रमाण प्रचंड वाढल्यामुळे हे घडण्याची शक्यता होती असं म्हणावं, तर प्रयोगशाळेतील चाचण्यांचे त्यांचे निकाल तर चांगलेच होते. दुसरी एक शक्यता – हृदय ज्या थैलीत असतं, त्यात रक्तस्राव (cardiac tamponade) झाला असावा. मी एका सिरिंजला, पाठीच्या कण्यातील द्रव काढण्यासाठी वापरली जाते, ती सहा इंच लांबीची सुई घेतली, ती छातीच्या मधल्या हाडातून आत घुसवली आणि हृदयाभोवतीच्या पिशवीत सरकवली. मला रक्तस्राव आढळला नाही. आता एकच शक्यता दिसत होती – रक्ताची गुठळी फुफ्फुसात शिरते आणि एका क्षणात फुफ्फुसाला होणारा रक्तपुरवठा थांबवते. यावर काहीही उपाय नसतो.

बाहेर जाऊन मी त्यांच्या शल्यविशारदाबरोबर फोनवरून बोललो, मग नुकत्याच तिथे आलेल्या प्रमुख निवासी डॉक्टरांशी बोललो. माझ्या मते 'रक्ताची गुठळी' हे एकमेव कारण दिसत होतं, यावर दोघांचं एकमत झालं. मी खोलीत गेलो आणि कोड ब्लू बंद केला. सकाळी १०.२३ला मी त्यांना मृत घोषित केलं. त्यांच्या घरी फोन करून त्यांच्या बायकोला ही बातमी दिली, अचानक प्रकृतीत बिघाड होऊन त्यांना मृत्यू आल्याचं सांगितलं आणि त्यांना बोलावून घेतलं.

खरं म्हणजे असं व्हायला नको होतं; मला त्याची खातरी वाटत होती. कारण जाणण्यासाठी मी त्यांचे अहवाल डोळ्यांखालून घालू लागलो अन् मला एकदम कारणाचा शोध लागला. आदल्या दिवशी केलेल्या चाचणीतून असं लक्षात येत होतं की, त्यांच्या रक्तातील गुठळ्या होण्याचं प्रमाण कमी झालं होतं, त्यात गंभीर असं काही नव्हतं, पण अतिदक्षता विभागातील डॉक्टरला त्यात सुधारणा घडवून आणावी, असं वाटलं आणि त्याने मिस्टर जॉलींना 'के व्हिटॅमिन' देण्याची सूचना दिली. याचा दुष्परिणाम अनेकदा रक्ताच्या गुठळ्या होण्यात होतो. हे व्हिटॅमिन देण्याची अजिबात गरज नव्हती. मुख्य निवासी डॉक्टर आणि मी, आम्ही दोघांनीही त्याने रुग्णाला मारलं, असा जवळजवळ आरोपच केला.

श्रीमता जॉली रुग्णालयात आल्या, तेव्हा आम्ही त्यांना एका शांत, काहीशा

बाजूला असलेल्या खोलीत नेलं. त्यांच्या चेहऱ्यावरील दु:खाचे भाव पाहिल्यावर यांना कल्पना आली आहे, हे माझ्या लक्षात आलं. फुप्फुसात रक्ताची गुठळी शिरल्यामुळे रक्तपुरवठ्यात अडथळा येऊन त्यांची हृदयक्रिया अचानक बंद पडली, असं आम्ही त्यांना सांगितलं. आम्ही दिलेल्या काही औषधांमुळे हे घडलं असण्याची शक्यता होती, असंही मी त्यांना सांगितलं. मग मी त्यांना मिस्टर जॉलींच्या खोलीत घेऊन गेलो आणि त्यांना एकटं सोडून बाहेर आलो. काही वेळाने त्या बाहेर आल्या, तेव्हा त्यांचा चेहरा अश्रूंनी भिजला होता आणि हातांमध्ये कंप जाणवत होता. त्यांनी शांतपणे आमचे आभार मानले. 'इतकी वर्षं ते जगले, ते तुम्हा डॉक्टरांच्या प्रयत्नांमुळेच.' त्या म्हणाल्या. कदाचित ते खरंही असेल, पण नुकत्याच होऊन गेलेल्या चुकीमुळे आम्हाला त्या क्षणी तरी अभिमान वगैरे काही वाटत नव्हता.

अशा वेळी विचारतात, तोच प्रश्न मी त्यांना विचारला. शवविच्छेदन करणं आमच्या दृष्टीने आवश्यक असल्यामुळे त्यांच्या अनुमतीची गरज होती. मृत्यूचं कारण आम्हाला माहीत होतं, पण शवचिकित्सेमुळे आमची खातरी पटेल असंही मी म्हटलं. "तुम्हाला योग्य वाटेल तसं करा," त्या शांतपणे म्हणाल्या. "हो, त्याचा उपयोग होईल," मी म्हटलं खरं, पण माझा माझ्याच शब्दांवर विश्वास नव्हता.

दुसऱ्या दिवशी सकाळी मला काही शस्त्रक्रिया करायच्या नव्हत्या म्हणून मी मिस्टर जॉलींच्या शवचिकित्सेला हजर राहायचं ठरवलं. मी त्या खोलीत पोहोचलो, तेव्हा शवविच्छेदनाला सुरुवातही झाली होती. त्यांचे दोन्ही बाहू दूर ठेवण्यात आले होते, शरीरावरची त्वचा कापून बाजूला करण्यात आली होती, छाती आणि पोटही उघडलं होतं. मी संरक्षक अंगरखा, हातमोजे आणि मास्क चढवला आणि टेबलापाशी गेलो. साहाय्यकाने विजेवर चालणाऱ्या करवतीने त्यांच्या छातीतल्या डाव्या बाजूच्या बरगड्या कापून काढताच रक्त बाहेर वाहू लागलं, त्याचा रंग काळपट होता आणि गाडीतल्या वंगणसारखं ते चिकट आणि घट्ट होतं. गोंधळून जाऊन मी त्याला बरगड्यांचा पिंजरा उघडायला मदत केली. छातीचा डावा भाग रक्ताने भरला होता, फुप्फुसाच्या रक्तवाहिन्या मी चाचपडून पाहिल्या, कुठे रक्ताची कडक झालेली गुठळी बोटांना लागतेय का, ते मला पाहायचं होतं; पण तशी गुठळी मला आढळलीच नाही. म्हणजे गुठळीमुळे त्यांचा रक्तप्रवाह खंडित झालाच नव्हता. पंपाच्या साहाय्याने आम्ही तीन लिटर रक्त बाहेर काढलं, डावं फुप्फुस वर उचललं आणि मला त्यांच्या मृत्यूचं कारण स्पष्ट दिसलं. छातीतल्या मुख्य रोहिणीचा आकार जवळ-जवळ तिप्पट झाला होता आणि तिला अर्धा इंच व्यासाचं भोक पडलं होतं. हृदयाला रक्तपुरवठा करणारी रक्तवाहिनी अवास्तव प्रमाणात विस्तारल्यामुळे फुटली होती आणि त्यामुळे झालेल्या प्रचंड रक्तस्रावामुळे त्यांना क्षणार्धात मृत्यू

आला होता.

त्यानंतरच्या दिवसांत अनेक वेळा मी ज्या डॉक्टरवर व्हिटॅमिन दिल्याबद्दल टीकास्त्र सोडलं होतं, त्याची माफी मागितली. आपलं निदान चुकलं तरी कसं यावर मी बराच विचार केला. मी त्यांचे जुने क्ष-किरण फोटो काढून बघितले, तेव्हा मला एक सावलीसदृश बाह्यरेषा दिसली. ती त्यांची विस्तारलेली रक्तवाहिनी होती, पण कुणाच्याही, अगदी क्ष-किरणतज्ज्ञांच्याही ही गोष्ट लक्षात आली नव्हती. अर्थात आमच्या लक्षात आलं असतं, तरी त्यांच्या पायातील जंतुबाधा आणि हृदयविकार काबूत आणल्याशिवाय आम्हाला या नव्या समस्येचा विचारही करता आला नसता अन् तोपर्यंत खरोखरच खूप उशीर झाला असता. तरीही, त्या दिवशी जे घडलं, त्याबद्दल मला इतकी खातरी वाटलीच कशी, याची माझ्या मनाला रुखरुख लागलीच. आपण किती मोठी चूक केली होती, या विचाराने माझं मन शरमलंही!

सगळ्यात गोंधळात टाकणारी गोष्ट होती, ती त्यांचा शेवटचा क्ष-किरण फोटो. 'कोड ब्लू' संकेत मिळाल्यानंतर हा काढला होता. त्यांची छाती रक्ताने भरून जात असताना मला निदान डाव्या बाजूला अस्पष्ट सावली तरी दिसायला हवी होती. पण मी ती फोटोफित पुन्हा काढून पाहिली, तेव्हा तसा काही प्रकार आढळलाच नाही!

किती वेळा शवचिकित्सेवरून आम्हाला आमच्या चुकीच्या निदानामुळे रुग्णाचा मृत्यू झाला हे कळतं? फार तर एक किंवा दोन टक्के रुग्णांच्या बाबतीत, असा अंदाज मी बांधला असता. १९९८ आणि १९९९मध्ये केलेल्या तीन पाहण्यांवरून असं धक्कादायक सत्य उघडकीला आलंय की, हे प्रमाण ४० टक्के इतकं जास्त आहे. त्यांपैकी एक-तृतीयांश रुग्ण योग्य उपचार झाले असते, तर बरेही झाले असते. जॉर्ज लंडबर्ग एक रोगचिकित्सक आहेत, तसंच ते 'जर्नल ऑफ द अमेरिकन मेडिकल असोसिएशन'चे संपादकही आहेत. इतर कुणापेक्षाही त्यांनी ह्या आकडेवारीकडे लक्ष वेधायचा प्रयत्न केला आहे. त्याहूनही धक्कादायक सत्य त्यांनी उजेडात आणलं आहे – शवचिकित्सेद्वारा जितकी चुकीची निदाने (misdiagnosis) बाहेर आली आहेत, त्यांमध्ये १९३८पासून काहीही घट झालेली नाही.

वेगवेगळ्या प्रतिमा मिळवण्याच्या तंत्रांत आणि रोगनिदानशाखेत गेल्या काही वर्षांत बरीच प्रगती झाली आहे, तरीदेखील दर पाच रुग्णांमधल्या दोन रुग्णांच्या बाबतीत आम्ही डॉक्टर चुकीचं निदान करतो म्हणून त्यांना मृत्यू येतो हे सत्य आहे. याहून वाईट गोष्ट काय असेल (जी मान्य करणं आम्हाला जड जातं.) तर ती म्हणजे त्याबाबत सुधारणा करण्याच्या कामी आम्हाला अपयश आलं आहे. हे अवलोकन खरोखरच सत्य आहे का, हे ठरवण्याच्या दृष्टीने हार्वर्डमधील डॉक्टरांनी

एक साधी पाहाणी करायचं ठरवलं. त्यांनी आपल्या रुग्णालयातील नोंदींचा अभ्यास करण्यासाठी १९६० ते १९७० हे दशक निवडलं. (त्या काळी आजकाल वापरण्यात येणारी 'सीटीस्कॅन', 'अल्ट्रासाउंड', 'न्यूक्लियर स्कॅनिंग' ही प्रतिमातंत्रं अवगत नव्हती.) या काळात चुकीच्या रोगनिदानामुळे किती मृत्यू झाले, हे जाणण्यासाठी त्यांनी शवचिकित्सेचे अहवाल अभ्यासले. त्यानंतर त्यांनी १९८०नंतरचे अहवाल अभ्यासले कारण त्यानंतर सर्व आधुनिक तंत्रांचा वापर होऊ लागला होता. निष्कर्ष – संशोधकांना काहीही सुधारणा दिसली नाही. कुठल्याही दशकाचा विचार केला, तरी हेच सत्य बाहेर आलं की, डॉक्टरांना २५ टक्के रुग्णांच्या शरीरातली गंभीर स्वरूपाची जंतुबाधा लक्षात आली नाही. तीस टक्के रुग्णांना आलेले हृदयविकाराचे झटके कळले नाहीत आणि ६० ते ७० टक्के रुग्णांच्या फुफ्फुसातल्या रक्तवाहिन्यांमधल्या रक्ताच्या गुठळ्या कळल्या नाहीत.

या बहुतेक रुग्णांच्या बाबतीत तंत्रज्ञानाला अपयश आलेलं नव्हतं तर, एखादी विशिष्ट समस्या असू शकेल; त्या दृष्टीने विचार करायला हवा, उपाययोजना करायला हवी, हेच डॉक्टरांच्या लक्षात आलं नाही. त्या काळी सर्वथैव योग्य अशी चाचणी किंवा प्रतिमापद्धत उपलब्ध असेलही, पण तिचा विचारच त्या डॉक्टरांच्या मनात आला नसावा.

१९७६मध्ये लिहिलेल्या एका निबंधात सॅम्युएल गोरोविट्झ आणि ॲलसडेयर मॅक्इनटायर या दोन तत्त्वज्ञांनी 'स्खलनशीलतेचं स्वरूप' (nature of fallibility) या संकल्पनेचा आढावा घेतला आहे. एखाद्या हवामानतज्ज्ञाला झंजावात नक्की कोणत्या ठिकाणी येईल, याची आगाऊ सूचना का देता येत नाही? त्यामागची तीन कारणं त्यांनी सुचवली आहेत. पहिलं कारण अज्ञान हे आहे. झंजावात कशा प्रकारे वागतात – पुढे सरकतात; याविषयी विज्ञानच फार अपुरी माहिती पुरवत असल्याने हवामानतज्ज्ञालाही निश्चित अंदाज सांगता येत नाही. दुसरं कारण हवामानतज्ज्ञाची अक्षमता. ज्ञान तर उपलब्ध आहे, पण त्याचा योग्य वापर करण्याची क्षमता हवामानतज्ज्ञात नाही. या दोन्ही प्रकारच्या चुकांचं निवारण करणं शक्य आहे. विज्ञानाच्या साहाय्याने अज्ञान दूर करता येतं आणि प्रशिक्षण आणि तंत्रज्ञान यांच्या मदतीने अकार्यक्षमतेवर मात करणं शक्य आहे. चूक करण्यामागचं तिसरं कारण मात्र मात न करण्यासारखं आहे. त्याला ते माणसातील 'अटळ स्खलनशील'ता (necessary fallibility) असं नाव देतात.

काही अशा प्रकारचं ज्ञान असू शकतं, जे विज्ञान किंवा तंत्रज्ञान आपल्याला कधीच देऊ शकणार नाही, असं गोरोविट्झ आणि मॅक इनटायर यांचं मत आहे. उदा. एखादा झंजावात किंवा वादळ साधारणपणे कशा प्रकारे वागेल, ते विज्ञान किंवा तंत्रज्ञान सांगू शकेल; पण ते नक्की कशा प्रकारे वागेल हे त्यांना सांगता

येणार नाही. समजा तुम्ही त्यांना विचारलंत, गुरुवारी दक्षिण कॅरोलिनाच्या किनाऱ्यावर येणारं वादळ कसं वागेल, तर इतक्या निश्चितपणे अनुमान करता येणार नाही. कुठलंही एक वादळ पूर्णपणे दुसऱ्या वादळासारखं नसतं. त्यांच्या वागण्यात काही समान गुणधर्म असतात, नाही असं नाही,पण त्यांच्यातलं वेगळेपण तत्कालीन परिस्थितीतल्या कितीतरी घटकांवर अवलंबून असतं, त्यामुळे त्यात बदल होऊ शकतात. शंभर टक्के निश्चितता हवी असेल, तर संपूर्ण जगाचीच सर्व माहिती हवी. वेगळ्या शब्दांत सांगायचं, तर सर्वज्ञान हवं.

मला असं नाही म्हणायचं की, काही अनुमान काढता येणारच नाही. अनेक गोष्टींची भाकितं वर्तविणं शक्य आहे. बर्फाचा तुकडा आगीत पडला तर काय होईल, हे उदाहरण गोरोविट्झ आणि मॅक इनटायर देतात. बर्फाचे तुकडे समजायला अगदी सोपे असतात, त्यांच्यात पूर्णपणे साम्य असतं, त्यामुळे कुठलाही बर्फाचा तुकडा आगीत टाकल्यास तो वितळेलच हे शंभर टक्के खातरीपूर्वक सांगता येतं. पण दोन माणसांच्या बाबतीत असं म्हणता येणार नाही. एखाद्या माणसाच्या मनात काय चाललंय ते तुम्हाला ठामपणे सांगता येईल का? म्हणजे माणसं वादळासारखी असतात की बर्फाच्या तुकड्यांसारखी?

समजा, आत्ता मध्यरात्रीच्या वेळी आपत्कालीन परिस्थितीत मी एका स्त्रीरुग्णावर उपचार करतोय. तिच्या बाबतीत मी असं म्हणू शकतो की, ती बर्फाच्या तुकड्यासारखी आहे. त्याचं कारण हे की, तिला काय होतंय; ते मी समजू शकतो, तिची वेगवेगळी वैशिष्ट्यं मला समजताहेत त्यामुळे तिला मदत करणं मला जमेल, यावर माझा विश्वास आहे.

'शार्लट डुव्हीन' या नावाने तिला मी संबोधणार आहे. ४९ वर्षांच्या या स्त्रीच्या पोटात गेले दोन दिवस दुखतंय. तिच्या खोलीतले पडदे बाजूला केल्या क्षणापासून मी तिला न्याहाळतोय. तिला ज्या स्ट्रेचरवरून आणण्यात आलं होतं, त्याच्या जवळच्या खुर्चीवर ती पाय एकावर एक टाकून बसली आहे. धूम्रपानामुळे खरखरीत झालेल्या आवाजात, पण आनंदी सुरात ती माझं स्वागत करते. त्यावरून तरी तिला काही होत असावं, असं वाटत नाही. तिने हातांनी आपलं पोट आवळलेलं नाही. बोलताना वेदनेमुळे तिला धाप लागत नाहीये. तिची त्वचा पिकुटलेली नाही किंवा लालही झालेली दिसत नाही. केस नीट विंचरलेले, ओठांना लिपस्टिक लावलेली, असं तिचं एकूण रंगरूप आहे.

"माझ्या पोटात दुखायला लागलं, तेव्हा ती वेदना पोटात वात झाल्यावर जशी असते, त्या प्रकारची होती. पण मग दिवसभरात कळा वाढू लागल्या, तीव्र होऊ लागल्या,'' असं म्हणत असताना तिने पोटाच्या उजवीकडे खालच्या बाजूला

हात नेला. तिला जुलाब होऊ लागले, आपल्याला सारखी लघवीची भावना होतेय, असं तिला वाटतंय. तिला ताप चढलेला नाही किंवा तिला मळमळतही नाहीये, खरं पाहिलं, तर तिला भूक लागली आहे. मग तिने मला सांगितलं, "दोन दिवसांपूर्वी फेनवे पार्कमध्ये मी एक हॉट डॉग खाल्ला आणि त्यापूर्वी काही दिवस मी एका प्राणीसंग्रहालयात परदेशी पक्षी पाहिले होते. त्याचा तर काही संबंध नसेल ना माझ्या पोट दुखण्याशी?" तिने प्रश्न केला. तिने अजूनही काही माहिती पुरवली ती अशी – तिला दोन मोठी मुलं आहेत. तिची शेवटची मासिक पाळी तीन महिन्यांपूर्वी आली होती. दिवसाकाठी ती सिगरेटचं अर्धं पाकीट संपवते. पूर्वी ती हेरॉइनचं सेवन करत असे, पण आता ती व्यसनमुक्त आहे. एकदा तिला कावीळ झाली होती. तिच्यावर कोणतीही शस्त्रक्रिया झालेली नाही.

मी बोटांनी तिचं पोट चाचपतो त्या वेळी माझ्या मनात येतं – 'विषबाधा', 'विषाणुबाधा', 'अॅपेंडिसायटिस', 'लघवीमार्गातील जंतुबाधा', 'अंडकोषावर वाढत असलेली गाठ', 'गर्भारपण' – काहीही कारण असू शकतं. माझ्या हाताला तिचं पोट मऊ लागतंय, कुठेही ताणल्यासारखं वाटत नाहीये. मात्र, पोटाच्या उजवीकडच्या खालच्या भागात थोडा मऊपणा जाणवतोय. मी थोडा दाब दिला की, प्रतिक्षिप्त क्रियेने तिचे स्नायू ताठरतात, हे मला जाणवतंय. तिच्या ओटीपोटाची तपासणी केल्यावर, तिचे बीजांडकोष मला वेगळे वाटत नाहीत. मी काही प्रयोगशाळेच्या चाचण्या करण्याचा आदेश देतो. तिच्या पांढऱ्या रक्तपेशी थोड्या जास्त आहेत, लघवीची चाचणी केली ती सर्वसाधारण आहे, ती गरोदर नाही. त्यानंतर मी तिच्या ओटीपोटाची सीटीस्कॅन चाचणी करायचा आदेश देतो.

तिला नक्की काय झालंय ते मला सांगता येईल, याची मला खातरी वाटतेय, पण तसं पाहिलं, तर ह्या विश्वासालाही काही अर्थ नाही, काहीसा विचित्र विश्वास आहे हा. ह्या स्त्रीला मी पहिल्यांदाच पाहतोय, तरीही मला वाटतंय की, मी तपासलेल्या इतर स्त्रियांसारखीच आहे ती. हे खरं आहे का? माझे आत्तापर्यंतचे कोणीही स्त्रीरुग्ण ४९ वर्षांचे, ज्यांना अमली पदार्थ सेवनाची सवय होती आणि ज्यांना कावीळ झालेली होती, ज्या अलीकडेच एका प्राणीसंग्रहालयाला भेट देऊन आल्या होत्या किंवा ज्यांनी फेनवे पार्कमध्ये हॉट डॉग खाल्ला होता आणि ज्यांना दोन दिवस उजव्या बाजूला खालती पोटदुखीचा त्रास होत होता, असे नव्हते. तरीही माझा विश्वास आहे की, रोजच आम्ही लोकांच्या पोटांवर शस्त्रक्रिया करतो, त्यासाठी त्यांची पोटं उघडतो, सर्वसाधारणपणे बोलायचं झालं, तर पोटाच्या आत कोणते अवयव असतात, ते आम्हाला माहीत झालेलं असतं. तिथे काही मासे किंवा चिवचिव आवाज करणारी यंत्रं किंवा निळ्या रंगाचा द्रव पदार्थ दिसणार नसतात. असतात ती आतड्यांची वेटोळी, एका बाजूला यकृत, दुसऱ्या बाजूला

जठर अन् अगदी खालच्या बाजूला मूत्राशय हेच अवयव असतात. काही वेगळे विशेष असू शकतात. एखाद्या रुग्णात अवयव एकमेकांना चिकटतात, तर दुसऱ्या एखाद्या रुग्णाच्या शरीरात जंतुबाधा होते – पण आम्ही अशा रुग्णांचं वर्गीकरण केलंय, हजारो असे रुग्ण असतात. त्यामुळे सगळ्या मानवजातीचा संख्यात्मक चेहरा आमच्याकडे उपलब्ध असतो.

माझा कल ॲपेंडिसायटिसकडे जातोय, कारण वेदना उजव्या बाजूला होतेय. तिच्या लक्षणांचा काळ-वेळ, तिच्यावर केलेल्या चाचण्या आणि तिच्या रक्तातील पांढऱ्या पेशींची संख्या हे सगळे निकष माझ्या आत्तापर्यंतच्या अनुभवांच्या साच्यात फिट्ट बसतायत. मात्र, तिला भूक लागते आहे; तसंच ती हिंडूफिरू, चालू शकतेय, ती आजारी दिसत नाहीये आणि ही चिन्हं जरा वेगळी वाटताहेत मला. मी क्ष-किरण विभागात जाऊन तिथल्या तज्ज्ञाच्या मागे जाऊन उभा राहतो. तो मिसेस डुबिनच्याच पडद्यावर उमटणाऱ्या पोटाच्या प्रतिमांकडे बघतोय. तो तिच्या ॲपेंडिक्सकडे बोट दाखवतो. ते घट्ट, एखाद्या किड्याप्रमाणे दिसतंय. त्याच्या चहुबाजूला राखाडी रंगाचा चरबीचा थर दिसतोय. "ॲपेंडिसायटिसच आहे, शंकाच नाही," तो ठामपणे सांगतो. मी त्या वेळी कामावर हजर असलेल्या शल्यविशारदाला फोन करून आमचं निरीक्षण काय आहे ते सांगतो. "शस्त्रक्रियेसाठी खोली राखून ठेवायला सांग. आपण तिच्यावर शस्त्रक्रिया करणार आहोत."

आम्ही डॉक्टर किती खातरीपूर्वक निदान करू शकतो, याचं हे एक उदाहरण झालं. तरीही तुम्हाला सांगतो, यांसारख्या काही रुग्णांच्या बाबतीत असंही घडलंय की, आम्ही सगळी लक्षणं नीटपणे पाहिल्यानंतरच शस्त्रक्रियेसाठी रुग्णाचं पोट उघडलं आणि पाहिलं, तर अपेंडिक्स अगदी निरोगी स्थितीत! शस्त्रक्रिया हीदेखील एक चिकित्साच असते. 'ऑटॉप्सी' या शब्दाचा खरा शब्दश: अर्थ – स्वत:च्या डोळ्यांनी पाहणे – चक्षुर्वैसत्यम्! इथे मला प्रांजळपणे सांगावसं वाटतं की, काही वेळा आम्ही प्रत्यक्ष जे पाहतो; ते आमच्या आत्तापर्यंतच्या ज्ञानाला, तंत्रज्ञानाला, अनुभवालाही छेद देणारं ठरतं – साध्या भाषेत ते आम्हाला खोटं ठरवतं. काही वेळा असं होतं की, तपासणीदरम्यान आम्ही एखादा सुगावा, सूचक खूण लक्षात घेतलेली असते, ती आमच्या नजरेआड होऊन जाते आणि आमच्या हातून एक चूक घडून जाते. काही वेळा सगळं काही योग्य पद्धतीने केलं असूनही आम्ही चूक ठरतो.

इथे हेदेखील नमूद करायला हवं की, काही काही वेळा जिवंत व्यक्ती असो वा मृत – प्रत्यक्ष पाहिल्याशिवाय आम्हाला काही गोष्टी कळत नाहीत. आता मिस्टर साइक्सच्या बाबतीत बोलायचं झालं, तर माझ्या मनात काही प्रश्न, काही शंका उभ्या राहतात – आमच्या हातून टाके घालताना तर काही चूक झाली नसेल

ना? रक्तस्राव अगदी वेगळ्याच स्थानी तर झाला नसेल ना? हल्ली डॉक्टर असले प्रश्न विचारतच नाहीत. त्याहूनही अस्वस्थ करणारी बाब ही आहे की, लोकही आम्हाला सहजपणे माफ करतात, सोडून देतात. १९९५ सालापासून 'द युनायटेड स्टेट्स नॅशनल सेंटर फॉर हेल्थ स्टॅटिस्टिक्स' या संस्थेने शवचिकित्सेसंबंधीची आकडेवारी गोळा करण्याचं थांबवलंय. शवचिकित्सा (autopsy) आता फारच कमी प्रमाणात होऊ लागल्या आहेत असंही आपण आता म्हणू शकत नाही.

लोकांच्या शरीरांच्या आत अनेक वेळा डोकावून पाहिल्यानंतर मी आता या निष्कर्षाप्रत येऊन पोहोचलोय की, आपण मनुष्यप्राणी अगदी वादळवाऱ्यासारखे, झंजावातासारखेही नाही आणि बर्फाच्या तुकड्यासारखेही नाही; काही बाबतीत आपण नेहमीच गूढ असणार, तर इतर काही बाबतीत विज्ञानाच्या साहाय्याने आणि काळजीपूर्वक निरीक्षण केल्यामुळे – आपण पूर्णपणे आकलनशील असणार. मानवाला मिळवणं शक्य आहे ते सर्व ज्ञान आपण मिळवलं आहे, असं म्हणणं जितकं मूर्खपणाचं ठरेल, तितकंच कधीकाळी आपल्याला सर्वज्ञ होता येईल, हे विधानही बाष्कळ ठरेल. अजूनही आपल्या ज्ञानाच्या कक्षा रुंदावणं आपल्याला शक्य आहे, त्यासाठी आपण मृतांनाही प्रश्न विचारू शकतो. आपल्याला जेव्हा एखाद्या गोष्टीविषयी ठाम विश्वास वाटत असतो, तेव्हाही आपल्या हातून चूक घडू शकते हे ज्ञान, ही समजदेखील आपल्याला बरंच काही शिकवू शकते.

★

मृत बाळाचं गूढ

१९४९ ते १९६८च्या दरम्यान फिलाडेल्फियातील 'मेरी नो' नावाच्या एका स्त्रीने दहा मुलांना जन्म दिला, पण तिची सगळी मुलं मेली. एक मृतावस्थेत जन्मलं, एकाचा मृत्यू रुग्णालयात जन्म होताच लगेच झाला, पण बाकीची आठ मुलं घरीच, परंतु तान्ही असतानाच मेली. त्यांच्याविषयी बोलताना मेरी म्हणाली, "त्यांच्या पलंगावर मी त्यांना झोपवलेलं असायचं. थोडा वेळाने जाऊन बघायची, तेव्हा ती काळीनिळी पडलेली असायची, त्यांचा श्वास कोंडलेला असायचा, नाहीतर ती अगदी कोमेजून गेल्यासारखी निपचित पडून असायची." त्या काळच्या अनेक डॉक्टरांना त्यांमध्ये काही प्रख्यात चिकित्सकही होते, अशा प्रकारे आठ मुलं घरीच, त्यांच्या पलंगावर झोपलेल्या अवस्थेत का आणि कशी मेली, याचं उत्तर देता आलं नाही – सगळ्या मुलांची शवचिकित्साही करण्यात आली होती. काहीतरी काळंबेरं घडत असावं, असा दाट संशयही त्यांना आलेला होता, पण त्यासंबंधी काही पुरावा हाती लागला नव्हता. पुढे वैद्यकीय जगताने हे मान्य केलं की, अशा प्रकारे हजारो सकृत्दर्शनी निरोगी दिसणारी बाळं दर वर्षी मृत्युमुखी पडतात. या प्रकाराला 'आकस्मिक घडणारा बालमृत्यू' (सडन इन्फन्ट डेथ) असं नाव त्यांनी दिलं.

तरीही, एकाच कुटुंबातली आठ बाळं अशा प्रकारे मरावीत, ही गोष्ट कुणाच्याही पचनी पडण्यासारखी नव्हती. कुठल्याच स्त्रीने मेरी नो इतकी मुलं गमावली नव्हती. अशा परिस्थितीत डॉक्टरांनी नक्कीच काहीतरी उपाययोजना करायला हवी होती, असंच कुणालाही वाटलं असतं. 'मृत्यूचं कारण – निश्चितपणे सांगता येत नाही', अशा प्रकारे दाखला देऊन शवचिकित्सकांना आणि डॉक्टरांना हात झटकता येणार नव्हते. या गूढ समजल्या जाणाऱ्या केसचा उलगडा तीन दशकांनंतर झाला. ४ ऑगस्ट, १९९८ या दिवशी फिलाडेल्फियातील सरकारी वकील, लिन अब्राहमने नव्या वैद्यकीय पुराव्याच्या आधारे असं ठामपणे सांगितलं की, मेरीनंच आपल्या

तान्ह्या बाळांना त्यांच्या तोंडावर उशी दाबून त्यांचा गळा घोटला होता. त्या वेळी मेरी सत्तर वर्षांची होती. असोसिएटेड प्रेसला लिनने सांगितलं, ''विज्ञान आता पूर्वी न उलगडलेल्या कोड्यांची उकल करत आहे.'' तिने मेरीवर आठ निर्घृण खुनांचा आरोप ठेवला.

अब्राहमच्या या दाव्याने मला गोंधळात टाकलं. एका वकिलाला किंवा विज्ञानालादेखील निश्चितपणे कसं ठरवता आलं की, ते आठ मृत्यू आकस्मिक बालमृत्यू नव्हते, तर 'मनुष्यहत्या' (homicide) प्रकरणात मोडणारे होते? विज्ञानाचं एक महत्त्वाचं, मनाला भावणारं वैशिष्ट्य हे आहे की, ते अनिश्चितता दूर करू शकतं. पण इथे हा मुद्दाही उपस्थित होतो की, विज्ञानामुळे जशी उत्तरं मिळतात, तसे नवीन प्रश्नही उभे केले जातात. आणि हे केवळ अपवादात्मक घटनांमध्येच होतं, असं नाही. 'आकस्मिक बालमृत्यू' हा काही एखादा रोग किंवा आजार नाही. डॉक्टरांनी एका मोठ्या गूढ घटनेला दिलेलं ते एक नाव आहे. बालकांच्या शवचिकित्सेत जेव्हा मृत्यूचं कुठलंही कारण सापडत नाही, तेव्हा त्याला आकस्मिक बालमृत्यू (SIDS) असं लेबल लावून डॉक्टर मंडळी मोकळी होतात. अशा घटनांमध्ये ज्या बाळाला कसलाही त्रास होत नाहीये, असं निरोगी मूल अंथरुणात मृतावस्थेत सापडतं, मृत्यूपूर्वी ते बाळ रडल्याचं कुणी ऐकलेलं नसतं. काही बाळांच्या मुठी आवळलेल्या असतात, तर काहींच्या तोंडापाशी फेसाळलेला लालसर द्रव आढळतो. बहुतेक आकस्मिक बालमृत्यूमधली बाळं सहा महिन्यांहून लहान असतात, पण काही वेळा त्याहून थोडी मोठी मुलंही अशा प्रकारे मरतात, असं आढळून आलंय.

पूर्वी असा समज होता किंवा म्हटलं जायचं की, अशा बाळांचा श्वास कोंडतो आणि ती मरतात. पण आता तो समज निकालात काढण्यात आलाय. दोन पाहण्यांवरून असा तर्क करायला वाव मिळतोय की, ज्या बाळांना मऊ अंथरुणावर पालथं झोपवलं जातं; त्यांच्या बाबतीत ह्या प्रकारचा मृत्यू अधिक संभवतो. त्यानंतर डॉक्टरांनी मातांना त्याविषयी खबरदारी घ्यायला सांगितली आणि मग असं निदर्शनास आलं की, अशा प्रकारच्या बालमृत्यूंमध्ये गेल्या चार वर्षांत ३८ टक्के इतकी घट झाली आहे. त्यावरून असं म्हणता येईल की, कदाचित लहान मुलांना पालथ्या अवस्थेतून उताण्या स्थितीत आपणहून फिरता येत नसल्यामुळे, गुदमरून जाऊन हे विचित्र अपघात घडतात. ती मरतात तीदेखील त्यांच्या मऊ बिछान्यामुळेच. ह्या ज्या काही गोष्टी निदर्शनास आल्या आहेत, त्यावरून ही मुलं आकस्मिक मृत्यू याच सदरात मोडतात, असे तुम्ही ठामपणे कसं म्हणू शकता, असा प्रश्न उपस्थित केला जाऊ शकतो. खास करून 'नो' कुटुंबातील बालकांविषयी; कारण त्या वेळी

त्यांना मुद्दाम बळ वापरून मारण्यात आल्याचं शवचिकित्सेत कुठेही म्हटलेलं नव्हतं. आणि आता इतक्या वर्षांनंतर तर ती बाळं केवळ हाडांच्या रूपात अस्तित्वात आहेत. मी ज्या गुन्हेवैद्यक शास्त्र, शरीरविकृती तज्ज्ञांना आणि 'बालकांशी गैरवर्तन' (चाइल्ड अब्यूझ) या विषयांत निष्णात असलेल्या व्यक्तींना भेटलो, त्या सर्वांनी माझ्या मतास दुजोरा दिला की, आकस्मिक बालमृत्यू आणि मुलांना जाणूनबुजून मारणे या दोन्ही प्रकारच्या शवचिकित्सेत तसा काहीही फरक दिसत नाही. मग मिसेस नोवर आरोप करण्यासाठी कोणता आधार घेतला गेला?

तिच्यावर हा आरोप केल्यानंतर काही दिवसांच्या आतच या केसशी संबंध असणाऱ्या अनेक व्यक्तींना मी फोनवरून हाच प्रश्न विचारला. एकानंही तसा आरोप मान्य केला नाही. नाव उघड न करण्याच्या अटीवर एका अधिकाऱ्याने असं मान्य केलं की, 'मिसेस नो'वर बालहत्येचा आरोप करता येईल, असा कोणताही प्रत्यक्ष पुरावा नव्हता. १९९७च्या ऑक्टोबर महिन्यात जेव्हा फिलाडेल्फिया मासिकाच्या एका वार्ताहराने 'नो' कुटुंबातील बालकांच्या हत्यांसंबंधी लेख लिहिण्याच्या हेतूने चौकशी करायला आरंभ केला, तेव्हा फिलाडेल्फियातील मनुष्यवध तपासणी अधिकाऱ्यांनी ही केस परत उघडायचा निर्णय घेतला. त्यांनी स्थानिक वैद्यकीय तपासणी अधिकाऱ्यांना पूर्वीच्या काही शवचिकित्सांचे अहवाल (autopsy reports), मृत्यूचे दाखले आणि चौकशी अहवाल पुन्हा एकदा डोळ्यांखालून घालायला सांगितले (एक अहवाल गहाळ झालेला आढळला.). बालकांना गुदमरून मारल्याच्या शारीरिक खुणा किंवा कुठेतरी रक्त दिसलंय किंवा इतर काही तपासण्या दिसायला हव्या होत्या, पण डॉक्टरांनी त्या नोंदल्या नाहीत, असं काही आढळलं नाही. पूर्वीच्या चिकित्सा अधिकाऱ्यांप्रमाणेच या अधिकाऱ्यांना हेच दिसलं की, एकाच कुटुंबातल्या आठ बालकांना आकस्मिकपणे मृत्यू आला होता, पण त्यांच्या शरीरावर गुदमरून मारल्याच्या खुणा दिसल्या नाहीत किंवा त्या सगळ्यांच्या मृत्यूच्यावेळी फक्त त्यांची आईचा तिथे असायची तरीही त्यांना काही संशय आला असल्याचं त्या अहवालांमध्ये नोंदवलेलं नव्हतं. एकच गोष्ट या वेळी थोडी वेगळी वाटल्याचं डॉक्टरांनी मान्य केलं – सर्व बालकांचे मृत्यू एकाच प्रकारे घडले होते, याचंच त्या वेळी कुणाला नवल कसं वाटलं नव्हतं. त्यावरून तरी या सगळ्या बालहत्या असाव्यात असा निष्कर्ष कुणीतरी काढायला हवा होता, पण कुणाच्याही मनात या संशयाची पाल चुकचुकली नव्हती.

बालकांना गैरप्रकारे वागवलं जातं, तेव्हा इतर अनेक केसेसमध्ये आढळतो त्या प्रकारचा काहीतरी परिस्थितीजन्य पुरावा विज्ञान देऊ शकतं. काही वेळा आम्हा डॉक्टरांना प्रत्यक्ष आणि खातरीलायक पुरावा नक्की आढळतो – केवळ सिगारेटमुळेच

होऊ शकतात अशा भाजल्याच्या खुणा, जखमांच्या खुणा ज्या कोट अडकवण्याच्या हँगरच्या आकारासारख्या वाटतात किंवा पायातील मोज्याच्या आकाराच्या भाजल्याच्या खुणा ज्यावरून असा निष्कर्ष काढता येतो की, मुलाचा मोजा घातलेला पाय गरम पाण्यात बुडवून काही वेळ तसाच ठेवलेला होता. मी स्वत: एकदा एका दोन महिन्यांच्या सतत किंचाळत असलेल्या मुलावर उपचार केले होते. त्याचा चेहरा फार वाईट प्रकारे पोळलेला दिसत होता – त्याच्या वडिलांनी काय कारण सांगितलं असेल? "मी त्याला अंघोळ घालत होतो, तेव्हा चुकून गरम पाण्याचा नळ सोडला आणि बाळाचा चेहरा भाजला." पण त्या बाळावर उपचार करणाऱ्या आम्हा डॉक्टरांच्या चमूला संशय आला, कारण अशा परिस्थितीत एखाद्याने ताबडतोब गार पाणी तोंडावर शिंपडलं असतं, त्याचे पुरावे आम्हाला आढळले नाहीत. मनातला संशय दूर व्हावा या दृष्टीने आम्ही त्या मुलाच्या संपूर्ण शरीराची क्ष-किरण तपासणी केली, तेव्हा त्याच्या पाच ते आठ बरगड्या मोडल्या होत्या, इतकंच नव्हे; तर दोन्ही पायांची हाडंही मोडलेली होती. त्यातली काही तर एक आठवड्यापूर्वी मोडली असावीत अन् काही अगदी अलीकडची वाटत होती. कुठल्याही जन्मजात आणि कोलेजनच्या तपासणीतून हाडांमधील, शरीरातील रासायनिक विकृतींमुळे अशा प्रकारच्या मोठ्या प्रमाणातील इजा वगळण्यात आल्या आहेत. तात्पर्य, बालकाशी होणारा गैरव्यवहार या प्रकारात उघडपणे हे मूल मोडत होतं. तरीही मी जेव्हा कोर्टात साक्ष दिली, तेव्हा असं दिसून आलं की, आम्ही सादर केलेल्या पुराव्यांवरून दोन्हींपैकी नक्की कशामुळे त्याला इजा झाली, ते निश्चितपणे सांगता आलं नसतं. (पोलिसांच्या तपासानंतरच त्याच्या वडिलांवर निश्चितपणे आरोप ठेवणं शक्य झालं आणि त्यामुळेच पंचांनी त्या नराधमावर बालकाशी गैरव्यवहार हा गंभीर स्वरूपाचा आरोप ठेवला आणि त्याला गजांआड केलं.) बहुतांशी केसेसमध्ये इतका ठोस पुरावा आम्हाला सापडत नाही. एखाद्या कुटुंबाच्या विरोधात समाजसेवी संस्थांना किंवा पोलिसांना माहिती द्यावी, असं ठरवताना आम्हाला काहीशा संदिग्ध, सूचक गोष्टींवरच अवलंबून राहावं लागतं. बोस्टनमधील बालकांच्या रुग्णालयाने ज्या निर्देशांचा उल्लेख केलाय; त्यांत अंगावरील जखमा, चेहऱ्यावर दिसणाऱ्या मारहाणीच्या खुणा किंवा शरीरातील लांब हाडं तुटलेली असणं, ह्या गोष्टी आहेत. त्यांचा आम्हाला फारसा उपयोग होत नाही. शेवटी आई-वडिलांनी सांगितलेल्या गोष्टींवरच आम्ही डॉक्टर विश्वास ठेवतो.

काही वर्षांपूर्वी माझी एक वर्षाची मुलगी हॅट्टी, खेळायच्या खोलीत होती. अगदी अचानकपणे आम्हाला तिने जिवाच्या आकांताने मारलेली किंकाळी ऐकू आली. माझी बायको धावतच त्या खोलीत गेली. तिने पाहिलं, तेव्हा हॅट्टी जमिनीवर पडलेली होती आणि तिच्या उजव्या हाताच्या कोपरापासून मनगटापर्यंतच्या हाडाचे

दोन तुकडे झाले होते. त्यामुळे हाताला तिसरा सांधा असावा, असं दिसत होतं. हे कसं काय घडलं, याचा आम्ही दोघं अर्थ लावत होतो, तेव्हा आम्ही असा अंदाज लावला की, ती सोफा कम बेडवर चढली असावी, बैठकीच्या आणि पाठीच्या भागांच्या खोबणीत तिचा हात अडकला असावा आणि त्यावर आमच्या दोन वर्षांच्या मुलाचा, वॉकरचा भार पडल्यामुळे हाताचं हाड तुटलं असावं. मी तिला घेऊन रुग्णालयात आलो, तेव्हा तीन वेगवेगळ्या लोकांनी मला परत परत प्रश्न विचारून माझी उलटतपासणी घेतली. 'आता हे असं घडलंच कसं ते तुम्ही आम्हाला सांगा.' अगदी खरं सांगायचं झालं, तर कुणाच्याही मनात संशय यावा अशीच ती सगळी परिस्थिती होती – एक वर्षाची मुलगी पडली होती, तिच्या हाताच्या हाडाचे दोन तुकडे झाले होते आणि तेव्हा तिथे कुणाही नव्हतं. ज्या डॉक्टरांनी माझी उलटतपासणी घेतली, त्यांना हेच पडताळून पाहायचं होतं की; माझ्या सांगण्यात कुठे बदल तर होत नाहीये ना किंवा त्यात काही मोघमपणा तर नव्हता ना! अशा परिस्थितीत आम्ही डॉक्टर असेच वागतो. आई-वडिलांना साहजिकच या प्रकारच्या प्रश्नांनी राग येतो. डॉक्टरांनी पोलिसांच्या भूमिकेत जाऊन रोखठोक प्रश्न विचारले की, त्यांना दुखावल्यासारखं होतं; पण आम्हा डॉक्टरांचा तरी काय दोष? विज्ञानाने पुष्कळ प्रगती केली असली, तरी शेवटी एका डॉक्टरला बालकांच्या बाबतीत गैरवर्तणुकीची माहिती मिळवायची असली, तर त्यांना त्याचे आई-वडील हाच माहिती मिळवण्याचा महत्त्वाचा स्रोत वाटतो.

शेवटी माझ्या उत्तरांनी त्यांच्या मनातल्या शंकांचं निरसन झालं असावं. माझ्या मुलीच्या हातावर गुलाबी रंगाचं प्लॅस्टर चढवण्यात आलं आणि त्यानंतर आणखी काही घटना न घडता मी तिला घरी घेऊन आलो. या प्रसंगात माझ्या सामाजिक दर्जामुळे फरक पडला असल्याचा विचार माझ्या मनात आल्यावाचून राहिला नाही. आम्ही डॉक्टर जरी पोलिसांना कळवण्याच्या विरोधात असलो, तरी ज्या वेळी आमच्यावर ती वेळ येते, तेव्हा सामाजिक घटकांचा त्यामध्ये सहभाग असतोच असतो. उदा. एखादी स्त्री एकटीनंच मुलाचा सांभाळ करत असेल, तर तिच्याकडे मुलाचा छळ करण्याच्या बाबतीत अधिक संशयाने पाहिलं जातं. गरीब आई-वडिलांच्या बाबतीत हा संशय सर्वसामान्य आईवडिलांच्या तुलनेत जवळजवळ सोळा टक्के जास्त असतो. 'क्रॅक' या नावाने ओळखला जाणारा अमलीपदार्थ सेवन करणाऱ्या आया आपल्या मुलांचा छळ करतात किंवा त्यांच्याकडे दुर्लक्ष करतात, हे सगळ्यांनाच ठाऊक आहे (आईचा वंश कोणता ते मुळीच महत्त्वाचं नसतं.). मनामध्ये ही बाजू कायमच असते, हे निश्चित.

मेरी नोच्याबाबतीत सामाजिक परिस्थिती तिच्या बाजूने होती. ती एक सभ्य,

मध्यमवर्गीय, विवाहित स्त्री होती. तरीही एकाच स्त्रीची आठ बाळं एकापाठोपाठ मरावीत एवढं एकच सत्य संशय घ्यायला पुरेसं होतं, असं नाही का वाटत? जेव्हा ही केस पुन्हा उघडण्यात आली, तेव्हा एक वैद्यकीय तपास अधिकाऱ्याने हा सिद्धान्त बोलून दाखवलाच. रोगचिकित्सकांमध्ये ह्या 'अनुभवाच्या बोला'चा उल्लेख नेहमीच होत असतो – 'एक आकस्मिक बालमृत्यू ही दुर्दैवी घटना असते, असे दोन मृत्यू झाले तर ते एक गूढ असतं आणि तीन बालमृत्यू झाले, तर त्यांना खून मानावेत.'

पण इथे खरं उत्तर हे असतं की, जरी एकाच प्रकाराने घडलेले संशयास्पद मृत्यू असले, तरीही त्यामुळे शंकांचं पुरेसं निरसन होत नाही. पिट्सबर्गमधील एका वैद्यकचिकित्सकाने – सायरिल वेख्टने – आपल्या सहकाऱ्यांच्या विरोधात जाऊन असं स्पष्ट मत नोंदवलंय की, एकाच कुटुंबात असे अनेक आकस्मिक बालमृत्यू घडले, तर त्यांना लगेच खून म्हणणं हे काही बरोबर नाही. अर्थात इतक्या मोठ्या संख्येत बालमृत्यू घडल्यामुळे 'नो' कुटुंबातले मृत्यू संशयास्पद वाटतात यात काही शंका नाही, ही गोष्टही तो कबूल करतो. या विषयातले तज्ज्ञ असंही मानतात की, एखाद्या घरात एक मूल 'आकस्मिक मृत्यू' या सदरात मोडणाऱ्या कारणाने मेलं, तर त्यावरून त्यानंतर जन्मणारं मूल त्याच प्रकारे मरण्याच्या शक्यतेत काही वाढ होत नाही. म्हणूनच एखाद्या कुटुंबात असे दोन मृत्यू घडले, तरी त्यांची चौकशी करणं योग्य ठरतं. पण वेख्टने म्हटल्याप्रमाणे काही कुटुंबातली दोन-तीन मुलं काहीही कारण नसताना मेल्याची उदाहरणं आहेत, पण त्या मृत्यूंना 'बालहत्या' म्हणण्यासारखा कोणताही पुरावा न सापडल्यामुळे बालहत्येचा संशय निकालात निघाला. ज्या आईवडिलांची मुलं आकस्मिक मृत्यूने मेली, त्या आईबापांना पूर्वी अकारणच दोषी ठरवलं जायचं. या संदर्भातली सगळ्यात अस्वस्थ करणारी गोष्ट काय असेल, तर ती ही की, हा आकस्मिक बालमृत्यू म्हणजे नक्की काय, तेच आम्हाला ठाऊक नाही. कुणास ठाऊक कदाचित आम्ही अनेक वेगवेगळ्या रोगांची गठडी वळून तिला 'आकस्मिक बालमृत्यू' हे नाव आमच्या सोयीसाठी दिलं असेल. कदाचित पुढच्या काळात असं घडू शकेल की, एखाद्या कुटुंबात असे अनेक नैसर्गिक मृत्यू घडतील, पण ही गोष्ट फारच क्वचित घडेल हेही निश्चित.

तरीही मी असं म्हणेन की, जरी बालकाचा अनन्वित छळामुळे झालेला मृत्यू विज्ञानाला सिद्ध करता आला नाही, तरी विज्ञानात त्याचं स्वतःचं असं निश्चितपणे सामर्थ्य आहेच. मिसेस नोचंच उदाहरण घ्या. पोलिसांच्या उलटतपासणीला तोंड द्यायची वेळ आली, तेव्हा त्यांनी तिच्या बालकांच्या मृत्यूला 'बालहत्या' असं संबोधल्यावर तिने कबूल केलं की, आठपैकी चार मुलांना तिने गुदमरवून मारलं अन् बाकीच्या चार मुलांच्या बाबतीत काय घडलं, ते तिला आता आठवत नव्हतं.

तिच्या वकिलाने लगेचच त्या कबुलीजबाबाला हरकत घेतली, तिने दिलेल्या कबुलीला त्याने आव्हान दिलं, कारण सबंध रात्रभर तिची उलटतपासणी चालली होती. त्यामुळे तो त्याला विश्वसनीय आणि स्वीकारार्ह वाटला नव्हता. पण २८ जून, १९९९ रोजी मेरी नो फिलाडेल्फिया न्यायालयात उभी राहिली, तिने हातातील काठीच्या साहाय्याने स्थिर उभं राहाण्याचा आटोकाट प्रयत्न करत गुन्ह्यांची कबुली दिली – आपल्या सगळ्या बाळांना तिनंच गुदमरवून ठार मारलं. प्रेक्षक कक्षात मेरीचा ७७ वर्षीय पती आर्थर, बसला होता. आपल्या बायकोचा कबुलीजबाब ऐकून त्याची मतीच गुंग झाल्यासारखी वाटली.

शेवटी मला इतकंच म्हणावंसं वाटतं, आपल्याला मिळालेला सगळ्यांत ठोस पुरावा विज्ञानाकडून नव्हे, तर हाडामांसाच्या माणसांकडून प्राप्त झालेला असतो.

★

हा देह कुणाचा?

त्या रुग्णाला मी पहिल्यांदा पाहिलं, ते त्याच्यावरील शस्त्रक्रियेच्या आदल्या दिवशी; त्याच्याकडे पाहताक्षणी का कुणास ठाऊक पण मला वाटलं, हा गेला तर नाही ना? या कहाणीतील रुग्णाला मी 'जोसेफ लॅझॅरॉफ' या नावाने संबोधणार आहे. तो पलंगावर झोपलेला होता, अंगावरच्या चादरीने त्याच्या छातीपर्यंतचं कृश शरीर आच्छादलेलं होतं, त्याचे डोळे मिटलेले होते. मला तसं वाटलं याला एक कारण होतं – सर्वसाधारणपणे एखादी व्यक्ती झोपलेली असते किंवा भूल देऊन बधिरावस्थेत पडलेली असते अन् त्यामुळे आपणहून श्वासोच्छ्वास करत नसते, तेव्हाही तिला पाहताच तुमच्या मनात, माझ्या मनात आला तो प्रश्न सहसा उमटत नाही, कारण तिच्यातल्या जिवंतपणाच्या खुणा डोळ्यांना जाणवतात. पलंगावर ठेवलेल्या हाताच्या स्नायूंतून, ओठांच्या कमानीतून, इतकंच नव्हे, तर त्यांच्या त्वचेच्या रंगावरूनही. पण मी जेव्हा लॅझॅरॉफच्या शरीरावर, त्याला किंचित हलवून जागं करण्यासाठी म्हणून झुकलो, तेव्हा क्षणभर माझा हात थबकल्यासारखा झाला. प्रेताला हात लावायला नकोसा वाटतो ना, तशी काहीशी भीतीची भावना मनात जागी झाली. तो इतका पिकुटलेला दिसत होता की, माझं मन चरकलंच. त्याचे गाल, डोळे, कानशिलं खोल गेल्यासारखी दिसत होती. चेहऱ्यावरची त्वचा ताणून बसवल्यासारखी वाटत होती. सगळ्यात विचित्र गोष्ट काय असेल, तर ती म्हणजे त्याचं डोकं उशीवर टेकलेलं नव्हतं, तर उशीपासून दोन इंच अंतरावर तरंगल्यासारखं अधांतरीच होतं, जणू काही मेल्यानंतरचा ताठरपणा त्याच्या शरीरात निर्माण झाला होता.

"मिस्टर लॅझॅरॉफ?" मी त्यांना हाक मारल्यावर लगेचच त्यांनी डोळे उघडले, पण त्यांच्या नजरेत मला काही भाव आढळला नाही. माझ्या बोलण्यात रस वाटत नसल्यासारखे ते स्थिर, एकटक डोळे पाहून माझं मन चरकल्यासारखं झालं.

शस्त्रक्रिया विभागात मी तेव्हा निवासी डॉक्टर म्हणून उमेदवारी करायला सुरुवात केली होती. ते माझं पहिलंच वर्ष होतं. त्या वेळी मी मेंदू विभागातील डॉक्टरांबरोबर काम करत होतो. लॅझॅरॉफला झालेला कर्करोग त्याच्या संपूर्ण शरीरात पसरला होता. त्याच्या पाठीच्या कण्यावर एके ठिकाणी गाठ आलेली होती, ती काढून टाकण्याची शस्त्रक्रिया आम्ही करणार होतो. वरिष्ठ शल्यविशारदांनी मला त्याची सही घेण्यासाठी त्या दिवशी पाठवलेलं होतं. आम्हाला शस्त्रक्रिया करण्याची शेवटची परवानगी देणारा हा अर्ज आम्ही रुग्णाला भरायला सांगतो. "ठीक आहे, मी घेऊन येतो त्याची सही," असं त्यांना सांगून मी त्याच्याकडे आलो होतो. त्याला या अवस्थेत बघितल्यावर मात्र माझ्या मनात आलं, कशासाठी आम्ही या मरणासन्न माणसावर शस्त्रक्रिया करण्याचा खटाटोप करतोय? हे बरोबर आहे का?

मी त्याच्या पलंगाजवळ लावलेल्या चार्टवरून नजर फिरवली. पाठीतल्या दुखण्यासाठी त्याने आठ महिन्यांपूर्वी त्याच्या डॉक्टरला आपली तब्येत दाखवली होती. सुरुवातीला डॉक्टरांना काही संशयास्पद आढळलं नाही, पण तीन महिन्यांनंतर त्याची पाठदुखी आणखीनच वाढली, तेव्हा डॉक्टरांनी त्याला पाठीची तपासणी करून घ्यायला सांगितली. त्यावरून असं समजलं की, त्याला बऱ्याच मोठ्या प्रमाणावर कर्करोग झालाय – त्याचं यकृत, मोठं आतडं आणि आता पाठीपर्यंत हा रोग पसरला होता. 'मांसपेशीचिकित्सेत' (biopsy) असं आढळलं की, त्यावर काही इलाज नव्हता.

तसं पाहिलं, तर लॅझॅरॉफचं वय फार नव्हतं – साठी उलटून तीन-चार वर्षंच झाली असावीत. अनेक वर्षं त्याने महानगरपालिकेत व्यवस्थापक म्हणून नोकरी केली होती. बेताचा मधुमेह होता, हृदयविकारामुळे कधी-कधी छातीत दुखत असे. एकंदरीत हा माणूस काहीसा ताठर वृत्तीचा असावा, असं त्याच्याकडे पाहिल्यावर वाटत असे. काही वर्षांपूर्वी त्याची बायको मरण पावली असल्यामुळे आता तो एकटाच राहत होता. त्याच्या प्रकृतीत झपाट्याने घसरण होत गेली. केवळ काही महिन्यांच्या कालावधीत त्याचं वजन ५० पौंडांनी घटलं. उदरभागातल्या गाठी वाढू लागल्या, तेव्हा त्याच्या पोटात, वृषणात (scrotum) आणि पायांमध्ये पाणी साठू लागलं. वाढती वेदना आणि अकार्यक्षमतेमुळे त्याला काम करणं कठीण होऊ लागलं. त्याचा तिशीतला मुलगा त्याची देखभाल करण्यासाठी त्याच्या घरी येऊन राहू लागला. वेदनांवर उतारा म्हणून लॅझॅरॉफला दिवसरात्र मॉर्फिनसारखी गुंगीची औषधं घ्यावी लागली. 'आता शेवटचे काही आठवडे उरलेत' असं त्याच्या डॉक्टरांनी त्याला सांगितलं, पण ते ऐकण्याची त्याच्या मनाची तयारी नव्हती. काय वाट्टेल ते झालं, तरी एक दिवस आपण बरे होऊन कामावर जाणार आहोत, असंच

तो बोलत राहायचा.

त्यानंतर तो अनेक वेळा पायांतील शक्ती कमी झाल्यामुळे पडला, धडपडला. आता लघवीवरही त्याचा ताबा राहिला नाही. पुन्हा एकदा तो आपल्या कर्करोगतज्ज्ञाकडे गेला, पुन्हा एकदा स्कॅन केलं गेलं, तेव्हा असं दिसलं की, कर्करोग पसरल्यामुळे त्याच्या छातीच्या भागातल्या मज्जारज्जूवर भार पडत होता. त्याने लॅझॅरॉफला रुग्णालयात भरती करून घेतलं आणि त्याला क्ष-किरण उपाययोजना करून घ्यायला लावली, पण त्याचा काही उपयोग झाला नाही. आता तर त्याला आपला उजवा पाय हलवता येईना; त्याचं कमरेखालचं अंग लुळं पडायला लागलं होतं.

आता त्याच्यापुढे दोन पर्याय उरले होते. त्यांपैकी पहिला पर्याय होता, पाठीच्या कण्यावरील शस्त्रक्रिया करून घ्यायची. अर्थात, त्यामुळे त्याच्या तब्येतीत काही सुधारणा होणार नव्हती. शस्त्रक्रिया केली काय किंवा न केली काय, त्याचे आता फार दिवस उरले नव्हते; केवळ काही महिन्यांनी त्याचं आयुष्य लांबलं असतं, इतकंच! झाला तर एकच फायदा होणार होता – मज्जारज्जूला कर्करोगाने होणारा अपाय काही काळापुरता थांबवता आला असता आणि कदाचित त्याच्या पायातली आणि स्नायूंमधली शक्ती परत आली असती. पण या शस्त्रक्रियेत फार मोठे धोके होते. आम्हाला त्याच्या छातीच्या पोकळीतून मज्जारज्जूपर्यंत पोहोचावं लागलं असतं, पाठीच्या कण्यापर्यंत पोहोचण्यासाठी त्याच्या एका फुप्फुसातली हवा काढून टाकावी लागली असती. त्यानंतर बरा व्हायला त्याला बराच काळ लागला असता आणि त्यादरम्यान त्याला अपार वेदना सहन कराव्या लागल्या असत्या. हे सगळंच त्याच्या दृष्टीने अतिशय कठीण ठरणार होतं, यात काही संशय नव्हता. त्यातच त्याची तब्येत ही अशी तोळामासा, भरीस भर म्हणजे त्याला असलेला हृदयविकार. तात्पर्य, ही शस्त्रक्रिया सहन करणं आणि त्यातून बाहेर पडून त्याने घरी जाणं, ह्या फारच असंभव गोष्टी होत्या, आमच्या दृष्टीने तरी.

दुसरा पर्याय हा होता की, काहीही उपाय न करणे. इथून त्याने घरी जायचं, वेदनाशामक उपाययोजना करत राहायचं, ज्यामुळे त्याचे उर्वरित दिवस विनासायास जाऊन स्वत:च्या आयुष्यावर थोडाफार ताबा ठेवता येईल. त्याची शारीरिक हालचाल, तसाच त्याचा लघवीवरचा ताबा हळूहळू कमी होत जाणार होताच, पण शांतपणे शेवटचे दिवस काढण्याचा हा एकमेव मार्ग त्याच्यापुढे होता. आपल्या घरी, जिवाभावाच्या व्यक्तींच्या सान्निध्यात शेवटचा श्वास घ्यायला मिळणं, हेही कमी नव्हतं त्याच्यासाठी.

पण तो निर्णय अखेर लॅझॅरॉफनंच घ्यायचा होता.

माझ्यामते हे निर्णयस्वातंत्र्य आजकालच्या रुग्णांना मिळतंय हीच फार मोठी

गोष्ट आहे. एका दशकापूर्वी डॉक्टरच सगळे निर्णय घेत असत; डॉक्टरांनी जे सांगितलंय ते करायचं, एवढंच रुग्णांच्या हाती असायचं. रुग्णांच्या काय इच्छा आहेत, काय अग्रक्रम आहेत, हा विचारच केला जात नसे. त्यांच्यापासून बरीच माहिती – खास करून गंभीर स्वरूपाची – लपवली जात असे, उदा. त्यांना कोणती औषधं दिली जात आहेत, कोणती उपाययोजना केली जात आहे आणि त्यांचं रोगनिदान काय आहे वगैरे, वगैरे. त्यांना आपली वैद्यकीय माहितीही पाहण्याची परवानगीही दिली जात नसे; ''त्यावर तुमची मालकी नाही,'' असं डॉक्टर त्यांना सरळपणे सांगत असत. थोडक्यात काय, तर रुग्णांना एखाद्या लहान मुलासारखं वागवलं जात असे. अतिशय नाजूक अवस्थेतली, आजाराचं गांभीर्य जाणण्याइतपत बौद्धिक कुवत नसलेली बाळं अशी त्यांची प्रतिमा डॉक्टरांच्या मनात असायची की काय, कोण जाणे? ज्यांना आजाराचं स्वरूपच कळत नाही, त्यांना त्यांच्या इलाजाविषयी काय कळणार अन् ते निर्णय तरी काय घेणार, अशीच डॉक्टरांची आपल्या रुग्णांबाबतची धारणा असावी बहुतेक! अन् त्याचे परिणामही बिचाऱ्यांना भोगावे लागायचे. त्यांना वेगवेगळ्या यंत्रांकडून उपचार करून घ्यायला लागायचे, कसली-कसली औषधं पोटात ढकलावी लागायची आणि नाही-नाही त्या शस्त्रक्रियांना सामोरं जावं लागायचं. त्यांची मर्जी विचारात घेतली असती, तर नक्कीच या शस्त्रक्रियांना त्यांनी नकार दिला असता. त्यांना हव्या असलेल्या उपायांपासून त्यांना वंचितही राहावं लागलं नसतं.

माझे वडील एक आठवण सांगतात – १९७०च्या दशकात आणि १९८०च्या दशकाच्या पहिल्या काही वर्षांमध्ये पुरुष त्यांच्याकडे कुटुंबनियोजनाच्या शस्त्रक्रिया करून घेण्यासाठी येत असत, तेव्हा माझ्या वडिलांनी त्यांची तपासणी करून ते शस्त्रक्रिया करून घेण्यास वैद्यकीय आणि इतर दृष्टीने पात्र आहेत की नाही ते ठरवावं, अशी अपेक्षा असे. जर त्यांच्याकडे आलेला माणूस अविवाहित असेल, विवाहित पण पुत्रहीन असेल किंवा फारच तरुण असेल, तर ते अशी शस्त्रक्रिया करायला नकार देत असत आणि हे बऱ्याच वेळा घडत असे. मागे वळून पाहता आपण सगळ्याच रुग्णांना योग्य न्याय दिला का, याविषयी ते थोडे साशंकच आहेत. ''आता मी असली गोष्ट मुळीच करणार नाही,'' असं ते म्हणतात. खरं म्हणजे गेल्या कित्येक वर्षांत त्यांनी त्यांच्याकडे आलेल्या एकाही रुग्णावर या शस्त्रक्रिया करायला नकार दिलेला नाही.

एका पुस्तकामुळे वैद्यकव्यवसायातील निर्णय घेण्यासंबंधीच्या विचारसरणीत असा नाट्यपूर्ण बदल झाला आहे. १९८४ साली प्रकाशित झालेल्या या पुस्तकाचं शीर्षक 'द सायलेंट वर्ल्ड ऑफ डॉक्टर अँन्ड पेशंट' असं असून येलमधील एका नीतीज्ञ (ethicist) डॉक्टरानं – जे. काट्झ याने ते लिहिलं आहे. पारंपरिक पद्धतीने

डॉक्टर मंडळी जे निर्णय घेतात, त्यावर या डॉक्टराने कठोर ताशेरे ओढले आहेत आणि त्याचा बराच परिणाम झाला आहे. त्याचं असं म्हणणं आहे की, वैद्यकीय निर्णय घेताना रुग्णांचं मत विचारात घेणं शक्य आहे अन् ते घेतलं जावंही. आपल्या मताला पुष्टी देण्यासाठी त्यांनी खऱ्याखुऱ्या रुग्णांची उदाहरणं दिली आहेत.

एक उदाहरण आयफिजेनिया जोन्स नावाच्या २१ वर्षीय तरुणीचं होतं. तिच्या एका स्तनात कर्करोगाची गाठ आढळली. आजच्याप्रमाणे त्या काळीही दोन पर्याय तिच्यासमोर होते – स्तन आणि त्याच्या बाजूच्या काखेतील 'लिंफ नोड्स' काढून टाकण्याची शस्त्रक्रिया करणे किंवा क्ष-किरणांच्या माध्यमातून अगदी छोटीशी शस्त्रक्रिया करून फक्त गाठ आणि जवळच्या लिंफ नोड्स कापून काढणे. दोन्हीमध्ये रुग्ण वाचण्याची शक्यता सारखीच असते. मात्र, ज्या शस्त्रक्रियेत स्तन काढून टाकला जात नाही, त्यात पुन्हा गाठ वाढू शकते आणि त्या वेळी मात्र स्तन काढून टाकण्याशिवाय दुसरा पर्याय नसतो. तिने ज्या शल्यविशारदाचा सल्ला घेतला, तो नेहमी स्तन काढून टाकण्यावर भर देत असल्यामुळे तिलाही त्याने तोच सल्ला दिला. त्यानंतर शस्त्रक्रिया ज्या दिवशी होणार होती. त्यादरम्यानच्या काळात त्याच्या मनाला एक भुंगा पोखरू लागला : इतक्या तरुण स्त्रीचा स्तन काढून टाकणं योग्य होईल का? त्यामुळे शस्त्रक्रियेच्या आदल्या रात्री त्याने रुग्णाबरोबर चर्चा केली आणि तिला म्हटलं, "तुझ्यापुढे मी दोन्ही पर्याय ठेवले आहेत, आता त्यातला कोणता निवडायचा ते तूच ठरव." तिने स्तन काढून न टाकण्याचा निर्णय घेतला.

त्यानंतर काही काळाने ते दोघे जण – शल्यविशारद आणि ती स्त्री एका चर्चासमितीवर एकत्र आले, या दोन्ही पर्यायांवर या वेळी चर्चा होणार होती. त्यांच्या या कहाणीला लोकांनी बराच मोठा प्रतिसाद दिला. एखाद्या रुग्णाला अशा प्रकारे निर्णयस्वातंत्र्य द्यावं, याला शल्यविशारदांनी एकमताने विरोध केला. एका शल्यविशारदाने विचारलं, "जर डॉक्टरांनाच निर्णय घेताना इतका त्रास होत असेल, तर मग रुग्ण हा निर्णय कसा काय घेऊ शकतील?" पण काट्झच्या म्हणण्याप्रमाणे हा निर्णय केवळ तांत्रिक बाबींबाबत नव्हता, तर वैयक्तिक बाबींबद्दल होता – आयफिजेनियाच्या दृष्टीने काय महत्त्वाचं होतं – स्तन वाचवणं की पुन्हा गाठ वाढणार नाही, या विषयीची खातरी आणि सुरक्षिततेची भावना? या प्रश्नावर कुठल्याच डॉक्टरकडे अधिकारवाणीने देण्यासारखं उत्तर नव्हतं. फक्त आयफिजेनियाच हे ठरवण्यास समर्थ होती. परंतु वस्तुस्थिती ही होती की, अनेक वेळा डॉक्टरमंडळीच पुढे होऊन निर्णय घेऊन टाकतात. त्या वेळी रुग्णाच्या मनात काय विचार आहेत याची पर्वा ते करत नाहीत, किंवा त्याला ते त्याविषयी काही विचारत नाहीत. डॉक्टरांचा

निर्णय अनेक वेळा त्यांना मिळणारा पैसा, त्यांच्या व्यवसायातील पूर्वग्रह (उदा. शल्यविशारदांचा भर नेहमीच शस्त्रक्रियेवर असतो.) आणि वैयक्तिक सवयी-लकबी यांमुळे ठरत असतो.

कालांतराने वैद्यकीय महाविद्यालयांनीही काट्झचाच पवित्रा घेतला. मी वैद्यकशाखेत प्रवेश घेतला, तेव्हा म्हणजे १९९०च्या दशकाच्या सुरुवातीला आम्हाला असंच शिकवलं गेलं की, तुमचे रुग्ण स्वत:चा निर्णय स्वत: घेऊ शकतात. 'तुमचं काम त्यांना सेवा पुरवणं हेच आहे', असं मला अनेक वेळा ऐकवलं गेलं होतं. तरीदेखील अजूनही काही जुन्या पठडीतले डॉक्टर आपलेच विचार रुग्णांच्या गळी उतरवायचा हेका धरतात, पण हळूहळू त्यांच्याही लक्षात येऊ लागलंय की, रुग्ण त्यांना आता जुमानत नाहीत. बहुतेकांनी आता ही गोष्ट मान्य केलीय की, रुग्णांना आपलं भविष्य, नशीब ठरवायचा अधिकार देण्यात यावा. म्हणूनच ते रुग्णांसमोर सगळे पर्याय ठेवतात, त्या प्रत्येकात काय-काय धोके आहेत तेही सांगतात. काही डॉक्टर तर कोणताही पर्याय निवडण्याचा सल्ला देत नाहीत, कारण त्यांना अशी भीती वाटते की, आपण रुग्णावर अयोग्य पद्धतीने दबाव टाकल्यासारखं करतोय. आता रुग्ण प्रश्न विचारतात, अधिक माहिती इंटरनेटवरून मिळवतात, दुसऱ्या डॉक्टरांचं मत विचारतात आणि मग स्वत:च काय करायचं ते ठरवतात.

प्रत्यक्षात मात्र, सगळ्या गोष्टी वाटतात तितक्या सोप्या नसतात. काही वेळा असं दिसून येतं की, रुग्ण चुकीचे निर्णय घेतात. काही वेळा असंही घडतं की, दोन डॉक्टरांच्या मतांमध्ये फारसा फरक नसतो. पण जेव्हा आपला रुग्ण फार मोठी चूक करतोय, असं तुमच्या लक्षात येतं तेव्हाही तुम्ही त्याच्या मताप्रमाणेच वागायचं का? हल्लीची विचारप्रणाली त्यालाच संमती देते. त्यांचं म्हणणं असतं, 'शेवटी ते शरीर कुणाचं आहे?'

लॅझॅरॉफला शस्त्रक्रिया हवी होती. कर्करोगतज्ज्ञाच्या मनात त्याविषयी किंतू होता, तरीही तिने मेंदूतज्ज्ञाला फोन लावला. चाळिशीतले हे महाशय अत्यंत सुदृढ होते, ख्यातनाम होते आणि त्यांना 'बो-टाय' वापरायची भलतीच आवड होती. त्याच दिवशी दुपारी त्यांनी लॅझॅरॉफची आणि त्याच्या मुलाची भेट घेतली. त्यांनी या दोघांना या शस्त्रक्रियेतले गंभीर धोके नीट समजावून सांगितले. त्याला होणारा फायदा फारच मर्यादित स्वरूपाचा होता, हेदेखील त्यांना बजावलं. काही काळानंतर एकदा ते मला म्हणाले, "तुला सांगतो, काही वेळा आपण जे धोके रुग्णांना सांगतो, तिकडे ते लक्षच देत नाहीत." अशा परिस्थितीत हे डॉक्टर रुग्णांना धोक्यांची कल्पना अगदी स्पष्ट शब्दांत देतात – तुमच्या फुप्फुसांमध्ये पुरेशी ताकद नसल्यामुळे तुम्हाला बराच काळ कृत्रिम प्राणवायूच द्यावा लागेल, तुम्हाला अर्धांगवायूचा

झटका येऊ शकतो, मृत्यूही येऊ शकतो. लॅझॅरॉफलाही त्यांनी सगळी कल्पना दिली, पण तो शस्त्रक्रियेवर अडूनच बसला, तेव्हा शेवटी त्याच्या शस्त्रक्रियेची वेळ ठरवण्यात आली.

"मिस्टर लॅझॅरॉफ," मी बोलायला सुरुवात केली, "मी इथला निवासी शल्यविशारद आहे. तुमच्यावर उद्या होणाऱ्या शस्त्रक्रियेविषयी मी आता तुमच्याशी बोलणार आहे. तुमच्या मज्जारज्जूवर छातीतून शस्त्रक्रिया करण्यात येणार आहे आणि दोन मणके एकमेकांना जोडले जाणार आहेत." मला काही कळत नाहीये तुम्हाला काय म्हणायचंय ते, अशा नजरेने त्यांनी माझ्याकडे पाहिलं. "मला असं म्हणायचंय की, उद्या आम्ही तुमच्या मज्जारज्जूवर दाब टाकणारी गाठ काढून टाकणार आहोत." तरीही त्यांच्या चेहऱ्यावर मला तोच भाव दिसला. मी पुढे म्हटलं, "त्यामुळे तुमचा अर्धांगवायू आहे त्यापेक्षा वाईट स्थितीला जाणार नाही, अशी मला आशा वाटतेय."

"पण मला अर्धांगवायू झालेला नाही," शेवटी ते म्हणाले. "माझ्यावर शस्त्रक्रिया करायची ठरलीय, ती मला अर्धांगवायू होऊ नये यासाठी."

मी पटकन माघार घेत म्हटलं, "माफ करा, मला असं म्हणायचं होतं की, त्यामुळे तुम्हाला अर्धांगवायू होणार नाही." खरं सांगायचं, तर हा केवळ शब्दांचा खेळ होता. त्यांना त्यांचा डावा पाय अजूनही, थोड्या प्रमाणात का होईना पण, हलवता येत होता. "या संमतीपत्रावर तुमची सही घेण्यासाठी मी इथे आलोय, तुमची सही झाली की उद्या तुमच्यावर शस्त्रक्रिया होईल."

माहिती दिल्यानंतर घेतलेली सही ही वैद्यकविश्वातली अलीकडची घडामोड आहे. त्या पत्रकात आम्ही अनेक गुंतागुंतींची शक्यता वर्तवलेली असते – साध्या ॲलर्जीपासून ते मृत्यूपर्यंत – आणि जेव्हा रुग्ण त्यावर सही करतो, तेव्हा तो हे मान्य करतो की, त्याने हे संभाव्य धोके मान्य केलेले आहेत. त्या पत्रकावर वकिली पेशाची आणि सरकारी खात्यातील वागणुकीची छाप आहे. रुग्णांना ते पत्रक वाचल्यानंतर जास्तीची अशी किती माहिती मिळते, याविषयी माझ्या मनात तरी शंकाच आहे. एक गोष्ट मात्र खरी – त्यामुळे त्यांना शस्त्रक्रियेत कोणते धोके आहेत, ते परत एकदा कळतं.

मेंदूतज्ज्ञाने त्याला आधीच अगदी सविस्तरपणे सगळे धोके समजावून सांगितले होते त्यामुळे मी फक्त महत्त्वाच्या मुद्द्यांवर भर दिला. "आम्ही तुमची सही घेतोय ती एवढ्यासाठीच की, त्यामुळे तुम्हाला धोक्यांविषयीची कल्पना आहे, याविषयी आमची खातरी पटेल. तुमच्या सध्याच्या शारीरिक क्षमता टिकून राहाव्यात या हेतूने तुम्ही ही शस्त्रक्रिया करून घेणार आहात तरीदेखील तुम्ही हे लक्षात ठेवायला हवं की, ही शस्त्रक्रिया अयशस्वी ठरू शकते आणि तुम्हाला अर्धांगवायू होऊ शकतो,

तुम्हाला तीव्र धक्का बसू शकतो किंवा हृदयविकाराचा झटका येऊ शकतो किंवा तुम्हाला मृत्यूही येऊ शकतो,'' हे सांगत असताना मी कठोरपणा टाळला पण अतिशय स्पष्टपणे त्यांना संभाव्य धोक्यांची कल्पनाही दिली. मग मी त्यांच्यापुढे पेन धरलं आणि फॉर्म पुढे केला.

''मी या शस्त्रक्रियेमुळे मरण्याची शक्यता आहे, असं मला कुणीच सांगितलं नाही,'' असं म्हणताना त्यांच्या आवाजात कंप निर्माण झाला. ''मी तर त्याकडे शेवटची आशा म्हणून बघतोय. मी मरणार आहे, असं तर नाही ना तुम्हाला म्हणायचं?''

त्यांचे शब्द माझ्या कानावर पडले, तेव्हा मी पार गोठल्यासारखा झालो. काय बोलावं ते मला सुचेनासं झालं. इतक्यात लॅझॅरॉफचा मुलगा डेव्हिड, त्यांच्या खोलीत शिरला. चुरगळलेले कपडे, दाढीचे खुंट वाढलेले, पोट सुटलेलं अशा त्या माणसाला पाहून माझ्या मनात कसं तरी झालं. वडिलांची मन:स्थिती क्षणात पालटली. या परिस्थितीत आपल्या वडिलांच्या बाबतीत शस्त्रक्रियेसारखा धाडसी निर्णय योग्य होता का, असा मुद्दा अलीकडे डेव्हिडने मांडल्याचं मी चार्टमध्ये वाचलं होतं. तो ऐकताच चिडून ते ओरडले होते, ''माझ्या बाबतीत इतक्यातच सगळी आशा सोडून द्यायची गरज नाही तुला. जे शक्य असेल, ते सगळं तू करायलाच हवंस.'' त्यांनी माझ्या हातातून फॉर्म ओढून घेतला आणि थरथरत्या हातांनी सहीच्या जागी काहीतरी लिहायचा प्रयत्न केला. ती त्यांची सही होती असं आम्ही मानलं, पण त्यातून काहीही बोध होत नव्हता. ते काही क्षण मी आणि डेव्हिड तोंडात चपराक मारल्यासारखे गुपचुप उभे होतो. आम्ही दोघं खोलीतून बाहेर पडलो. ''मला तरी या सगळ्यात काही अर्थ दिसत नाही,'' डेव्हिड म्हणाला. त्याची आई बराच काळ अतिदक्षता विभागात होती. शेवटी काही काळ कृत्रिम श्वासोच्छ्वासावर ठेवल्यानंतर अखेर फुप्फुसात पाणी झाल्यामुळे (emphysema) तिला मृत्यू आला होता. तेव्हापासून त्याचे वडील अनेक वेळा त्याला म्हणाले होते, ''माझ्या बाबतीत असं काही व्हायला नकोय मला.'' पण आता मात्र त्यांच्यावर सगळे उपाय व्हायलाच हवेत, असे तेच ठामपणे म्हणत होते. आपल्या वडिलांबरोबर वाद घालण्याची हिंमत त्याच्याजवळ नव्हती.

दुसऱ्या दिवशी लॅझॅरॉफवर शस्त्रक्रिया करण्यात आली. त्यांचं शरीर बधिरावस्थेत गेल्यानंतर त्यांना डाव्या कुशीवर वळवण्यात आलं. शल्यविशारदांनी एक मोठा छेद देऊन त्यांची छाती पुढच्या बाजूने उघडली आणि थेट मागच्या बाजूला असलेल्या आठव्या बरगडीपर्यंत प्रवेश केला, बरगड्या विस्तारण्यासाठी एक उपकरण (rib spreader) आत सरकवलं, ती बाजूला केली आणि हवा काढून सपाट केलेलं फुप्फुस मार्गातून बाजूला करण्यासाठी तिथे 'रिट्रॅक्टर' हे उपकरण

ठेवलं. आता त्यांना छातीच्या मागचा भाग – पाठीचा कणा – दिसू लागला. दहाव्या मणक्याला एका टेनिस बॉलएवढ्या मांसल गोळ्याने वेढलेलं दिसलं. आता मेंदूतज्ज्ञाने शस्त्रक्रियेचा पुढचा भाग आपल्या हाती घेतला. त्याने काळजीपूर्वक गाठीच्या खालच्या बाजूला आणि चारी बाजूंना छेद द्यायला सुरुवात केली. हे काम संपायला दोन तास लागले, आता गाठ फक्त एकाच ठिकाणी चिकटलेली होती – हाडासारख्या असलेल्या मणक्याला. त्यानंतर त्याने 'राँग्यूर' (rongeur) नावाचं एक उपकरण हातात घेतलं. याचा आकार दोन जोडलेल्या जबड्यांसारखा होता. त्याच्या साहाय्याने त्याने मणक्याला बारीक-बारीक छेद देत कापून काढलं. या कृतीद्वारे त्यांनी रोगग्रस्त मणका आणि त्यावरील गाठ पाठीच्या कण्यापासून अलग केली. पुन्हा एकदा कणा सांधण्यासाठी त्यांनी रिकाम्या जागेत 'मेथॅक्रायलेट' नावाच्या एक प्रकारच्या 'ॲक्रिलिक' (रासायनिक) सिमेंटचा गोळा भरला व तो हळूहळू सुकून घट्ट होण्याची वाट पाहिली. या नव्या कृत्रिम मणक्याच्या मागच्या बाजूला त्यांनी 'प्रोब' नावाचं उपकरण सरकवून मणका कुठेही चिकटला नसल्याचे तपासलं. ह्या शस्त्रक्रियेला चार तासांहून थोडा जास्त वेळ लागला होता, पण आता मज्जारज्जूवरचा दाब उरला नव्हता. छातीतज्ज्ञाने लॅझॅरॉफची छाती शिवून टाकली. फुफ्पुसात पुन्हा हवा भरण्यासाठी त्यांनी रबराची एक नळी आत राहू दिली. त्यानंतर लॅझॅरॉफला अतिदक्षता विभागात हलवण्यात आलं.

तांत्रिकदृष्ट्या शस्त्रक्रिया यशस्वी झाली होती खरी, पण लॅझॅरॉफची फुप्फुसं पूर्ववत होत नव्हती. त्याला कृत्रिम प्राणवायूवरून पूर्व स्थितीला आणण्यासाठी आम्ही डॉक्टर धडपडत होतो. त्यानंतरच्या काही दिवसांत तर त्यांची स्थिती अधिकाधिक बिघडत गेली – फुप्फुसं कडक व्हायला लागली, त्यांमध्ये तंतुमय गाठी होऊ लागल्या त्यामुळे कृत्रिम हवेचा पुरवठा वाढवावा लागला. आम्ही त्याला गुंगीत ठेवायचा प्रयत्न चालूच ठेवला, तरीदेखील अधूनमधून तो शुद्धीवर येत असे अन् भकास नजरेने आजूबाजूला पाहत हात-पाय झाडत असे. खिन्न चेहऱ्याने डेव्हिड त्याच्या पलंगाशेजारी बसून राहायचा. जसजसे दिवस जाऊ लागले, तसतसे त्याचे छातीचे क्ष-किरण फोटो फुप्फुसांची स्थिती बिघडत चालल्याचं आमच्या निदर्शनास आणू लागले. फुप्फुसांमध्ये छोट्या-छोट्या रक्ताच्या गुठळ्या तयार व्हायला लागल्या, तेव्हा आम्ही त्याला रक्त पातळ होण्यासाठी औषधं द्यायला लागलो. मग कुठे तरी थोडा रक्तस्राव व्हायला लागला, त्यामुळे रोज त्याला रक्त द्यायची आवश्यकता निर्माण झाली. एका आठवड्यानंतर त्याला ताप यायला लागला, पण त्याच्या शरीरात जंतुसंसर्ग नक्की कुठे होता तेच आमच्या लक्षात येईना. शस्त्रक्रियेनंतरच्या नवव्या दिवशी कृत्रिम श्वसनामुळे त्याच्या फुप्फुसांना भोकं पडू लागली. आम्ही मग पुन्हा एकदा त्याची छाती उघडली आणि फुप्फुसं

आणखी कमजोर होऊ नयेत, या हेतूने एक रबरी नळी आत सरकवली. सारांश, या रुग्णाला जिवंत स्थितीत राखण्यासाठी आम्हाला आमच्या जिवाचं रान करावं लागत होतं, खर्चही बेसुमार होतच होता अन् परिणाम म्हणाल तर शून्य! शेवटी एक वेळ अशी आली की, आपले प्रयत्न व्यर्थ आहेत, हे आम्हाला तीव्रतेने जाणवायला लागलं. बिचाऱ्या लॅझॅरॉफलाही असं गादीला पट्ट्यांनी बांधल्या अवस्थेत, बेशुद्धावस्थेत, शरीरात असंख्य नळ्या खुपसलेल्या स्थितीत आणि कृत्रिम श्वासोच्छ्वासाच्या आधारे मरण नको होतं. चौदाव्या दिवशी डेव्हिडने मेंदूतज्ज्ञाला हा सगळा खटाटोप थांबवायला सांगितला.

मेंदूतज्ज्ञ माझ्याकडे ही बातमी घेऊन आला. मी लॅझॅरॉफच्या अतिदक्षता विभागातील खोलीत गेलो. एका अर्धवर्तुळाकार दालनाच्या मध्यभागी परिचारिकांसाठी रुग्णांवर देखरेख ठेवण्याच्या दृष्टीने सोयीची जागा होती. प्रत्येक रुग्णाच्या खोलीला एक काचेचं सरकतं दार होतं, एक खिडकी होती अन् टाइल्स लावलेली जमीन होती. दार बंद केल्यावर रुग्णाला बाहेरच्या आवाजाचा त्रास होत नसे. मात्र परिचारिका त्याच्यावर नजर ठेवू शकत असत. मी आणि एक परिचारिका आत शिरलो. लॅझॅरॉफला शिरेतून देण्यात येणारं गुंगी आणणारं द्रव्य मोठ्या प्रमाणात होतं, याकडे मी एक नजर टाकली. मी त्याच्या पलंगाच्या एका बाजूला उभा राहिलो आणि तो माझं बोलणं ऐकू शकत असेल, असं गृहित धरून त्याला सांगितलं की, मी त्याच्या तोंडात घातलेली कृत्रिम श्वासपुरवठ्याची नळी काढून टाकतोय. नळी व्यवस्थित राहावी म्हणून लावलेल्या पट्ट्या मी कापून टाकल्या, फुग्यातली हवा काढून टाकली, तेव्हा एक-दोनदा त्याने खोकल्यासारखं केलं, क्षणभर डोळे उघडले आणि मिटले. परिचारिकेने त्याच्या तोंडातला चिकट पदार्थ पंपाच्या साहाय्याने बाहेर काढला. मी व्हेंटिलेटर बंद केला अन् पुढल्याच क्षणी खोलीत शांतता पसरली. आता लॅझॅरॉफच्या धपापल्या छातीचाच आवाज काय तो आम्हाला ऐकू येत होता. त्याला श्वास घेणं जड जातंय, हे आम्हाला दिसत होतं. हळूहळू त्याचा श्वास मंद होत गेला, त्याने काही आचके दिले आणि मग त्याचा श्वास बंद झाला. मी माझा स्टेथस्कोप त्याच्या छातीला लावला, त्याच्या हृदयाचे ठोके मंद होत-होत थांबले. व्हेंटिलेटर बंद केल्यानंतर १३ मिनिटांनी मी परिचारिकेला लॅझॅरॉफ गेल्याची नोंद करायला सांगितली.

लॅझॅरॉफला जे वाईट, त्रासदायक मरण आलं, त्यावरून त्याने जो निर्णय घेतला होता तो चुकीचा, अयोग्य होता असं मी म्हणेन. काही-काही वेळा चांगल्या निर्णयाची फळंसुद्धा वाईट ठरू शकतात (काही लोकांच्या बाबतीत त्यांनी धोका पत्करणंही त्यांच्या फायद्याचं ठरू शकतं.) तर काही वेळा अयोग्य निर्णयाचे

परिणामही चांगले ठरू शकतात ('निर्णय काही का असेना, ते बरे झालेत ते महत्त्वाचं', असं शल्यविशारद म्हणतात.). लॅझॅरॉफचा निर्णय चुकीचा होता, असं मी म्हणतोय त्या मागचं कारण हेच की, त्याची जी मनापासूनची इच्छा होती, त्याच्याच विरुद्ध त्याने निर्णय घेतला होता. सगळ्यात महत्त्वाचा भाग हा होता की, त्याला जगायचं होतं. त्यासाठी कोणताही धोका पत्करण्याची त्याची तयारी होती – अगदी मरणही. पण आम्ही त्याला सांगितलं होतं, आयुष्याचं वरदान ही एकच अशी गोष्ट होती, जी आम्ही त्याला देऊ शकत नव्हतो. त्याच्या अखेरच्या थोड्या काळात त्याचं कमरेखालचं अंग लुळं पडणार नाही, त्या भागातले अवयव काम करू शकतील, इतपतच उपाययोजना आम्ही करू शकणार होतो, तेदेखील त्याच्या शरीरावर शस्त्रक्रियेचे भयानक प्रकार करून. बरं, शस्त्रक्रियेमुळे त्याचा जीव तर वाचणार नव्हताच, उलट त्याचा मृत्यूही अतिशय क्लेशकारक होणार होता. पण त्याने आमचं म्हणणं ऐकलं नाही. शस्त्रक्रिया झाली की आपण मृत्यूला परतवून लावू शकू, असा विश्वास त्याला वाटत असावा. नकारात्मक बाबी उघड्या डोळ्यांनी पाहत असूनही काही लोक शस्त्रक्रियेचा धोका पत्करतात. लॅझॅरॉफने त्याच्या बायकोला शेवटचे काही महिने मृत्यूशी झुंजताना पाहिलेलं होतं, त्याला तसा मृत्यू नको होता, तरीही त्याने शस्त्रक्रियेचा निर्णय का घेतला, हे एक गूढच आहे.

म्हणूनच माझ्या मनात हा प्रश्न येतो, लॅझॅरॉफला शस्त्रक्रियेचा पर्याय सांगण्यात आम्हीच तर नाही ना चूक केली? हल्ली आम्ही जे वैद्यकीय तत्त्वज्ञान अंगिकारलं आहे त्यानुसार, आम्हाला रुग्णाचं निर्णयस्वातंत्र्य शंभर टक्के मान्य आहे. तरीही काहीकाही प्रसंगी – आणि असे प्रसंग बरेचदा आमच्या आयुष्यात येतात – जेव्हा डॉक्टरांनी रुग्णाला योग्य निर्णय घेण्यात मदत करायलाच हवी, योग्य मार्गदर्शन करायलाच हवं.

माझ्या या सूचनेला अनेक जण विरोध करतील, याची मला कल्पना आहे. आम्हा डॉक्टरांना त्यांच्यापेक्षा जास्त कळतं, या विषयी लोकांच्या मनात संदेह असतो. काही वेळा ते बरोबरही असतात. त्यांचं भलं कशात आहे, ते त्यांना नाही का समजत? पण आपल्या डोळ्यांसमोर एखादा रुग्ण चुकीचा निर्णय घेतोय, आपल्याच पायावर कुऱ्हाड मारून घेतोय, अशा वेळी एका चांगल्या डॉक्टरने नुसतंच गप्प बसून राहणं कितपत योग्य आहे?

मला माझ्या अगदी सुरुवातीच्या प्रशिक्षण काळातली एक केस आठवतेय. मी त्या वेळी साधारण शस्त्रक्रिया सेवाविभागात होतो. माझ्यावर ज्या रुग्णांची जबाबदारी टाकण्यात आली होती, त्यांच्यामध्ये एक ५० वर्षांची स्त्री होती. तिला आपण 'मिसेस मॅक्लाफलिन' असं म्हणू या. दोनच दिवसांपूर्वी तिच्या पोटावर एक मोठी

शस्त्रक्रिया करण्यात आली होती. त्यासाठी तिच्या पोटावर या टोकापासून त्या टोकापर्यंत एक छेद देण्यात आला होता. वेगवेगळी पोषणद्रव्यं आणि वेदनाशामक औषधं तिच्या दंडातील शिरेमार्फत तिच्या शरीरात आम्ही घालत होतो. आमच्या अपेक्षेनुसार तिच्या प्रकृतीत सुधारणाही होत होती, पण तिला पलंगावरून खाली उतरायचं नसे. तिने उठून चालणं तिच्याचसाठी गरजेचं आहे, त्यामुळे न्युमोनिया होण्याची भीती कमी होते, पायांतील शिरांमध्ये रक्ताच्या गुठळ्या होत नाहीत आणि इतरही दोष निर्माण होत नाहीत, वगैरे... मी तिला समजावून सांगितलं. पण तिच्यावर माझ्या सांगण्याचा काहीही परिणाम झाला नाही. ''मला अजून थकवा जाणवतोय, पलंगावरून उठावसं वाटत नाही,'' ती मला म्हणाली. ''यातले धोके तुम्हाला समजतायत ना?'' मी तिला विचारलं, तेव्हा ती म्हणाली, ''तुम्ही जे काही सांगताय, ते मला समजतंय हो; पण माझ्यावर सोपवा ते. मला नका त्रास देऊ.''

त्या दिवशी दुपारी वॉर्डमध्ये फेरी मारताना मुख्य निवासी डॉक्टरने मला विचारलंच, ''त्या रुग्णाने पलंगावरून उठून थोडी हालचाल केली ना?'' ''नाही, मी तिला सांगायचा खूप प्रयत्न केला, पण ती माझं ऐकायलाच तयार नव्हती,'' मी म्हटलं. तेव्हा, ''ती नाही म्हणाली ही सबब देऊन चालणार नाही,'' असं म्हणून मुख्य डॉक्टर मॅकलाफलिनच्या खोलीत शिरली. पलंगाच्या कडेवर बसत अतिशय मित्रत्वाच्या भावनेने त्यांनी तिला म्हटलं, ''काय कसं काय चाललंय, बरं वाटतंय ना आता,'' अशा प्रकारे बोलायला सुरुवात करत त्यांनी मॅकलाफलिनचा हात हातात घेतला आणि तिला म्हणाली, ''चल, आता थोडं चालायला हवंय तुला.'' ते शब्द ऐकताच तिने एका शब्दानंही कुरकुर न करता उठून खुर्चीच्या दिशेने आपलं बूड हलवलं आणि धपकन खुर्चीत बसत वर म्हणते कशी, ''मला वाटलं होतं तितकं काही अवघड नव्हतं हं हे!''

मी निवासी डॉक्टर या नात्याने काम करायला आलो होतो, कारण मला एक शल्यविशारद व्हायचं होतं. शस्त्रक्रिया करताना वापरायचे तंत्रमंत्र शिकून घेतले, रोगनिदान करता आलं की काम झालं; असा माझा समज होता. हळूहळू माझ्या हेदेखील ध्यानात आलं की, रुग्णांशी कसं बोलायचं, त्यांना निर्णय घेताना कशी मदत करायची, हादेखील आपल्या कामाचा महत्त्वाचा भाग आहे, त्याचेसुद्धा काही तंत्रमंत्र असतात आणि ते आत्मसात करणं तितकंच महत्त्वाचं असतं.

समजा, तुम्ही एक डॉक्टर आहात. तुम्ही तुमच्या क्लिनिकमधल्या तपासणीकक्षात आहात – ही खोली म्हणजे ट्यूब लाइटने प्रकाशमान केलेली, पण एक पक्ष्याच्या खुराड्यासारखी जागा असते, भिंतीवर एखादं पोस्टर लावलेलं असतं, एक गादी

लावलेलं मऊ टेबल असतं आणि त्याच्या शेजारी असलेल्या टेबलावर रबरी हातमोज्यांचं एक खोकं ठेवलेलं असतं. तुमच्यासमोर चाळीशीतली एक स्त्री बसलीय. दोन मुलांची आई असलेली ही स्त्री एका कायदा सल्लागार संस्थेत भागीदार आहे. तिने तपासणीच्या वेळी घालतात, तो एक पातळसा कागदाचा गाउन अंगावर चढवलाय, आपल्याला काहीतरी गंभीर आजार झाला असल्याची शंका मनात असूनही ती बऱ्यापैकी शांत आहे. तिच्या छातीत तुम्हाला कुठेही कसली गाठ किंवा काहीतरी वेगळं जाणवलेलं नाही. तुमच्याकडे येण्यापूर्वी तिने 'मॅमोग्रॅम' नावाची स्तनांच्या कर्करोगासंबंधीची चाचणी करून घेतली आहे. आता तुम्ही क्ष-किरणतज्ज्ञाने पाठवलेल्या निकालाचं वाचन करता आहात. त्यात लिहिलंय, डाव्या स्तनात वरच्या बाजूला बाहेरच्या काही ठिकाणी कॅल्शियम साठल्याने घट्टपणा जाणवतोय, जो यापूर्वीच्या चाचणीत आढळला नव्हता. कर्करोगाची गाठ नाही, हे निश्चित करण्यासाठी 'मांसपेशी-चिकित्सा' (बायोप्सी) केली पाहिजे. साध्या शब्दांत सांगायचं, तर काळजी करण्यासारख्या गोष्टी दिसल्या आहेत; कर्करोगाची संभावना विचारात घ्यायला हवी.

तुम्ही तिला ही गोष्ट सांगता. ह्यात जे काही लिहिलंय, त्याचा विचार करता तुम्ही मांसपेशींची तपासणी करून घ्यायला हवीय. 'अंऽ' असा उद्गार तिच्या तोंडून अभावितपणे बाहेर पडतो, ती काहीशी ताठर बनल्याचं तुम्हाला जाणवतं. ''दर वेळी मी तुम्हा डॉक्टरांना भेटते, तेव्हा तुम्ही मला कसली ना कसली पेशीचिकित्सा करायला लावताच,'' ती कुरकुरल्यासारख्या आवाजात म्हणते. ''गेल्या पाच वर्षांतील मॅमोग्रॅमच्या तपासण्यांतील तीन तपासण्यांमध्ये तुम्हाला काहीतरी संशयास्पद आढळलं म्हणून तुम्ही मला ही तपासणी करून घ्यायला लावलीत. तीन वेळा शल्यविशारदाने माझ्या स्तनातले तुकडे काढून घेतले आणि नंतर रोगचिकित्सातज्ज्ञाने केलेल्या पाहणीत तिन्ही वेळा त्यात कर्करोगाची गाठ नाही, असं आढळलं. तुम्हा लोकांना कुठे थांबावं तेच कळत नाही. आत्तापर्यंत दिसलेले हे ठिपके नेहमीच साधे निघाले आहेत,'' एवढं बोलून ती थांबते अन् मग काहीतरी ठाम निश्चय केल्यासारखी ती म्हणते, ''यापुढे मी या भानगडीतच पडणार नाहीये,'' असं म्हणत ती उभी राहते आणि अंगावर कपडे चढवायच्या तयारीला लागते.

अशा वेळी तुम्ही काय करणार? तिच्या म्हणण्यापुढे तुम्ही मान तुकवणार? त्यातही काही गैर नाही. नाही म्हटलं, तरी ती एक प्रौढ स्त्री आहे. आणि तसा विचार केला, तर पेशीचिकित्सा ही काही क्षुल्लक गोष्ट नाही. तिच्या डाव्या स्तनावर तीन ठिकाणी शस्त्रक्रियेचे व्रण स्पष्ट दिसताहेत. त्यातला एक तर जवळ-जवळ तीन इंच लांबीचा आहे. इतक्या मांसपेशी तपासणीखातर काढल्या गेल्या

आहेत की, त्याचा आकार उजव्या स्तनापेक्षा निश्चितपणे लहान झाला आहे. अन् ही गोष्टही तितकीच खरी आहे की, काही डॉक्टर उगीचच – कारण नसताना – ही तपासणी रुग्णांना करून घ्यायला लावतात, मनात किंचितसा संदेह निर्माण झाला; तरी स्तन काढून टाकतात. अशा परिस्थितीत रुग्णांनी स्पष्टीकरण मागितलं किंवा दुसऱ्या डॉक्टराचं मत विचारलं, तर ते मुळीच गैर ठरत नाही.

पण या स्त्रीच्या स्तनातील घट्टपणा संदिग्ध स्वरूपाचा नाही. सर्वसामान्यत: या गाठी कर्करोगाच्याच ठरतात अन् बहुतेक वेळा ती ज्यावर उपचार होऊ शकेल, अशा कर्करोगाची नुकतीच सुरुवात असते. अर्थात, स्वत:च्या आयुष्यावर स्वत:चंच नियंत्रण असायला हवं हे तत्त्व मानायचं ठरवलं, तर मग लोकांना त्यांच्या चुका करतानाही कुणी अडवू नये. पण जर धोका जास्त असेल, फार मोठी किंमत मोजावी लागणार असेल, तर किंवा एखादा निर्णय नंतर बदलता येणार नसेल, तर मात्र डॉक्टरांना केवळ हातावर हात धरून बसणं अवघड जातं. अशा वेळी मग ते रुग्णांवर दडपण आणतात.

तेव्हा हरकत नाही – आणा रुग्णावर दबाव. तुमचा रुग्ण आता दरवाज्यातून बाहेर पडायच्या तयारीत आहे. याच क्षणी तुम्ही तिला थांबवायला हवं, ठामपणे बजावायला हवं की, ती फार मोठी चूक करतेय. तुम्ही तिला कर्करोगावर एखादं लांबलचक भाषण दिलंत, तरी हरकत नाही. तिला सांगा की तीन वेळा तपासणीचे निर्णय नकारात्मक आले म्हणजे चौथ्या वेळीही तसंच घडेल, असं समजण्याचा वेडेपणा तिने करू नये. तरीही ती तुमचा सल्ला मानणार नाही, दुसऱ्या डॉक्टरकडे जाईल, ही शक्यता उरतेच. तुम्ही तिला समजावताय या मागचा हेतू तिची चूक दाखवणं असा नसून तिला आपला विचार बदलण्याची एक संधी तुम्ही देत असता.

अशा प्रसंगी चांगले डॉक्टर कसे वागतात, ते मी पाहिलं आहे. ते घाईघाईने आपला निर्णय वा मत रुग्णावर लादत नाहीत. ते खोलीबाहेर पडतात, त्या स्त्रीला कपडे करण्यापुरता वेळ देतात, मग तिला ते खालच्या मजल्यावरच्या आपल्या ऑफिसमध्ये घेऊन जातात, तिला बसायला सांगतात. इथलं वातावरण बरंच आरामदायी असतं, मऊ गादीच्या खुर्च्या असतात, जमिनीवर लिनोलियमऐवजी गालिचा असतो. मग सावकाशपणे तिच्या शेजारी आपली खुर्ची ओढून घेत ते तिच्याशी बोलू लागतात. आपल्या नेहमीच्या उंच पाठीच्या, टेबलापलीकडच्या खुर्चीत बसून रुबाबात किंवा अधिकारवाणीने बोलणं ते शक्यतो टाळतात. शल्यविभागातल्या माझ्या एका प्राध्यापकाने एकदा मला सांगितलं होतं, ''तुम्ही रुग्णाच्या शेजारी तो बसलाय तसल्या खुर्चीत बसता, तेव्हा तुम्ही त्याला घाईत असलेले, अधिकार गाजवणारे डॉक्टर वाटत नाही, ज्यांच्यापाशी फार बोलायला वेळ नसतो. रुग्णांना अशा परिस्थितीत अधिक मोकळेपणा वाटतो. त्यांना एक

प्रकारचा विश्वास वाटतो की, त्याची समस्या सुटावी अशी कळकळ तुम्हाला वाटते आहे. तुम्ही दोघेही एकाच बाजूचे आहात.''

अशा प्रकारे रुग्णाचा विश्वास संपादन केल्यानंतरही अनेक डॉक्टर कोणत्याही प्रकारचा वाद वा चर्चा करत नाहीत. काही डॉक्टर तर अगदी आरामात रुग्णांशी ठराविक प्रकारचं संभाषण करतात, जे शब्द रुग्ण उच्चारत असतो, तेच शब्द तेदेखील उच्चारतात. ''मला तुमचं म्हणणं पटतंय,'' ते म्हणतील. ''ज्या-ज्या वेळी तुम्ही आमच्याकडे येता, त्या-त्या वेळी आम्ही तुम्हाला पेशीचिकित्सा करायला सांगतो. तपासणीतले ठिपके साधे वाटतात, तरीही आम्ही तपासण्या करणं काही थांबवत नाही.'' त्यानंतर ते काहीच बोलत नाहीत. रुग्णाने त्याला काही प्रश्न विचारले, तरच ते उत्तर देण्यासाठी तोंड उघडतात. आता या वागण्याला तुम्ही हुशारीची खेळी समजा किंवा रुग्णाशी खुल्या दिलाने केलेलं संभाषण समजा, पण आश्चर्य म्हणजे दहापैकी नऊ वेळा त्याचा योग्य तो परिणाम दिसतो. डॉक्टरांनी आपलं बोलणं ऐकून घेतलं, आपल्या मनातले समज, काळज्या बोलून दाखवायची संधी आपल्याला दिली, याचंच रुग्णांना बरं वाटतं. आता ते डॉक्टरांना प्रश्न विचारण्याच्या मन:स्थितीत येतात, मनातल्या शंका बोलून दाखवतात, काही वेळा तर्कनिष्ठ भूमिका घेतात आणि एकदा हे घडलं की, ते आपला विचार बदलायला तयार होतात.

काही रुग्ण अजूनही विरोध करतात. अशा वेळी डॉक्टरांच्या लक्षात येतं की, समोरची व्यक्ती स्वत:चा जीव धोक्यात घालतेय आणि आपल्या बोलण्याचा त्याच्यावर काहीही परिणाम होत नाहीये; तेव्हा ते इतर तज्ज्ञांना बोलावतात, त्यांची मदत घेतात. ''आपण क्ष-किरणतज्ज्ञाला बोलावून त्याचं म्हणणं काय आहे ते ऐकू या का?'' किंवा ते असंही सुचवतात, ''तुमचे कुटुंबीय बाहेर बसले आहेत. त्यांना आत यायला का नाही सांगत तुम्ही?'' काही वेळा ते रुग्णांना विचार करायला वेळ देतात कारण त्यांना हे ठाऊक असतं की, अशा परिस्थितीत रुग्णांची द्विधा मन:स्थिती होते अन् अखेरीस ते आपला विचार बदलतात. काही वेळा ते अगदी सूक्ष्म पातळीवर डावपेच लढवतात. एकदा एका डॉक्टरांकडे एक हृदयविकार असलेला रुग्ण आला. त्याला त्यांनी धूम्रपान सोडण्याचा सल्ला दिला; पण तो ऐकेचना, तेव्हा डॉक्टर एक शब्दही न बोलता पडेल चेहरा करून स्वस्थ बसून राहिले. जवळ-जवळ मिनिटभर त्यांनी तोंडातून एक अक्षरही काढलं नाही. विचारी, रुग्णांची काळजी करणाऱ्या आणि हो, काही वेळा थोड्या धूर्तपणाने वागणाऱ्या डॉक्टरपुढे नमतं न घेणारा रुग्ण विरळाच.

अर्थात, मी जे विवेचन इथे केलंय, त्यावरून रुग्णांच्या गळी आपलं मत

उतरवण्याची कला डॉक्टरांना अवगत असते, असा निष्कर्ष कोणी काढू नये. ते चुकीचं ठरेल. ज्या वेळी रुग्ण डॉक्टरला निर्णय घेण्याचा अधिकार देतात, तेव्हा दुसरंही काहीतरी घडत असतं. माझं हे विधान ऐकायला कदाचित विचित्र वाटेल, पण काही वेळा असंही होतं की, रुग्णांना निर्णय घेण्याचं स्वातंत्र्य नकोसं वाटतं. म्हणजे असं की, त्यांच्या निर्णयस्वातंत्र्याचा आम्ही आदर करतो, ही गोष्ट त्यांना आवडते; पण त्याच वेळी त्यांना ते वापरण्याची इच्छा नसते. म्हणूनच अनेकदा रुग्णांची अशी इच्छा असते की, त्यांचे वैद्यकीय निर्णय दुसऱ्या कुणीतरी घ्यावेत. एका अभ्यासपूर्ण पाहणीचा निष्कर्ष असा आहे की, आपल्याला कर्करोग झालाय असं समजलं, तर कुठल्या डॉक्टरकडून उपचार करून घ्यावेत, ह्याचा निर्णय स्वत: घेण्याची इच्छा ६४ टक्के लोकांनी दाखवली, पण नुकताच कर्करोग झालाय अशा फक्त १२ टक्के रुग्णांनी तशी इच्छा व्यक्त केली.

ह्या विचारामागची गुंतागुंत मला अलीकडेच समजू शकली. माझी सगळ्यांत धाकटी मुलगी – हंटर, अपेक्षित वेळेपेक्षा पाच आठवडे आधी जन्मली. जन्माच्या वेळी तिचं वजन फक्त ४ पौंड होतं. ती अकरा दिवसांची झाली, तेव्हा अचानक तिचा श्वास थांबल्यासारखा झाला. त्या वेळी घरी येऊन तिला एक आठवडा झाला होता. तिची तब्येत ठीक होती. त्या दिवशी सकाळपासून मात्र ती चिडचिडी वाटत होती, कशानंच तिला बरं वाटत नव्हतं. तिच्या नाकालाही थोडी गळती लागली होती. दूध पाजल्यानंतर अर्ध्या तासाने तिचा श्वास जोरात चालू लागला अन् प्रत्येक श्वासाबरोबर ती डुरकल्यासारखे आवाज काढू लागली. जेव्हा एकाएकी तिचा श्वासच थांबला, तेव्हा माझ्या बायकोचं धाब दणाणलं, ती उडाल्यासारखी उठून उभी राहिली आणि तिने हंटरला हलवून जागं करण्याचा प्रयत्न केला, त्याबरोबर हंटरचा श्वासोच्छ्वास पुन्हा सुरू झाला. आम्ही ताबडतोब तिला रुग्णालयात नेलं.

पंधरा मिनिटांनंतर आम्ही रुग्णालयातल्या आपत्कालीन कक्षात होतो. ही खोली मोठी आणि भरपूर प्रकाश असलेली अशी होती. हंटरच्या तोंडाला प्राणवायूचा मास्क लावूनसुद्धा तिला बरं वाटेना. तिची प्रकृती तितकीशी स्थिरावली नाही – एका मिनिटाला साधारण ६० वेळा ती श्वास घेत होती, पण त्यासाठी तिला प्रचंड शक्ती खर्चावी लागत होती – थोड्या वेळाने तिच्या रक्तातली प्राणवायूची पातळी वर चढली, तेव्हा तिला बाहेरून प्राणवायू देण्याची गरज उरली नाही. हिला नक्की काय होतंय, ते डॉक्टरांना समजेना. तिच्या हृदयात दोष असण्याची शक्यता होती, तिला जंतुसंसर्ग झाला असण्याची शक्यता होती किंवा विषाणुसंसर्ग असण्याची शक्यताही नाकारता येत नव्हती. डॉक्टरांनी तपासणीसाठी तिचे क्ष-किरण फोटो काढले, रक्त आणि लघवी घेतली, तिच्या हृदयाचा ईसीजी काढला, इतकंच नव्हे तर तिच्या पाठीच्या कण्यातील द्रव पदार्थही काढला. त्यांना जी शंका आली होती,

ती खरी ठरली – तिला नेहमीचा, श्वसनसंस्थेतील विषाणूंचा संसर्ग झाला होता, जो तिच्या फुफ्फुसांच्या क्षमतेबाहेरचा होता. पण हे निदान आम्हाला दोन दिवसांनी कळणार होतं. तोपर्यंत त्यांनी तिला अतिदक्षता विभागात ठेवलं. त्या रात्री ती पुन्हा थकू लागली. जवळपास एक मिनिटापर्यंत श्वास बंद, हृदयाचे ठोके मंदावलेले असे अनुभव तिला आले. ती निस्तेज दिसू लागली, अगदी निपचित पडून राहिली, अशा अनेक वेळा तिला अनुभवाव्या लागल्या. पण दर वेळी काही प्रयत्नांशिवाय ती पूर्वस्थितीलाही आली.

काहीतरी निर्णय घेणं गरजेचं होतं. तिच्या नाकातून नळी घालून तिला कृत्रिम श्वासोच्छ्वास सुरू करावा का? त्याशिवाय ती पूर्वस्थितीला येतेय का याची डॉक्टरांनी वाट पाहावी का? दोन्ही उपायांमध्ये काही धोके होतेच. तिची प्रकृती ठीक होती, तेव्हाच तिच्या नाकातून नळी घातली नाही, तर तिची तब्येत अचानक खराब झाल्यानंतर तिला पूर्ववत होण्याची संधीच मिळणार नाही कदाचित. त्या वेळी आपत्कालीन परिस्थितीत तिच्या नाकातोंडातून नळ्या घालणं डॉक्टरांना कठीणच झालं असतं, कारण ती वयाने फारच लहान होती. अशा वेळी उशीर होऊ शकतो, रबरी नळी चुकीच्या ठिकाणी – अन्ननलिकेत – जाऊ शकते. अनवधानामुळे डॉक्टरांच्या हातून श्वासनलिका कोंडली जाऊ शकते. त्या परिस्थितीत तिच्या मेंदूला कायमचा अपाय होऊ शकतो किंवा प्राणवायूचा पुरवठा खुंटल्यामुळे तिला मृत्यूही येऊ शकतो. इतकी भयंकर स्थिती निर्माण होण्याची शक्यता कमी असली, तरी तसं घडू शकत होतं. मी स्वत:च ते घडताना पाहिलेलं होतं. दुसऱ्या बाजूने विचार केला, तर एवढ्याशा मुलीला कृत्रिम श्वासोच्छ्वास पुरवणंही मनाला नकोसं वाटतं. त्याचेही दुष्परिणाम बऱ्याचदा दिसतातच – न्यूमोनिया होऊ शकतो किंवा लॅझॅरॉफच्या बाबतीत झालं, तसं रुग्णाचं फुफ्फुस निकामी होऊ शकतं. ज्या लोकांनी हा अनुभव घेतला आहे ते असं सांगतात की, हे यंत्र तुमच्या शरीरात हवा घालताना आणि बाहेर टाकत असताना त्रासदायक वेगाने काम करत असतं, त्यामुळे रुग्णाला भयंकर अस्वस्थ वाटत राहतं; त्याचं तोंड आतून सोलवटल्यासारखं होतं, ओठांना चिरा पडतात. अशा वेळी गुंगीची औषधं दिली जातात, तरी त्या औषधांनी गुंतागुंतीची परिस्थिती निर्माण होतेच.

मग अशा परिस्थितीत निर्णय कुणी घ्यायचा असतो? अनेक दृष्टींनी मीच ती व्यक्ती होतो. एक तर मी तिचा पिता होतो, तेव्हा रुग्णालयातील दुसऱ्या कुणाही कर्मचाऱ्यापेक्षा मला धोक्यांविषयीची चिंता अधिक होती. शिवाय मी एक डॉक्टर असल्यामुळे त्यात जे काही गुंते असणार होते, त्यांची मला चांगली कल्पना होती. मला हेही माहीत होतं की, अनेक वेळा चुकीच्या पद्धतीने बोलणं, कामाचा ताण किंवा निव्वळ उद्धटपणामुळे डॉक्टर लोक अयोग्य निर्णय घेतात.

हा देह कुणाचा? । २५७

तरीही, हंटरच्या नाकात नळ्या घालायच्या का, याविषयी जेव्हा डॉक्टरांची टीम मला विचारायला आली, तेव्हा मी हा निर्णय त्यांच्यावरच सोपवला. तोही अशा डॉक्टरांवर, ज्यांना मी पूर्वी कधी भेटलेलोच नव्हतो. नीतितज्ज्ञ जे. काट्झ आणि त्यांच्यासारख्या अन्य डॉक्टरांनी अशा इच्छेची कुचेष्टा 'बालसदृश माघार' (childlike regression) या शब्दांत केली आहे. मला त्यांचं हे मत हृदयशून्य वाटतं. माझ्या मुलीच्या बाबतीतल्या अनिश्चितता भयानक होत्या, त्यामुळे चुकीचा निर्णय घेण्याच्या शक्यतेचा मी विचारही करू शकत नव्हतो. समजा, त्या क्षणी मला जो निर्णय योग्य वाटला असता, तो मी घेतला असता आणि जर तो चुकीचा ठरला असता, तर त्याच्या परिणामांच्या अपराधाचं ओझं मला जन्मभर बाळगावं लागलं असतं आणि ते मला नको होतं. काही डॉक्टरांना असं वाटतं की, रुग्णांना आपल्या निर्णयाची जबाबदारी घेण्यास तयार करावं. पण ते वाटणंही अयोग्यच; कारण त्यामुळे पुन्हा तुम्ही एखाद्या कठोर पित्याप्रमाणे मुलांवर दबाव आणत असता. हंटरच्या डॉक्टरांनी जबाबदारी घ्यावी, असं मला वाटत होतं. कारण जे काही परिणाम – चांगले वा वाईट – झाले असते, त्यांची जबाबदारी त्यांच्या शिरावर असणार होती.

मी डॉक्टरांना निर्णय घ्यायला सांगितला आणि त्यांनी तो लगेचच घेतला. ते हंटरला नळ्या लावणार नव्हते, त्यांनी मला सांगितलं. त्यानंतर थकले-भागलेले, गळ्यात स्टेथस्कोप अडकवलेले डॉक्टर त्यांच्या पुढच्या रुग्णाकडे वळले. तरीही माझ्या मनाला तो प्रश्न कुरतडतच राहिला; मला माझ्या मुलीसाठी जर सगळ्यात चांगला निर्णय हवा होता, तर मग मी परिश्रमांनी मिळवलेलं माझं निर्णयस्वातंत्र्य का वापरत नव्हतो? माझं वागणं योग्य होतं का? मिशिगन विद्यापीठातील कायदा आणि वैद्यकीय विषयाचे प्राध्यापक, कार्ल श्नायडर यांनी आपल्या अलीकडेच प्रकाशित झालेल्या 'द प्रॅक्टिस ऑफ ऑटॉनॉमी' या पुस्तकात 'निर्णयस्वातंत्र्याचा सराव' या विषयावर केल्या गेलेल्या अनेक अभ्यासपूर्ण पाहण्यांचा धांडोळा घेण्याचा प्रयत्न केला आहे. त्यांनी काही रुग्णांच्या आठवणींचाही सखोल अभ्यास केला आहे. त्यांच्या असं ध्यानात आलंय की, बहुतेक वेळा आजारी लोक निर्णय घेण्याच्या स्थितीत नसतात. बऱ्याचदा ते थकलेले असतात, चिडचिडे, हताश किंवा उदासही झालेले असतात. ज्या वेदनेला, मळमळीच्या अनुभवाला, थकव्याला त्यांना सामोरं जावं लागत असतं; त्यातून आपल्याला पार कसं होता येईल, एवढाच विचार त्यांच्या मनात येत असतो; महत्त्वाचे निर्णय घेणं त्यांच्या आवाक्याबाहेरचं असतं. मला आता त्या विधानातली सत्यता पटली. इथे मी रुग्ण नव्हतो, तरीदेखील तिच्या शेजारी बसून तिच्यावर लक्ष ठेवणं, चिंता करणं, काहीतरी कामात स्वत:ला गुंतवून ठेवणं एवढंच माझ्या हाती होतं. वेगवेगळ्या पर्यायांचा

विचार करायचा, त्यांतला योग्य पर्याय निवडायचा, हे करण्याइतकी मनाची एकाग्रता किंवा शक्ती माझ्यात त्या वेळी नव्हती.

श्नायडरला असं आढळलं की, भावनिक गुंतवणूक नसल्यामुळे अनिश्चितितेच्या परिस्थितीत डॉक्टरांना निर्णय घेणं अधिक सोपं ठरतं, कारण त्यांना भीती किंवा रुग्णाविषयीचं प्रेम वा जवळीक या घटकांचा विचार करावा लागत नाही. ते शास्त्रीय संस्कृतीत वावरत असल्यामुळे त्यांच्या मनाला निर्णय घेण्याची एक शिस्त लागलेली असते. अभ्यासपूर्ण साहित्य आणि सततची प्रॅक्टिस यांवर आधारित सांघिक विचारांचा लाभ त्यांना मिळतो. आणि त्यांच्यापाशी आवश्यक तो अनुभवही असतो. मीसुद्धा एक डॉक्टर आहे, पण हंटर ज्या विशिष्ट अवस्थेत होती, त्यावर योग्य तो निर्णय घेण्याचा अनुभव तिच्या डॉक्टरांकडेच होता.

शेवटी त्यांनी तिला कृत्रिम श्वासोच्छ्वास लावलाच नाही त्यामुळे तिच्या प्रकृतीतली सुधारणा काहीशी सावकाश झाली, काही वेळा आम्हाला तिने घाबरवूनही सोडलं. एकदा तर, त्या वेळी तिला साध्या खोलीत हलवून २४ तासही झाले नव्हते, तिची प्रकृती अचानक बिघडली आणि तिला पुन्हा एकदा अतिदक्षताविभागात न्यावं लागलं. तिथे ती दहा दिवस राहिली. एकूण दोन आठवडे तिला रुग्णालयात ठेवावं लागलं, पण तिला आम्ही घरी नेलं तेव्हा ती पूर्णपणे बरी झाली होती.

मला असं वाटतं, 'डॉक्टर' असणं ही जशी एक कला आहे, तसंच रुग्ण असण्याचीही कला असावी लागते. केव्हा डॉक्टरांच्या म्हणण्यापुढे मान तुकवायची आणि केव्हा आपल्या मताचा आग्रह धरायचा, हे तिला वा त्याला कळलं पाहिजे. जेव्हा ते डॉक्टरांचा निर्णय मान्य करायचं ठरवतात, तेव्हादेखील त्यांनी डॉक्टरांना प्रश्न विचारायला हवेतच आणि स्पष्टीकरणाचा आग्रहही धरायला हवा. हंटरच्या बाबतीतही मी तेच केलं – मी डॉक्टरांकडे तिला सोपवली खरी, पण "आपत्कालीन परिस्थिती उद्‌भवली; तर तुम्ही कोणती उपाययोजना करणार, ते मला स्पष्ट सांगा," असंही मी त्यांना म्हटलं. पुढे, जेव्हा त्यांनी तिला तोंडावाटे अन्न द्यायला उशीर लावला, तेव्हाही मला काळजी वाटली – जवळ-जवळ एक आठवडाभर तिला काहीच अन्न दिलं गेलं नाही, तेव्हा मी त्यांना प्रश्न विचारून भंडावूनच सोडलं म्हणा ना. अकराव्या दिवशी त्यांनी तिच्या हाताला लावलेला प्राणवायूदर्शक (oxygen monitor) काढून टाकला, तेव्हाही मी घाबरलो. "राहिना का तो हातावर," मी त्यांना म्हटलं. नंतर त्याविषयी मी विचार केला, तेव्हा माझं मलाच जाणवलं की, आपण फार हट्टीपणाने वागलो, काही वेळा तर मूर्खासारखंच वागलो. मला शेवटी इतकंच म्हणायचंय, प्राप्त परिस्थितीत आपल्याला योग्य वाटेल; तेच तुम्ही करत असता. डॉक्टर, परिचारिका आणि तुमची परिस्थिती यांचा

व्यवस्थित अंदाज घेत असता. तुम्ही पूर्णपणे त्यांच्यावर निर्णय सोपवत नाही आणि स्वतःच्या भल्यासाठी फारच आग्रहीपण राहत नाही.

तरीही या कोड्याची उकल पूर्णपणे होतच नाही – जर डॉक्टर आणि रुग्ण दोघंही स्खलनशील असतात, तर मग निर्णय कुणी घ्यायचा? आम्हाला काहीतरी नियम हवा असतो, म्हणून आम्ही असं ठरवून टाकलंय की, अंतिम निर्णय रुग्णावरच सोपवायचा. पण, डॉक्टर आणि त्याचा रुग्ण यांच्यातलं जिव्हाळ्याचं नातं आणि वैद्यकीय सेवेतलं वास्तव लक्षात घेता, इतके रोखठोक नियम ठेवून चालत नाही; कारण इथे शेकडो निर्णय तातडीने घ्यावे लागतात. एका आईला बाळंतपणाच्या वेणा येत आहेत, तिचं गर्भाशय भराभर आकुंचन पावावं, यासाठी तिला डॉक्टरांनी हॉर्मोन्सची इंजेक्शने द्यावीत का? त्यांनी गर्भ असलेली पिशवी फोडावी, का फोडू नये? बधिरता येणारं औषध इंजेक्शनने पाठीच्या कण्यात द्यावं का? देण्याचा निर्णय घ्यायचा झाला, तर कळा यायला लागल्यानंतर किती वेळाने दिलं जावं? प्रतिजैविकं दिली जावीत, का देऊ नयेत? मातेचा रक्तदाब किती वेळा तपासावा? गर्भवतीचा योनिमार्ग विस्तृत करण्यासाठी छेद देण्याची (episiotomy) ही शस्त्रक्रिया डॉक्टरने करावी की नाही? मातेच्या कळा देणं कमी वेगाने होत असेल, तर शस्त्रक्रियेद्वारे मूल बाहेर काढावं का? हे सगळे निर्णय एकट्या डॉक्टरने घेऊ नयेत, तसेच ते पूर्णतया फक्त रुग्णावरही सोडले जाऊ नयेत. या दोन्हींमधला सुवर्णमध्य वाटाघाटींद्वारे दोघांनी वैयक्तिक पातळीवर सोडवायला हवा.

नीतितज्ज्ञ कोणती चूक करतात, तर ते रुग्णाच्या निर्णयस्वातंत्र्याला फारच महत्त्व देतात. त्याला ते जणू वैद्यकीय विश्वातलं अंतिम मूल्य मानतात. इथे पाळण्यात येणाऱ्या अनेक मूल्यांपैकी ते एक असावं, असा विचार ते करत नाहीत. श्नायडरच्या असं लक्षात आलं की, 'रुग्णांना केवळ निर्णयस्वातंत्र्यच नको असतं; तर त्यांना कार्यक्षमता आणि समजूतदारपणाचीही अपेक्षा असते.' आता या समजूतदारपणाचा एक भाग म्हणजे डॉक्टरांनी रुग्णाच्या निर्णयस्वातंत्र्याचा मान राखायचा, महत्त्वाचे निर्णय घेण्यावर तुमचंच नियंत्रण असणार आहे, अशी खातरी त्याला द्यायची. त्या प्रश्नाची दुसरी बाजू हीसुद्धा आहे की, जेव्हा रुग्णांना मोठ्या, अवघड निर्णयाची जबाबदारी नको असते, तेव्हा ती जबाबदारी डॉक्टरांनीच घ्यायची किंवा आवश्यकता असेल, तेव्हा योग्य दिशेने जाण्यासाठी रुग्णांना मदत करायची. काही वेळा रुग्णांना आपले निर्णय आपणच घ्यायचे असतात, तेव्हाही सहृदयतेचा एक भाग म्हणून त्यांच्यावर थोडी जबरदस्ती करायला हरकत नसते. त्यांना ज्या शस्त्रक्रियेची वा उपचाराची भीती वाटत असते, तो घेण्यासाठी त्यांची मानसिक

तयारी करायची किंवा त्याच्या उलटही कृती करायची – म्हणजे ज्या शस्त्रक्रियेवर त्यांनी सगळी मदार ठेवलेली असते, पण जिचा त्यांना उपयोग होणार नसतो, तिचा नाद सोडण्यासाठी त्यांना प्रवृत्त करायचं. अनेक नीतितज्ज्ञांना हा युक्तिवाद अस्वस्थ करतो, त्यामुळे वैद्यकविश्वात डॉक्टर आणि रुग्ण यांनी कशा प्रकारे निर्णय घ्यावेत, याविषयीचा वाद चालूच राहाणार आहे. पण जसजसं हे क्षेत्र अधिकाधिक गुंतागुंतीचं होत चाललंय आणि तंत्रज्ञानाचा वापरही वाढत चाललाय, तसतसा आमच्यापुढचा गहन प्रश्न वडीलकीची भूमिका चालू ठेवायची की, तिची हकालपट्टी करायची हा नसून या क्षेत्रातील सहृदयता कशी टिकवून ठेवायची, हा आहे.

माझ्या उमेदवारीच्या काळातला आणखी एक रुग्ण मला आठवतो आहे. त्याचा उल्लेख मी इथे 'मिस्टर होवे' या नावाने करेन, तो रुग्ण तेव्हा चाळिशीच्या उंबरठ्यावर होता. दणकट बांधा, डोक्याला टक्कल आणि शांत पण काहीसा अवघडलेपणाने वागणारा होता. कळ फिरवून रेडिओचा आवाज मोठा करतात, तसं ते बोलू लागले की त्यांच्या बाबतीत करावं, असं मला वाटायचं. हा माणूस एकट्यानंच काम करत असावा, अशी त्याची प्रतिमा मी माझ्या डोळ्यांसमोर उभी केली – अकाउंटंट किंवा संगणक प्रोग्रॅमर असावा बहुतेक. त्याच्या पित्ताशयाला मोठ्या प्रमाणात जंतुसंसर्ग झाल्यामुळे त्याच्यावर शस्त्रक्रिया करण्यात आली होती. मी त्याला भेटायचो, तेव्हा त्याच्या चेहऱ्यावर एक दुःखी भाव असायचा, जणू काही त्याला कुणीतरी पिंजऱ्यात बंदिस्त करून ठेवलेलं होतं. त्याने मला कधीच काही प्रश्न विचारले नाहीत, पण आपण कधी एकदा रुग्णालयातून बाहेर पडतोय, असं त्याला झालं होतं.

एका शनिवारी दुपारी, शस्त्रक्रियेनंतरच्या तिसऱ्या दिवशी, त्याच्या परिचारिकेने मला पेजरवर संदेश पाठवला. त्याला बराच ताप चढला होता आणि श्वास घ्यायला त्रास होत होता. "मला तरी त्याचं लक्षण ठीक दिसत नाही," ती म्हणाली.

मी त्याला बघायला गेलो, तेव्हा त्याला दरदरून घाम सुटला होता, चेहरा लालबुंद दिसत होता आणि डोळे विस्फारल्यासारखे वाटत होते. बसलेल्या स्थितीत आपल्या दणकट बाहूंचा आधार घेत तो पुढे झुकला होता, त्याची छाती धपापत होती. प्राणवायूचा मास्क लावलेला होता आणि तो पूर्णपणे कार्यरत असूनही त्याची रक्तातील प्राणवायूची पातळी जेमतेम म्हणावी इतकीच होती, हृदयाचे ठोके मिनिटाला शंभर या गतीने पडत होते आणि रक्तदाब फारच कमी होता.

लहान चणीची, फिकट कांतीची, कृश देहयष्टीची त्याची पत्नी दोन्ही हात छातीजवळ धरून त्याच्या शेजारीच उभी होती. मी मिस्टर होवेला तपासलं, त्याच्या शरीरातलं रक्त तपासणीसाठी काढून घेतलं आणि त्याला शिरेतून द्रवपदार्थ द्यायला

परिचारिकेला सांगितलं. चेहऱ्यावर शक्य तितका आत्मविश्वास दाखवायचा प्रयत्न मी करत होतो. मग मी बाहेर गेलो आणि अनेक मुख्य निवासी डॉक्टरांपैकी एकाला – 'के'ला – पेजरवरून संदेश धाडला.

तिने मला परत फोन केला, तेव्हा मी तिला सगळी माहिती पुरवली. ''मला वाटतं, त्याच्या शरीरात पू झालाय,'' मी अंदाज वर्तवला. काही वेळा जंतुबाधा झाली की, ती रक्तवाहिनीत शिरते आणि मग फार मोठ्या प्रमाणात शरीर धोक्याची सूचना देतं – खूप जोराचा ताप येतो, शरीरातल्या दुय्यम रक्तवाहिन्या विस्तारतात त्यामुळे त्वचा लाल दिसू लागते, रक्तदाब खाली येतो आणि हृदयाचे ठोके जलद पडू लागतात. पोटावर शस्त्रक्रिया झाल्यानंतर असा प्रकार घडतो, तो जखमेत जंतुबाधा होते म्हणून. पण मिस्टर होवेच्या पोटावरील छेदात तशी लक्षणं – लाल रंग, हाताला गरम लागणे किंवा एक प्रकारचा नरमपणा जाणवणे – दिसली नाहीत अन् त्याला पोटात काही वेदनाही जाणवत नव्हती. मात्र मी जेव्हा त्याच्या छातीला स्टेथस्कोप लावला, तेव्हा त्याची फुप्फुसं कपडे धुण्याच्या यंत्रासारखी धडधडत होती. कदाचित त्याला न्यूमोनिया व्हायला सुरुवात झाली होती अन् त्यामुळे इतर सर्व प्रकार सुरू झाले होते.

'के' ताबडतोब होवेला बघायला आली. नुकतीच तिशी उलटलेल्या या डॉक्टरला सहा फुटांच्या जवळपास भरपूर उंची लाभली होती. खेळाडूचा बांधा असलेल्या 'के'चे केस छोटे, सोनेरी रंगाचे होते. प्रचंड उत्साह आणि 'मला सगळं जमतं' असा आत्मविश्वास तिच्या शरीरातून ओसंडून वाहत असायचा. होवेकडे तिने क्षणभरच पाहिलं असेल, मग परिचारिकेकडे वळत तिने नाकात घालायच्या नलिकेचं साहित्य पलंगापाशी तयार ठेवायला सांगितलं. मी त्याला प्रतिजैविकं द्यायला सुरुवात केलेलीच होती, द्रवपदार्थामुळे त्याच्या रक्तदाबात सुधारणा होऊ लागली होती, तरीपण प्राणवायूचा पुरवठा अजूनही वरच्या पातळीवरच होता. श्वास घेताना त्याला कष्ट पडत असल्याचं आम्हाला जाणवत होतं. 'के' त्याच्या खांद्यावर झुकली अन् तिने त्याला विचारलं, ''आता कसं वाटतंय?'' उत्तर द्यायला त्याला जवळ-जवळ एक मिनिट लागलं. ''ठीक... आहे,'' तो म्हणाला. खरं सांगायचं, तर तिने विचारलेला प्रश्न जितका पोकळ होता, तितकंच त्याने दिलेलं उत्तरही पोकळ होतं; पण त्यामुळे संवादाला सुरुवात झाली होती, हा फायदा होताच. कशामुळे ही परिस्थिती ओढवली होती, ते तिने त्याला समजावून सांगितलं. जंतुबाधा झाली होती, न्यूमोनिया होण्याची शक्यता होती आणि त्यामुळे खरी सुधारणा होण्यापूर्वी काही काळ त्याची प्रकृती बिघडण्याची शक्यता होती. प्रतिजैविकांमुळे त्याला अगदी लगेचच नाही, पण बरं वाटणार होतं. तो फार लवकर थकत होता. त्यावर इलाज म्हणून ती त्याला बधिर बनवून मग कृत्रिम

श्वासोच्छ्वास सुरू करणार होती.

"नको," धाप लागल्यासारख्या आवाजात तो म्हणाला अन् एकदम ताठ बसत पुढे म्हणाला, "मला यंत्राच्या साहाय्यानं... श्वासोच्छ्वास देऊ नका."

"फार वेळ नाही ठेवणार आम्ही तुला त्या स्थितीत," 'के'ने त्याला समजावलं, "फार-फार तर दोन दिवस. आम्ही तुला गुंगीचं औषध देऊ म्हणजे संपूर्ण वेळ तुला आराम मिळेल." तिने त्याला हेदेखील सुचवलं की, त्याशिवाय त्याचं जगणं अशक्य होतं.

त्याने परत एकदा मान हलवून म्हटलं, "यंत्र... नको."

कदाचित भीतीपोटी वा अज्ञानापोटीही असू शकेल, पण तो चुकीचा निर्णय घेतोय असं आम्हाला वाटलं. प्रतिजैविकांनी आणि काही यंत्रांच्या साहाय्याने तो जगू शकेल, याची आम्हाला खातरी वाटत होती. तो तरुण होता, बाकी सगळ्या बाबतींत त्याची प्रकृती चांगलीच होती. त्याला बायको होती, एक मूल होतं. सुरुवातीला त्यानंदेखील असाच विचार केला असणार. स्वत:च्या प्रकृतीविषयी पुरेशी चिंता असल्यामुळेच त्याने शस्त्रक्रिया करून घेण्याची तयारी दाखवली होती. पण त्या क्षणी तो घाबरला होता, नाहीतर त्याने उपाययोजनेला होकार दिला असता. आमचा निर्णय योग्यच होता, असं आम्ही छातीठोकपणे म्हणू शकत होतो का? नाही, पण जर आम्ही बरोबर असलो, तर मग त्याला मरू देणं आमच्या दृष्टीने योग्य ठरलं असतं का?

'के'ने होवेच्या बायकोकडे पाहिलं. ती बिचारी पार घाबरून गेली होती. 'के'ने तिला विचारलं, "तुझ्या नवऱ्याने काय करावं असं तुला वाटतं?" ती एकदम रडायलाच लागली. "मला काही समजत नाहीये, मला काही सांगता येणार नाही, तुम्ही त्याला वाचवू शकणार नाही का?" आता तिचा दु:खावेग इतका वाढला की, ती धावत खोलीबाहेर गेली. मग काही काळ 'के' होवेची समजूत काढत राहिली. तो आपला हेका सोडत नाहीये असं तिला दिसलं, तेव्हा ती त्याची काळजी घेणाऱ्या शल्यविशारदाला फोन करण्यासाठी बाहेर पडली अन् लगेच परत आली. थोड्याच वेळात होवे थकल्यासारखा झाला. तो पलंगावर आडवा झाला. त्याचे फिकट रंगाचे केस त्याच्या डोक्याला घामाने चिकटल्यासारखे चप्प बसले. त्याच्या रक्तातली प्राणवायूची पातळी खाली जात असल्याचं पडद्यावर दिसत होतं. त्याने डोळे मिटले आणि काही क्षणातच त्याची शुद्ध हरपल्यासारखी झाली.

ते पाहताच 'के'ने परिस्थितीचा ताबा घेतला. त्याला सरळ झोपवण्यासाठी तिने पलंगाची डोक्याकडील बाजू खाली केली. त्याला बधिर करण्यासाठी म्हणून असलेलं 'इंजेक्शन' शिरेतून द्यावयाच्या औषधात घालायला तिने परिचारिकेला सांगितलं. त्याच्या तोंडावर तिने मास्क ठेवला आणि प्राणवायू त्याच्या फुप्फुसांत

जाईल याची व्यवस्था केली. मग मी तिच्या हातात रबरी नलिकेचं पाकीट ठेवलं. त्यातून तिने पारदर्शक प्लॅस्टिकची एक लांब नळी काढून अतिशय सराईतपणे, एका झटक्यात ती होवेच्या श्वासनलिकेत घातली. पलंगावर झोपलेल्या स्थितीतच आम्ही त्याला काही मजले खाली असलेल्या अतिदक्षता विभागात नेलं.

थोड्या वेळानंतर मी त्याच्या बायकोला सांगितलं, ''होवेला आम्ही कृत्रिम श्वासोच्छ्वास सुरू केला आहे आणि त्याला अतिदक्षताविभागात ठेवलंय.'' काही न बोलता ती त्याला भेटायला गेली.

पुढच्या २४ तासांत त्याच्या फुप्फुसांची स्थिती बरीच सुधारली. आम्ही त्याच्या गुंगीच्या औषधाचं प्रमाण कमी केलं आणि 'व्हेंटिलेटर'ही बंद केला. तो जागा झाला आणि त्याने डोळे उघडले, तेव्हा प्लॅस्टिकची नळी त्याच्या तोंडात होतीच. आता त्याला श्वास घेणं जड जात नव्हतं.

''आता मी ही नळी काढून टाकणार आहे,'' मी त्याला म्हटलं. त्याने मान हलवली. नळी तोंडातून बाहेर येऊ नये यासाठी लावलेल्या पट्ट्या मी काढून टाकल्या आणि फुग्यातली हवाही काढून टाकली, तेव्हा तो काही वेळा जोरात खोकला.

''तुला न्यूमोनिया झाला होता, पण आता तू त्यातून बरा होतोयस.''

काही क्षण मी तिथेच त्याच्या बाजूला उभा राहिलो. तो काय प्रतिक्रिया देतोय, याची अधीरतेने वाट बघत होतो. त्याने आवंढा गिळल्यासारखं केलं, कारण त्याचा गळा सोलवटल्यासारखा झाला होता. मग त्याने माझ्याकडे एक टक पाहत शांतपणे माझे आभार मानले.

★

लाल पायाची केस

एक दिवस दुपारच्यावेळी मी आमच्या शल्यचिकित्सा विभागाच्या एका प्राध्यापकांबरोबर त्यांच्या क्लिनिकमध्ये रुग्णांना बघत होतो. त्या वेळी त्यांच्या वागण्यातली एक गोष्ट मला प्रकर्षाने जाणवली – रुग्णांनी विचारलेल्या अनेक प्रश्नांना ते 'मला माहीत नाही' असं उत्तर देत होते. खरं सांगायचं, तर हे तीन शब्द असे आहेत, जे कुणाही डॉक्टरला उच्चारायला सहसा आवडत नाहीत. त्यांच्या प्रश्नांची उत्तरं आमच्यापाशी असावीत, अशी साधारणपणे अपेक्षा असते. आम्हालाही तसंच वाटत असतं, पण त्या दिवशी मला तरी एकही रुग्ण असा आढळला नाही, ज्याला आमच्या प्राध्यापकांनी असं उत्तर दिलं नाही.

एका रुग्णावर दोन आठवड्यांपूर्वी हर्नियाची शस्त्रक्रिया झाली होती. त्याने विचारलं, ''माझ्या पोटात जखमेच्या बाजूच्या भागात वेदना होतात, त्या कशामुळे?''

एक रुग्ण गॅस्ट्रिक बायपास शस्त्रक्रियेनंतर एक महिन्याने आला होता, त्याचा प्रश्न होता, ''माझं वजन अजून कसं कमी झालं नाही?''

एका रुग्णाच्या स्वादुपिंडावर कर्करोगाची मोठी गाठ आली होती. त्याने डॉक्टरांना विचारलं, ''ही गाठ तुम्हाला काढता येईल का?''

या शल्यविशारदांनी त्या सगळ्यांच्या प्रश्नांना हेच उत्तर दिलं.

त्यामागचं कारण काय होतं, ते मला माहीत नव्हतं, तरीदेखील माझ्या मनात हा विचार येतोच – डॉक्टरकडे काही तरी योजना तर हवीच ना? हर्नियाच्या रुग्णाला ते म्हणाले, ''असं कर, पुढच्या आठवड्यात परत ये, तेव्हा आपण पाहू तुझी वेदना कमी झालीय की नाही ते.'' गॅस्ट्रिक बायपास रुग्णाला ते म्हणाले, ''होईल सगळं काही व्यवस्थित.'' आणि त्यांनी तिला एका महिन्यानंतर यायला सांगितलं. कर्करोग असलेल्या रुग्णाला ते म्हणाले, ''आपल्याला तुझ्या कर्करोगावर शस्त्रक्रिया करता येईल.'' दुसऱ्या एका शल्यविशारदाचं मत वेगळं होतं. (स्कॅनमध्ये

ती गाठ इतकी मोठी दिसत होती की, शस्त्रक्रिया करणं व्यर्थ ठरलं असतं. त्यात मोठे धोकेही होते, असं मत त्यांच्या सहकाऱ्याने सांगितलं होतं.). त्यांना स्वत:लाही तसंच वाटत होतं – यशाची खातरी वाटत नव्हती. तरीही त्यांनी आणि त्यांच्या रुग्णाने (चाळिशीत नुकतंच पदार्पण केलेल्या त्या स्त्रीला लहान मुलं होती.) शस्त्रक्रिया करण्याचा निर्णय घेतला होता.

अनिश्चितता हीच आमच्या वैद्यकीय व्यवसायापुढची सर्वांत मोठी समस्या असते. त्यामुळेच एक रुग्ण असणं, ही जशी फार क्लेशकारक गोष्ट असते, तसंच एक डॉक्टर असणं फार अवघड असतं आणि समाजातील जे रुग्ण भरमसाठ बिलं आपल्या खिशातून भरत असतात, अशा सामान्य जनतेलाही ते फार अवघड असतं. आम्हा डॉक्टरांना लोकांबद्दल आणि त्यांच्या आजारांबाबत बरीच माहिती असते, त्यांच्या रोगांचं निदान आणि त्यांवरील उपचार यांच्याबद्दलही पुष्कळ माहिती असते; तरीही इथली अनिश्चितता समजणं कठीणच असतं. एक डॉक्टर या नात्याने लोकांची सेवा करत असताना तुम्हाला झगडावं लागतं, ते तुमच्या अज्ञानाशी, ज्ञानाशी नाही. वैद्यकव्यवसायातील मूलभूत वास्तव म्हणजे इथली अनिश्चितता, हे आहे. आणि आम्ही लोक – डॉक्टर आणि रुग्णदेखील – त्याला कसं तोंड देतो, यातच सगळं शहाणपण सामावलेलं आहे.

मनाच्या अनिश्चितेत घेतलेल्या निर्णयाची ही कहाणी आहे –

ती जून महिन्यातली एक दुपार होती. मंगळवारचे दुपारचे दोन वाजले होते. माझी सलग सात आठवड्यांची कामाची पाळी चालू होती. वरिष्ठ निवासी शल्यविशारद या नात्याने मी त्या वेळी आपत्कालीन विभागात काम करत होतो. पित्ताशयाला जंतुसंसर्ग झालेल्या एका रुग्णाला मी नुकतंच दाखल करून घेतलं होतं. बाहेर जाऊन चटकन काहीतरी खाऊन घ्यावं, असा विचार मी करत असतानाच आपत्कालीन कक्षातील एका डॉक्टरने मला थांबवलं. एलिनॉर ब्रॅटन नावाच्या एका तेवीस वर्षीय तरुणीला मी तपासावं, अशी त्याची इच्छा होती. तिचा पाय सुजला होता आणि लाल दिसत होता (इथे रुग्णांची आणि सहकाऱ्यांची नावं बदलली आहेत.). ''मला वाटतं, हा साधा त्वचेच्या जंतुबाधेचा प्रकार (cellulitis) असावा, पण प्रकरण जरा गंभीर दिसतंय,'' त्याने आपलं मत व्यक्त केलं. त्याने तिला शिरेतून प्रतिजैविकं द्यायला सुरुवात केली होती आणि वैद्यकविभागात दाखल करून घेतलेलं होतं. ज्याचा निचरा करायची आवश्यकता आहे, असं एखादं गळू वगैरे नाही ना, त्यामध्ये शस्त्रक्रियेची काही गरज नाही ना ह्याची त्याला खातरी करून घ्यायची होती. ''जरा पाहिलंस, तर बरं होईल. तुझी काही हरकत नाही ना?'' त्याने विचारलं, तेव्हा मी मनातल्या मनात वैतागलो, पण ''छे! हरकत कसली

आलीय,'' असा प्रतिसाद दिला.

तिला ज्या निरीक्षणकक्षात ठेवण्यात आलं होतं, ती खोली आपत्कालीन विभागातच परंतु थोडी दूर अंतरावर असल्यामुळे शांत होती. इथे तिला शिरेतून प्रतिजैविकं दिली जाणार होती आणि वरच्या मजल्यावरची एखादी खोली रिकामी झाली की, तिला तिथे हलवण्यात येणार होतं. या विभागातले नऊ पलंग अर्धवर्तुळाकार रचनेत ठेवलेले असतात. दोन पलंगांमध्ये एक पातळसा निळा पडदा असतो. ती एक नंबरच्या पलंगावर झोपलेली होती. सुदृढ, खेळाडूसारखी शरीरयष्टी असलेली ही तरुणी विशीच्या आतलीच वाटत होती. तिचे सोनेरी केस तिने पोनी टेलसारखे बांधलेले होते, नखांवर सोनेरी रंग लावलेला दिसत होता आणि तिची नजर समोरच्या टी.व्ही.वर खिळलेली होती. तिच्याकडे पाहिल्यावर तरी हिला गंभीर दुखणं झालं असावं, असं काही वाटलं नाही. कमरेपर्यंतचं शरीर चादरीत लपेटून ती आरामात पहुडलेली होती. तिच्या पलंगाचा डोक्याकडील भाग वर केलेला होता. मी तिच्या प्रकृती आलेखाकडे पाहिलं, तेव्हा माझ्या लक्षात आलं की, तिच्या शरीराला कुठलाही मोठा आजार झालेला नव्हता, कारण सगळी महत्त्वाची लक्षणं ठाकठीक होती. ताप नव्हता आणि यापूर्वीही तिला काही आजार वगैरे झालेला नव्हता. मी तिच्याजवळ जाऊन माझी ओळख करून देत म्हटलं, ''हॅलो! मी डॉ. गवांदे, इथे वरिष्ठ निवासी शल्यविशारद आहे. कशी आहे तुझी तब्येत?''

''तुम्ही शल्यविभागातले आहात?'' हे विचारताना तिच्या चेहऱ्यावर मला गोंधळ आणि भीती यांचं मिश्रण दिसलं. तिला धीर देत मी म्हटलं, ''आपत्कालीन विभागातल्या डॉक्टरला फक्त खातरी करून घ्यायची होती, म्हणून त्याने मला तुझ्याकडे पाठवलंय.'' तिच्या पायाचं दुखणं केवळ त्वचेपुरतंच (सेल्युलायटिस) मर्यादित आहे ना ह्यासाठी मी तिचा पाय तपासावा, अशी त्याची इच्छा होती. ''मी तुला काही प्रश्न विचारणार आहे आणि तुझा पाय तपासणार आहे, इतकंच!'' मी तिला म्हटलं. ''नक्की कशामुळे हा त्रास सुरू झाला, ते मला सांगशील का?'' मी तिला विचारलं. क्षणभर ती काहीच बोलली नाही. कुठून सुरुवात करावी, असा गोंधळ तिच्या मनाचा होत असावा. मग एक नि:श्वास टाकून तिने बोलायला सुरुवात केली.

त्या शनिवार-रविवारच्या सुट्टीत ती कनेक्टिकटमधल्या हार्टफोर्ड या आपल्या गावी एका लग्नसमारंभासाठी गेली होती (गेल्या वर्षी इथाका कॉलेजमधून पदवी घेतल्यानंतर ती काही मैत्रिणींबरोबर बोस्टनला राहायला गेली होती. तिथल्या एका कायदासल्लागार संस्थेच्या तज्ज्ञांसाठी ती परिषदांचं व्यवस्थापन करत असे.). लग्नसमारंभ थाटात पार पडला. त्या रात्री तिने मनसोक्त नृत्य केलं होतं, पण

दुसऱ्या दिवशी सकाळी ती उठली, तेव्हा तिचा डावा पाय दुखत होता. गेला आठवडाभर कडक सँडल्स वापरल्यामुळे त्या पायावर एक फोड आलेला होता. आता त्या फोडाभोवतीची जागा लाल झाली होती, तिथे सूजही आली होती. सुरुवातीला तिने त्याकडे फारसं लक्ष दिलं नाही. तिच्या वडिलांना तिने आपला पाय दाखवला, तेव्हा ते म्हणाले, ''तुझ्या पायाला मधमाशी चावलीय असं वाटतंय. कदाचित काल रात्री नाचताना कुणाचा तरी पाय पडला असेल तुझ्या पायावर.'' त्या दिवशी दुपारी उशिरा ती आपल्या मित्राबरोबर बोस्टनला परत जायला निघाली, तेव्हा मात्र तिचा पाय भयंकर दुखायला लागला होता. पायावरची लाली आजूबाजूला पसरली. रात्री तिला थंडी वाजून आल्यासारखी झाली आणि १०३पर्यंत ताप चढला. दर काही तासांनी तिने आयबुप्रुफेनच्या गोळ्या घेतल्यामुळे तिचा ताप उतरला, पण पायाच्या वेदना मात्र कमी झाल्या नाहीत. सकाळपर्यंत पायाची लाली घोट्याच्या वरपर्यंत पसरली आणि पाय इतका सुजला की, तिला पाय बुटात घालणंही मुश्कील झालं.

त्याच दिवशी दुपारी एलिनॉर मैत्रिणीच्या खांद्यावर आपला भार टाकत, खुरडत-खुरडत तिच्या डॉक्टरच्या दवाखान्यात गेली. तिने 'त्वचेला झालेली जंतुबाधा' (सेल्युलायटिस) असं निदान केलं. बागेत काम करणाऱ्यांना जी जंतुबाधा होते, त्याच प्रकारात मोडणारा 'सेल्युलायटिस' हा त्वचारोग आहे. हवेतले अगदी साधे जंतू आपल्या त्वचेतून आत प्रवेश करतात (काही वेळा कापलेल्या जखमेतून, तर कधी बोटाला सुई वगैरे टोचल्यामुळे, तर कधी एखाद्या फोडाद्वारे किंवा तसलंच काहीतरी क्षुल्लक कारण!) आणि शरीरात प्रवेश केल्यानंतर ते बेसुमार वाढतात. मग तुमची त्वचा लाल होते, गरम होते, त्या भागाला सूज येते आणि वेदना जाणवू लागतात; मळमळल्यासारखं वाटणं, ताप येणं हेही बऱ्याच जणांच्या बाबतीत घडतं. त्वचेच्या पातळीवरच ही जंतुबाधा पसरत जाते. एलिनॉरच्या बाबतीतही तसंच घडलं. आतल्या हाडाला संसर्ग झालेला नाही, याची खातरी करून घेण्यासाठी डॉक्टरांनी क्ष-किरण फोटो काढायला लावले. तसं काही झालं नव्हतं, हे कळताच त्यांना हायसं वाटलं आणि त्यांनी तिला शिरेतून द्यायची प्रतिजैविकं दिली, धनुर्वातावरचं इंजेक्शन दिलं आणि एक आठवड्यासाठी प्रतिजैविकं घेण्यासाठी चिठ्ठी दिली. सेल्युलायटिससाठी इतकी औषधयोजना, खरं पाहिलं तर, पुरेशी असते. पण नेहमीच तसं होत नाही, असंही तिने एलिनॉरला बजावलं. एक काळ्या रंगाचं मार्कर पेन घेऊन तिने लाल झालेल्या भागाभोवती रेषा ओढली आणि एलिनॉरला म्हणाली, ''या रेषेच्या पलीकडे जर लाली पसरली, तर मात्र मला फोन कर. आणि काहीही झालं, तरी उद्या येऊन मला भेटच.'' जंतुसंसर्ग बरा होतोय की नाही, ते तिला पाहायचं होतं.

एलिनॉर मला म्हणाली, ''आज सकाळी मी उठले, तेव्हा माझ्या पायावरची लाली – पुरळ – डॉक्टरांनी ओढलेल्या रेषेच्या बाहेर पसरलं होतं. जवळजवळ मांडीपर्यंत पोहोचलं होतं आणि वेदनांचं प्रमाणही वाढलं होतं.'' तिने डॉक्टरांना फोन केला, तेव्हा त्यांनी तिला आपत्कालीन विभागात दाखल व्हायला सांगितलं. यापुढे तिला रुग्णालयात राहून शिरेतून प्रतिजैविकांचा पूर्ण उपचार घेणं गरजेचं होतं, त्यांनी तिला समजावून सांगितलं.

मी एलिनॉरला विचारलं, ''तुझ्या पायातून पू किंवा इतर काही द्रव बाहेर काढला होता का?''

''नाही,'' तिने एकाच शब्दात उत्तर दिलं.

''त्वचेवर काही उघड्या जखमा आहेत का?''

''नाही.''

''विचित्र वास येतोय का? त्वचा काळी पडलीय का?''

''नाही.''

''ताप येतोय का अजूनही?''

''नाही. गेल्या दोन दिवसांत आलेला नाही.''

मी ही सगळी माहिती माझ्या डोक्यात साठवायचा प्रयत्न केला. बहुतेक सगळी लक्षणं 'सेल्युलायटिस'चीच वाटत होती, तरी पण कसला तरी विचार माझ्या मनाला कुरतडत होता, मला सावध करायचा प्रयत्न करत होता.

''मी तुझ्या पायावरचं पुरळ पाहू का?'' मी एलिनॉरला विचारलं, तेव्हा तिने पायांवरची पांढरी चादर बाजूला केली. तिचा उजवा पाय अगदी ठीक होता. मात्र डावा पाय लालभडक दिसत होता. त्याच्यावर पसरलेली लाली सगळीकडे – पावलाचा भाग, घोट्यापासून ते थेट पोटरीपर्यंत अन् आता तर काळ्या मार्कर पेनने मारलेल्या रेषेच्या पलीकडे पसरली होती. गुडघ्याचा अन् मांडीचा भागही त्या लालीने व्यापला होता. त्याची व्याप्ती व्यवस्थित कळत होती. मी तिच्या लाल झालेल्या पायाला हाताने स्पर्श केला, तेव्हा मला तिचा पाय गरम आणि त्वचा नेहमीपेक्षा मऊ वाटली. तिच्या पावलावरचा फोड आकाराने अगदी छोटा होता. त्याच्या भोवतालची त्वचा काहीशी सोलवटल्यासारखी दिसत होती. तिच्या बोटांना मात्र काहीही झालेलं नव्हतं आणि मी सांगितल्यावर तिने ती विनाप्रयास हलवूनही दाखवली. पण पाय हलवताना मात्र तिला त्रास होत होता – अगदी घोट्यापर्यंतचा भाग सुजून टम्म झाला होता. पायाची संवेदना व्यवस्थित होती आणि संपूर्ण पायातील शिरांचे ठोके व्यवस्थित पडत होते. पायावर कुठेही उघडी जखम नव्हती किंवा पूही आढळला नाही.

तटस्थपणे विचार केला, तर पायावरील पुरळ सेल्युलायटिसचीच लक्षणं

लाल पायाची केस । २६९

सांगत होतं. प्रतिजैविकांमुळे ते बरंही झालं असतं; पण माझ्या मनात आणखी एक शक्यता घणघणत होती अन् तिच्या आवाजाने माझंच धाबं दणाणलं होतं. मी इतका घाबरलो होतो त्यामागे काही सयुक्तिक कारण मला दिसत नव्हतं आणि ते मला चांगलंच ठाऊक होतं.

वैद्यकक्षेत्रातील निर्णय नेहमी ठोस निरीक्षणावर आणि निश्चित पुराव्यांवर आधारलेले असावेत, अशी अपेक्षा असते. पण काही आठवड्यांपूर्वी मी एका रुग्णाची देखभाल केलेली होती अन् त्याला मी माझ्या मन:पटलावरून बाजूला करू शकत नव्हतो. हा रुग्ण ५८ वर्षांचा होता आणि त्याची प्रकृती अगदी छान वाटत होती. गेले तीन-चार दिवस त्याच्या छातीत डाव्या बाजूला पडल्यामुळे जिथे खरचटलं होतं तिथे आणि हाताच्या खालच्या बाजूला सतत दुखत होतं आणि ते वाढतच चाललं होतं (गुप्तता राहावी म्हणून मी या ओळखू येणाऱ्या वर्णनात काही फेरफार केले आहेत.). आपल्या घराजवळच्या सार्वजनिक रुग्णालयात ते तपासणीसाठी म्हणून गेले होते. त्यांच्या छातीवर एके ठिकाणी अगदी छोटा पण साधासा पुरळ असलेला भाग दिसत होता. सेल्युलायटिसवर देतात ती प्रतिजैविकं देऊन त्याला घरी पाठवण्यात आलं. त्या रात्री पुरळाची व्याप्ती आठ इंचांपर्यंत वाढली आणि सकाळी त्याला १०२पर्यंत ताप चढला. आपत्कालीन विभागात तो परत आला, तोपर्यंत ज्या भागावर पुरळ आलं होतं, तो भाग बधिर झाला होता आणि त्यावर फोडही आले होते. काही वेळानंतर तो शॉकमध्ये गेला. त्याला आमच्या रुग्णालयात पाठवण्यात आलं आणि लगेचच मी त्याला शस्त्रक्रिया कक्षात घेतलं. त्याला 'सेल्युलायटिस' झालेला नव्हता; 'नेक्रोटायझिंग फॅशिआयटिस' (necrotising fasciitis) नावाच्या एका अत्यंत दुर्मीळ पण भयानक घातक अशा जंतुसंसर्गाची बाधा त्याला झाली होती. वृत्तपत्रांनी त्याचं वर्णन 'मांसभक्षक जंतू' (flesh-eating bacteria) असं केलं आहे आणि त्यात कोणतीही अतिशयोक्ती नव्हती. आम्ही त्याची त्वचा बाजूला केली, तेव्हा आम्हाला आतल्या बाजूला प्रचंड जंतुसंसर्ग – बाहेरील बाजूला होता, त्यापेक्षा कितीतरी मोठ्या प्रमाणातला – आढळला. त्याच्या छातीच्या डाव्या बाजूचे सगळे स्नायू, थेट पाठीपर्यंत, खांद्यापर्यंत आणि खाली पोटापर्यंत राखाडी रंगाचे, मऊ आणि दुर्गंधीयुक्त झाले होते. ते आम्हाला काढून टाकावे लागणार होते. पहिल्या दिवशी तर आम्हाला त्याच्या बरगड्यांमधील स्नायूही काढून टाकावे लागले, या शस्त्रक्रियेला 'बर्डकेज थोरॅक्टमी' (birdcage thoractomy) असं नाव आहे. दुसऱ्या दिवशी आम्हाला त्याचा पूर्ण बाहू कापून टाकावा लागला. आम्ही त्याला वाचवू शकलोय, असं काही काळ आम्हाला वाटलं. त्याचा ताप उतरला, प्लॅस्टिक शल्यविशारदांनी त्यांच्या छातीवर आणि

पोटाच्या पडद्यावर दुसरीकडचे स्नायू आणि गॉर्टेक्सचे तुकडे वापरून शस्त्रक्रिया केल्या. पण हळूहळू त्याचे एकेक अवयव – मूत्रपिंडं, यकृत, आणि त्यानंतर हृदय निकामी झालं अन् अखेर त्याला मृत्यू आला. मी ज्या काही अत्यंत भयानक केसेस पाहिलेल्या होत्या, त्यातली ही एक होती.

'नेक्रोटायझिंग फॅशिआयटिस'बद्दल आम्हाला जी माहिती आहे, ती अशी – हा एक अतिशय चढाईखोर आणि फार जलद आक्रमण करणारा जंतू आहे. याची बाधा होणाऱ्यातले ७० टक्के रुग्ण जिवाला मुकतात. सध्या माहीत असलेलं कुठलंही प्रतिजैविक त्याला थोपवू शकत नाही. यातल्या अनेक जिवाणूंपैकी सगळ्यात मोठ्या प्रमाणात आढळणारा जीवाणू 'स्ट्रेप्टोकॉकस' या गटात मोडतो (आमच्या या रुग्णाच्या मांसपेशींच्या अखेरच्या तपासणीत हाच जिवाणू आढळला होता.). हा एक असा जीव आहे, ज्यामुळे साधारणपणे घसा खवखवणे इतपतच उपद्रव होतो; पण याच्या काही प्रजाती बराच मोठा अपाय घडवू शकतात. ह्या जिवाणूंचा प्रादुर्भाव कसा होतो, ते ज्ञात नाही. सेल्युलायटिसप्रमाणेच तेही आपल्या शरीरात त्वचेवरील छेदांतून प्रवेश करतात, असा समज आहे. हा छेद नेहमीच मोठा असतो असं नाही – काही वेळा तो शस्त्रक्रियेच्यावेळी सुरीने दिलेला छेद असतो, तर काही वेळा नुसतं खरचटणंपण असू शकतं (काही लोकांना हा जंतुसंसर्ग गालिच्यामुळे खरचटल्याने होतो, काहींना एखादा किडा चावल्यामुळे होतो, तर एखादे वेळी मित्राने मजेत काढलेल्या चिमट्यामुळेही होण्याची शक्यता असते. कागदामुळे हात कापणं, रक्त काढून घेताना झालेली लहानशी जखम, टूथपिकमुळे हिरड्यांना झालेली जखम, तसंच कांजिण्यांचे फोड यांमुळे हे जिवाणू शरीरात प्रवेश करतात. काही रुग्णांमध्ये हा जंतूप्रवेश कसा झाला, तेदेखील कळायला मार्ग नसतो.). सेल्युलायटिसमध्ये आणि या रोगातला मोठा फरक हा की, सेल्युलायटिसचे जंतू फक्त त्वचेपुरते मर्यादित राहतात, तर या रोगाचे जिवाणू त्वचेवाटे आत शिरतात आणि आतील भागांवरही हल्ला करतात, ते स्नायूंच्या 'बाहेरील आवरणा'वर (फेशिया) हल्ला चढवतात आणि त्यांतील नरम पेशीतंतूंना नष्ट करतात. उदा. मेद, नसा आणि जोडणी करणाऱ्या पेशी. जितक्या लवकर हा रोग लक्षात येतो, तितकं त्यावर नियंत्रण ठेवण्याची शक्यता अधिक असते. त्याचबरोबर नष्ट झालेल्या मांसपेशी शस्त्रक्रियेद्वारे कापून काढाव्या लागतात, काही वेळा शरीराचे रोगग्रस्त अवयव कापूनही काढावे लागतात. अर्थात, यश मिळण्यासाठी शस्त्रक्रिया लवकर करावी लागते. जेव्हा जंतुप्रादुर्भाव फार मोठ्या प्रमाणावर होतो, तेव्हा रुग्णाच्या मेंदूवर परिणाम दिसू लागतो, अवयवांना बधिरता येते, अंगावर बऱ्याच ठिकाणी फोड येतात. अशा स्थितीत रुग्ण वाचण्याची शक्यता फार कमी होते.

आत्ता मी एलिनॉरच्या पलंगाजवळ उभा होतो, वाकून तिच्या पायाची तपासणी करत होतो. माझ्या मनात आलेल्या विचारामुळे आपण मूर्खासारखा विचार करतोय, असं मला वाटलं – हे म्हणजे 'इबोलाचे विषाणू' (ebola virus) जणू काही आपत्कालीन विभागात शिरले, असा विचार करण्यासारखं झालं. सुरुवातीच्या अवस्थेत 'नेक्रोटायझिंग फॅशिआयटिस' हाही सेल्युलायटिससारखाच दिसतो, सगळी लक्षणं – लालपणा, सूज, ताप आणि रक्तातील वाढलेलं पांढऱ्या पेशींचं प्रमाण – सारखीच वाटतात हे खरं आहे, पण आमच्या वैद्यकीय पेशात आम्हा विद्यार्थ्यांना एक जुनी म्हण शिकवली जाते : 'जर टेक्सासमध्ये तुम्हाला टापांचे आवाज ऐकू आले, तर त्या टापा घोड्यांच्या आहेत; झेब्रांच्या नाहीत, असं समजावं.' अख्ख्या अमेरिकेत वर्षभरात नेक्रोटायझिंग फॅशिआयटिसचा एखादा रोगी आढळतो, प्रामुख्याने वृद्ध किंवा दीर्घकाळ आजारी असलेल्यांना या रोगाने ग्रासलं जातं – अन् त्या तुलनेत सेल्युलायटिसचे रुग्ण ३० लाखांहून जास्त असतात. त्याहून महत्त्वाची बाब म्हणजे एलिनॉरचा तापही उतरला होता; ती आता फार आजारीही वाटत नव्हती. आपण अलीकडेच घडलेल्या एका अत्यंत दुर्मीळ, अपवादात्मक म्हणता येईल, अशा केसमुळे हादरून गेल्यासारखे झालोय, हे मला समजत होतं. जिच्यामुळे या दोन्ही रोगनिदानांमधला फरक सांगता आला असता, अशी एखादी साधी चाचणी असती तर बरं झालं असतं; पण तशी चाचणी उपलब्ध नाही. आता एकच मार्ग आहे – शस्त्रक्रियाकक्षात जायचं आणि त्वचेला छेद देऊन पाहायचं काय प्रकार आहे ते – हा पर्याय एकतर्फी सुचवायला कुणालाच नको असतो.

अन् इथे मी उभा होतो. मला तरी दुसरा काही मार्ग दिसत नव्हता. माझ्या मनात तोच विचार येत होता.

मी पुन्हा एकदा एलिनॉरचे पाय चादरीने झाकले आणि तिला म्हटलं, "मी एका मिनिटात येतो." मग मी तिला ऐकू येणार नाही इतक्या अंतरावर असलेल्या फोनपाशी गेलो आणि थॅडिअस स्टुडर्ट या साधारण शल्यविशारदांना त्यांच्या पेजरवर संदेश पाठवला. ते रुग्णालयातच होते. त्यांनी शस्त्रक्रियादालनातून माझ्या संदेशाला प्रत्युत्तर दिलं. मी त्यांना थोडक्यात एलिनॉरविषयी सांगितलं – "ही केस सेल्युलायटिसची वाटते आहे; पण माझ्या मनात दुसरीच शंका येते आहे, 'नेक्रोटायझिंग फॅशिआयटिस'ची." मी म्हटलं अन् क्षणभर ते काहीच बोलले नाहीत.

मग त्यांनी विचारलं, "हे तू गंभीरपणे बोलतोयस ना?"

"हो." मी नि:संदिग्धपणे म्हटलं.

त्यांनी एक शिवी हासडल्यासारखा आवाज काढला. "आलोच मी," ते म्हणाले.

मी फोन परत ठेवला, तेव्हा एलिनॉरचे वडील तिच्यासाठी हातात सँडविच आणि सोडा घेऊन आले. हार्टफोर्डहून ते गाडी चालवत आले होते अन् दिवसभर तिच्यापाशीच बसून होते. मी तिला बघायला आलो, नेमके तेव्हाच ते तिच्यासाठी जेवण आणायला बाहेर गेले होते. त्यांनी आणलेलं जेवण पाहताच मी त्यांना घाईघाईने सांगितलं, ''तिला इतक्यात काही खायला देऊ नका.'' का कुणास ठाऊक, माझ्या मनातली शंकेची पाल पुन्हा चुकचुकायला लागली. खरं सांगायचं, तर अशा पद्धतीने मी त्यांना माझी ओळख करून द्यायला नको होती. माझे शब्द ऐकून ते दचकलेच. त्यांच्या लगेच ध्यानात आलं की, रुग्णावर शस्त्रक्रिया करण्याआधी त्याचं पोट रिकामं असावं लागतं, तेव्हा आम्ही तसा विचार करत असलो पाहिजे. मी थोडी सारवासारव करायचा प्रयत्न केला, ''तसं काही खास कारण नाही, पण तपासणी पूर्ण झाल्याशिवाय आम्ही रुग्णांना काही खाऊ देत नाही, इतकंच. आमची नेहमीची पद्धत आहे ही, बाकी काही नाही.'' जेव्हा स्टुडर्ट शस्त्रक्रियेच्यावेळी करतात तो जामानिमा – अंगावरचा निर्जंतुक गाउन अन् डोक्यावरची टोपी – करून एलिनॉरला तपासायला आले, तेव्हा एलिनॉरच्या आणि तिच्या वडिलांच्या चेहऱ्यावर जी भीती उमटली, ती माझ्या नजरेतून सुटली नाही.

त्यांनी पुन्हा तिला काय घडलं होतं, ते सांगायला सांगितलं आणि तिची कहाणी ऐकल्यावर पाय तपासण्यासाठी म्हणून तिच्या पायावरची चादर बाजूला केली. त्यांना फार काही वेगळं वाटल्याचं मला जाणवलं नाही. मग जेव्हा आम्ही दोघंच तिच्याविषयी बोलू लागलो, तेव्हा ते मला म्हणाले, ''मला तरी हा 'सेल्युलायटिस'चाच प्रकार वाटतोय, जरा गंभीर आहे इतकंच.''

''नेक्रोटायझिंग फॅशिआयटिस नाही, असं तुम्ही ठामपणे म्हणू शकाल?'' मी मनातली शंका बोलून दाखवलीच.

''अगदी खातरीलायकपणे नाही म्हणू शकणार मी,'' त्यांनी मान्य केलं. आमच्या व्यवसायातली जास्त अवघड बाब काय असेल, तर ते म्हणजे, कोणतीही एखादी गोष्ट न करण्याचा निर्णय – एखादी चाचणी न करण्याचा निर्णय, प्रतिजैविक न देण्याचा निर्णय, रुग्णावर शस्त्रक्रिया न करण्याचा निर्णय. जेव्हा कुणीतरी तुम्हाला एखादी शक्यता आहे असं सुचवतं – विशेषत: नेक्रोटायझिंग फॅशिआयटिससारख्या रोगासंबंधीची – तर तो विचार मनातून काढून टाकणं फारच कठीण होऊन बसतं.

स्टुडर्ट एलिनॉरच्या पलंगाच्या काठावर टेकल्यासारखे बसले. ते एलिनॉरला आणि तिच्या वडिलांना म्हणाले, ''तू सांगितलेल्या गोष्टीवरून आणि सगळ्या लक्षणांवरून हा सेल्युलायटिसचा प्रकार आहे, असंच आम्हाला वाटतंय; पण आमच्या मनात दुसरी एक शक्यताही येतेय.'' असं म्हणत त्यांनी अतिशय

शांतपणे आणि हळुवारपणे त्यांना नेक्रोटायझिंग फॅशिआयटिसच्या अस्वस्थ करणाऱ्या आणि कठोर परिणामांची कल्पना दिली – त्या रोगाचे जिवाणू कसे मांसभक्षक असतात, तो आजार झालेल्या व्यक्ती वाचण्याचं प्रमाण किती कमी असतं, फक्त प्रतिजैविकंच या रोगावर मात करू शकतात वगैरे, वगैरे. मग ते म्हणाले, "तुला हा आजार झाला असण्याची शक्यता दिसत नाही – माझ्या मते ५ टक्के शक्यताही नसावी, पण मांसपेशींची तपासणी केल्याशिवाय ती पूर्णपणे नाकारताही येणार नाही.'' त्या दोघांना त्यांचं म्हणणं नीट लक्षात यावं, या हेतूने ते काही क्षण न बोलता बसून राहिले. मग त्यांनी आम्ही कोणती कृती करणार आहोत, ते त्या दोघांना समजावून सांगितलं – "आम्ही तुझ्या पावलावरील त्वचेचा आणि त्याखालच्या मांसपेशीचा साधारण एक इंच आकाराचा तुकडा काढून घेणार आहोत. कदाचित पायाच्या वरच्या भागातला नमुनाही घ्यावा लागेल आम्हाला. त्यानंतर लगेच आमचा रोगचिकित्सक सूक्ष्मदर्शकाखाली त्याची तपासणी करेल की झालं.''

त्यांनी समजावल्यासारख्या सुरात उच्चारलेले ते शब्द ऐकूनही एलिनॉर भीतीने ताठरल्यासारखी झाली, "हे काय बोलताय तुम्ही? मला तर त्याचा अर्थच लागत नाहीये.'' नाकातोंडात पाणी गेल्यामुळे बुडणाऱ्या माणसासारखी ती घाबरून गेली. "त्यापेक्षा आपण थोडी वाट का नाही बघत? प्रतिजैविकांचा काय परिणाम होतोय ते तरी समजेल ना आपल्याला?'' स्टुडर्टनी तिला समजावलं, "हा एक असा रोग आहे, ज्यासंबंधी आपण हातावर हात धरून बसू शकत नाही. जर तो आटोक्यात आणावयाचा असेल, तर त्वरित उपाय योजायलाच हवेत.'' हताशपणे मान हलवत एलिनॉरने आपली नजर पायांवरल्या चादरीवर लावली.

मी आणि स्टुडर्टने तिच्या वडिलांकडे बघितलं. त्यांची प्रतिक्रिया आम्हाला जाणून घ्यायची होती. आत्तापर्यंत ते अविचलपणे तिच्या बाजूला दोन्ही हात मागे बांधून उभे होते, त्यांच्या कपाळावर आठ्यांचं जाळं होतं, तेही ताठरपणे उभे होते, कललेल्या बोटीवर तोल सांभाळत उभं राहाण्याचा आटोकाट प्रयत्न करणाऱ्या माणसाप्रमाणे. त्यांनी आम्हाला आम्ही करणार असलेल्या कृतीविषयी काही प्रश्न विचारले – "किती वेळ लागेल बायॉप्सीला?'' (पंधरा मिनिटं!) "त्यातले धोके काय असतील?'' (जखमेत जंतुसंसर्ग होण्याचे!) "शस्त्रक्रियेचे व्रण हळूहळू जातील का?'' (नाही.). "करायची असं ठरवलं, तर केव्हा करणार तुम्ही?'' (एक तासाच्या आत!) त्यानंतर त्यांनी विचारलं, "खरोखरच तो भयानक रोग झाला आहे, असं सिद्ध झालं, तर मग पुढे काय?'' "तशी शक्यता ५ टक्क्यांहूनही कमी आहे,'' स्टुडर्टनी परत एकदा आधीच्या विधानाचा उच्चार केला. "पण जर तशी शक्यता दिसली, तर मात्र आम्हाला सगळे रोगग्रस्त पेशीसमूह काढावे लागतील.'' मग काहीसं चाचरतच ते म्हणाले, "कदाचित पायही कापावा लागेल.'' ते

ऐकताच एलिनॉर रडू लागली. ''डॅड, मला हे नाही करायचं.'' ती म्हणाली तेव्हा मिस्टर ब्रॅटननी मोठा आवंढा गिळला. त्यांची नजर दूर कुठेतरी शून्यात लागली होती.

अलीकडच्या काही वर्षांत, वैद्यकविश्वात काम करणाऱ्या आम्हा व्यावसायिकांच्या हे लक्षात आलंय की, अनेक वेळा आम्ही आमच्या रुग्णांच्या बाबतीत चुकीचे निर्णय घेतले आहेत. पहिली गोष्ट म्हणजे योग्य निर्णय कोणता, योग्य कृती कोणती, यासंबंधीचं ज्ञानच आमच्याकडे नसतं. जुन्या साध्या-साध्या चुका होतच असतात, अगदी अलीकडेच आम्हाला आमच्या व्यवस्थेतल्या त्रुटी, तंत्रज्ञानविषयक चुका आणि मानवी अपुरेपणा या बाबी जाणवू लागल्या आहेत. त्या कमी कशा करता येतील; याचं ज्ञान मात्र आमच्यापाशी नाही. याहून महत्त्वाची गोष्ट म्हणजे महत्त्वाचं मानलं गेलेलं ज्ञान आम्ही अजून व्यवहारात आणलेलंच नाही. हा मुद्दा मांडण्यासाठी एक साधं उदाहरण पुरेसं आहे. ज्या रुग्णांना हृदयविकाराचा झटका येऊ शकतो, अशा लोकांसाठी साधं ॲस्पिरिनही जीवनदायी ठरू शकतं किंवा जर त्यांना हृदयविकाराचा झटका आला, तर त्यांना ताबडतोब रक्ताची गुठळी विरघळवणारं औषध दिलं, तर अनेक जीव वाचवता येतील. त्यांच्यापैकी २५ टक्के लोकांना ॲस्पिरिनचं महत्त्व माहीत नसतं आणि रक्ताची गुठळी विरघळवणाऱ्या औषधाविषयी तर पन्नास टक्के लोकांना माहिती नसते. पुराव्यावर आधारित अशी जी मार्गदर्शक तत्त्वं डॉक्टरांनी अमलात आणायची असतात, त्यांपैकी ८० टक्के तत्त्वं काही डॉक्टर पाळतात तर काही ठिकाणी फक्त २० टक्के तत्त्वांचीच अंमलबजावणी होत असते. बहुतेक ठिकाणी आणि बहुतेक वेळा आम्ही डॉक्टर मंडळी आमच्याजवळचं ज्ञान वापरात आणतो की नाही, हे पाहाण्यासाठी पुरेशी मूलभूत व्यवस्था नसते आणि व्यावसायिकांपाशी तेवढी कार्यनिष्ठाच नसते.

पण इथे मी असंही म्हणेन की, तुम्ही डॉक्टरांबरोबर आणि रुग्णांबरोबर कितीही वेळ घालवलात तरी तुमच्या लक्षात येईल की, आमच्यासमोरची सगळ्यात मोठी, लक्षणीय आणि आमच्या दृष्टीनंही त्रासदायक अडचण कोणती असेल, तर ती म्हणजे या क्षेत्रातली प्रचंड प्रमाणातली अनिश्चितता. नक्की कोणता निर्णय घ्यावा, ते अनेक वेळा आम्हाला समजत नाही. वैद्यकक्षेत्रातील असे धूसर प्रदेश जाणवतील इतके मोठे आहेत. अगदी रोजच्या जीवनातही आम्हाला असे प्रसंग अनुभवास येतात – एलिनॉरच्या केसमध्ये आले तसे – जेव्हा विशिष्ट कृती करा, असं सांगणारा ठोस वैज्ञानिक पुरावा आमच्या हाती नसतो आणि तरीही काहीतरी निर्णय तर आम्हाला घ्यावाच लागतो. साधं उदाहरण घ्या, न्यूमोनिया झालेल्या कोणत्या रुग्णाला घरी पाठवावं अन् कुठल्या रुग्णाला रुग्णालयात भरती करून

घ्यावं? कोणत्या पाठीच्या दुखण्यावर शस्त्रक्रिया करावी अन् कुठल्यावर पारंपरिक उपाय करावेत? पुरळ आलेल्या कुठल्या रुग्णावर शस्त्रक्रियेचा उपाय योजावा अन् कुठल्या रुग्णाला केवळ प्रतिजैविकंच द्यावीत? बऱ्याच केसेसमध्ये उत्तर अगदी सोपं, उघड असतं; पण अशाही अनेक केसेस असतात, जिथे आम्हाला काय करावं, तेच कळत नाही. तज्ज्ञांच्या समितीला काही विशिष्ट वैद्यकीय निर्णयांवर फेरविचार करायला सांगितला गेला, तेव्हा असं आढळलं की, गर्भाशय काढून टाकण्यात आलेल्यांपैकी २५ टक्के रुग्णांना, लहान मुलांच्या कानात नलिका घालण्याच्या शस्त्रक्रियांपैकी ३३ टक्के रुग्णांना, तर ज्यांच्या छातीत 'पेसमेकर' हे उपकरण बसवलं होतं, त्यांपैकी ३३ टक्के रुग्णांना शस्त्रक्रियेमुळे निश्चितपणे फायदा झाला, हे सिद्ध करणारं शास्त्र अस्तित्वातच नाही. (ही जी उदाहरणं मी दिली आहेत, ती केवळ नमुन्यादाखल, इतकंच मी म्हणेन.)

निश्चितपणे कोणता निर्णय घ्यावा, याविषयी गणितात जशी तर्काधिष्ठित पद्धत असते किंवा विज्ञानात जसे ठोस पुरावे असतात, तसे वैद्यकात नसल्यामुळे आम्हाला काही वेळा आमच्या भावनांवर अवलंबून राहावं लागतं. आम्ही अनुभवांचा आणि आमच्या निर्णयशक्तीचा आधार घेतो आणि अशा वेळी अस्वस्थ होणं फार स्वाभाविक असतं.

एलिनॉरची केस हाताळण्यापूर्वी दोन आठवडे, माझ्याकडे एक वृद्ध रुग्ण आली होती. तिला सांध्यांचा विकार होता (वूड्रो विल्सन यांची राष्ट्राध्यक्ष म्हणून नियुक्ती होण्यापूर्वी तिचा जन्म झाला होता.). तिची तक्रार अशी होती की, तिच्या पोटात भयंकर दुखत होतं आणि त्या जीवघेण्या कळा तिच्या पाठीच्या भागापर्यंत पोहोचत असत. मला असंही कळलं की, अलीकडेच तिच्या पोटातील मुख्य रक्तवाहिनी विस्तारली होती. हे ऐकताच माझ्या मनात धोक्याची घंटा घणघणली. तिच्या पोटावर हात ठेवून तपासत असताना माझ्या बोटांना पोटाच्या स्नायूंपाशी एक ठुसठुसणारा, मऊसर गोळा जाणवला. तशी तिची तब्येत ठीक वाटत असली, तरी कोणत्याही क्षणी ती रक्तवाहिनी फुटेल अशी स्थिती होती, ह्याची मला खातरी वाटत होती. आम्ही तिला म्हटलं, "तुमच्या पोटावर तातडीने शस्त्रक्रिया केली, तरच तुम्ही वाचण्याची शक्यता आहे." आम्ही तिला अशी धोक्याची सूचनाही दिली की, ही शस्त्रक्रिया मोठी होती, बराच काळ तिला अतिदक्षता विभागात राहावं लागेल आणि त्यानंतर काही काळ तिला रुग्णालयातही राहावं लागेल (या वयातही ती स्वतंत्रपणे एकटीच राहत होती.). कदाचित तिच्या मूत्रपिंडांना ही शस्त्रक्रिया पेलवणार नाही आणि सगळ्यात महत्त्वाचं म्हणजे या शस्त्रक्रियेत मृत्यूचा धोका १० ते २० टक्के होता. काय करावं हे तिला कळेना. आम्ही तिला तिच्या कुटुंबीयांसमवेत निर्णय घेण्यासाठी सोडलं. पंधरा मिनिटांनी मी

परत तिथे दाखल झालो. ''मला शस्त्रक्रिया नाही करून घ्यायची,'' ती म्हणाली. ''मला घरी जायचंय,'' ती पुढे म्हणाली. ''आयुष्य जगून झालंय माझं. गेले बरेच दिवस माझी तब्येत ठीक राहत नाहीये. मी माझं मृत्युपत्रही करून ठेवलंय आणि आता माझे उरलेले दिवस मी कॉफीच्या चमच्यांनी मोजतेय.'' तिचे हे निर्वाणीचे शब्द ऐकून तिच्या घरचे लोक पार हादरून गेले, पण तिचा स्वर पहिल्याइतकाच संथ आणि स्थिर राहिला. पोटातल्या वेदनेसाठी मी काही औषधं लिहून तो कागद तिच्या मुलाकडे दिला. अर्ध्या तासानंतर ती वृद्धा रुग्णालयातून बाहेर पडली, तेव्हा आपला मृत्यू आता फार दूर नाही, याची पूर्ण कल्पना तिला आलेली होती. मी तिच्या मुलाचा फोन नंबर माझ्यापाशी ठेवला होता. दोन आठवड्यांनंतर मी त्याला सांत्वनाखातर म्हणून फोन केला, तेव्हा तिनंच फोनला उत्तर दिलं. तिचा आवाज ऐकताच माझी बोबडीच वळल्यासारखी झाली. मी कसंबसं तिला 'हॅलो' म्हटलं आणि विचारलं, ''कशी आहे प्रकृती आता?''

''ठीक आहे मी.'' असं म्हणून तिने माझे आभारही मानले.

पुढे मला असंही समजलं की, एका वर्षानंतरही ती जिवंत होती आणि पहिल्यासारखीच ती एकटीनंच राहत होती.

तीन दशकं मेंदूच्या मानसशास्त्रावर संशोधन चालू आहे, त्यातून अनेक प्रकारे असं सिद्ध झालं आहे की, आपण करतो तो न्यायनिवाडा, आपल्या स्मृती आणि श्रवणाप्रमाणेच, आपल्या अंतर्भूत दोषांमुळे प्रभावित होऊ शकतो. आपलं मन धोक्यांचा जास्त बाऊ करतं, काही वेळा त्याच त्याच चाकोरीत फिरत राहतं आणि उपलब्ध असलेली विविध माहिती अयोग्य प्रकारे वापरतं. अनेक वेळा मनातल्या इच्छांमुळे, भावनांमुळे, इतकंच नव्हे तर दिवसाच्या वेळेनुसारही, ते नको इतक्या प्रमाणात बदलत राहतं. कशा पद्धतीने माहिती सादर केली जाते आणि समस्याही कशा प्रकारे मांडल्या जातात, यावरही मनोव्यापार अवलंबून असतात. आणि आम्ही डॉक्टरमंडळी – आम्हाला पुष्कळ प्रशिक्षण आणि अनुभव असूनही – त्या नियमाला अपवाद नाही कारण मानसशास्त्रज्ञांनी आम्हालाही त्यांच्या सूक्ष्मदर्शकाखाली धरून आमचा अभ्यास केलाय.

डॉक्टरचं निदानही चुकीचं ठरू शकतं, हे अनेक अभ्यासांतून सिद्ध झालं आहे. मेडिकल कॉलेज ऑफ व्हर्जिनियाने केलेल्या एका पाहणीद्वारे असं लक्षात आलंय की, जेव्हा ताप आलेल्या रुग्णांचं रक्त डॉक्टर तपासणीसाठी पाठवतात, तेव्हा ते जंतुसंसर्गाची शक्यता दोन ते दहापट जास्त प्रमाणात वर्तवतात. याशिवाय, आणखी एक सत्यही उघडकीला आलंय – एखाद्या डॉक्टरने नुकत्याच जंतुसंसर्गाच्या काही केसेस पाहिलेल्या असतील, तर तो डॉक्टर इतर रुग्णांच्या बाबतीत जास्त

साशंक असतो. आणखी एक उदाहरण विस्कॉन्सिन विद्यापीठाने नोंदवलं आहे. हे उदाहरण 'लेक वॉबेगॉन इफेक्ट'संबंधातलं (Lake Wobegon effect) आहे. (लेक वॉबेगॉन – जेव्हा स्त्रिया शक्तिवान असतात, पुरुष देखणे असतात आणि त्यांची संतती साधारण मुलांपेक्षा वरचढ असते.) बहुतेक शल्यविशारदांचा असा दृढ विश्वास होता की, त्यांच्या रुग्णांमध्ये मृत्यूचं प्रमाण सामान्य लोकांपेक्षा कमी आहे. ओहायो विद्यापीठ आणि केस वेस्टर्न रिझर्व मेडिकल स्कूल या संस्थांनी एक अभ्यासपूर्ण संशोधन केलं. त्यांनी डॉक्टरांच्या निदानातील अचूकतेचा अभ्यास केला, इतकंच नव्हे; तर डॉक्टरांच्या आत्मविश्वासाची पातळी पारखून पाहिली. या दोन्हींमध्ये काही संबंध नाही, असं त्यांना आढळलं. जास्त आत्मविश्वास असलेल्या डॉक्टरांचं निदान कमी आत्मविश्वास असलेल्या डॉक्टरांपेक्षा अधिक अचूक असतं, असं काही त्यांना वाटलं नाही.

डेव्हिड एडी या डॉक्टरने – ते वैद्यकीय निर्णयक्षमता या विषयातही पारंगत आहेत – जर्नल ऑफ द अमेरिकन मेडिकल असोसिएशन या मासिकात निर्भयपणे लिहिलेल्या लेखमालिकेत या पुराव्याची दखल घेतली आहे. ही मालिका दहा वर्षांपूर्वी प्रसिद्ध झाली होती. त्यांचा निष्कर्ष फारच कठोर होता. एक गोष्ट अगदी उघड आहे, डॉक्टरांनी घेतलेले अनेक निर्णय एकांगी किंवा लहरीपणाचे वाटतात – त्यांमध्ये बरीच भिन्नता आढळते आणि त्याचं काही सयुक्तिक स्पष्टीकरण ते देऊ शकत नाहीत. यातला अस्वस्थ करणारा भाग हा की, या लहरीपणामुळे काही रुग्णांना पुरेशी समाधानकारक सेवा मिळत नाही आणि काही वेळा तर त्यांना मिळणाऱ्या वैद्यकीय सेवेमुळे त्यांचं नुकसानच होतं.

इथे मला इतकंच म्हणता येईल की, जेव्हा अनिश्चितता हा आमच्या व्यवसायातला स्थायी भाग असतो, तेव्हा काही विशिष्ट – त्या वेळी योग्य वाटेल तो – निर्णय घेणं याव्यतिरिक्त तो डॉक्टर दुसरं करू तरी काय शकतो? आणि तसाच विचार केला तर त्याचा रुग्ण तरी काय करू शकतो? त्या दिवशी दुपारी एलिनॉरला तपासल्यानंतर अनेक महिन्यांनी मी एकदा तिच्या वडिलांबरोबर तेव्हा घडलेल्या घटनांविषयी बोललो, तेव्हा ते म्हणाले, ''तुम्ही म्हणालात की तिच्या पायावर सूज आलीय आणि मग म्हणालात की कदाचित ती या आजारामुळे मरेलदेखील, तेव्हा वाटलं तुमच्या दोन्ही वाक्यांमध्ये जवळजवळ पाच मिनिटं गेली आहेत.''

व्यवसायाने एक शेफ असलेल्या मिस्टर ब्रॅटन यांचं सतरा वर्षं स्वत:चं खाद्यपदार्थांचं दुकान होतं, आता ते हार्टफोर्डमधील एका स्वयंपाककला विद्यालयात शिकवत होते. बोस्टनमध्ये ते कुणालाच ओळखत नव्हते. आमचं रुग्णालय हार्वर्डला संलग्न होतं, हे त्यांना माहीत होतं तरी त्यांना इतपत ज्ञानही होतं की, केवळ तेवढ्यामुळे आम्ही कुणी विशेष नव्हतो. मी दिवसपाळीत काम करणारा एक

निवासी डॉक्टर होतो. स्टुडर्टही एक निवासी शल्यविशारद होता आणि त्याची त्या दिवशी कामाची पाळी होती. एलिनॉरने निर्णयाची जबाबदारी आपल्या वडिलांवर सोपवली, तेव्हा त्यांनी परिस्थितीचा अंदाज घ्यायला सुरुवात केली. आम्ही सांगितलेले काही अंदाज आशादायक होते. स्टुडर्ट शल्यविशारदाचा गाउन घालून आला होता, नुकताच तो शस्त्रक्रिया दालनातून आला होता यावरून त्याला पुरेसा अनुभव होता, त्याच्यापाशी त्या विषयाचं ज्ञान होतं, हे त्यावरून सिद्ध होत होतं. त्याच्याशी बोलल्यावर एलिनॉरच्या वडिलांना हेदेखील समजलं होतं की, स्टुडर्टने नेक्रोटायझिंग फॅशिआयटिसचे अनेक रुग्ण यापूर्वी पाहिलेले होते. त्याच्यामध्ये पुरेसा आत्मविश्वासही त्यांना दिसून आला, एवढंच नव्हे; तर त्याने कुठल्याही प्रकारचा दबाव न आणता शांतपणे त्यांना सगळी माहिती दिली होती. ब्रॅटनना धक्का बसला होता, कारण तो फारच तरुण वाटत होता (खरोखरच, स्टुडर्ट फक्त ३५ वर्षांचा होता.).

'आपण माझ्या मुलीच्या संदर्भात बोलतोय आत्ता. तुमच्यापेक्षा अधिक चांगला डॉक्टर नाहीये का इथे?' असा विचार त्यांच्या मनात तेव्हा आला होता. आमच्याकडे वळत ते म्हणाले होते, ''मला दुसऱ्या एखाद्या डॉक्टरचं मत जाणून घ्यावंसं वाटतंय.''

आम्ही त्यांची विनंती मानली, आम्हाला त्याचं वाईटही वाटलं नाही. इथे आमच्यासमोर असलेल्या कोड्यांकडे आमचं दुर्लक्ष झालेलं नव्हतंच. एलिनॉरचा ताप पार पळाला होता; ती फार आजारीही वाटत नव्हती; आणि तरीदेखील एलिनॉरला मांसभक्षक जिवाणूंनी ग्रासलं असण्याची शक्यता होती, असं मला वाटत असावं कारण दोनच आठवड्यांपूर्वी मी ती भयानक केस पाहिली होती. स्टुडर्टने एलिनॉरच्या बाबतीत हा रोग असण्याची शक्यता अंकांच्या रूपात मांडली होती – 'पाच टक्क्यांहूनही कमी' असं ते म्हणाले होते – पण आम्हाला दोघांनाही हे माहीत होतं की, हा अंधारात मारलेला तीर होता (शक्यता आणि विश्वास यांचं एक मोजमाप, पण ते कितपत योग्य होतं? आणि तो तरी किती अस्पष्ट? पाच टक्क्यांपेक्षा नक्की किती कमी?) दुसरा एखादा डॉक्टर काय म्हणतोय, ते जाणून घेणं योग्य ठरेल, असं कुणीतरी म्हणालं ते बरंच आहे, आम्ही विचार केला.

ब्रॅटन बापलेकीचा विचार सोडला, तर माझ्या मनात प्रश्न उमटलाच, हे दुसरं मत जाणून घेण्याने काय साधणार आहोत आम्ही? त्याचं मत वेगळं असलं, तर काय करायचं? आणि त्यांचं आमचं एकमत झालं, तरीसुद्धा त्याच चुका आणि प्रश्न राहाणार नाहीत का? शिवाय त्या दोघांना बोस्टनमधला दुसरा कुणीच डॉक्टर माहीत नव्हता, त्यामुळे त्यांनी आम्हालाच एखादं नाव सुचवायला सांगितलं.

आम्ही डेव्हिड सेगलचं नाव सुचवलं, त्यांना फोन करायला सांगितला. ते एक प्लॅस्टिक शल्यविशारद होते आणि स्टुडर्टप्रमाणे त्यांनीही अशा अनेक केसेस

पाहिलेल्या होत्या. ते तयार झाले, तेव्हा मी सेगलला फोन करून एलिनॉरविषयी सगळी माहिती सांगितली. काही मिनिटांतच ते खाली आले. अखेरीस त्यांनी या दोघांना काय दिलं असेल, तर तो म्हणजे एक विश्वास. मला तरी तेच दिसलं.

चुरगळलेले कपडे आणि अस्ताव्यस्त केस, अशा अवतारातील सेगलच्या पांढऱ्या कोटावर शाईचे डाग असतात आणि त्यांच्या चष्म्यांच्या काचा त्याच्या चेहऱ्याच्या मानाने फार मोठ्या वाटतात. त्याच्याकडे पाहिल्यावर याने एमआयटीतून पीएच.डी. पदवी मिळवली असावी, असं वाटतं. माझ्या पाहण्यात तरी असा दुसरा प्लॅस्टिक शल्यविशारद नाही. पण पुढे ब्रॅटन म्हणाले त्याप्रमाणे तो फार तरुण दिसत नव्हता. त्याने स्टुडर्टच्या मताला विरोध केला नाही. एलिनॉरने तिच्या समस्येबद्दल जे सांगितलं, ते त्याने ऐकलं अन् मग तिच्या पायाकडे लक्षपूर्वक पाहिलं. ''जर हिच्या पायाला मांसभक्षक जिवाणूने ग्रासलं असेल, तर मलासुद्धा आश्चर्यच वाटेल,'' तो म्हणाला. ''पण ती शक्यता नाकारताही येणार नाही. तेव्हा आपल्या हातात बायॉप्सीशिवाय दुसरा पर्यायही नाही, खरं की नाही?''

शेवटी एलिनॉरने आणि तिच्या वडिलांनी बायॉप्सीला मान्यता दिली. ''करूनच टाकू या,'' असं ती म्हणाली. पण मी जेव्हा तिच्या हातात शस्त्रक्रियेला संमती दर्शवणारा फॉर्म ठेवला, तेव्हा मी त्यात डाव्या पावलावर बायॉप्सी एवढंच लिहिलं नव्हतं तर, 'कदाचित पाय कापून टाकावा लागेल' असंही स्पष्ट नमूद केलं होतं. ते वाचताच तिला रडू आलं. काही काळ तिने फक्त आपल्या वडिलांबरोबर काढल्यानंतरच तिला सही करणं शक्य झालं. त्यानंतर जवळजवळ लगेचच आम्ही तिला शस्त्रक्रियाकक्षात घेऊन गेलो. एका परिचारिकेने तिच्या वडिलांना कुटुंबीयांसाठी असलेल्या खोलीत बसवलं. त्यांनी आपल्या बायकोला सेलफोनवरून झाल्या गोष्टीची माहिती दिली. मग ते मान खाली घालून बसले आणि आपल्या मुलीसाठी प्रार्थना करू लागले.

निर्णय कसा घ्यावा, याबाबत आणखी एक विचारप्रणाली वैद्यकक्षेत्रात प्रचलित आहे. अर्थात, तिला पाठिंबा देणाऱ्या लोकांची संख्या छोटी आहे आणि तेही आपला विचार इतरांना पटवून देण्याच्या कामी धडपडतच आहेत. व्यवसायक्षेत्रात आणि सैनिकी क्षेत्रात ही विचारप्रणाली सर्रास वापरली जाते. तिला 'निर्णय विश्लेषण' (डिसीजन ॲनालिसिस) असं नाव आहे आणि तिची तत्त्वं अगदी साधी आणि सरळ आहेत. एका कागदावर किंवा संगणकाच्या पडद्यावर तुम्ही तुमच्या समोरचे सर्व पर्याय मांडा आणि त्यांचे परिणामही निर्णयवृक्षाच्या आलेखात मांडा. प्रत्येक परिणामाच्या शक्यतेचा अंदाज गुणात्मक पद्धतीत मांडा. जिथे प्रत्यक्ष माहिती उपलब्ध असेल, तेव्हा तिचा वापर करा आणि जेव्हा माहिती उपलब्ध

नसेल, तेव्हा साधारण अंदाज बांधा. प्रत्येक परिणामाचं मूल्यमापन त्याच्या सापेक्ष ऐच्छिकतेनुसार वा उपयुक्ततेनुसार करा आणि त्यानंतर ज्या पर्यायाची रुग्णाच्या दृष्टीने मोजमापित अपेक्षित उपयुक्तता सर्वांत जास्त आहे, अशा पर्यायाची निवड करा. या प्रक्रियेमागील ध्येय हे असतं की, तुम्ही पर्यायाची निवड करताना केवळ तुमच्या मनाचा कौल मानत नाही; तर जो सुस्पष्ट, तर्कनिष्ठ आणि संख्यात्मक/गुणात्मक विचार आहे त्याची निवड करता. ५० वर्षांवरील प्रत्येक स्त्रीने मॅमोग्रॅम ही स्तनाची चाचणी दर वर्षी करून घेतलीच पाहिजे, असा सल्ला देण्यात आला, त्याचा निर्णय याच पद्धतीने घेतला होता. मेक्सिको देशाची अर्थव्यवस्था ढासळली, तेव्हा त्या देशाला तारण्याचा निर्णय अमेरिकेने घेतला, तोही याच पद्धतीने घेतला होता. आता वकील असा प्रश्न विचारतात, एकट्यादुकट्या रुग्णांच्या बाबतीत तीच पद्धत का वापरली जात नाही?

अलीकडेच, मी एलिनॉरच्या केससंदर्भात हा निर्णयवृक्ष आलेख (decision tree) काढून पाहिला. तिच्यापुढे जे पर्याय होते, ते वृक्षरूपात मांडले. दोनच पर्याय होते – बायॉप्सी करणे वा न करणे. मात्र, त्यांचे जे परिणाम होते, ते लवकरच गुंतागुंतीचे झाले. पहिला पर्याय होता – बायॉप्सी न करणे आणि प्रकृती ठीकच असणे; बायॉप्सी न करणे, रोगनिदानास उशीर, शस्त्रक्रिया करून घेणे, जिवंत राहाणे; बायॉप्सी न करणे आणि परिणामस्वरूप मृत्यू; बायॉप्सी करणे आणि पायावर फक्त जखमेचा व्रण राहणे; बायॉप्सी करणे, पायावर व्रण आणि त्यातून रक्तस्राव; बायॉप्सी करणे, रोग असल्याचं निदान आणि अवयव (पाय) कापणे, तरीही मृत्यू; आणि असेच अनेक परिणाम. जेव्हा सगळ्या शक्यता आणि त्यांचे परिणाम मी कागदावर पेन्सिलीने रेखाटले, तेव्हा माझा निर्णयवृक्ष झाडासारखा न दिसता जंगलातल्या झुडपासारखा दिसू लागला. या प्रत्येक पर्यायाला नशीब जे काही वळण देईल, ते विचारात घेता सगळा 'सावळा गोंधळ' वाटू लागला. मग वैद्यकीय साहित्यात मला जी माहिती मिळाली, त्यावरून अंदाज बांधावा लागला. त्यावरून वेगवेगळ्या परिणामांची सापेक्ष ऐच्छिकता ठरवणं, त्याविषयी एलिनॉरशी बोलून झाल्यानंतरही जवळजवळ अशक्य वाटू लागलं. बरं होण्याच्या तुलनेत मृत्यू किती पटींनी वाईट – हजार पटींनी? दशलक्ष पटींनी? या सगळ्यामध्ये व्रण आणि त्यापाठोपाठ होणारा रक्तस्राव कुठे बसवायचा? आणि गंमत अशी की, हे सगळेच निर्णय व विचार अत्यंत महत्त्वाचे आहेत, असं निर्णयतज्ज्ञ म्हणतात. बरं, जेव्हा आम्ही अंत:प्रेरणेच्या आधारावर निर्णय घेतो, तेव्हा हीच मंडळी म्हणतात, तुम्ही हेच वास्तव फक्त कागदावर उतरवून काढता.

अशा प्रकारचं विश्लेषण आम्हाला उपलब्ध असलेल्या मर्यादित वेळेत अशक्य आहे, हे अनेक वेळा सिद्ध झालं आहे. या निर्णयतज्ज्ञांनी त्यांचा कागदावरील

निर्णय सिद्ध करायला तब्बल दोन दिवस लावले अन् आमच्याकडे वेळ होता, केवळ काही मिनिटांचा. आणि दोघा निर्णयतज्ज्ञांनी त्यानंतरही बरंच मागे-पुढे केलं. अर्थात त्यांनी एक ठोस निर्णय काढून दिला. त्यानुसार आम्ही शस्त्रक्रियाकक्षात तिला नेऊन तिच्यावर बायॉप्सी करायला नको होती. माझ्या मनात अगदी सुरुवातीला जी शंका, जो विचार आला होता; तो त्यांच्या दृष्टीने फारच कमी संभवनीय होता आणि त्याहून महत्त्वाचं म्हणजे रोगाचं निदान त्याच्या प्राथमिक अवस्थेत केल्यामुळेही काही वेगळं घडणार नव्हतं. तात्पर्य – बायॉप्सीचं समर्थन करता येत नाही, असा त्यांचा तर्कनिष्ठ मुद्दा होता. त्या अत्यंत महत्त्वाच्या क्षणी या सगळ्या माहितीचा आम्हाला कसा उपयोग होऊ शकला असता, यासंबंधी मला आत्ता काहीच उत्तर देता येणार नाही. मात्र, आमच्यापाशी हा 'निर्णयवृक्ष' नव्हता. आणि आम्ही तिला शस्त्रक्रियाकक्षात नेलं.

बधिरतातज्ज्ञाने एलिनॉरला गुंगीच्या औषधाने झोपवल्यानंतर एका परिचारिकेने तिच्या पायावर बोटांपासून कमरेच्या खुब्यापर्यंत प्रतिजैविक चोपडलं होतं. एका छोट्या सुरीने स्टुडर्टने तिच्या पावलावरील त्वचेचा आणि त्याला लागून असलेला जिथे फोड आला होता, त्या मांसपेशीचा एक इंच लांबीचा अर्धवर्तुळाकार तुकडा कापला. त्याने दिलेला छेद थेट अस्थिरज्जूपर्यंत खोल होता. निर्जंतुक सलाइन असलेल्या एका काचेच्या बाटलीत त्याने तो नमुना टाकला आणि ताबडतोब रोगचिकित्सकाकडे पाठवला. त्यानंतर आम्ही तिच्या लाल झालेल्या पोटरीच्या भागातला आणखी एक तुकडा काढला, पण या वेळी आम्ही जास्त खोलवर, तिच्या स्नायूपर्यंत गेलो आणि हा नमुनाही चिकित्सकाकडे पाठवला.

तिच्या त्वचेखालच्या भागात आम्ही नजर टाकली, तेव्हा प्रथमदर्शनी तरी आम्हाला भीतिदायक असं काही वाटलं नाही. चरबीचा थर नेहमी असतो, तसाच पिवळ्या रंगाचा होता आणि स्नायूचा रंगही सुदृढ स्नायूचाच – चमकणारा लाल – होता आणि त्यातून पुरेशा प्रमाणात रक्त येत होतं. त्यानंतर आम्ही एका चिमट्याच्या साहाय्याने पोटरीच्या छेदात तपासायला सुरुवात केली, तेव्हा मात्र चिमटा जरा जास्तच सहजपणे आत घुसल्यासारखा वाटला आम्हाला; जणू काही जिवाणूंनी त्यात आधीच प्रवेश केला होता. तसं पाहिलं, तर ही खूण तितकीशी निश्चित स्वरूपाची नव्हती, पण स्टुडर्टसारख्या अनुभवी शल्यविशारदासाठी ती पुरेशी असल्यामुळे अभावितपणे त्याच्या तोंडातून एक शिवी बाहेर पडली. पुढल्या क्षणी हातावरचे मोजे आणि अंगावरचा गाउन ओरबाडून काढत तो चिकित्सकाला त्याचं निदान विचारायला धावला. मीही त्याच्यापाठोपाठ गेलो. त्या दरम्यान शस्त्रक्रियाकक्षेतील बेशुद्ध एलिनॉरवर दुसरा एका निवासी डॉक्टर आणि बधिरतातज्ज्ञ लक्ष ठेऊन होते.

त्यानंतर केलेली रोगचिकित्सा 'गोठवलेला विभाग' (फ्रोझन सेक्शन) या नावाने ओळखली जाते आणि ही खोली त्याच मजल्यावर काही अंतरावरच होती. स्वयंपाकघराच्या आकाराच्या एका लहानशा खोलीत ही तपासणी केली जाते. खोलीच्या मध्यभागी कमरेच्या उंचीचं एक प्रयोगशाळेतील टेबल होतं. त्याच्यावर काळा दगडी पृष्ठभाग होता आणि त्यावर ठेवलेल्या एका द्रवरूप नत्रवायू ठेवलेल्या बरणीत चिकित्सकाने ते नमुने त्वरेने गोठवले होते. भिंतीला लागून एक 'मायक्रोटोम' (microtome) नावाचं उपकरण होतं, ज्याच्या साहाय्याने त्याने मांसपेशीचे अगदी पातळ थर कापले होते आणि ते काचेच्या तुकड्यांवर तपासणीसाठी ठेवले होते. आम्ही प्रयोगशाळेत शिरलो, तेव्हा त्याने नुकतेच ते थर तपासणीसाठी तयार केले होते. त्याने ते सूक्ष्मदर्शकाखाली ठेवले अन् तो सुरुवातीला थोडे मोठे करून आणि नंतर जास्त प्रमाणात मोठे करून अगदी पद्धतशीरपणे त्यांची तपासणी करू लागला. त्याच्या निदानाची वाट पाहत आम्ही त्रासिक मुद्रेने तिथेच उभे राहिलो. काळ हळूहळू पुढे सरकत होता....

''काही कळत नाही,'' चिकित्सक तोंडातल्या तोंडात पुटपुटला, तेव्हा त्याचे डोळे अजूनही सूक्ष्मदर्शकाला टेकलेले होते. ''जे दिसतंय, त्यात 'नेक्रोटायझिंग फॅशिआयटिस'ची वैशिष्ट्यं दिसताहेत मला, पण नक्की तसं निदान करणं कठीणच वाटतंय मला. मला वाटतं, आपण त्वचारोगचिकित्सकाचं मत विचारात घेऊ या.'' हा तज्ज्ञ त्वचा आणि मऊ मांसपेशींची परीक्षा करण्यात तज्ज्ञ असतो. या तज्ज्ञाला बोलावण्यातच वीस मिनिटं गेली, तोपर्यंत आम्हा दोघांच्या मनावर काळजीचं सावट पसरलं होतं. त्यानंतरची पाच मिनिटं तपासणीत गेली, तेव्हा कुठे त्याने आपलं निर्णायक मत सांगितलं. 'तिला हाच रोग झालाय' असं म्हणताना त्याचा आवाज भलताच गंभीर झाला होता. त्याला काही छोटे तुकडे दिसले होते, ज्याठिकाणी खोलवरचे स्नायू मृत होऊ लागले होते. सेल्युलायटिसमुळे हे घडत नाही, हे त्याचं निदान होतं.

स्टुडर्ट एलिनॉरच्या वडिलांना भेटायला गेला. कुटुंबीयांसाठी असलेल्या खोलीत त्याने प्रवेश केला, तेव्हा त्याच्या चेहऱ्याकडे पाहताच तिच्या वडिलांना तो काय सांगणार, याची कल्पना आली. दुःखाने सैरभैर झालेल्या ब्रॅटननी किंचाळत त्याच्याशी बोलायला सुरुवात केली, ''माझ्याकडे असं नका पाहू, माझ्याकडे त्या नजरेने नका हो पाहू!'' स्टुडर्टने त्यांचा हात धरून त्यांना बाजूच्या खोलीत नेलं, खोलीचं दार लावून घेतलं आणि एलिनॉरला तो रोग झाल्याचं सांगितलं. ''मला तातडीने पुढची हालचाल करावी लागणार आहे,'' तो पुढे म्हणाला. ''मी तिचा पाय वाचवू शकेन की नाही, तिचा जीव तरी वाचवू शकेन की नाही, ते मला नाही सांगता येणार. तिच्या पायावर छेद दिल्यावरच रोगाने किती प्रमाणात आक्रमण केलंय, हे मला

समजू शकेल अन् मगच पुढे काय करायचं ते ठरवता येईल.'' ते ऐकून बिचारे ब्रॅटन साफ कोसळलेच, ते ओक्साबोक्शी रडू लागले. त्यांच्या तोंडून शब्दही बाहेर पडेना. त्यांची ती दुरवस्था पाहून स्टुडर्टचे डोळेही पाणावले. शेवटी, ''तुम्हाला जे योग्य वाटेल ते करा.'' असं त्यांनी म्हणताच त्याने मान हलवली आणि तो तिथून निघाला. त्यानंतर लगेचच त्यांनी आपल्या बायकोला ही गोष्ट कळवली आणि ती काय म्हणतेय, ते ऐकण्यासाठी ते क्षणभर थांबले. पुढे त्याबद्दल मला सांगत असताना ते म्हणाले, ''त्या क्षणी जो आवाज माझ्या कानावर पडला, तो मी या जन्मी तरी विसरू शकणार नाही. त्याचं शब्दांत वर्णन करणं केवळ अशक्य आहे.''

आयुष्यात कधी-कधी एकाच वेळी अनेक निर्णय घ्यावे लागतात. वैद्यकक्षेत्रातही तोच अनुभव येतो आम्हाला. रस्त्याने चालताना तुम्ही एक मार्ग निवडता, तर समोर आणखी एक मार्ग दिसतो, मग आणखी एक मार्ग नजरेला पडतो आणि तुम्ही गोंधळून जाता. आमच्यावरही आता तोच प्रसंग ओढवला होता. आता काय करायचं, असा गंभीर प्रश्न आमच्यापुढे उभा ठाकला. शस्त्रक्रिया कक्षात सेगलने स्टुडर्टला मदत करायची तयारी दाखवली. दोघांनी मिळून तिच्या पायाला बोटांपासून घोट्यापर्यंत आणि तेथून गुडघ्याच्या थोडंच खालपर्यंत छेद दिला, त्यामुळे आतली परिस्थिती आम्हाला कळू शकणार होती. रिट्रॅक्टरच्या साहाय्याने त्यांनी छेद मोठा केला.

आता रोग उघड्या डोळ्यांना दिसू शकत होता. तिच्या पावलातले, पोटरीतले बरेच बाहेरच्या भागातले स्नायू राखाडी रंगाचे आणि मृत झालेले दिसत होते. तपकिरी रंगाचं पाणी त्यातून बाहेर झिरपत होतं आणि त्याला दुर्गंधी येत होती (या मांसपेशींच्या जिवाणूच्या तपासणीतून असं लक्षात आलं की, 'स्ट्रेप्टोकॉकस' नावाचा विषारी जिवाणू वेगाने तिच्या पायात वरच्या दिशेने आक्रमण करत होता.).

''तिचा पाय गुडघ्याच्या खालपासून कापून काढावा (below knee amputation) असा विचार माझ्या मनात आला, गुडघ्याच्या वरतीही कापावा (above knee amputation) असंही स्टुडर्टला वाटलं.'' त्याने तो निर्णय घेतला असता, तर कुणीही त्याला दोष दिला नसता; पण त्यालाच तसं करण्याचा धीर झाला नाही. ''किती तरुण आहे ही मुलगी!'' त्याने पुढे आम्हाला सांगितलं. ''एखाद्या साठीच्या माणसावर ही वेळ आली असती, तर मी क्षणाचाही विचार न करता त्याचा पाय कापून काढला असता. माझं हे बोलणं फार दुष्टपणाचं वाटेल एखाद्याला,'' तो म्हणाला. इथे त्याच्या भावनांनी त्याच्या निर्णयावर अडसर लावला, असं म्हणता येईल. एका तेवीस वर्षांच्या सुंदर तरुणीच्या बाबतीत इतका कठोर निर्णय घ्यायला

त्याचं मन, त्याचे हात धजावले नसावेत, पण अशा प्रकारे भावनावश होणं, कधी-कधी तुम्हाला गोत्यात आणू शकतं, हेदेखील तितकंच खरं. मला वाटतं, इथेही स्टुअर्टच्या अंत:प्रेरणेने त्याला तसा निर्णय घ्यायला भाग पाडलं असेल. त्याला स्पष्ट दिसत होतं की, ही तरुणी मुळात चांगली सुदृढ होती, तिचं वयही खूप लहान होतं. या दोन्ही घटकांचा विचार करता आपण फक्त जंतुसंसर्ग झालेल्या मांसपेशीच काढून टाकाव्यात (debridement) आणि बाकीचा पाय आणि पाऊल फक्त धुवून काढावं, असं त्याला वाटलं असेल. हा धोका पत्करणं, तोदेखील ज्याने तिच्या पायात थैमान घातलं होतं, अशा एका अत्यंत घातक जिवाणूच्या संदर्भात, त्याच्या दृष्टीने योग्य होतं का? कुणास ठाऊक, पण त्याने तो घेतला, एवढं मात्र खरं!

त्यानंतरचे दोन तास त्याने आणि सेगलने कात्र्या आणि विजेवर चालणाऱ्या उपकरणाने 'नेक्रोटायझिंग फॅशिआयटिस'ने ग्रासलेले बाहेरील स्नायूंचे थर कापून काढले. तिच्या बोटांच्या स्नायूंपासून सुरुवात करीत ते तिच्या पोटरीतील स्नायुरज्जूपर्यंत पोहोचले. या भागातले जवळजवळ तीन-चतुर्थांश स्नायू त्यांनी कापून काढल्यामुळे तिच्या पायावरची त्वचा कोटाच्या कॉलरसारखी सैल पडली. वरच्या बाजूला तिच्या मांडीतले बाहेरील स्नायू त्यांना निरोगी, पांढरट-गुलाबी, पूर्णपणे जिवंत वाटले. आता त्यांनी दोन लिटर निर्जंतुक सलाइन तिच्या पायात ओतलं, त्यामुळे पायात शिरकाव केलेले जिवाणू मारले जाणार होते.

शस्त्रक्रियेअखेरीस एलिनॉरने व्यवस्थित टिकाव धरून ठेवला होता. तिचा रक्तदाब नेहमीप्रमाणे होता, शरीराचं तापमान ९९ अंश होतं. रक्तातली प्राणवायूची पातळी छान होती आणि तिच्या पायातले जंतुग्रस्त स्नायू काढून टाकण्यात आले होते.

एकच त्रासदायक गोष्ट होती – तिचा रक्तदाब थोडा जास्त, मिनिटाला १२० ठोके इतका होता. जिवाणूंनी तिच्या शरीरयंत्रणेची प्रतिक्रिया चेतवली होती. शिरेतून दिल्या जाणाऱ्या द्रव पदार्थाची तिला मोठ्या प्रमाणात गरज होती. तिचं पाऊल निर्जीव वाटत होतं आणि जंतुप्रादुर्भावामुळे तिचं शरीर तापलं होतं, त्वचा लाल दिसत होती.

याहून जास्त कापाकापी नाही करायची, असा ठाम निश्चय स्टुअर्टने केलेला दिसला, तरीही त्यासंबंधी तो थोडासा अस्वस्थ दिसत होता. त्याने आणि सेगलने थोडी चर्चा केली आणि आणखी एक गोष्ट करायचा विचार केला. 'हायपरबॅरिक ऑक्सिजन' (hyperbaric oxygen therapy) या नावाचा उपचार तिच्यावर करायचं त्यांनी ठरवलं. त्यानुसार त्यांनी तिला एक दाब देणाऱ्या खोलीत ठेवायचा निर्णय घेतला. अशा खोलीत समुद्रात बुडी मारणाऱ्या लोकांना ठेवलं जातं. ही एक

खरोखरच विचित्र वाटणारी कल्पना होती, मात्र निश्चितच वेडगळपणाची नव्हती. आपल्या शरीरातल्या बचाव करणाऱ्या 'संरक्षक पेशीं'ना (immune cells) जिवाणू परिणामकारकपणे मारण्यासाठी प्राणवायूची गरज असते. एखाद्या व्यक्तीला दिवसातले काही तास दुप्पट किंवा त्याहून जास्त वातावरणाचा म्हणजे हवेचा दाब असलेल्या खोलीत ठेवलं, तर मांसपेशीतल्या प्राणवायूचं प्रमाण प्रचंड वाढतं. भाजल्यामुळे खोल जखमा झालेल्या व त्यांत जंतुसंसर्ग झालेल्या रुग्णांवर सेगलने ही उपाययोजना वापरली होती आणि त्यांना या उपायाचा खूपच फायदा झाला होता, हे त्याला माहीत होतं. एक गोष्ट खरी होती की, एलिनॉरसारख्या रुग्णांच्या बाबतीत या उपाययोजनेचा उपयोग यापूर्वी कुणी केला नव्हता किंवा तो उपयोगी पडेल, असं सिद्ध झालं नव्हतं. पण समजा, ते उपयुक्त ठरलं तर? आम्हाला सगळ्यांनाच ती कल्पना फार आवडली. 'आपण हा उपाय करून पाहूयाच,' प्रत्येक जण म्हणू लागला. जर थोडाफार जिवाणूसंसर्ग शरीरात राहिला असला, तर तो या उपायाने नष्ट करता येईल, असा मनाला एक प्रकारचा आधार वाटला होता.

आमच्या रुग्णालयात त्या प्रकारची खोली नव्हती, पण शहरातल्या दुसऱ्या एका रुग्णालयात होती. आम्ही त्यासाठी फोन केला आणि काही मिनिटांतच एलिनॉरला आमच्या एका परिचारिकेसह दोन तासांसाठी तिकडे पाठवायचा निर्णय घेण्यात आला. तिथे हवेचा अडीचपट दाब असलेल्या प्राणवायूच्या खोलीत तिला ठेवण्यात येणार होतं. आम्ही तिची जखम द्रवाचा निचरा होण्यासाठी उघडी ठेवली, स्नायूपेशी सुकू नयेत म्हणून त्यांच्यावर ओला केलेला जाळीचा कपडा घातला आणि वरच्या बाजूला पांढऱ्या कापडाच्या पट्ट्या बांधल्या. तिकडे पाठवण्यापूर्वी आम्ही तिला शस्त्रक्रिया दालनातून काही वेळासाठी अतिदक्षता विभागात ठेवलं. हा प्रवास तिला झेपेल ना, याची खातरी आम्हाला करून घ्यायची होती.

आता रात्रीचे आठ वाजले होते. एलिनॉरला जाग आली, तेव्हा तिला मळमळत होतं आणि वेदनाही जाणवत होत्या. पण तशा स्थितीतही तिला आवतीभोवतीच्या परिचारिका आणि डॉक्टर दिसले आणि काही तरी भयंकर घडलंय, याची जाणीव तिला झाली. ''अरे देवा, माझा पाय!'' ती उद्गारली.

आपला पाय आहे ना, हे पाहाण्यासाठी तिने हात लांब केला, पण काही क्षण तिचा हात तसाच थबकल्यासारखा झाला – काहीतरी भयंकर जाणवणार, ज्यासाठी तिचं मन तयार नव्हतं. हळूहळू आपला पाय आहे, अशी तिच्या मनाची खातरी पटली. तिला तिचा पाय दिसला, ती तो हलवू शकली, त्याला स्पर्श करू शकली; तेव्हा तिच्या जिवात जीव आला. स्टुडर्टने आपला हात तिच्या दंडावर ठेवला. पायावर 'बायॉप्सी' केल्यावर त्याला काय समजलं, हे त्याने तिला समजावून सांगितलं. त्यानंतर कोणती शस्त्रक्रिया केली, तेही त्याने तिला सांगितलं आणि

आणखी काय करायला हवंय, त्याबद्दलही तिला कल्पना दिली. ही सर्व माहिती तिने फारच धीराने आणि कणखरपणे पचवलीय, असं मला वाटलं. "इतकं धैर्य तिच्यात असेल अशी मला कल्पनाच नव्हती," तो पुढे एकदा मला म्हणाला. तोपर्यंत तिचं सगळं कुटुंब हजर झालं होतं. जणू एखाद्या मोठ्या गाडीने धडक दिल्याने पार चेंदामेंदा व्हावा, असं त्यांच्याकडे बघितल्यावर वाटत होतं. एलिनॉरने पुन्हा एकदा पायावर चादर ओढून घेतली, समोरच्या पडद्यावर दिसणारे लाल-हिरवे दिवे नजरेने टिपल्यासारखे केले, दंडात खुपसलेल्या सुयांकडे पाहिलं अन् दोनच शब्द उच्चारले, "ठीकच आहे."

त्या रात्री तिला ज्या 'हायपरबॅरिक' खोलीत ठेवण्यात आलं होतं, तिचं वर्णन तिने 'काचेची शवपेटिका' या शब्दांत केलं होतं. ज्या पलंगावर तिला झोपवण्यात आलं होतं, तो इतका अरुंद होता की, तिला आपले हात शरीराला समांतर किंवा हातांची घडी घालून छातीवर तरी ठेवावे लागत होते. जाड 'प्लेक्सीग्लास'चा एक मोठा सपाट तुकडा तिच्या तोंडापासून एक फूट अंतरावर होता आणि डोक्यावरती एक उघडझाप करता येईल, असं जड चाकाच्या साहाय्याने घट्ट बंद केलेलं दार होतं. जसजसा दाब वाढवला गेला, तसतसे आपले कानाचे पडदे फाटणार, असं तिला वाटू लागलं. आपण खोल समुद्रात बुडी मारतोय, असा भास तिला होत राहिला. हवेचा दाब विशिष्ट मर्यादेपर्यंत वाढला की ती खाली चिकटेल, असा इशारा तिला डॉक्टरांनी देऊन ठेवला होता. तिला उलट्या होऊ लागल्या, तरी ते तिच्यापर्यंत पोहोचू शकणार नव्हते, कारण हवेचा दाब हळूहळूच कमी करावा लागतो, नाहीतर तिच्या शरीराला आचके बसण्याची आणि ती मरण्याची भीती होती. त्यांनी तिला सांगितलं, "एका माणसाला आत असताना आकडी आली, पण त्याला बाहेर काढायला आम्हाला वीस मिनिटं लागली होती." त्या बंदिस्त जागी पडून राहिली असताना आपण फार-फार दूर, एकाकी अवस्थेत आहोत; अशी भावना तिच्या मनात येत राहिली. 'इथे फक्त मी आणि माझ्या शरीरातले जिवाणू आहेत,' ती स्वत:शीच म्हणाली.

दुसऱ्या दिवशी सकाळी आम्ही तिला परत एकदा शस्त्रक्रियाकक्षात नेलं. जिवाणू परत पसरलेत का काय, ते आम्हाला पाहायचं होतं. अन् तसंच झालं होतं. तिच्या पावलावरची आणि पोटरीच्या पुढच्या भागावरची त्वचा सडत चालली होती, काळी पडत चालली होती, मृत होत होती त्यामुळे ती कापून टाकायला हवी होती. बाहेरच्या बाजूच्या स्नायूच्या कडा मृत झाल्या असल्यामुळे त्याही कापून काढायला हव्या होत्या. पण तिच्या पावलाच्या स्नायूंसकट इतर सगळे स्नायू अजून चांगल्या स्थितीत होते. शिवाय, जिवाणूंनी तिच्या मांडीतील स्नायूंना काही अपाय केला नव्हता. तिला आता तापही येत नव्हता आणि तिच्या हृदयाचे ठोकेही

आता पूर्ववत झाले होते. आम्ही तिच्या जखमेत पुन्हा एकदा ओला जाळीचा कपडा ठेवला आणि तिला परत एकदा 'हायपरबॅरिक' प्राणवायूच्या खोलीत पाठवलं – दिवसातून दोन वेळा, दोन तासांसाठी.

पुढच्या चार दिवसांत एकूण चार वेळा आम्हाला तिच्या पायावर शस्त्रक्रिया करावी लागली. प्रत्येक वेळी आम्हाला आणखी थोड्या मांसपेशी काढून टाकाव्या लागल्या, पण प्रत्येक वेळी हे प्रमाण कमी-कमी होत गेलं. तिसऱ्या शस्त्रक्रियेच्या वेळी तिच्या त्वचेचा लाल रंग कमी होत गेला. चौथ्या शस्त्रक्रियेच्या वेळी ही लाली पूर्णपणे गेली आणि जखमेच्या आत नव्या मांसपेशींचा गुलाबी रंग दिसू लागला. तेव्हाच पहिल्यांदा स्टुडर्टला विश्वास वाटला की, एलिनॉरच नव्हे, तर तिचा पायही वाचला होता!

खरं म्हणजे काही वेळा असं होतं की, आपल्या अंत:प्रेरणेला यश मिळतं, त्यामुळेच नक्की कसं वागायचं, ते आपल्याला कळतच नाही. कारण अशा प्रकारचं यश हे तार्किक विचारपद्धतीमुळे प्राप्त झालेलं नसतं. पण केवळ नशीब बलवत्तर असतं म्हणूनच हे यश मिळालेलं नसतं, हेदेखील लक्षात ठेवायला हवं.

गॅरी क्लेन हे एक संज्ञानात्मक मानसशास्त्रज्ञ (cognitive psychologists) आहेत. त्यांनी आपली संपूर्ण कारकीर्द सतत अनिश्चिततेच्या वातावरणात काम करणाऱ्या लोकांचं निरीक्षण करण्यात खर्च केली आहे. त्यांनी एकदा एका अग्निशमन अधिकाऱ्याचं अवलोकन केलं होतं. त्याचा अनुभव ते सांगतात. हा अधिकारी – लेफ्टनंट – आणि त्याची टीम एकदा एका बैठ्या घराला लागलेली आग विझवण्यासाठी अपघातस्थळी गेले. पाणी मारण्याचा पाइप वापरणाऱ्या लोकांना घेऊन ते पुढच्या दारातून घरात शिरले, कारण आग मागील बाजूला असलेल्या स्वयंपाकघराच्या भागात होती. पाणी फवारून त्यांनी ती विझवायचा प्रयत्न केला, पण ज्वाळा पुन्हा लगेच त्यांच्या दिशेने येऊ लागल्या. परत-परत पाणी मारूनसुद्धा त्यांच्या हाताला यश येईना. आता काय करावं, कोणता वेगळा उपाय योजावा, असा मनाशी विचार करत सगळे जण चार पावलं मागे सरकले. तेवढ्यात एकदम या अधिकाऱ्याने जोरात ओरडून त्यांना ताबडतोब घराबाहेर पडायचा हुकूम दिला. सगळे गोंधळल्या अवस्थेत बाहेर पडू लागले. नक्की काहीतरी वेगळंच घडत होतं अन् ते त्याला योग्य वाटत नव्हतं. ते सगळे जण घराबाहेर पडले नाहीत तोच, ज्या ठिकाणी ते उभे होते, ती जमीनच खाली कोसळली. मग त्यांच्या लक्षात आलं की, आगीचं उगमस्थान मागच्या बाजूला नसून तळघरात होतं. आणखी काही क्षणही जर ते घरात उभे राहिले असते, तर ते सरळ आगीच्या भक्ष्यस्थानी पडले असते.

आपण मनुष्यप्राणी काही प्रसंगी योग्य निर्णय घेण्याची शक्ती घेऊनच

जन्माला आलेलो असतो. आपला निर्णय – निवाडा – क्वचितच आपण उपलब्ध असलेल्या सगळ्या पर्यायांचा सांगोपांग विचार करून घेतलेला असतो, असं क्लेनचं निरीक्षणाधारित विधान आहे. नाही तरी या बाबतीत आपण फार पारंगत नसतोच. त्या ऐवजी आपण काय करतो, तर अजाणतेपणीच एखादी निश्चित पद्धती आपल्या ध्यानी येते आणि तिच्या आधारे आपण निर्णय घेतो. त्या दिवशी घडलेल्या घटनांचा आढावा घेत असताना त्या अग्निप्रतिबंधक अधिकाऱ्याने क्लेनला सांगितलं, ''माझ्या मनात एकदाही त्या घरातल्या आगीसंदर्भात वेगवेगळ्या शक्यतांचा विचार डोकावला नव्हता. मी माझ्या माणसांना घराबाहेर पडायला का सांगितलं, याची मला आजही कल्पना करता येत नाही. ती आग विझवणं आम्हाला कठीण जात होतं हे खरं असलं, तरी यापूर्वी कधीच आम्ही लोकांनी आगीच्या स्थानापासून असा पळ काढला नव्हता. याचं स्पष्टीकरण द्यायचं झालं, तर एवढंच म्हणता येईल की, त्या दिवशी आमचं नशीब बलवत्तर होतं किंवा मला अंतर्ज्ञान झालं होतं.'' क्लेनने त्याला त्या दिवशी घडलेल्या प्रसंगाचं सविस्तर वर्णन करायला सांगितलं, तेव्हा तो एकेक प्रसंग आठवून क्लेनला सांगू लागला. त्यावरून क्लेनने असं अनुमान काढलं की, त्या अधिकाऱ्याला दोन गोष्टींनी मदत केली होती, ज्या त्याच्या लक्षात आल्या नव्हत्या. त्या घरातली बैठकीची खोली त्याला जरा जास्तच गरम वाटली होती – आग मागच्या बाजूला असूनही ही खोली इतकी गरम कशी? शिवाय आगीचा भडका उडत नव्हता. त्याची अपेक्षा होती की, आगीचा भडका उडाला असेल, मोठ्या ज्वाळा निघत असतील. या दोन गोष्टी त्याच्या मनाला विचित्र वाटल्यामुळे त्याला या सगळ्यात काहीतरी धोकादायक वाटलं असणार आणि म्हणूनच त्याने आपल्या लोकांना घराबाहेर पडण्याची आज्ञा दिली असणार. जर तो या विचित्र वाटणाऱ्या गोष्टींविषयी जास्त विचार करत बसला असता, आपल्या अंत:प्रेरणेला त्याने महत्त्व दिलं नसतं, तर अनर्थ ओढवला असता.

त्या दिवशी एलिनॉरचा पाय तपासत असताना मला नक्की कोणता सुगावा लागला होता, हे मला स्वत:लाही अजून कळलेलं नाही. अगदी त्याचप्रमाणे, तिचा पाय कापून टाकू नये असं आम्हाला का वाटलं असावं, आम्हाला अशा कोणत्या खाणाखुणा दिसल्या ज्यांच्या आधारे आम्ही तो निर्णय घेतला असावा, तेदेखील आम्हाला सांगता येणार नाही. तरीही असं म्हणावंच लागतं की, जरी आपल्या अंत:प्रेरणा 'ना शेंडा ना बुडखा' या सदरात मोडण्यासारख्या वाटल्या, तरी त्या तशा नसतात; त्यांच्यामागे नक्कीच काहीतरी अर्थ दडलेला असतो. ज्याचा अर्थ लागत नाही, ती गोष्ट ही असते. एखाद्या डॉक्टरची अंत:प्रेरणा त्याला योग्य दिशेने नेत असते की भरकटवत असते, हे दुसऱ्या कुणाला कसं समजू शकतं किंवा तो

छातीठोकपणे तसं सांगू शकतो?

डार्टमाउथमधले एक डॉक्टर, जॅक वेनबर्गही गॅरी क्लेनप्रमाणे वैद्यकशास्त्रातील निर्णयक्षमतेचा अभ्यास बऱ्याच वरच्या पातळीवरून गेली जवळ-जवळ तीस वर्षं करत आहेत. त्यांच्या निरीक्षणाचा मथितार्थ हा आहे की, आम्हा डॉक्टरांच्या निर्णयपद्धतीत एकवाक्यतेचा पूर्ण अभाव आढळतो. त्यांच्या संशोधनावरून असं उघड झालं आहे की, तुम्ही कुठल्या शहरात राहता यावर तुम्हाला विशिष्ट शस्त्रक्रियेचा सल्ला तुमचे डॉक्टर देणार का, हे अनुमान बांधता येतं. उदा. पित्ताशय काढून टाकावं या निर्णयाबाबत २७० टक्के फरक पडू शकतो, तर खुबा बदलण्याच्या शस्त्रक्रियेसंदर्भात हे प्रमाण ४५० टक्के इतकं कमी-जास्त असू शकतं; तुमच्या अखेरच्या सहा महिन्यांत तुम्हाला अतिदक्षता विभागात ठेवण्याच्या बाबतीतल्या निर्णयामध्ये तर ८८० टक्के फरक आढळला आहे. एक ठोस उदाहरण द्यायचं झालं, तर ते असं – कॅलिफोर्नियातील सँता बार्बरा येथील स्त्रीला पाठदुखीचा त्रास असेल, तर तिला पाठीवरील शस्त्रक्रिया करून घेण्याचा सल्ला दिला जातो, पण न्यू यॉर्कमधल्या ब्रॉंक्स या उपनगरात राहाणाऱ्या स्त्रीला तीच समस्या असली, तरी तिला हा सल्ला क्वचितच दिला जातो. हे प्रमाण पाच पटींनी कमी असतं. तात्पर्य हेच की, डॉक्टरचा एकंदर अनुभव, त्याच्या सवयी आणि त्याची अंत:प्रेरणा यांमुळे त्याच्या निर्णय पद्धतीत फरक पडतो. कुठल्याही दोन डॉक्टरांचं मत सारखंच असेल, अशी खातरी देता येत नाही. या तीन घटकांमुळे रुग्णांना मिळणाऱ्या सेवेत प्रचंड फरक पडू शकतो.

याचं समर्थन कसं करता येईल? जे लोक या सेवेसाठी पैसे (करांच्या रूपात) मोजतात, त्यांना तरी याचा अर्थ लागत नाही (म्हणूनच विमाअधिकारी सतत आम्हा डॉक्टरांना छळत असतात, 'तुम्ही अमुक निर्णय का घेतलात, त्याचं स्पष्टीकरण द्या.'). त्याचप्रमाणे रुग्णांनाही समजत नाही की, डॉक्टर अमुक एक निर्णय का घेतात आणि कशाच्या आधारावर घेतात? एलिनॉर ब्रॅटनचंच उदाहरण हा मुद्दा पटवण्यासाठी पुरेसं आहे. ती कुठल्या रुग्णालयात गेली होती, तिला कुणी तपासलं किंवा ज्या वेळी मी तिला तपासलं (त्या पूर्वीच्या नेक्रोटायझिंग फॅशिआयटिसच्या रुग्णानंतर किंवा आधी, रात्रीच्या दोन वाजता की दुपारी दोन वाजता, कमी गर्दीच्या वेळी किंवा रुग्णांची खूप गर्दी असलेल्या वेळी), त्या वेळी या सर्व घटकांचा निश्चितपणे परिणाम तिच्यावर कोणती उपाययोजना केली गेली त्यावर झाला असता. एखाद्या ठिकाणी तिला फक्त प्रतिजैविकं दिली गेली असती, दुसऱ्या एखाद्या रुग्णालयात तिचा पाय कापून टाकला गेला असता, तर आणखी एखाद्या ठिकाणी तिची जखम 'खरवडून स्वच्छ' (debridement) केली गेली असती. ही निष्पत्ती म्हणूनच सदसद्विवेकबुद्धीला पटत नाही.

यामध्ये बदल व्हावा म्हणून लोकांनी काही उपाययोजना सुचवल्या आहेत. एक म्हणजे या क्षेत्रातील अनिश्चितता संशोधनाद्वारे कमी करणे – नवीन औषधं आणि शस्त्रक्रिया यासंदर्भातील संशोधन नाही. (त्यासाठी सध्यासुद्धा प्रचंड प्रमाणात निधी उपलब्ध आहे.) संशोधन व्हायला हवंय ते रोज घेतल्या जाणाऱ्या छोट्या परंतु गंभीर निर्णयांवर, जे डॉक्टर तसंच रुग्ण घेत असतात (या संशोधनाला फारच कमी प्रमाणात निधी उपलब्ध असतो.) लोकांसाठी काय करायला हवं, याबाबत बरीच अनिश्चितता राहाणारच, ह्याची जाणीव प्रत्येकालाच असते. (माणसाला होणारे आजार आणि त्याचं आयुष्य यांतली गुंतागुंत प्रचंड आहे, हेच वास्तव आहे. म्हणूनच असं म्हटलं जातं की – आणि त्यात बरंच तथ्यही आहे – काही विशिष्ट अनिश्चित परिस्थितीत डॉक्टरांनी काय कृती करावी, याविषयी त्यांच्यामध्ये आधीच निर्णय झालेला असावा, म्हणजे निव्वळ अंदाज बांधण्यात जो वेळ खर्च होतो; तो वाचेल आणि एकत्रितपणे घेतलेल्या निर्णयाचा फायदाही घेता येईल.

अर्थात, या शेवटच्या मुद्द्याबाबत कितीही चर्चा केली, तरी ती व्यर्थ आहे; कारण आम्ही डॉक्टर स्वतःला कुणीतरी खास व्यक्ती समजतो. रुग्णाशी चर्चा करताना आम्हाला आमच्या बौद्धिक क्षमतेचा इतका अभिमान वाटत असतो की, आम्ही सुचवलेला उपायच सर्वोत्तम असा आमचा गाढ विश्वास असतो. एखाद्या समस्येवर वेगवेगळे डॉक्टर इतके वेगवेगळे उपाय सुचवतात की, शेवटी त्या गलबल्यातून कुणाला तरी योग्य मार्ग शोधून काढावाच लागतो आणि तो समर्थ माणूस आपणच, असंच प्रत्येकाला वाटत असतं, कारण रोजच आम्ही सगळे जण अनेक प्रकारच्या अनिश्चिततांना तोंड देत वाटचाल करत असतो. आणखी एक गोष्ट – अनेक वेळा आमचे निर्णय चुकतात, हे वास्तव असलं, तरी आम्हा सगळ्यांच्याच आयुष्यात एखादी एलिनॉर ब्रॅटन येतेच, जिला आम्ही केवळ आमच्या अंतःप्रेरणेच्या बळावर मरणाच्या दारातून मागे खेचलेलं असतं. आमच्यासाठी तो एक असंभव असा महान प्रसंग असतो.

त्या घटनेनंतर जवळ-जवळ एक वर्षाने मी एलिनॉरला भेटलो. मी हार्टफोर्डमधून कुठेतरी जाणार होतो, तेव्हा मी तिच्या आई-वडिलांच्या घरी गेलो. हे एक मोठं, प्रशस्त आणि धुळीचा कणही दिसणार नाही, इतकं स्वच्छ घर होतं. जुन्या वसाहतकाळातल्यासारखं वाटणारं हे घर पिवळट रंगाचं होतं, दारात एक उत्साहाने टणाटण उड्या मारणारा कुत्रा होता आणि बागेत रंगीबेरंगी फुलांचे ताटवे होते. बारा दिवस रुग्णालयात राहिल्यानंतर विश्रांतीसाठी एलिनॉर आपल्या आई-वडिलांच्या घरी येऊन राहिली होती. काही दिवस इथे आराम करायचा आणि पुन्हा स्वतंत्र राहायचं, असा तिचा विचार होता, पण तिला इथेच राहाणं आवडायला लागलं.

"आयुष्याची गाडी परत रुळावर यायला थोडा वेळ द्यावा लागणार, हे माझ्या लक्षात आलं,'' ती मला म्हणाली.

तिचा पाय बरा व्हायला पुष्कळ वेळ लागला होता, पण त्यात आश्चर्य वाटण्यासारखं काही नव्हतं. तिच्यावर केलेल्या शेवटच्या शस्त्रक्रियेच्यावेळी आम्हाला ६४ चौरस इंचांचा त्वचेचा तुकडा जखम झाकण्यासाठी लागणार होता, तो आम्ही तिच्या मांडीच्या भागातून काढला होता. 'माझ्या पायावरची लहानशी भाजल्याची खूण' असं म्हणत तिने तो व्रण मला आपल्या सैलसर पँटचा पाय वर गुंडाळत दाखवला होता.

तिचा पाय बघितल्यावर कुणाच्याही मनात धस्स झालं असतं. तिचा पाय डोळ्यांना नक्कीच देखणा वाटला नाही, पण त्यावरची जखम माझ्या नजरेला तरी पुष्कळच भरून आल्यासारखी वाटली. आज माझ्या नजरेला एक माझ्या तळहाताइतका रुंद पट्टा गुडघ्याच्या खालपासून ते थेट तिच्या बोटांपर्यंत पोहोचलेला दिसला. ह्या त्वचेचा रंग तिच्या पायाच्या त्वचेपेक्षा वेगळा असणं अपरिहार्य होतं, तसंच जखमेच्या कडाही टरारलेल्या, फुगीर वाटत होत्या. त्वचारोपणामुळे तिचं पाऊल आणि घोटा किंचित रुंद आणि जाड दिसत होता. मात्र, कुठेही जखमेचा आतला भाग उघडा दिसत नव्हता, तसं होण्याची शक्यता पूर्णपणे नाकारता येत नाही. आरोपण केलेली त्वचा मऊ आणि लवचिक वाटत होती. कुठेही तिला कडकपणा आलेला नव्हता किंवा ती अवाजवी ताणलेली वा आक्रसलेली दिसत नव्हती. तिच्या मांडीच्या भागावरची त्वचा काढून घेतल्यामुळे तेवढा भाग लालभडक दिसत होता, पण त्याचाही रंग हळूहळू पालटत होता.

पायाचा पहिल्यासारखा उपयोग करणं तिला कठीण जात होतं, त्यासाठी बरेच कष्ट घ्यावे लागत होते. घरी परतल्यानंतर तिच्या लक्षात आलं की, पायाचे स्नायू अशक्त आणि हळवे झाले असल्यामुळे तिला उभं राहाणं जमत नव्हतं. ती उभी राहिली की, तिचा पाय गपकन मुडपत असे. काही दिवसांनी तिची शक्ती परत आली, तरी तिला चालता येईना. पायांतील नसांना दुखापत झाल्यामुळे तिचा पाय मुडपत असे. तिने डॉ. स्टुडर्टची भेट घेतली, तेव्हा त्यांनी 'हा दोष कदाचित तुझ्या पायात कायमचाच राहण्याची शक्यता आहे.' अशी स्पष्टच कल्पना तिला दिली. पण तिने अनेक महिने कसून फिजिओथेरपीचे व्यायाम केले आणि पुन्हा नेहमीसारखं चालण्याचं – प्रथम टाच आणि मग बोटं टेकणे – कसब मिळवलं. मी तिला भेटलो, तेव्हा तिला थोडं-थोडं धावताही येऊ लागलं होतं. तिने नोकरीवर जायलाही सुरुवात केली होती. हार्टफोर्डमधल्या एका विमा कंपनीच्या मुख्यालयात तिला साहाय्यकाची नोकरी मिळाली होती.

एक वर्ष उलटून गेल्यानंतरही एलिनॉर तिच्या बाबतीत घडलेली ती घटना

विसरलेली नाही. खरं सांगायचं तर, तिने एलिनॉरची पाठ सोडलेली नाही. ते जिवाणू तिच्या शरीरात शिरलेच कसे हे अजूनही तिला कळत नाही. लग्नाच्या आदल्या दिवशी ती एका पार्लरमध्ये पायांची निगराणी (pedicure) करून घेण्यासाठी गेली होती, तिथे तिला जंतुबाधा झाली असेल किंवा लग्नसमारंभानंतर बाहेरच्या हिरवळीवर तिने अनवाणी पायांनी मनसोक्त नाच केला होता, तेव्हा तिच्या पायाला जखम होऊन त्यामुळे जंतुबाधा झाली असेल किंवा तिच्या स्वत:च्या घरातही काहीतरी झालं असेल. त्यामुळेच की काय, त्यानंतर केव्हाही तिला कुठे कापलं, एखादे वेळी ताप आला की भीतीने तिची झोप उडते. त्यामुळेच ती पोहायला जात नाही. घरातही अंघोळीच्या टबमधील पाण्यात ती कधी बसत नाही. शॉवरखाली उभी राहिली, तरी पायावर पाणी उडणार नाही, याची ती काळजी घेते. लवकरच तिचं कुटुंब सुट्टीसाठी फ्लोरिडाला जाण्याचा विचार करत होतं, पण इतक्या दूर तेही; डॉक्टरांपासून दूर प्रवास करून जायचं, या विचाराचीसुद्धा तिला भीती वाटत होती.

एलिनॉरला सगळ्यात जास्त अस्वस्थ कशामुळे वाटतं, तर ते इतक्या सगळ्या लोकांमध्ये तिलाच या आजाराने ग्रासलं, या घटनेमागच्या अकल्पितपणाचं! एकीकडे डॉक्टर म्हणतात, ''तुला या रोगाने गाठावं याच्या शक्यतेचा विचार केला तर असं म्हणता येईल, अडीच लाख व्यक्तींमध्ये एखाद्यालाच हा रोग होण्याची शक्यता असते, तरीपण मला तो रोग झालाच.'' मग ते म्हणाले, ''यातून तू वाचण्याची शक्यता फारच कमी आहे आणि तरीही मी वाचलेच. मी त्यावरही मात केलीच.'' मग तिने आम्हा डॉक्टरांना विचारलं, ''पुन्हा एकदा मला हेच मांसभक्षक जिवाणू गाठणार नाहीत ना?'' तेव्हा आम्ही तिला म्हटलं, ''हे घडण्याची शक्यता फारच कमी – अडीच लाखांत एखाद्याच्याच बाबतीत हे घडू शकेल.'' पूर्वीसारखाच आकड्यांचा खेळ, दुसरं काय, खरं की नाही?

''असं काही ऐकलं की, मला फार अस्वस्थ व्हायला होतं, मला तरी त्याचा काही अर्थ लागत नाही,'' ती म्हणाली. आम्ही दोघं ही चर्चा करत होतो, तेव्हा ती तिच्या बैठकीच्या खोलीतल्या सोफ्यावर बसली होती, तिचे दोन्ही हात तिने मांडीवर एकमेकांत गुंफल्यासारखे ठेवले होते. तिच्या मागच्या बाजूला असलेल्या मोठ्या खिडकीतून सूर्याची किरणं आत प्रवेश करत होती. ''मला पुन्हा हा रोग होणार नाही, असं तुम्ही म्हणता; पण माझा त्यावर विश्वास बसत नाही. मला किंवा माझ्या माहितीतील कोणाला दुसरा कुठला विचित्र रोग होणार नाही किंवा ज्याविषयी दुसऱ्या कुणी ऐकलेलंही नाही असं काही होणार नाही, यावर माझा विश्वास बसत नाही.''

पण खरं सांगायचं, तर वैद्यकजगतात आम्हा लोकांना सर्व प्रकारच्या शक्यतांशी

चार हात करावे लागतात. आम्ही या अपरिपूर्ण शास्त्रातील ज्या गोष्टीकडे आकर्षित होतो, आम्हाला आमच्या आयुष्यात काय मिळवायचं असतं, तर ते म्हणजे तो एक क्षण जो आम्ही बदलू शकतो, ती नाजूक पण स्फटिकासारखी स्वच्छ दिसणारी संधी; जिचा उपयोग आम्ही आमचं ज्ञान, आमची क्षमता वापरण्यासाठी करू शकतो, किंवा तो 'आतला आवाज', आमच्या मनाचा कौल, ज्याच्यामुळे आम्हाला एखादा मरणासन्न जीव वाचवता येणार असतो, कुणाच्यातरी आयुष्याला वेगळं वळण लावता येणार असतं. प्रत्यक्षात मात्र काय अनुभवायला मिळतं? आपल्याला कर्करोग झाल्याचं जिला समजलं आहे, अशी एखादी उदास, हताश स्त्री तुम्हाला आपली प्रकृती दाखवायला येते, एखाद्या भयानक अपघातात रक्तबंबाळ झालेल्या, पांढराफटक पडलेल्या माणसाला तुमच्याकडे उपचारासाठी आणलं गेलंय, त्याला धड श्वासही घेता येत नाहीये, तुमच्या बरोबर काम करणारा एक डॉक्टर तुम्हाला तेवीस वर्षांच्या तरुणीच्या लाल झालेल्या पायाविषयी तुमचं मत विचारतोय – तो आयुष्य उजळून टाकणारा क्षण आपल्या आयुष्यात उगवेल की नाही, याची आम्ही मुळीच खातरी देऊ शकत नाही. ती गोष्ट दूरची असते; आम्ही जी कृती करतो, ती रुग्णाच्या दृष्टीने शहाणपणाची ठरेल का, त्याला त्यामुळे मदत होईल का, याची तरी आम्हाला कुठे खातरी वाटते? काही वेळा तर आमच्या प्रयत्नांना यश येतं, याच गोष्टीचं मला आश्चर्य वाटतं. पण तसेही क्षण आम्हाला अनुभवायला येतात – नेहमीच नसले, तरी बऱ्याच वेळा येतात.

एलिनॉरबरोबरचं माझं संभाषण काहीसं विषयाला सोडून चाललं होतं. मग आम्ही तिच्या मित्रमैत्रिणींविषयी बोलू लागलो. आता ती हार्टफोर्डमध्ये परत आली होती, त्यामुळे त्या मैत्रीला उजाळा मिळाला होता. तिचा प्रियकर इलेक्ट्रिकल इंजिनिअर असावा बहुतेक – आपापसात मित्र त्याला 'फायबर ऑप्टिक इलेक्ट्रिशिअन' असं संबोधत असत (त्याला खरं तर काहीसं 'हाय-व्होल्टेज' काम करायचंय, असं तिने कौतुकाने मला सांगितलं.). अलीकडेच तिने पाहिलेल्या चित्रपटाविषयीही तिने मला सांगितलं. विशेष म्हणजे त्या भयानक प्रसंगाला सामोरं गेल्यापासून तिचा स्वभाव पार बदलला होता – तिच्यातला पूर्वीचा फाजील चिकित्सकपणा पुष्कळच कमी झाला होता.

"आता मी पहिल्यापेक्षा बरीच जास्त खंबीर झाले आहे," ती म्हणाली. "एवढ्या मोठ्या संकटातूनही मी तरले, या मागे काहीतरी हेतू नक्कीच असला पाहिजे असा माझा दृढ विश्वास आहे. माझ्या जगण्या-वाचण्यामागे निश्चित काही तरी प्रयोजन असणारच, असं मला मनापासून वाटतं.

"मला आणखीही एक बदल जाणवतो माझ्यात – पूर्वीपेक्षा मी आता पुष्कळच आनंदी बनले आहे. जगाकडे आता मी वेगळ्या नजरेने पाहू शकतेय.

ठ मला पूर्वीपेक्षा अधिक सुरक्षित वाटतं.'' स्वत:शीच बोलल्यासारखी ती होती, ''केवढ्या भयंकर प्रसंगातून मी वाचले, हे तर निर्विवाद सत्य आहे ना?''

त्या मे महिन्यात शेवटी ती फ्लोरिडाला गेलीच. त्या वेळी तिथे भयानक उकडत होतं, वारा अजिबात नव्हता. एक दिवस, पूर्व किनाऱ्याहून काही अंतरावर असलेल्या पॉपॅनोच्या वरच्या बाजूला असताना तिने आपला पायात बूट वगैरे काहीही न घातलेला पाय हळूच पाण्यात घातला अन् मग दुसरा पायही पाण्यात टेकवला. शेवटी मनातल्या भीतीवर मात करत तिने पाण्यात उडी मारली आणि ती समुद्रात पोहायला लागली.

''पाण्याचा स्पर्श फारच छान वाटला!'' असे ती त्या दिवसाची आठवण आली की, अजूनही म्हणते.

★

एका रुग्णाचा ऑस्ट्रेलियाच्या आरोग्यव्यवस्थेमधला प्रवास

द
पेशंट

मूळ लेखक : **डॉ. मोहम्मद खाद्रा**
अनुवाद : **डॉ. देवदत्त केतकर**

सत्तेचाळीस वर्षांच्या जोनाथन ब्रूस्टरला जग मुठीत आल्यासारखं
वाटतं. त्याच्याजवळ काय नाही? लठ्ठ पगाराची नोकरी, सुखी संसार,
खासगी शाळेत जाणाऱ्या दोन मुली, झकास बंगला आणि आलिशान
गाडी! त्याच्यावर कर्जाचा बोजाही आहे; पण त्याची त्याला काळजी
नाही. मात्र, एका पहाटे त्याला लघवीवाटे रक्त जातं. रुग्णालयाच्या
इमर्जन्सी विभागात डॉक्टरांच्या भेटीसाठी आठ तास थांबावं लागतं.
ह्या यशस्वी आयुष्यात जोनाथनचं आरोग्याकडे दुर्लक्ष झालंय. युरॉलॉजिस्ट
डॉ.मोहम्मद खाद्रा त्याच्या संपर्कात येतात. निदान आणि उपचार
ह्यांच्या जंजाळात त्याला मूत्राशयाचा कॅन्सर असल्याचं निष्पन्न होतं;
पण डॉ. खाद्रांच्या दृष्टीनं जोनाथन आजाराच्या मानानं तरुण असला,
तरी एक सामान्य रुग्ण राहत नाही. त्यांच्या आयुष्यातली साम्यस्थळं
दिसू लागतात. डॉ. खाद्रांचं आयुष्यही एका ठरावीक वळणावर जातं.
आयुष्य नश्वर आणि बेभरवशाचं असल्याचं त्यांचा आजार त्यांना
शिकवून जातो. स्वतःच्या मर्त्यपणाची जाणीव झाल्यावर त्या दोघांनाही
आजवर लाभलेल्या आयुष्याबद्दल कृतज्ञता वाटू लागते.

✳ ✳ ✳

www.ingramcontent.com/pod-product-compliance
Lightning Source LLC
Chambersburg PA
CBHW030031030726
47500CB00001B/60
* 9 7 8 8 1 8 4 9 8 4 7 9 8 *